KB262562

LÝ KÍNH HIỀN - NGUYỄN THỊ TỊNH

TỪ ĐIỂN VIỆT HÀN

최신 베트남어 한국어 소사전

이경현 편저

도서출판
문예림

LỜI NÓI ĐẦU

Từ sau khi chính thức thiết lập quan hệ ngoại giao vào ngày 22 tháng 12 năm 1992, mối quan hệ hợp tác giữa Hàn Quốc và Việt Nam đã phát triển một cách toàn diện trên mọi mặt từ kinh tế đến chính trị, văn hóa, giáo dục, khoa học kỹ thuật...

Trong vài thập kỷ trở lại đây, kinh tế-xã hội Hàn Quốc và Việt Nam có những thay đổi mạnh mẽ nên ngôn ngữ hai dân tộc Hàn-Việt cũng có bước phát triển mới. Vốn từ ngoại lai du nhập vào tiếng Hàn và tiếng Việt ngày càng nhiều do quá trình toàn cầu hóa. Mặt khác, bản thân vốn từ vựng truyền thống cũng có những thay đổi nhất định theo thời gian. Vì vậy, vốn từ vựng trong ngôn ngữ hai nước trở nên phong phú hơn bao giờ hết.

Chúng tôi tiến hành biên soạn quyển Từ điển Việt Hàn này nhằm cập nhật phần nào những biến động đó về mặt từ vựng. Quyển từ điển đối chiếu Việt Hàn này gồm khoảng 15.000 mục từ thông dụng trong tiếng Hàn và tiếng Việt. Từ vựng trong từ điển bao gồm từ ngữ thuộc nhiều lĩnh vực đa dạng từ các từ cơ bản đến các từ khoa học tự nhiên, khoa học xã hội; các thuật ngữ kinh tế, y học, khoa học kỹ thuật cùng một số thành ngữ, tục ngữ thông dụng. Ngoài ra trong phần phụ lục chúng tôi cũng cung cấp một số phần tham khảo cần thiết.

Quyển từ điển này được ra mắt bạn đọc là nhờ sự giúp đỡ của nhiều vị. Nhân cơ hội này, trước hết tôi xin bày tỏ lòng biết ơn đối với giám đốc Seo Deok Il cùng các biên tập viên của Nhà xuất bản Moonyealim. Ngoài ra trong quá trình hoàn thiện bản thảo, chúng tôi cũng nhận được sự ủng hộ và giúp đỡ nhiệt tình của những người bạn Hàn Quốc như anh Kim Chi Hyun, anh Yoo Il Yong, nhân đây tôi cũng xin gửi lời cảm tạ đến các vị.

Tuy đã cố gắng hết mình nhưng do thời gian và trình độ có hạn nên quyển từ điển xuất bản lần đầu này không tránh khỏi những thiếu sót nhất định. Chúng tôi mong nhận được những ý kiến đóng góp chân thành của độc giả trong ngoài nước để có thể bổ sung trong lần tái bản sau này.

Incheon, 3/7/2008
Tác giả

머리말

    1992년 12월 22일 공식적인 외교 수교를 맺은 후에 한국과 베트남의 협력 관계가 경제를 비롯하여 정치, 문화, 교육, 과학기술 등 전면적인 발전을 이루었다.

    이 몇 십년이래 한국과 베트남의 경제·사회에 변화가 많았기 때문에 한-베 양민족의 언어 역시 새로운 발전을 이루었다. 세계화 과정 때문에 외래어는 한국어와 베트남어에 많이 유입되었다. 한편 전통적 어휘도 시간의 흐름에 따라 일정한 변화가 생겼다. 그래서 양국 언어의 어휘는 어느 때 보다도 풍부해졌다.

    그러한 어휘상 변동을 일부 고려하기 위하여 이 베트남어 한국어 사전 편찬에 착수했다. 이 베트남어 한국어 대조 사전은 양국 언어 상용 단어 15,000개 정도를 수록했다. 사전 내 어휘는 기초 단어를 비롯하여 자연과학 및 사회과학 용어, 경제 용어, 의학 용어, 과학기술 용어 등 다양한 분야의 용어를 포함하고 있을 뿐만 아니라 성어, 속담도 있다. 게다가 부록으로 필요한 참고를 수록하였다.

    이 사전이 나오기까지 많은 사람의 도움이 있었다. 먼저 고생을 감수한 문예림, 특히 서덕일 사장님을 비롯한 편집자 여러분에게 이 자리를 빌려 고마움의 말씀을 전하고 싶다. 그리고 원고를 준비하는 동안 김치현 형님, 유일용 씨 등 한국인 친구 여러분의 많은 성원과 도움을 받았기 때문에 그 분들에게도 감사를 드린다.

    최선을 다 했지만 시간과 수준이 제한되기 때문에 초판 간행하는 이 사전은 일정한 실수를 피할 수 없다고 생각한다. 나중에 재판 때 수정할 수 있도록 국내외 독자 여러분의 많은 의견이 있기를 기대한다.

2008년 7월 3일

인천 인하대학교에서 저자

A a

a (nguyên âm) chữ thứ nhất trong bảng chữ cái tiếng Việt

Actini 악티늄

Agon 아르곤

a lô 여보세요(전화할 때) ¶ a lô, ai đó? 여보세요,누구세요?

Amerixi 아메리슘

A rập 아랍, 아라비아¶ chữ số A rập 아라비아 숫자

a xít(acid) 산 ¶ thuộc axít 산의 / có tính axít 산성의 / a xít vô cơ 무기산 a xít cacbonic 탄산가스 / không khí chứa một lượng lớn khí axit cacbonic 다량의 탄산가스를 포함한 공기

Á châu아주(亞洲),아시아 (Asia) 주
#동 châu Á

á hậu 차점자 (미인대회에서) ¶ cô ấy là người đoạt giải á hậu trong cuộc thi hoa hậu hoàn vũ năm 2007 그녀는 2007 년 미스월드 대회에서 차점자였다

á phiện 아편 ¶ ngộ độc á phiện 아편 중독

à 아/야 ¶ Sunny à 선니야 / Kiên à 끼엔아

ác cảm 악감정, 나쁜 감정, 반감 ¶ có ác cảm 악감정을 품다 / cô ấy có ác cảm với tôi 그녀에게는 나에 대한 나쁜 감정이 있다

ác chiến 악전고투(하다) ¶ trận ác chiến với quân địch 적군과의 악전고투/ác chiến trong cuộc bầu cử 선거에서 악전고투하다

ác độc 악독(하다) ¶ bà ta là một người phụ nữ ác độc 그녀는 악독한 여자이다

ác đức 악덕 ¶ luật sư ác đức 악덕 변호사

ác mô ni ca 하모니카 (harmonica) ¶ thổi kèn ác mô ni ca 하모니카를 불다

ác mộng 악몽 ¶ đêm qua tôi gặp ác mộng lúc ngủ 어제 밤에 잘 때 악몽에 시달렸다

ác nhân 악인 ¶ anh ta không phải là đồ ác nhân như tin đồn 그는 소문만큼의 악인

은 아니다

ác quỷ 마귀, 악마, 귀신 ¶ như ác quỷ 악마 같은

ác tâm 악심 ¶ có ác tâm 악심있는 / ôm ấp nỗi ác tâm 악심을 품다

ác tính 악성 ¶ vết sưng ác tính 악성 종기

ác ý 악의 ¶ có ác ý 악의 있는 / không có ác ý 악의 없는 / không có mảy may một chút ác ý nào trong lời anh ta nói cả 그가 한 말에는 조금도 악의가 없었다

ách tắc 체증(하다), 막히다 ¶ sự ách tắc giao thông 교통 체증

ai 누구 ¶ bất cứ ai 누구든 / những ai 누구누구 / những ai đã đến vậy? 누구누구 왔나? / bất kỳ ai hãy đến đây 누구든지 오너라 / công việc mà ai cũng có thể làm được 누구나 할 수 있는 일 / người kia là ai vậy? 저 사람은 누구입니까? / anh tìm ai? 누구를 찾습니까? / a lô, ai đó? 여보세요, 누구세요? / bạn sẽ ủng hộ ai trong trận đấu này? 이 게임에서 너는 누구를 응원할 거니?

ai cũng 누구도, 누구나 ¶ không phải ai cũng có thể trở thành anh hùng 누구나 다 영웅이 될 수 있는 것은 아니다 / ai cũng có thể làm được 누구나 할 수 있다

ai đó 누구, 누군가, 아무 ¶ bàn chân của ai đó 아무의 발 / bói vận của ai đó 아무의 운을 점치다 / ai đó đã vào nhà 누가 집에 들어 왔다 / ai đó đã trộm bút máy của tôi 누군가 내 만년필을 훔쳤어 / lo cho ai đó chỗ ở 아무에게 숙소를 마련해 주다 / báo cho ai đó biết việc đã xảy ra 일어난 일을 아무에게 알리다 / báo hiệu cho ai đó hãy tiến lên trước 아무에게 앞으로 나아가라고 신호하다 / bắt ai đó do tình nghi giết người 아무를 살인 혐의로 체포하다

ai nấy 누구든지(모두) ¶ ai nấy đều có việc của mình 누구든지 저마다 할 일이 있다

ái quốc 애국(하다) ¶ ái quốc ca(tên bài quốc ca Hàn Quốc) 애국가 / lòng ái quốc 애국심 / chí sĩ ái quốc 애국지사

ái mộ 애모(愛慕) (하다) ¶

được ái mộ 애모를 받다 / họ gắn kết với nhau bằng tình cảm ái mộ sâu sắc 그들은 깊은 애모의 정으로 맺어져 있다

ái tình 애정(愛情) ¶ ái tình nguội lạnh 애정이 식다 / đừng đùa giỡn với ái tình 애정을 농락하지 마라

AIDS 에이즈 ¶ kết quả kiểm tra AIDS của anh ta âm tính 그의 에이즈 검사 결과는 음성이었다 #동 SIDA

am 암자(庵子) ¶ xây am 암자를 짓다 / ẩn cư trong am 암자에 은거하다

am pe 암페어(ampere) ¶ am pe kế 암페어계 / số am pe 암페어수

Asen 비소

ám chỉ 암시하다, 암시를 주다 ¶ viết tiểu thuyết ám chỉ về sự thật này 이 사실에 암시를 얻어 소설을 썼다 / tôi không biết, anh ám chỉ cái gì vậy? 잘 모르겠는데, 무엇을 암시하는 거니? / anh ấy thường ám chỉ về sự nghèo khó của mình 그는 곧잘 자기의 가난을 암시하곤 한다

ám hiệu 암호(暗號) ¶ chữ viết ám hiệu(chữ mật mã) 암호 문자 / cách ghi ám hiệu(cách ghi mật mã) 암호 작성법 / bằng ám hiệu 암호로 / ghi bằng ám hiệu 암호로 적다 / giải (đọc) ám hiệu 암호를 풀다(해독하다)

ám sát 암살(暗殺) (하다) ¶ kế hoạch ám sát 암살 계획 / âm mưu ám sát 암살 음모 / có âm mưu ám sát 암살을 음모하다 / nhóm ám sát, băng đảng ám sát 암살단 / kẻ ám sát 암살자 / mưu tính ám sát 암살을 기도하다 / bị ám sát 암살 당하다 / bọn chúng mưu tính ám sát thủ tướng 그들은 총리의 암살을 기도했다

ám thị 암시(暗示) (하다) ¶ có tính ám thị 암시적인 / ra ám thị 암시를 주다 / nhận ám thị 암시를 얻다

ảm đạm 어두운, (안색이)흐린,슬픈듯한;(사태가)음울한, 음산한 ¶ mùa đông ảm đạm 음산한 겨울 / thời tiết ảm đạm 음산한 날씨

an bum (album) 앨범, 음반 (레코드) 첩 ¶ an bum thu âm 레코드 앨범 / an bum solo 솔로 앨범 / an bum CD 시디 앨범 / gắn vào an bum 앨범에 끼우다 / ảnh thôi môi của con trai dán trong an bom 앨범에 붙어 있는 아들의 첫돌 사진

an dưỡng 요양(하다), 휴양(하다) ¶ trại an dưỡng 요양소 / viện an dưỡng 요양원 / nơi an dưỡng 휴양지 / đi an dưỡng nơi có không khí tốt 공기가 좋은 곳으로 휴양하러 가다 / an dưỡng một năm trời do bệnh 병으로 일년간 휴양하다

an giấc 편안한 잠을 자다

an nghỉ 안식(安息)하다 ¶ nơi an nghỉ 안식처

an nhàn 한가(閑暇) 하다,한가롭다, 유유하다, 여가의¶ một cách an nhàn 한가히, 한가로이 / vui sống an nhàn 한가한 생활을 즐기다 / không phải là lúc chơi đùa an nhàn 한가하게 놀고 있을 때가 아니다

an ninh 1. 치안(治安), 보안 ¶ cảnh sát an ninh 치안 경찰 / kẻ gây rối an ninh 치안 방해자 / luật giữ gìn an ninh 치안 유지법 / duy trì an ninh 치안을 유지하다 / khu vực này an ninh tốt(kém) 이 지역은 치안이 좋다(나쁘다) 2. 안전 ¶ điều ước bảo đảm an ninh Hàn-Mỹ 한미 안전 보장 조약

an phận 안분(安分)하다

An pơ 알프스(Alps) ¶ cảnh ngọn núi An pơ hùng vĩ 알프스의 경치는 웅대하다

an táng 안장(하다) ¶ nơi an táng 안장지

an tâm 안심하다(安心-),방심하다, 마음놓다 ¶ an tâm mà sống 마음놓고 살다 / hãy an tâm vì mọi thứ ổn cả 잘 있으니 마음놓으십시오 / không phải là chuyện gì to tác nên anh hãy an tâm 대단한 일이 아니니 마음놓으십시오 / hãy an tâm về điểm đó 그 점에 대해서는 마음놓으십시오 / nếu là người đó thì có thể an tâm giao việc 그 사람이면 마음놓고 일을 맡길 수 있다 / không an tâm 마음놓지 않다

Antimon 안티몬

an tọa 안좌(安坐), 앉다 ¶ mời quý vị an tọa 여러분, 편하게 앉으십시오

an toàn 안전(하다) ¶ quản lý về an toàn 안전 관리 / (sự)

lái xe an toàn 안전 운전 /
người quản lý về an toàn
안전 관리자 / dây an toàn
안전띠 / tính an toàn
안전성(性) / tỉ lệ an toàn
안전율(率) / thiết bị an toàn
안전 장치 / an toàn trên hết
안전 제일 / khu vực an toàn
안전 지대 / an toàn giao
thông 교통 안전 / đất nước
an toàn 안전한 나라 / một
cách an toàn 안전하게 /
phương pháp an toàn
안전한 방법 / nơi an toàn
안전한 장소 / sự đầu tư an
toàn 안전한 투자 / sự an
toàn về tính mạng và tài sản
생명과 재산의 안전 / an
toàn làm việc, an toàn lao
động 작업의 안전 / đe dọa
sự an toàn 안전을 위협하
다 / bảo đảm an toàn 안전
을 보장하다

an ủi 위안(慰安) 하다, 위로
하다 ¶ sự an ủi ít nhiều
다소의 위안 / được an ủi
phần nào 다소의 위안이
되다 / mang lại sự an ủi
위안을 주다 / tìm kiếm sự
an ủi 위안을 찾다 / viếng
thăm bệnh viện để an ủi các
cụ 노인들을 위로하기 위해
병원을 방문하다

án 1. 사건(事件) (사변, 사고,소
송의) ¶ vụ án giết người
살인 사건 / đưa vụ án ra
kiểm sát 사건을 검찰에 송
치하다 / xảy ra vụ án kỳ lạ
이상한 사건이 일어나다 /
cảnh sát đang thụ lý vụ án
đó 경찰은 그 사건을 수사
중에 있다 2. (법률) 판결,선
고, 처형(處刑), 형(刑) ¶ bị
tuyên án -의 선고를 받다 /
tuyên án đối với (ai đó)...에
게 형을 선고하다 / giảm án
thành... -(으)로 감형하다 /
lãnh án tử hình 사형을 살다
/ xử tử hình 사형에 처하다
/ kẻ tội phạm giết người đó
đã lãnh án tử hình 살인범은
사형을 받았다

án mạng 살인 사건 ¶ án
mạng đã xảy ra 살인 사건
이 일어났다

án phí 소송(訴訟) 비용

án chừng 대략(大略), 대체,
약(約), 한 ¶ án chừng 20
phút 약 이십 분쯤 / án
chừng 5 dặm 약 5 마일 /
án chừng 3.000 thính giả 약
3 천 명의 청중 / án chừng
500 won 한 5 백 원쯤

anh[1] 1. 형(兄), 오빠 ¶ anh

chị em 형제자매 / anh cả 맏형 / anh giữa 가운데 형 / anh nhỏ nhất(anh kế mình) 제일 작은 형 / anh rể 매형 / người anh nhân từ 자형 / không em nào bằng anh 형만한 아우 없다 / anh Kim 김형 2. (손위의 남자에게 사용하는 호칭어) 당신(當身) ¶ anh hãy đi trước đi 당신은 먼저 가십시오 / anh say rồi 당신은 취했다 3. (여자가 남편이나 애인 을부를 때 쓰는 호칭어) 당신,여보, 자기

anh[2] 씨(남자에게 사용함) ¶ anh Tuấn 뚜안 씨 / anh Tú 뚜 씨 / anh Trung chơi bóng đá giỏi 쯩 씨는 축구를 잘 한다

Anh 영국(英國) ¶ quốc kỳ Anh 영국 국기 / nữ hoàng Anh 영국 여왕 / Đài phát thanh truyền hình Anh Quốc 영국 방송 협회(BBC) / người Anh 영국 사람 / chính phủ Anh 영국 정부 / Hàng không Anh Quốc (British Airways, BA) 영국 항공 / đang du học ở Anh 영국 유학중에

anh ấy (3 인칭 단수 남성) 그는, 그가, 그이 ¶ anh ấy phát âm tốt 그는 발음이 좋다 / anh ấy làm việc ở bộ phận quản lý bán hàng 그는 판매 관리부에서 근무한다 / anh ấy (đang) làm bánh bán 그는 빵을 제조 판매하고 있다 / tôi đã bán xe của tôi cho anh ấy 나는 그에게 내 차를 팔았다 / tôi đã thuyết phục anh ấy từ bỏ ý nghĩ 저는 그를 설득해서 단념시켰다
#동 anh ta

anh cả 맏형

anh dũng 영용(英勇)하다 ¶ ý chí anh dũng 영용한 의지 / tinh thần anh dũng 영용 정신 / bộ đội anh dũng 영용한 부대원 / chiều nay quân đội nhân dân anh dũng của chúng ta đã chiếm lĩnh Đà Nẵng 우리 영용한 인민 군대는 오늘 오후 다낭을 점령했습니다

anh đào 앵두, 앵도(櫻桃), 버찌, 벗나무 ¶ làn môi như anh đào 앵두 같은 입술 / rượu anh đào 버찌술

anh em 형제, 남매 (육친의, 동포, 사회, 인류) ¶ giữa anh em với nhau 형제간 /

sự gây gỗ (cãi vả) giữa anh em với nhau 형제 싸움 / anh chị em 형제자매 / anh em họ 사촌 형제 / anh em ruột 친 형제 / tình nghĩa anh em 형제의 우애 / kết nghĩa anh em 형제의 의를 맺다 / bạn có mấy anh em? 형제가 몇이 되느냐?

anh em vợ 처남

anh họ 사촌 형

anh hùng 영웅(英雄) ¶ chủ nghĩa anh hùng 영웅주의 / chuyện anh hùng 영웅담 / sự sùng bái anh hùng 영웅 숭배/ có tính anh hùng 영웅적 / hành động anh hùng 영웅적 행위 /trở thành anh hùng nhân dân 국민적 영웅이 되다 / anh hùng hóa -을/를 영웅화하다 / anh hùng đúng nghĩa 영웅답게 / ông ấy có khí chất anh hùng đúng nghĩa 그는 영웅다운 기질이 있다 / ông ấy là một anh hùng thực sự 그는 진정한 영웅이다 / ông ấy là anh hùng cách mạng 그는 혁명의 영웅이다 / không phải ai cũng có thể trở thành anh hùng 누구나 다 영웅이 될 수 있는 것은 아니다

anh minh 영명(英明)하다 ¶ một con người anh minh 영명한 사람 / vì vua anh minh 영명하신 군주 / phẩm chất bẩm sinh anh minh 타고난 품성이 영명하다

anh nuôi (군대에서 요리를 담당하는) 남자 요리사

Anh quốc 영국 ¶ xe hơi Anh Quốc chế tạo 영국 제의 자동차
#동 Anh

anh rể 자형, 매형

anh ta 그는, 그가, 그이 ¶ bản thân anh ta 그 자신 / tôi đã đấu khẩu với anh ta 나는 그와 말다툼했다 / ánh mắt của anh ta bùng lên sự phẫn nộ 그의 눈은 분노로 타올랐다 / anh ta không phải là đồ ác nhân như tin đồn 그는 소문만큼의 악인은 아니다 / anh ta đã gom tiền bằng thủ đoạn bất chính 그는 부정한 수단으로 돈을 모았다
#동 anh ấy

anh trai 1. 친 형 2. 형, 오빠 ¶ anh trai tôi là nhân viên công ty 우리 형은 회사원이다

Anhxtani 아인스타이늡

ánh 빛 ¶ ánh mặt trời 태양 빛 / ánh trăng 달빛 / ánh bạc 은빛 / đọc sách bằng ánh đèn đường 가로등 불 빛으로 책을 읽다

ánh đèn 불빛

ánh mắt (보는) 눈 ¶ ngước nhìn với ánh mắt lạnh lùng 차가운 눈으로 쳐다보다 / ánh mắt của anh ta bùng lên sự phẫn nộ 그의 눈은 분노 로 타올랐다

ánh nắng 햇빛, 일광 ¶ ánh nắng ấm áp 따뜻한 햇빛 / ánh nắng chiếu gọi trực tiếp 직사 일광 / thấy ánh nắng 햇빛을 보다 / không thấy ánh nắng mặt trời 햇빛을 보지 못하다 / ánh nắng vào trong phòng 햇빛이 방 안 에 들어오다

ánh sáng 1. 빛, 광명, 광휘 ,빛남 ¶ ánh sáng mặt trời 일광 / ánh sáng tự nhiên 자연 일광 / căn phòng có nhiều ánh sáng vào 빛이 잘 드는 방 / phát ra ánh sáng 빛을 발하다 / tính tốc độ của ánh sáng 빛의 속도를 계산하다 2. (비유) 명백

ảnh 사진 ¶ nhà nhiếp ảnh 사진가 / thợ chụp ảnh 사진사 / phóng viên ảnh 사 진 기자 / máy ảnh 사진기 / tiệm ảnh 사진관 / tập ảnh 사진첩 / khung ảnh 사진틀 / ảnh thôi môi của con trai 아들의 첫돌 사진 / ăn ảnh 사진에 잘 나오다 / chụp hình 사진을 찍다 / ảnh của người yêu tôi đây 내 애인의 사진은 여기(에) 있다 #동 hình

ảnh hưởng 1. 영향(하다) ¶ sức ảnh hưởng 영향력 / ảnh hưởng trực tiếp 직접적 인 영향 / ảnh hưởng gián tiếp 간접적인 영향 / người có sức ảnh hưởng 영향력이 있는 사람 / ảnh hưởng tốt 좋은 영향 / mang lại ảnh hưởng 영향을 주다 / ảnh hưởng đến... -에 영향을 미치다 2. 좌우(한다) ¶ bị ảnh hưởng bởi tình cảm 감정에 좌우되다

ao 1. 못, 연못 ¶ ao sen 연못 / ao nuôi cá 양어지 / ao cạn 얕은 연못 / ao tròn 둥근 연못 / tát ao 못을 치다(푸 다) / đào ao 못을 파다 / cho vào ao 못을 메우다 2. –지 ao nuôi cá 양어지

ao tù 활기가 없다, 부진(不

振) 하다 ¶ sống trong cảnh ao tù 활기가 없는 삶을 살아 있다

ao ước 갈망(渴望) 하다, 열망(熱望)하다 ¶ họ đang ao ước được tự do 그들은 자유를 갈망하고 있다 / mọi người đang ao ước sự xuất hiện của nhà lãnh đạo vĩ đại 사람들은 위대한 지도자의 출현을 갈망하고 있다 / chúng tôi ao ước có hòa bình 우리는 평화를 열망한다 / cô ấy ao ước trở thành (nữ) diễn viên 그녀는 여배우가 되기를 열망하고 있었다 / tôi đang ao ước đượctrở về 내가 돌아가기를 열망하고 있다

áo[1] 웃옷, 상의(上衣) 상의(上衣) ¶ áo mưa 비옷 / áo giáp 갑옷 / mặc áo 웃옷을 입다 / cởi áo ra 상의를 벗다 / mặc áo cho (ai đó) 상의를 입혀 주다 / cởi áo cho(ai đó) 웃옷을 벗겨 주다 / áo này đang được bán với giá 30 đô la 이 셔츠는 30 달러에 팔리고 있다 / áo tông màu đó bây giờ hết hàng rồi 그 색상의 옷은 지금 품절입니다

áo[2] 입히다 ¶ áo đường 설탕을 입히다 / áo bạc cho... - 에 은을 입히다

Áo[3] 오스트리아 ¶ người Áo 오스트리아 사람

áo choàng 외투(外套), 오버코트(overcoat) ¶ móc treo áo choàng 외투 걸이 / khoác áo choàng 외투를 입다 / đang mặc áo choàng 외투를 입고 있다 / cởi áo choàng 외투를 벗다 / anh ấy đi vào phòng với chiếc áo choàng 그는 외투를 입은 채 방으로 들어왔다 / hãy để áo choàng ở đây 외투는 여기에다 맡기십시오

áo dài 아오짜이(베트남의 전통 의복) ¶ mặc áo dài đi đến trường 아오짜이를 입고 학교에 가다

áo giáp 갑옷(甲-) ¶ võ sĩ mặc áo giáp 갑옷을 입은 무사 / mặc áo giáp 갑옷을 입다

áo mưa 비옷, 레인코트(raincoat) ¶ đang mặc áo mưa 비옷을 입고 있다 / xin hãy mặc áo mưa 비옷을 입으십시오

áo quan 관(棺), 널 ¶ không có áo quan 관 없는 / cho

vào áo quan 관에 넣다 / chuẩn bị nhập quan 입관 준비를 하다

áo sơ mi 셔츠, 티 셔츠 ¶ may áo sơ mi 셔츠를 재봉하여 만들다

áo tắm 수영복, 해변복 ¶ áo tắm hai mảnh 투피스의 여자 수영복, 비키니(bikini) / mặc áo tắm 수영복을 입다

ảo thuật 마술(魔術)을 걸다 ¶ ảo thuật gia 마술사 / người ảo thuật, nhà ảo thuật 마술쟁이

áp bức 압박(壓迫) 하다 ¶ dân tộc áp bức 압박 민족 / dân tộc bị áp bức 피압박 민족 / kẻ áp bức 압박자 / áp bức về tinh thần 정신적 압박 / bị áp bức 압박을 받다 / áp bức kẻ nghèo yếu 가난하고 약한 사람을 압박하다 / áp bức sự tự do ngôn luận 언론의 자유를 압박하다

áp chế 압제(壓制)하다 ¶ kẻ áp chế 압제자 / nền chính trị áp chế 압제 정치 / có tính áp chế 압제적(인) / gia tăng áp chế 압제를 가하다 / thoát khỏi áp chế 압제를 벗어나다 / chịu áp chế 압제

에 시달리다 / người dân ta thán vì sự áp chế 국민은 압제에 신음했다

áp dụng 적용(適用) 하다, 응용하다 ¶ (sự) áp dụng pháp luật 법률의 적용 / áp dụng lý luận vào thực tế 이론을 실지에 적용하다 / áp dụng công thức 공식을 응용하다 / áp dụng khoa học vào công nghiệp 과학을 산업에 응용하다

áp kế 압력계

áp lực 압력(壓力) ¶ áp lực bên ngoài 외부 압력 / áp lực quân sự 군사적 압력 / áp lực kinh tế 경제적 압력 / gia tăng áp lực 압력를 가하다 / chịu đựng trước áp lực 압력에 견디다 / hứng chịu áp lực 압력을 받다 / giảm bớt áp lực 압력을 완화하다 / khổ sở bởi áp lực 압력에시달리다

áp phích 포스터 (poster) ¶ áp phích phim 영화 포스터 / áp phích quảng cáo 광고 포스터 / áp phích tuyên truyền 선전 포스터 / dán áp phích 포스터를 붙이다 / tháo gỡ áp phích 포스터를 떼어내다 / tuyên truyền

bằng phích 포스터로 선전
하다

áp suất 압력(壓力) ¶ 대기의
압력 áp suất khí quyển

áp thấp 저기압(低氣壓) ¶
khu vực áp thấp 저기압
지대 / vùng áp thấp 저기압
권 / trung tâm của áp thấp
저기압의 중심 / áp thấp xảy
ra ở vùng phụ cận Sài Gòn
사이공 부근에서 발생한 저
기압 / áp thấp phát sinh
저기압이 발생하다 / áp
thấp đang di chuyển về phía
đông nam 저기압이 남동으
로 진행하고 있다

áp tải 호송하다, 호위하다 ¶
người áp tải 호위자 / đội xe
áp tải 수송차대 / thuyền bị
áp tải 피호송선 / thuyền áp
tải 호위선 / chiến hạm áp
tải 호위함 / đặt dưới sự áp
tải 호위를 두다 / được áp
tải 호위되어 / dưới sự áp
tải của cảnh sát 경관의 호
위하에

áp xe (abscess) 농양(膿瘍),
종기 (腫氣) ¶ hình thành áp
xe 농양을 형성하다 / bị áp
xe 종기가 생기다

Attatin 아스타틴

Ă ă

ă (nguyên âm) chữ thứ hai trong bảng chữ cái tiếng Việt

ắc cooc 아코디언(accordion), 손풍금(đàn xếp) ¶ người chơi đàn ắc cooc 아코디언 주자

ắc quy (자동차용) 배터리 (battery) ¶ ắc quy hết điện rồi 배터리가 떨어졌다 / ắc quy ở đâu 배터리가 어디에 있어요? / xe hơi này cần ắc quy mới 이 자동차는 새 배터리가 필요하다

ăn 먹다, 식사하다 ¶ bàn ăn 식탁 / dụng cụ ăn bằng bạc 은식기 / ăn quá nhiều 과식하다 / có thể ăn được 먹을 수 있다 / ăn sáng 아침을 먹다 / ăn bánh mì 빵을 먹다 / ăn súp 수프를 먹다 / ăn bằng đũa 젓가락으로 먹다 / ăn sống cá tươi 생선을 생으로 먹다 / ăn uống 먹고 마시다 / ăn tốt 잘 먹다 / ăn uống điều độ 규칙적으로 식사하다 / ăn ở nhà 집에서 식사하다 / ăn no nê 잔뜩 먹다 / ép ăn 억지로 먹이다 / rửa tay trước khi ăn 먹기 전에 손을 씻다

ăn ảnh 사진에 잘 나오다

ăn cắp 훔치다, 도둑질하다 ¶ đồ ăn cắp 훔친 물건 / ăn cắp đồ của cửa hàng 상점의 물건을 훔치다 / nó đã ăn cắp tiền của ông lão 그는 노인의 돈을 훔쳤다 / ăn cắp ý tưởng của người khác không tốt đâu 남의 아이디어를 훔치는 것은 좋지 않다 / ai đó đã ăn cắp bút máy của tôi 누군가 내 만년필을 훔쳤어 / đêm qua tên trộm vào ăn cắp tiền mất rồi 간밤에 도둑이 들어서 돈을 훔쳐 갔다

ăn chay 채식주의, 채식(하다) ¶ người ăn chay 채식주의자

ăn chặn 횡령(橫領)하다, 착복(着服)하다 ¶ kẻ ăn chặn 횡령자 / tội ăn chặn 횡령죄 / ăn chặn số tiền công quỹ

lớn 거액의 공금을 착복하
다 / hắn ta đã ăn chặn số
tiền thu được 그는 수금한
돈을 착복했다 / nó đã ăn
chặn toàn bộ lợi nhuận 그는
이익을 전부 착복했다 / hắn
đã ăn chặn tiền quỹ công ty
그는 회사 기금을 횡령했다

ăn cháo 죽을 먹다 ¶ vì
bệnh nên cô ấy ăn cháo
그녀는 병 때문에 죽을 먹는다

ăn chơi 유흥하다, 놀다, 놀
아먹다 ¶ người đó lúc còn
trẻ ăn chơi lắm 그 사람은
젊었을 때 놀아 먹었다

ăn cơm 밥을 먹다 ¶ hôm
nay tôi đã ăn cơm cùng với
bạn đồng hương 오늘 고향
친구와 함께 밥을 먹었다

ăn cưới 결혼 피로연에 참석
하다

ăn cướp 1 강도, 강탈자 ¶
tên ăn cướp 강도놈 2. 강
탈(하다), 강도(하다), 강도
질(하다), 빼앗다 ¶ ăn cướp
ngân hàng 은행 강도 / ăn
cướp taxi 택시 강도 / ăn
cướp chặn đường 노상
강도 / đồ ăn cướp 강탈물 /
bị cướp 강탈당하다 / ăn
cướp tiền từ ai đó 아무에게
서 돈을 빼앗다

ăn điểm tâm 아침을 먹다
#동 ăn sáng

ăn gian 사취하다, 속임수를
쓰다, 협잡하다, 부정을 저
지르다 ¶ ăn gian tiền bạc
금전을 사취하다 / nó đã lừa
tôi ăn gian tiền 그는 나를
속여 돈을 사취했다 / đánh
bài ăn gian 카드놀이에서
속임수를 쓰다 / ăn gian
trong cờ bạc 도박에서 협잡
하다

ăn hỏi 약혼(約婚)하다 ¶ tiệc
ăn hỏi 약혼 피로연 / quà
ăn hỏi 약혼 선물 / cô gái
đã ăn hỏi 약혼한 여자 / lễ
ăn hỏi của cô Sunny và anh
Peter 선니 양과 피터 씨의
약혼식 / ông ấy đã cho con
gái ăn hỏi với một người
giàu có 그는 딸을 부자와
약혼시켰다

ăn khớp 맞물다, 서로 물
다, 맞다 ¶ không ăn khớp
잘 맞물리지 않다 / bánh
răng ăn khớp nhau 기어가
서로 맞물려 있다 / làm cho
ăn khớp 맞물리게 하다 /
chìa khoá ăn khớp với ổ
khóa 열쇠가 자물쇠에 맞는다

ăn kiêng 다이어트(하다)
¶ thực phẩm ăn kiêng

다이어트 식품 / tôi đang đang ăn kiêng 나는 다이어트 중이다

ăn mày 1. 거지 ¶ đám ăn mày거지 떼 / dáng vẻ ăn mày 거지꼴 / bản tính ăn mày 거지 근성 / một thằng như ăn mày 거지 같은 놈 / đồ ăn mày 거지 같은 물건 / chết như kẻ ăn mày 거지로 죽다 / trở thành tên ăn mày 거지가 되다 / như ăn mày 거지같다 2. 거지 생활을 하다 ¶ chú chó sủa người ăn mày 개가 거지에게 짖어댔다.

ăn mặc옷차림 ¶ ăn mặc lịch sự 옷차림이 얌전하다 / ăn mặc lịch lãm 옷차림이 훌륭하다/ ăn mặc bảnh bao 옷차림이 멋있다 / ăn mặc không hay 옷차림이 좋지 않다 / ăn mặc rách rưới 옷차림이 꾀죄죄하다 / ăn mặc giản dị 검소한 옷차림을 하다 / tôi không để tâm đến chuyện ăn mặc 나는 옷차림에 신경을 안쓴다/ cô ta ăn mặc luộm thuộm 저 여자는 옷차림이 너저분 하다/ ông ấy ăn mặc rất cầu kỳ 그는 옷차림에 매우 까다롭다

ăn ngoài 외식(外食)하다 ¶ người ăn ngoài 외식자 / tối nay ăn ngoài nhé? 오늘 저녁에 외식을 할까?

ăn nói 말(하다) ¶ tài ăn nói 말솜씨 / giỏi ăn nói 말솜씨가 좋다 / không có tài ăn nói 말솜씨가 없다 / không ăn nói được gì 말할 수 없는 / như thể khó ăn nói lắm vậy 말하기 어려운 듯이

ăn ở[1] 숙박(하다) ¶ chỗ ăn ở 숙박소 / cho ăn ở 숙박시키다 / lo cho ai đó chỗ ăn ở 아무에게 숙소를 마련해 주다 / ăn ở tại nhà bạn 친구 집에서 숙박하다

ăn ở[2] 동거(同居) 하다 ¶ nó đang ăn ở với cô ta 그는 그녀와 동거하고 있다

ăn quá nhiều 과식(하다) ¶ ăn quá nhiều nên bị chột bụng 과식하여 배탈이 나다 / rõ ràng ăn quá nhiều là nguyên nhân chính của béo phì 과식은 분명히 비만의 원인이다

ăn quịt (돈이나 빛을) 횡령하다, 착복하다 ¶ nó đã ăn quịt số tiền thu được 그는 수금한 돈을 착복했다

ăn sáng 아침을 먹다, 아침

식사(하다) ¶ ăn cơm sáng 아침밥을 먹다 / ăn sáng trễ 늦은 아침을 먹다 / em ăn sáng chưa? 아침을 먹었어?

ăn tham 탐욕(貪慾) ¶ kẻ ăn tham 탐욕한(漢)

ăn tiệm 식당에서 식사하다, 외식(外食)하다 ¶ người ăn tiệm 외식자 / anh có thường ăn tiệm không? 외식을 자주 하십니까?

ăn tiêu 돈을 쓰다 ¶ ăn tiêu xa xỉ 사치스럽게 돈을 쓰다 / ăn tiêu như trùm sò 깍쟁이처럼 돈을 쓰다

ăn tối 저녁을 먹다, 저녁 식사 (하다) ¶ tiệc ăn tối 만찬회 / chiêu đãi ăn tối 저녁식사에 초대하다 / ăn tối rồi hãy đi 저녁 먹고 가지 그래

ăn trưa 주식, 점심 식사, 점심을 먹다 ¶ ăn trưa ở nhà 집에서 점심을 먹다 / ăn trưa ở tiệm 식당에서 점심

을 먹다

ăn trộm 훔치다, 도둑질하다 ¶ đồ ăn trộm 훔친 물건 / ăn trộm đồ của cửa hàng 상점의 물건을 훔치다

ăn uống 먹고 마시다, 식사 (하다) ¶ ngành công nghiệp ăn uống 외식 산업 / ăn uống điều độ 규칙적으로 식사하다

ăn vụng 몰래 먹다 ¶ lúc nãy nó ăn vụng 그는 아까 몰래 먹었다

ăn xin 구걸(求乞)하다 ¶ kẻ ăn xin 거지 / đi đến từng nhà ăn xin 집집마다 다니며 구걸하다

ắp 가득 ¶ đầy ắp 가득 차다 / phòng đầy ắp người 방에는 사람들이 가득 차 있었다

ắt 확실히, 반드시, 틀림없이, 물론 ¶ anh ấy ắt sẽ thành công 그는 꼭 성공할 섯이다 / ắt sẽ giống với -와 마찬가지로 확실히

Â â

â (nguyên âm) chữ thứ ba trong bảng chữ cái tiếng Việt

âm 음(陰) ¶ âm dương 음양 / âm tính 음성 / âm cực 음극

âm 음, 소리 ¶ âm thanh 음성 / âm cao 높은 음 / âm thấp 낮은 음 / âm hay 아름다운 음 / phát ra âm thanh 소리를 내다

âm bật hơi 격음, 거센소리

âm căng 경음, 된소리

âm cực 음극(陰極) ¶ bản âm cực 음극판 / tia âm cực 음극선

âm dương 음양(陰陽) ¶ tính âm dương 음양성 / sự hòa hợp âm dương 음양의 화합 / thuyết âm dương ngũ hành 음양오행설

âm đạo (해부학) ¶ 질(膣) niêm mạc âm đạo 질의 막 / vùng âm đạo 질 부분

âm đệm 활음, 과도음, 글라이드(glide), 운음

âm điệu 멜로디(melody), 선율(旋律)

âm hạch 음핵

âm hầu 후음

âm học 음향학(音響學)

âm hộ 음문(陰門)

âm hưởng 음향(音響) ¶ máy đo âm hưởng 음향기 / sự điều chỉnh âm hưởng 음향 조절

âm khoang miệng 구강음

âm khoang mũi 비강음

âm không nổ 불파음

âm lỏng 유음

âm lợi 치조음

âm lịch 음력(陰曆) ¶ tết âm lịch 음력설 / mồng 5 tháng giêng âm lịch 음력 정월 초닷새 / ngày rằm tháng giêng âm lịch 음력 정월 보름날 / 음력을 쓰다 / địa phương này vẫn còn đang sử dụng âm lịch 이 지방에서는 아직도 음력을 쓰고 있다 / đếm ngày bằng âm lịch 음력으로 날을 세다

âm lượng 음량(音量) ¶ thiết bị đo âm lượng 음량 측정기 / tăng âm lượng của radio 라디오의 음량을 높이

다 / giảm âm lượng của radio 라디오의 음량을 줄이다 / mở âm thanh nổi với âm lượng tối đa 음량을 최대로 하여 스테레오를 켜다

âm mạc 연구개음

âm môn 음문

âm mũi 비음

âm mưu 음모(陰謀) ¶ kẻ có âm mưu 음모자 / âm mưu ám sát 암살 음모 / có âm mưu ám sát 암살을 음모하다 / liên quan đến âm mưu 음모에 관계하다 / dính líu đến âm mưu 음모에 말려들다 / giở âm mưu 음모를 꾀하다 / lật tẩy âm mưu 음모를 뒤엎다 / vạch trần âm mưu 음모를 파헤치다

âm ngạc cứng 경구개음

âm ngạc mềm 연구개음
 #동 âm mạc

âm nhạc 음악(音樂) ¶ giới âm nhạc 음악계 / sự giáo dục âm nhạc 음악 교육 / đại học âm nhạc 음악 대학 / lịch sử âm nhạc 음악사 / tài năng âm nhạc 음악의 재능 / người yêu thích âm nhạc 음악 애호가 / lý luận âm nhạc 음악이론 / nhà phê bình âm nhạc 음악 평론가 / âm nhạc Hàn Quốc 한국 음악 / đêm nhạc 음악의 밤 / thích âm nhạc 음악을 좋아하다 / thưởng thức âm nhạc 음악을 즐기다 / học âm nhạc 음악을 배우다 / hiểu âm nhạc 음악을 이해하다 / có sở thích về âm nhạc 음악에 취미가 있다

âm nổ 파열음

âm nước 유음, 흐름소리

âm phủ 음부(陰府), 저승 ¶ đường xuống âm phủ 저승길 / đi xuống âm phủ 저승으로 가다 / thành người âm phủ 저승 사람이 되다 / rơi xuống âm phủ 지옥에 떨어지다 / chịu khổ ải chốn âm phủ 지옥의 고통을 받다

âm tắc 폐쇄음

âm tắc xát 파찰음

âm ti 저승
 #동 âm phủ

âm thanh 음성(音聲), 음향, 소리 ¶ sự nhận thức âm thanh 음성 인식 / hệ thống âm thanh 음성 체계 / thử âm thanh 음성 테스트 / thiết bị âm thanh 음향 장치

âm thanh hầu 후음
 #동 âm hầu

âm thanh nổi 스테레오 (stereo)

âm thầm 아무말 않고, 잠자코, 묵묵히, 고요하게, 조용히 ¶ sống âm thầm 조용히 살다 / âm thầm bỏ đi 잠자코 가버리다

âm thường 평음, 예사소리

âm tiết 음절(音節) ¶ từ đơn âm tiết 단음절의 말 / từ hai âm tiết 이음절어 / từ ba âm tiết 삼음절어 / chia thành âm tiết 음절로 나누다

âm tính 음성(陰性) ¶ phản ứng âm tính 음성 반응 / bệnh tả âm tính 음성 콜레라 / thuộc âm tính 음성의 / có tính chất âm tính 음성적인 / kết quả kiểm tra AIDS của anh ấy âm tính 그의 에이즈 검사 결과는 음성이었다

âm tố 음소

âm u 흐리다, 어둑어둑하다, 어둡다, 음침(陰沈) 하다, 음울하다, 암흑의 ¶ thời tiết âm u 흐린 날씨 /ngày âm u 흐린 날 /ngày đông âm u 찌푸린 겨울날 / trời trở nên âm u 날이 어둑어둑해진다 / bầu trời rất âm u 하늘이 아주 흐리다

âm vị học 음운론

âm xát 마찰음

ấm 주전자(酒煎子), 탕관(湯罐) ¶ nắp ấm 주전자 뚜껑 / miệng ấm 주전자 주둥이 / tay ấm 주전자 손잡이 / nấu nước bằng ấm 주전자에 물을 끓이다 / bắc ấm lên lửa 주전자를 불에 얹어 놓다

ấm 따뜻하다 ¶ nước ấm 따뜻한 물 / áo ấm 따뜻한 옷 / lò sưởi tốt nên rất ấm 난로가 좋아서 여간 따뜻하지 않는다

ấm áp 1. 따뜻하다, 온난하다 ¶ khu vực ấm áp 온난 전선 / thời tiết ấm áp 따뜻한 날씨 / ngày ấm áp 따뜻한 날 / mùa đông ấm áp 따뜻한 겨울 / ánh nắng ấm áp 따뜻한 햇빛 / sống ở nơi ấm áp 온난한 곳에서 살다 / nơi này vào mùa đông cũng ấm áp 이곳은 겨울에도 온난하다 2. 따뜻하다, 포근하다, 따스하다 ¶ vòng tay ấm áp của mẹ 포근한 어머니의 품 / người có tấm lòng ấm áp 마음이 따뜻하다 사람 / tấm lòng ấp áp 따스한 마음

ấm cúng 1. (장소 따위가)

아늑하다, 포근하다 ¶ **căn phòng ấm cúng** 아늑한 방 2. 따스하다 ¶ **chẳng may anh ấy không biết đến sự ấm cúng của một gia đình** 그는 불행하게도 가정의 따스함을 모른다

ầm 1. 철썩하고, 쿵(쾅, 펑,탕)하고, (대포·북·천둥·종 따위의) 울리는 소리; 우루루(쾅, 쿵)하는 소리 2. (소문이)떠들썩하다 ¶ **người ta đồn ầm lên rằng anh ấy bị sa thải** 그가 면직당했다는 소문이떠들썩하다

ầm ĩ 떠들썩하다, 시끄럽다 ¶ **làm ầm ĩ** 떠들썩게 하다 / **ầm ĩ cả lên** 시쓰럽게 떠들다

ẩm 축축하다 ¶ **hơi ẩm** 습기 / **không khí ẩm** 축축한 공기 / **quần áo ẩm** 축축한 옷 / **trở nên ẩm** 축축해지디

ẩm thấp 습기차다, 습기가 많다, 축축하다, 눅눅하다 ¶ **nơi ẩm thấp** 축축한 곳 / **căn nhà ẩm thấp** 눅눅한 집

ẩm ướt 눅눅하다, 습윤하다 ¶ **quần áo ẩm ướt** 눅눅한 옷 / **thời tiết ẩm ướt** 눅눅한 날씨 / **không khí ẩm ướt** 눅눅한 공기 / **khí hậu ẩm ướt** 습윤한 기후

ân cần 은근(慇懃)하다 ¶ **thái độ ân cần** 은근한 태도 / **một cách ân cần** 은근히 / **ân cần lo lắng** 은근히 걱정하다

ân hận 후회(後悔)하다 ¶ **tôi ân hận mình đã làm như thế** 그런 짓을 한 것을 후회한다 / **anh ấy ân hận về tội lỗi** 그는 죄를 후회한다 / **tôi ân hận mình đã lười biếng** 게을렀던 것을 후회한다 / **ân hận về hành động ngốc nghếch của mình** 자신의 어리석은 행동을 후회하다 / **nó ân hận vì không thi đậu** 그가시험에 합격하지 못하다니 후회했다

ân huệ 은혜(恩惠) ¶ **ân huệ của giới tự nhiên** 자연의 은혜 / **ban ân huệ** 은혜를 베풀다 / **chịu ân huệ** 은혜를 입다 / **tôi chịu nhiều ân huệ của anh ấy** 나는 그에게 많은 은혜를 입고 있다

ân nghĩa 은의(恩義) ¶ **ban ân nghĩa** 은의를 베풀다

ân nhân 은인(恩人) ¶ **anh ấy là ân nhân của tôi** 그는 내 은인이다 / **ông Lee là ân nhân cứu mạng của tôi** 이 선생님은 내 생명의 은

인이십니다

ân sư 사(恩師)

ân tình 은정(恩情)

ân xá 은사(恩赦), 사면 (赦免)하다 ¶ lệnh ân xá 사면령 / Ủy ban ân xá quốc tế 국제 사면 위원회 / ân xá cho người phạm tội 죄인에게 은사를 내리다

ấn định 하다, 규정짓다 ¶ ấn định giá cả 값을 정하다 / ấn định ngày giờ 날짜를 정하다 / (họ) đã ấn định ngày kết hôn là ngày 10 tháng 6 결혼 날짜를 6 월 10 일로 정했다

Ấn Độ 인도(印度) ¶ nước Cộng hòa Ấn Độ 인도 공화국 / tiếng Ấn Độ 인도말 / người Ấn Độ 인도 사람(인도인) / triết học Ấn Độ 인도 철학

Ấn Độ Dương 인도양

Ấn Độ giáo 인도교, 힌두교

ấn loát 인쇄(하다) ¶ thuật ấn loát 인쇄술
#동 in

ấn tượng 인상(印象) ¶ trường phái ấn tượng 인상파 / chủ nghĩa phái ấn tượng 인상주의 / người theo trường phái ấn tượng 인상주의자 / ấn tượng ban đầu 첫인상 / ấn tượng mạnh mẽ 강한 인상 / ấn tượng không thể quên 잊을 수 없는 인상 / có tính ấn tượng 인상적 / mang lại ấn tượng 인상을 주다 / đem lại ấn tượng xấu 나쁜 인상을 주다 / để lại ấn tượng tốt 좋은 인상을 남기다 / ấn tượng sâu sắc 인상이 깊다 / ấn tượng sâu đậm 인상이 짙다

ẩn cư 은건(하다) ¶ ẩn cư trong am 암자에 은거하다

ẩn dụ 은유(隱喩) ¶ phép ẩn dụ 은유법 / có tính ẩn dụ 은유적 / một cách ẩn dụ 은유적으로

ẩn náu 범인의) 잠복하다, 숨다 ¶ nơi ẩn náu 잠복처 / chỗ ẩn náu 잠복 장소 / ẩn áu trên núi 산 속에서 잠복하다 / hắn ta đang sống ẩn náu trên núi 그는 산에 숨어 살고 있다

ẩn nấp 숨다, 숨어 기다리다 ¶ ẩn nấp sau cây 나무 뒤에 숨다 / ẩn nấp sau cửa 문 뒤에 숨다 / ẩn nấp ở nhà hàng xóm 이웃집에 숨다 / con cáo ẩn nấp sau tảng đá

여우가 바위 뒤에 숨어 있다

ẩn sĩ 은사(隱士)

ẩn ý 암시적인 뜻, 함축적인 뜻, 내포의 뜻, 힌트(hint)

áp 해정 단위) 리

áp (알·병아리를) 까다, 부화 (하다) ¶ áp nhân tạo 인공 부화 / gà mái áp ra gà con 암탉이 병아리를 깐다 / chim mẹ áp trứng 어미 새가 알을 품다(까다)

áp ủ 품다 ¶ áp ủ hy vọng 희망을 품다 / áp ủ ác tâm 악심을 품다

Âu châu 유럽, 구라파 (歐羅巴)
#동 châu Âu

Âu hóa 서구화(西歐化)하다¶ tư tưởng Âu hóa 서구화주의 / người theo tư tưởng Âu hóa 서구화주의자

Âu phục 양복(洋服) ¶ vải may Âu phục 양복감 / tủ Âu phục 양복장(欌) / thợ may Âu phục 양복장이(만드는 사람) / người mặc Âu phục 양복쟁이(입은 사람) / tiệm Âu phục 양복점 / Âu phục vừa thân mình 몸에 맞는 양복 / người đàn ông mặc Âu phục 양복을 입은 남자 / cởi Âu phục ra 양복을 벗다 / đo may một bộ Âu phục 양복을 한 벌 맞추다 / Âu phục hợp với bạn hơn là Hanbok 너에게는 한복보다 양복이 더 잘 어울린다

âu yếm 애무하다 (키스·포옹·쓰다 듬기 따위) ¶ mẹ âu yếm đôi má bé 엄마가 아기의 양볼을 애무하다 / chàng thương yêu âu yếm khuôn mặt nàng 그는 그녀의 얼굴을 사랑스러운 듯이 애무했다

ấu trĩ 유치(幼稚)하다 ¶ suy nghĩ ấu trĩ 유치한 생각 / thái độ ấu trĩ 유치한 태도

ấu trùng (곤충) 애벌레, 유충; 변태 동물의 유생(幼生) ¶ thời kỳ ấu trùng 유충기 / thuộc ấu trùng 유충의

ẩu 조심성 없다, 소홀하다 ¶ làm ẩu 소홀히 하다 / làm việc ẩu 근무를 소홀히 하다 / học ẩu 공부를 소홀히 하다

ẩu đả 싸우다, 싸움 ¶ ẩu đả tại tòa án 법정에서 싸우다 / sự tranh cãi giữa họ đã dẫn đến ẩu đả 그들의 언쟁은 싸움으로 번졌다

ấy 1. 그 ¶ người ấy 그 사람 / lúc ấy 그 때 / ngày ấy 그 날 / vào thời ấy 그

당시에는 / sống ở gần nơi ấy 그 곳 근처에 살다 / cô ấy đã đến 그녀가 왔다 / anh ấy là người tốt 그는 좋은 사람이다 / nó đã lấy thông tin ấy bằng thủ đoạn bất hợp pháp 그는 불법한 수단으로 그 정보를 입수했다 / kỳ hạn lưu hành của sản phẩm ấy đã qua 이 제품은 유통 기한이 지났다 / vụ ấy thế nào rồi? 그 건은 어떻게 되었어? 2. 그렇다 ¶ trong trường hợp ấy 그런 경우에는 / tôi quyết không làm chuyện ấy 그런 일을 결코 하지 않겠다
#동 đó

B b

Bb

B phụ âm) chữ thứ tư trong bảng chữ cái tiếng Việt (đọc là [bê] hoặc [bờ] khi đánh vần)

ba[1] 아버지, 아빠, 아비, 아버님 ¶ đúng nghĩa) như ba 아버지다운 / không như ba 아버지답지 않은 / bà con phía ba 아버지쪽의 친척 / tư cách của ba 아버지로서의 자격 / tình thương yêu của ba 아버지의 사랑 / đứa bé không có ba 아버지 없는 아이 / giống ba 아버지를 닮다 / mất ba 아버지를 여의다

\#동 cha, bố

ba[2] 1. 셋, 세(dạng định ngữ) ¶ ba người đàn ông 세 명의 남자 / ba giờ 3 시 / ba yếu tố trong sản xuất 생산의 3 요소 / trong số họ bao gồm ba nữ 그들 속에는 여자가 셋 포함되어 있었다 / cô ấy có ba đứa con ăn bám 그녀는 매달린 애가 셋이 있다 / tật xấu lúc ba tuổi mang theo đến tám mươi(tật xấu khó sửa) 세 살적 버릇이 여든까지 간다 2. 삼 ¶ ba ngày 3 일(동안) / ngày ba 3 일 / bài thứ ba 제 3 과 / một phần ba 3 분의 1 / ba phần tư 4 분의 3 / năm mươi ba tuổi 53 세 / 3 đô la 3 달러 / tỉ lệ một chọi ba 3 대 1 의 비율 / ba không: không phẩm màu, không đường, không chất bảo quản 3 무: 무색소, 무설탕, 무방부제 / ba nhân hai là sáu 3 곱하기 2 는 6 / tám trừ ba là (bằng) năm 8 빼기 3 은 5 이다 / qua ba năm 3 년을 통하여 / lương tháng người đó là ba nghìn đô la 그 사람은 월급이 3.000 달러이다

ba ba (동물)자라

ba dơ (base) (화학) 염기 (塩基) ¶ nhóm ba dơ 염기류 / ba dơ hữu cơ 유기 염기 / tính ba dơ 염기성 / phản ứng (có tính) ba dơ 염기성

반응 / muối (có tính) ba dơ 염기성 염

ba hoa 잘 지껄여대다, (지절 거려) 비밀을 누설하다; 재 잘재잘 지껄이다, 쓸데없는 소리하다, (시시한 일 따위 를) 수다떨다

Ba Lan 폴란드 (Poland) ¶ người Ba Lan 폴란드 인 / tiếng Ba Lan 폴란드 어 / thuộc Ba Lan 폴란드의

ba lê 레(ballet) ¶ đoàn (múa) ba lê 발레단 / đoàn (múa) ba lê quốc gia 국립 발레단 / ba lê dưới nước 수중 발 레 / nghệ sĩ (múa) ba lê 발레 댄서 / người(hội chứng) mê ba lê 발레광 / trường dạy ba lê 발레 학교 / học (múa) ba lê 발레를 배우다

ba lô 배낭(背囊) ¶ ba lô quân dụng 군용배낭 / ba lô dùng để leo núi 등산용 배낭 / ba lô dùng để du lịch 여행용 배낭 / du lịch ba lô 배낭 여행 / đeo ba lô 배낭을 메다 (지다) / bỏ ba lô xuống 배낭을 벗다 / bỏ vào ba lô 배낭에 넣다

ba má 버이, 부모(님) ¶ hiếu thảo với ba má 어버이 에게 효도하다 / bất hiếu với ba má 어버이에게 불효하다 / vâng lời ba má 부모 말을 따르다 / ngược đãi ba má 부모를 홀대하다
#동 cha mẹ, bố mẹ

ba môn phối hợp 트라이애 슬론 (triathlon) ¶ vận động viên ba môn phối hợp 트라 이애슬론 선수 / tôi từng có ý nghĩ sẽ trở thành vận động viên ba môn phối hợp 나는 트라이애슬론 선수가 될 생 각이었다

ba mươi 서른, 삼십
¶ ba mươi tuổi 서른 살

ba ngày (동안) 사흘, 3 일

Bari 바륨

ba rọi 삼겹살
#동 thịt ba rọi

bá tánh 백성 ¶ tất cả bá tánh 온 백성

bà 1. 할머니, 조모(祖母), 외 할머니(外—)외조모(外祖母) ¶ như bà 할머니 같은 2. (늙은 여자의 존칭) 노부인 3. 부모의 어머니와 같은 항렬에 있는 여자의 통칭

bà ấy 그 할머니, 그녀 ¶ bà ấy có ba đứa con ăn bám 그녀는 매달린 애가 셋이 있다 / chính phủ đã trao tặng bằng khen cho bà ấy

정부는 그녀에게 상장을 수여했다

bà cố 고조모

bà con 척, 친족, 인척 ¶ bà con một nhà 일가 친척 / quan hệ bà con 친척 관계 / bà con gần 가까운 친척 / bà con xa 먼 친척 / là bà con nhà vua 왕가의 친척이다 / sống như bà con với nhau 서로 친척 사이처럼 지내다 / bà con xa không bằng láng giềng gần 먼 친척보다 가까운 이웃이 낫다 / ông ấy bà con bên phía mẹ tôi 그는 내 어머님 쪽으로 친척이 된다 / đón bà con ở ga 역에서 친척을 마중하다

bà đỡ 산파(産婆), 온파, 조산사 (助産師) ¶ thuật làm bà đỡ 산파술 / đóng vai trò bà đỡ 산파 역할을 하다 / đảm nhận công việc(vai trò) bà đỡ 산파 노릇을 맡다

bà mụ 을 산파(産婆)

bà lão 파

bà ngoại 외할머니(外—), 외조모 (外祖母) ¶ đón bà ngoại ở ga 역에서 외할머님을 마중하다

bà nội 할머니, 조모(祖母) ¶ tiễn bà nội ở sân bay 공항에서 할머님을 배웅하다

bà ta 별로 안 좋은 뜻으로 쓰임) 그 할머니, 그 여자, 그녀 ¶ bà ta là một người phụ nữ ác độc 그녀는 악독한 여자이다

bả vai 견부(肩部), 어깨 부분

bác 1. 큰아버지, 백부(伯父) 2. (사회에서 나이가 좀 많은 사람에게 씀) 아저씨, 아주머니

bác 논박(論駁)하다, 반박하다, -에 이의를 제기하다

bác bỏ (요구·제의 등을) 거절하다, 사절하다, 각하하다 ¶ anh ấy đã bác bỏ đề nghị của cô ấy 그분은 그녀의 제의를 거절했다

bác học 박학(博學)하다 ¶ nhà bác học 박학다식한 사람 / bác học đa tài 빅힉 다재하다

bác sĩ 의사(醫師) ¶ bác sĩ Lee 이 의사 / bác sĩ nội khoa 내과 의사 / bác sĩ ngoại khoa 외과 의사 / bác sĩ nhi khoa 소아과 의사 / bác sĩ chuyên khoa 전문 의사 / bác sĩ chuyên khoa mắt 안과 전문 의사 / bác sĩ chuyên khoa tim 심장

Bb

전문 의사 / bác sĩ chuyên khoa về ung thư 암 전문 의사 / bác sĩ thú y 수의사 / giấy phép hành nghề bác sĩ 의사 면허증 / bác sĩ quen(bác sĩ ruột) 단골 의사 / trở thành bác sĩ 의사가 되다 / gọi bác sĩ 의사를 부르다 / đang được bác sĩ chữa trị 의사의 치료를 받고 있다 / làm bác sĩ 의사 노릇을 하다 / bác sĩ kia có nhiều bệnh nhân 저 의사는 환자가 많다 / tôi từng có ý nghĩ sẽ trở thành bác sĩ 나는 의사가 될 생각이었다

bạc[1] 은(금속 원소, 기호 Ag, 번호 47) ¶ màu bạc 은색 / (màu) trắng bạc 은백 / ánh bạc 은빛 / dụng cụ ăn bằng bạc 은식기 / chén bạc 은그릇 / muỗng bạc 은스푼 (spoon) / dao bạc 은나이프 (knife) / đĩa bạc, dĩa bạc 은접시 / sản phẩm làm bằng bạc 은제품 / tiền (làm bằng) bạc 은화 / lóng lánh ánh bạc 은빛으로 빛나는 / làm bằng bạc 은제의 / nhẫn làm bằng bạc 은으로 만든 반지 / mạ bạc 은도금하다 / áo bạc cho... -에 은을 입히다

bạc[2] 은백이 되다 ¶ tóc ngã màu trắng bạc 머리가 은백색이 되다 / tóc trở nên bạc trắng do tuổi đời 나이로 머리가 은백이 되었다

bạc[3] 1. 매정하다, 몰인정하다 2. 메마르다, 각박하다 ¶ đất bạc màu 메마른 땅

bạc bẽo 각박(刻薄)하다, 모질다, 아주 인색(吝嗇)하다 ¶ lòng người đời bạc bẽo 각박한 세상 인심

bạc hà (식물) 박하, 페퍼민트 (peppermint) ¶ dầu bạc hà 박하유 / viên bạc hà 박하 정제(錠劑) / kẹo bạc hà 박하 사탕

bạc màu 메마르다 ¶ đất bạc màu 메마른 땅

bạc mệnh 박명(薄命)하다, 불행, 단명 ¶ giai nhân bạc mệnh 박명한 가인 / mỹ nhân bạc mệnh 박명한 미인 / than thở mình bạc mệnh 자신의 박명함을 한탄하다

bách bộ 산책하다, 만보하다

bách hóa 백화(百貨) ¶ những siêu thị bách hóa lớn của Sài Gòn 사이공의 대형 백화점들 / đi siêu thị bách hóa mua đồ 백화점으로 물

건을 사러 가다

bách khoa 백과(百科) ¶ từ điển bách khoa 백과 사전 / tri thức (có tính) từ điển bách khoa 백과 사전적 지식 / đã tra trong từ điển bách khoa 백과 사전에서 찾아 보았다

bách khoa toàn thư 백과 전서

bách niên giai ước 백년 가약

bách niên giai lão 백년해로

bách phát bách trúng 백발백중 (百發百中) ¶ ông ấy là một xạ thủ nổi tiếng bách phát bách trúng 그는 백발백중의 명사수다

bách phân 백분(百分) ¶ thuộc bách phân 백분의 / đồ biểu bách phân 백분도표 / tỉ lệ bách phân 백분율

bách thảo 백초(百草), 전체 각종의 식물 ¶ vườn bách thảo 식물원

bách thú 백수(百獸) ¶ vườn bách thú 동물원

bạch cầu 백혈구(白血球) ¶ số bạch cầu 백혈구수 / chứng giảm bạch cầu (leukopenia) 백혈구 감소증 / chứng tăng bạch cầu (leukocytosis) 백혈구 증가증 / sự hình thành bạch cầu (leukopoiesis) 백혈구 형성

bạch dương (식물) 백양 (白楊)

bạch đàn (식물) 유칼립투스 (eucalyptus), 유칼리 (오스트레일리아 원산의 교목) ¶ dầu bạch đàn 유칼리유(油)

bạch hầu (의학) 디프테리아 (diphtheria) #동 bệnh bạch hầu

bạch kim (화학) 백금, 플라티나(platinum, 금속 원소, 기호 Pt, 번호 78) ¶ màu bạch kim 백금색

bạch tạng 색소 결핍증 chứng bạch tạng (의학) 백피증(白皮症) (선천성), (생물) 알비노증

bạch tuộc 문어, 낙지 ¶ món bạch tuột xào(với ớt) 낙지볶음

Bạch Tuyết 백설(白雪) ¶ công chúa Bạch Tuyết 백설 공주

bai (미장이 등의) 흙손, 모종삽 ¶ tô bằng bai 흙손으로 바르다 / trộn bằng bai 흙손으로 섞다

bài¹ 카드(card) ¶ chơi bài 카드놀이 하다 / gian lận

trong chơi bài 카드놀이에서 속임수를 쓰다 /gian dối trong chơi bài 카드놀이에 부정하다 / bói vận của ai đó bằng bài 카드로 아무의 운을 점치다

bài[2] 1. (교과서 중의) 과(課) ¶ bài thứ nhất 제 1 과 / bài thứ ba 제 3 과 2. –문 ¶ bài cảm nhận 감상문 3. 학과, 과업, 연습 문제

bài báo 기사 ¶ bài báo bịa đặt 날조 기사

bài ca 노래, -가 ¶ bài ca biệt ly 이별가

bài cảm nhận 감상문

bài diễn văn 연설, 발표문 ¶ bài diễn văn cảm động 감동적인 연설

bài giải 문제 풀이, 해답(解答) ¶ bài giải đề thi 시험 문제의 해답 / bộ đề có kèm bài giải 해답이 달린 문제집

bài giảng 가의 ¶ bài giảng về lịch sử Hàn Quốc 한국사 강의 / bài giảng về lịch sử Việt Nam 베트남사 강의 / nội dung bài giảng 강의 내용

bài hát 1. 노래, 가곡 ¶ bài hát và điệu múa 노래와 춤 / bài hát Hàn Quốc 한국 노래 / bài hát Việt Nam 베트남 노래 2. –가 ¶ bài hát chủ đề 주제가 / bài hát ca ngợi 찬가 / bài hát ủng hộ 응원가

bài hát ru con 장가 ¶ hát bài hát ru con ngủ 자장가를 불러서 아이를 재우다 /nghe bài hát ru con ngủ 자장가를 들으며 자다

bài học 1. 학과, 과업 2. 교훈,훈계 ¶ bài học hữu ích 유익한 교훈 / bài học quý giá của quá khứ 과거의 귀중한 교훈 / điều đó đã trở thành bài học cho anh ta 그것은 그에게 교훈이 되었다 / nhận được bài học 교훈을 얻다 / dạy cho ai một bài học 아무에게 훈계하다, 설교하다

bài khóa 본문(本文)

bài luận 작문 ¶ đề tài của bài luận 작문의 제목 / 작문을 짓다 làm bài luận

bài quốc ca 국가(國歌) ¶ diễn tấu bài quốc ca 국가를 연주하다 / hát bài quốc ca 국가를 부르다

bài tập 과제(課題), 연습 문제, 숙제 ¶ bài tập về nhà 숙제 / bài tập (nghỉ) hè 여름

방학 과제 / bộ bài tập 연습 문제집 / làm bài tập 연습 문제를 하다 / cho bài tập 과제를 주다 / nó đã làm hết bài tập được giao 그는 맡겨진 과제를 다 했다

bài trừ 배타, 폐지(하다) ¶ chủ nghĩa bài trừ 배타주의 / với thái độ bài trừ 배타적인 태도를 취하다 / bài trừ chế độ 제도를 폐지하다

bài xích 배척(排斥)하다 ¶ phong trào bài xích hàng xa xỉ 사치품 배척 운동 / bị mọi người bài xích 모두에게배척당하다 / suy nghĩ sai lầm như thế phải bị bài xích 그러한 잘못된 생각은 배척되어야 한다 / hàng Mỹ bị bài xích 미국 제품이 배척당했다

bãi[1] 벌판, 벌, 들 ¶ bãi hoang 황량한 벌판 / bãi cát 모래 벌판

bãi[2] 장소, -장 ¶ bãi tập 연습장 / bãi huấn luyện 교련장 / bãi tắm (biển) 해수욕장

bãi biển 해변, 바닷가 ¶ đi dạo bãi biển 바닷가를 산책하다 / đang nghỉ ở bãi biển 바닷가에서 휴가를 즐기고 있다

bãi bỏ 취소하다, 철폐하다, 파기하다, 폐지(廢止)하다 ¶ sự bãi bỏ chế độ nô lệ 노예제도의 폐지 / bị bãi bỏ 폐지되다 / luật đó đã bị bãi bỏ cách đây một năm 그 법률은 1 년 전에 폐지되었다 / bãi bỏ lề thói đó không đơn giản như thế đâu 그 허례를 폐지하기란 그렇게 간단한 것이 아니다

bãi cát 모래사장

bãi công 파업(罷業)하다 ¶ lệnh ngừng bãi công 파업 중지 명령 / tổng bãi công 총파업 / người bãi công 파업자 / quyền bãi công 파업권 / thực thi quyền bãi công 파업권을 행사하다

bãi đáp 착륙장 ¶ bãi đáp của Sân bay Quốc tế Tân Sơn Nhất 떤선녓 국제 공항의 착륙장

bãi đất 벌 ¶ bãi đất rộng 넓은 벌

bãi khóa 휴학(하다), 휴교(하다) ¶ học sinh bãi khóa 휴학생 / bắt đầu bãi khóa từ thứ hai tuần sau 다음 주 월요일부터 휴학이시작한다

bãi miễn 파면(罷免)하다 ¶ quyền bãi miễn 파면권 / bị

Bb

bãi miễn 파면되다 / anh ấy bị bãi miễn vì hành vì bất chính 그는 부정 행위로 파면 당했다

bãi tắm 해수욕장

bãi tập 훈련장소, 교련장 연습장

bại 마비되다, 무력해지다 ¶ anh ấy đã bị bại một chân 그는 다리 하나가 마 되었다

bại lộ (숨겨졌던 것을) 드러 내다; 알리다, 누설하다; 폭 로하다 ¶ bí mật đã bị bại lộ 비밀이 폭로되었다

bại trận 패진(敗陣)하다,패 전(敗戰)하다 ¶ quốc gia bại trận 패전국 / trong sự hỗn loạn của bại trận 패전의 혼 란'속에서

bám 매달리다, 딸리다 ¶ đứa bé bám theo mẹ 어린애가 엄마한테 매달렸다 / người ăn bám 매달린 식구 / có nhiều người ăn bám 매달린 식구가 많다 / cô ấy có ba đứa con ăn bám 그녀는 매달린 애가 셋이 있다

bám lấy 잡다, 달라붙다 ¶ bám lấy dây thừng 밧줄에 붙잡다 / bám lấy địa vị 지위에 달라붙다

bám sát 달라붙다 ¶ bám sát công việc 일에 달라붙다

ban[1] 발진(發疹)

ban[2] 위원회 ¶ ban thường trực 상임 위원회 / ban dự toán 예산 위원회 / ban pháp chế 법사 위원회 / ban chấp hành trung ương 중앙집행위원회 / ban điều hành ngoại giao của chính phủ 정부 외교 운영 위원회 / tham dự ban điều hành 운영위원회에 참석하다

ban[3] 1. 분과, 반, -과, -부 ¶ ban nhân sự 인사과 / ban tổng vụ 총무과 / ban quản lý 관리부 / ban biên tập 편집부 / trưởng ban 반장 / trưởng ban biên tập 편집장 2. 회 ¶ ban giám đốc 이사회

ban[4] 베풀다 ¶ ban ơn 은혜를 베풀다 / ban ơn nghĩa 은의 를 베풀다

ban bố 반포(하다) ¶ ban bố rộng rãi 널리 반포하다

ban chiều 오후 #동 buổi chiều

ban công 발코니, 노대(露 臺)발코니로 나가다 ¶ đi ra ban công / 발코니로 나가 시원한 바람을 쐬다 ra ban công hóng gió mát

ban đầu 1. 첫 -인상 ban đầu 첫인상 2. 최초의, 처음, 맨 처음의, 시초의 ¶ kế hoạch ban đầu 처음 계획 / lúc ban đầu 최초(처음)에는 / vào thuở ban đầu 애초에는 / từ ban đầu 처음부터 / ban đầu (anh ấy) trông lạnh lùng nhưng (tôi) mau chóng biết được (anh ấy) là người tốt 처음에는 냉혹하게 보였지만 곧 친절한 사람임을 알았다

ban đêm 밤, 야간 ¶ vào ban đêm 밤에, 밤중에 / giữa ban đêm 한밤중에 / vào ban đêm ban hôm thế này 이렇게 늦은 밤에 #반 ban ngày

ban hành 반행(하다), 반포(하다), (공포)하다 ¶ luật này thi hành ngay từ ngày ban hành 본칙은 공포한 날로부터 이를 시행한다

ban mai 이른 아침, 아침 ¶ sương ban mai 이른아침 이슬 / giọt sương ban mai 이른아침 이슬 방울 / cà phê uống vào lúc ban mai 아침에 마시는 커피

ban ngày 주간, 낮 ¶ vào ban ngày 주간에, 낮에 / bay ban ngày 주간 비행 / công việc ban ngày 낮일 / ban ngày ban mặt 대낮 / giữa ban ngày 한낮 / trăng sáng như ban ngày 달이 낮같이 밝다/ anh ấy làm việc vào ban ngày và đi học vào ban đêm 그는 낮에는 일하고 밤에는 학교에 다닌다 / con phố đó vào ban ngày cũng tối tăm 그 거리는 낮에도 어둡다 #반 ban đêm

ban ơn 은혜를 베풀다

ban sáng 오전, 아침 #동 buổi sáng

ban thưởng 상을 주다, 보수를주다, 보답하다

bán 반 bán nguyên âm 반모음 /bán tự động 반자동

bán 팔다, 판매하다 giá bán 판매 가격 / đại lý bán hàng 판매 대리점 / mạng lưới bán hàng 판매망 / chi phí bán hàng 판매비 / cửa hàng bán lẻ 판매소 (판매점) / phương thức bán hàng 판매 수단 / nhân viên bán hàng 판매원 / người bán 판매인 / chính sách bán hàng 판매 정책 / điều kiện bán hàng 판매 조건 / sự xúc tiến bán hàng 판매 촉진 / đang được bán 판매되고 있다 / anh ấy đang làm bánh bán 그는 빵을 제 판매하고 있다 / mua với mức giảm 10% của giá bán 판매 가격의 1할 할인으 로 사다 / trứng gà đã được bán hết 달걀은 매진되었다 / xin lỗi anh. Cà phê đã bán hết rồi ạ 미안합니다. 커피는 다 팔렸습니다 / vé xem nhạc hội đó đã được bán sạch 그 극장(음악회) 표는 매진되 다 / chỉ làm để bán(mà không nghĩ đến chất lượng) (품질 등을 생각 않고) 단지 팔기 위해 든 / bán rẻ thanh lý 싸게 팔아 치우다, 떨이 팔다 / bán xe cũ với giá vừa phải 중고차를 적절한 값으로 팔다 / bán có lời 이 을 보고 팔다 / tôi sẽ bán cho cậu 200 đô la 자네에게 이백 달러에 팔겠네 / tôi đã bán xe của tôi cho anh ấy 나는 그에게 내 차를 팔았 / áo này được bán với giá 30 đô la 이 셔츠는 30 달러 팔리고 있다 / tôi ưng ý căn nhà này. Anh sẽ bán chứ? 이 집이 마음에 듭니다. 파

시겠까?

bán buôn 매도(하다), 매각(하다), 판매(하다)

bán đảo 반도 ¶ thuộc bán đảo 반도의 / bán đảo Hàn 한 반도 / bán đảo Irebia 이베리아 반도 / tính chất bán đảo 반도성(性) / cư dân bán đảo 반도의 주민 / bán đảo nhô ra biển 바다로 돌출한 반도 / hình dạng bán đảo 반도 모양 / Hàn Quốc là một bán đảo có hình con hổ 한국은 호랑이 모양의 반도이다

bán đấu giá 경매 ¶ bán đấu giá công khai 공개 경매 / được bán đấu giá 경매되다 / đưa ra bán đấu giá 경매에 부치다 / bán đấu giá cái gì đó 경매로 무엇을 팔다

bán đấu giá công khai 공매

bán hết 매진(하다) ¶ vé xem nhạc hội đó đã được bán sạch 그 음악회 표는 매진되었다

bán hàng 판매(하다), 물건을 팔다 ¶ đại lý bán hàng 판매 대리점 / mạng lưới bán hàng 판매망 / chi phí bán hàng 판매비 / cấm bán hàng 판매 금지시키다 / anh ấy làm việc ở bộ phận quản lý bán hàng 그는 판매 관리부에서 근무한다

bán kết 준결승, 세미파이널(semi final) ¶ người(đội) đấu bán kết 준결승 출전자 / vào bán kết 준결승에 진출하다 / ra đấu trận bán kết 준결승에 나가다

bán kính 반경(半徑), 반지름 ¶ trong(ngoài) vòng bán kính 5 dặm 반경 5 마일 이(밖)에 / vẽ vòng tròn có bán kính 10 cm 반경 10 cm 의 원을 그리다 / cơn gió có tốc độ 30 mét trên giây đang thổi trong bán kính 100km từ tâm bão 태풍의 중심으로 반경 100 km 이내에서는 순간 풍속 30 미터돌풍이 불 있다

bán lẻ 소매(小賣) ¶ người bán lẻ 소매상 / giá hàng bán lẻ 소매 물가 / chỉ số bán lẻ 소매 지수 / cửa hàng bán lẻ 소매점 / buôn bán lẻ 소매 판매 / bán sỉ và bán lẻ 도매와 소매

bán nguyên âm 반모음

bán sỉ 도매(都賣)하다 ¶ nghề bán sỉ 도매업 / thị trường bán sỉ 도매 시장 / giá bán sỉ 도매 가격 / giá hàng bán sỉ 도매 물가 / chỉ số bán sỉ 도매 지수 / người bán sỉ 도매상 / bán sỉ và bán lẻ 도매와 소매 / bán sỉ 도매로 팔다 / mua sỉ 도매로 사다 / bán sỉ 도매상을 하다 / bán sỉ với giá phân nửa 반값으로 도매하다 / cái bàn này bán sỉ 50.000won 이 책상은 도매 5 만 원이다 / tôi sẽ để giá sỉ cho 도매 가격으로 드리겠습니다

bán tự động 반자동,반자동식의(기계, 총 따위) máy bán tự động 반자동식 기계

bán thành phẩm 반제품(半製品)

#반 thành phẩm

bàn[1] 1. 탁자, 책상 ở dưới bàn 책상 아래에 / đang ngồi ở bàn 탁자에 앉아 있다 / dọn bàn 탁자을 치우다 / có một cái bàn lớn ở chính giữa phòng 방의 한가운데 큰 탁자가 있다/ cái bàn này bán sỉ 50.000won 이 책상은 도매로 5 만 원이다 2. -대, -탁 ¶ bàn giải phẫu 해부대 / bàn máy may 재봉대 / bàn bi a 당구대 / bàn bóng bàn 탁구대 / bàn ăn 식탁

bàn² 논의(하다), 논하다, 상담하다, 이야기하다 ¶ bàn về chính trị 정치상의 논의 / bàn (với nhau) về... ...에 관하여 (서로) 이야기하다 / bàn về văn học 문학을 논하다 / bàn về văn hóa 문화를 논하다 / chúng tôi đã bàn sẽ phải làm gì sau khi tốt nghiệp 우리는 졸업 후 무엇을 해야 할 것인지를 논했다

bàn ăn 식탁 ¶ muối để trên bàn ăn 식탁염 / ngồi vào bàn ăn 식탁에 앉다 / người đang ngồi ở bàn ăn 식탁에 앉아 있는 사람 / dọn bàn ăn 식탁을 치우다

bàn bạc 논의하다, 상담하다, 토론하다 ¶ có thể bàn bạc 토론할 수 있는 / đi bàn bạc 상담하러 가다 / đang bàn bạc 논의 중이다 / tiến hành bàn bạc sôi nổi 열띤 논의를 벌이다 / đã có sự bàn bạc sôi nổi về vấn đề này 이 문제에 대해서는 활발한 논의가 있었다

bàn cãi 논쟁(하다), 쟁의(하다) ¶ bàn cãi sôi nổi 활발한 논쟁 / bắt đầu bàn cãi 쟁의를 일으키다

bàn chải 솔, 귀얄 ¶ bàn chải đánh răng 칫솔 / bàn chải giặt 세탁솔 / bàn chải bồn cầu 변기솔 / bàn chảy cọ rửa nồi 솥솔

bàn chân 발 ¶ giày thể thao vừa bàn chân 발에 맞는 운동화 / ở dưới bàn chân của ai đó 아무의 발 아래에 / dẫm bàn chân 발을 밟다 / dẫm đạp bằng bàn chân 발로 짓밟다 / ngâm bàn chân vào nước nóng 더운 물에 발을 담그다

bàn cờ vua 체스판, 서양 장기판

bàn cờ tướng 장기판

bàn đạp 발판, 페달(pedal) ¶ bàn đạp xe đạp 자전거 발판 / bán đạp dàn máy may 재봉틀 발판 / bàn đạp đàn dương cầm 피아노 페달 / bàn đạp đàn organ 오르간 페달

bàn ghế 탁자와 의자

bàn giải phẫu 해부대

bàn giao 넘기다, 넘겨주다, 옮기다 ¶ bàn giao công việc 일을 넘겨주다 / bàn giao trách nhiệm cho người khác 책임을 남에게 넘기다 / bàn giao tên trộm cho cảnh sát 도둑을 경찰에 넘기다

bàn giấy 책상 #동 bàn làm việc

bàn học (공부용) 책상 đưa bàn học ra ngoài 책상을 밖으로 내다

bàn là 다리미, 아이론(iron) ¶ bàn là điện 전기 다리미 #동 bàn ủi

bàn làm việc (근무용) 책상 chiều ngang của bàn làm việc 책상의 넓이

bàn luận 의논하다, 토론하다 ¶ không có người để bàn luận 의논 상대가 없다 / bàn luận sôi nổi về văn hóa 문화 이야기로 꽃을 피우다 / bàn luận với họ về chính trị 정치에 대해 그들과 토론했다

bàn phím (컴퓨터의) 글쇠판, 자판; (팝뮤직의) 건반악기의 키보드, (피아노, 타자기 등의) 건반

bàn tán 이야기(하다), 밀담(하다), 속삭이다

bàn tay 손 ¶ lòng bàn tay 손바닥 / mu bàn tay 손등 / đưa bàn tay ra 손을 내밀다 / bỏ bàn tay vào túi 손을 주머니에 넣다 / bàn tay của người đó lúc nào cũng thấy lạnh 그 사람의 손은 언제나 차게 느껴진다

bàn ủi 다리미, 아이론(iron) ¶ bàn ủi điện 전기 다리미 / ủi bằng bàn ủi 다리미로 다림질하다

bản[1] 1. –판 ¶ bản gỗ(chế bản) 목판 / bản đồng(in ấn) 동판 / thạch bản 석판화 2. 등본, 초본, 부, - 서, -지, -문 ¶ bản thảo 원고 / bản quyền 저작권 / bản báo cáo 보고서 / bản thông cáo 통고서 / bản kết toán 결산서 / bản hộ khẩu 호적 등본 / bản sao hộ khẩu 호적 초본 / bản tuyên ngôn 선언서 / bản đáp án 답안지 / bản nghị quyết 의결분

bản[2] (음악) 곡 ¶ một bản nhạc 음악 한 곡 / soạn bản hợp tấu piano 피아노 협주곡을 작곡하다

bản[3] -판 (板) ¶ bản âm cực 음극판 / bản in 인쇄판

bản[4] 산골(山-) ¶ người trong bản 산골 사람 / bản làng 산골 마을 / lớn lên trong bản 산골에서 자라나다

bản án (법률) 형(刑), 선고 ¶ bản án chung thân 종신형

bản báo cáo 보고서(報告書) ¶ kỳ hạn nộp bản báo cáo 보고서 제출 기한 / viết bản báo cáo 보고서를 쓰다 / làm bản báo cáo 보고서를 작성하다 / nộp bản báo cáo 보고서를 제출하다

bản chất 본질(本質), 실질 ¶ bản chất của vấn đề 문제의 본질 / bản chất của chủ nghĩa dân chủ 민주주의의 본질 / thuộc về bản chất, có tính bản chất 본질적 / thuộc tính bản chất 본질적 속성 / sự khác biệt về bản chất 본질적인 차이 / về bản chất 본질적으로 / cả ngoại hình lẫn bản chất 외형과 본질 모두

bản dự thảo 의안 ¶ bày tỏ sự tán thành đối với bản dự thảo 의안에 찬성임을 표명하다

bản đáp án 답안지

bản đồ 1. 지도(地圖) ¶ nhà chế tác bản đồ 지도 제작자 / tập bản đồ(atlas) 지도책 / bản đồ hình cầu(quả địa cầu) 구면(球面) 지도 / bản đồ lịch sử 역사 지도 / bản đồ đơn giản 간단한 지도 / bản đồ chi tiết 상세한 지도 / bản đồ chính xác 정확한 지도 / bản đồ Việt Nam 베트남 지도 / bản đồ Hàn Quốc 한국 지도 / bản đồ thế giới 세계 지도 / bản đồ đường bộ 도로 지도 / bản đồ một phần trăm 백분의 일 지도 2. –도 ¶ bản đồ hàng hải 항해도

bản đồng (인쇄) 동판

bản gỗ (제본) 목판

bản hộ khẩu 호적 등본

bản hợp tấu 협주곡 ¶ bản hợp tấu viôlông 바이올린 협주곡 / soạn bản hợp tấu piano 피아노 협주곡을 작곡하다

bản in 인쇄판

bản năng 본능(本能) ¶ bản năng bẩm sinh 타고난 본능 / bản năng nguyên thủy 원초적 본능 / có tính bản năng, thuộc về bản năng 본능적 / theo bản năng 본능에 따르다 / hành động theo bản năng 본능에 따라서 행동하다 / (làm) thỏa mãn bản năng 본능을 만족시키다 / nhận biết nguy hiểm bởi bản năng 본능적

으로 위험을 감지하다 / có bản năng tự bảo tồn 자기보존의 본능을 갖다

bản quyền 판권, 저작권 ¶ người giữ bản quyền 저작권 소유자

bản sắc 본색(本色), 특색(特色), 특성(特性)

bản sao 사본, 초본 ¶ bản sao hộ khẩu 호적 초본 / làm bản sao 사본을 만들다 / đính kèm bản sao 사본을 첨부하다

bản thảo 원고, 초고 ¶ bản thảo tự viết 자필 원고 / bản thảo đánh máy 타이프로 친 원고 / viết bản thảo 원고를 쓰다 / viết bản thảo sống 원고를 써서 생활하다

bản thân 자신, 자기 ¶ nỗ lực của bản thân 자신의 노력 / bản thân tôi 나 사신 / bản thân anh ấy 그 자신 / tự bản thân 자기 스스로 / người không biết ai ngoài bản thân 자기밖에 모르는 사람

bản thông báo 통지서 ¶ bản thông báo xếp hàng 선적 통지서

bản tin 뉴스, 보도 ¶ bản tin nước ngoài 해외 뉴스 / bản tin trong nước 국내 뉴스 / tin vắn 요약된 짤막한 뉴스 / (việc) đưa tin 뉴스 방송 / theo bản tin mới đây 방금 들어온 뉴스에 의하면 / đã xem bản tin 7 giờ qua truyền hình 텔레비전로 7시 뉴스를 보았다 / đã nghe bản tin 9 giờ qua đài 라디오로 9시 뉴스를 들었다

bản tính 본성(本性) ¶ bản tính kẻ ăn mày 거지 근성 / bộc lộ bản tính 본성을 드러내다 / bản tính của con người là thiện 인간의 본성은 선이다

bản tuyên ngôn 선언서 ¶ bản tuyên ngôn độc lập 독립선언서

bạn[1] 너(2인칭 대명사) ¶ bạn đã bị hắn lừa rồi 넌 그에게 속았어 / lời bạn nói bất hợp lý 네 말은 불합리하다 / ý kiến của bạn ít nhiều bất hợp lý 너의 의견은 다소 불합리하다 / có thể biết được qua sắc mặt của bạn 너의 안색으로 알 수 있다 / đòi hỏi của bạn quá vô lý 네 요청은 너무 무리였다

bạn[2] 친구, 벗 ¶ bạn gái 여자 친구 / bạn trai 남자 친구 /

bạn nhậu 술친구 / bạn ở trường 학교 친구 / bạn chí cốt(bạn tri kỷ) 막역한 친구 / bạn thân thiết 친밀한 벗 / bạn không tin nổi 미덥지 못한 친구 / bạn quen lâu 오랜 친구 / người bạn thực sự 참된 친구 / bạn thân 친한 친구 / bạn đời 평생의 친구 / chọn bạn 친구를 고르다 / kết bạn (quen bạn) 친구를 사귀다 / lánh xa bạn xấu 나쁜 친구를 멀리하다 / không có bạn 친구가 없다 / ở tại nhà bạn 친구 집에서 숙박하다 / tiễn bạn ở ga 역에서 친구를 배웅하다

bạn bè 친구들, 친구끼리 ¶ họp mặt bạn bè 가족끼리의 모임 / đợi bạn bè 친구들을 기다리다 / xa lánh bạn bè 친구를 멀리하다 / biết tin tức đó thông qua bạn bè 친구를 통해서 그 소식을 알다

bạn học 펜팔(pen-pal), 학우 (學友)

bạn thân 친한 친구

bang (미국의) 주(州) ¶ bang California 캘리포니아주 / trường đại học do bang lập 주립 대학교

bàng hoàng 당황하다 (唐惶, 唐慌-) ¶ làm bàng hoàng 당황케 하다 / trên khuôn mặt của anh ấy hiện lên vẻ bàng hoàng 그의 얼굴엔 당황하는 기색이 보였다

bàng quan 방관(傍觀)하다 ¶ người bàng quan 방관인 / kẻ bàng quan 방관자 / khoanh tay bàng quan 수수방관하다 / với thái độ bàng quan 방관적인 태도를 취하다 / họ đang đói chết dần chết mòn thì làm sao (chúng ta) có thể bàng quan được chứ? 그들이 굶어 죽어가고 있는데 어떻게 방관할 수 있는가?

bảng[1] 널, 판자, -판 ¶ bảng đen 칠판 / bảng hiệu 간판

bảng[2] 표 ¶ bảng đối chiếu 대조표 / bảng thông báo 게시판 / bảng giờ 시간표 / bảng phân loại phụ' âm 자음 분류표

bảng[3] 칠판
#동 bảng đen

bảng đen 흑판, 칠판 ¶ xóa bảng đen 칠판을 지우다

bảng giá 가격표

bảng phân loại 분류표 ¶ bảng phân loại phụ âm 자음 분류표

bảng thông báo 게시판

banh 공 ¶ banh bóng đá 축구공 / banh bóng chuyền 배구공 / banh bóng bàn 탁구공 / banh (đánh) tennis 테니스공 / banh nhựa 고무공 / bắt banh 공을 잡다

banh ni 테니스공

bánh[1] (총칭) 케이크, 과자, 빵 ¶ tiệm bánh 빵집 / hộp bánh 과자 상자 / bánh sô cô la 초콜릿 과자 / bánh sinh nhật 생일 케이크 / cô ấy (đang) làm bánh bán 그녀는 빵을 제조 판매하고 있다

bánh[2] 바퀴, 물레바퀴; 바퀴 달린(비슷한) 기구 ¶ bánh trước 앞바퀴 / bánh sau 뒷바퀴

bánh[3] 모 ¶ một bánh đậu phụ 누부 한 모

bánh lái (배의) 타륜(舵輪), (자동차의) 핸들 ¶ bánh lái của tàu thủy 배의 타륜 #동 tay lái

bánh mì 빵 ¶ bánh mì nho (khô) 건포도빵 / bánh mì giàu đạm 고단백빵 / bánh mì (làm từ) lúa mạch 보리빵 / bánh mì ngô(bắp) 옥수수빵 / bánh mì kem 크림빵 / bánh mì nâu(đen) 흑빵 / bánh mì trắng 흰빵 / bánh mì ba-get 바게뜨빵 / bánh mì phết bơ 버터 바른 빵 / bánh mì phết mức 잼 바른 빵 / một miếng bánh mì 빵 한 조각 / một ổ bánh mì 빵 한 덩어리 / ăn bánh mì 빵을 먹다 / bánh mì nở ra 빵이 부풀다

bánh ngọt 단 케이크, 단 과자, 단 빵

bánh nướng 구운 빵

bánh quy 비스킷(biscuit), 과자

bánh răng 기어(gear) ¶ bánh răng ăn khớp nhau 기어가 서로 맞물려 있다

bành trướng 팽창(膨脹)하다, 증대하다 ¶ tính bành trướng 팽창성 / chính sách bành trướng 팽창정책 / chủ nghĩa bành trướng 팽창주의 / người theo chủ nghĩa bành trướng 팽창주의자

bảnh bao 멋있다 ¶ người bảnh bao 멋쟁이 / ăn mặc bảnh bao 옷차림이 멋있다

bao[1] 1. 자루, 부대 ¶ bao tải gạo 쌀자루 / bao đậu 콩자루 / một bao khoai tây 한 자루의 감자 / một bao bột mì 밀가루 한 부대 / bỏ vào bao 부대에 담다 / lấy từ bao ra 자루에서 꺼내다 2. 주머니 ¶ bao cát 모래주머니 3. 갑 ¶ một bao thuốc lá 담배 한 갑 / một bao diêm 성냥 한 갑

bao² 싸다 ¶ bao sách bằng giấy 책을 종이에 싸다

bao bọc 둘러싸다 ¶ được bao bọc 둘러싸이다 / bao bọc bằng tường rào 담으로 둘러싸다 / bao bọc bằng hàng rào 울타리로 둘러싸다

bao cao su (피임용의) 콘돔 (condom)

bao dung 포용(包容)하다, 관대(寬大)하다 ¶ sức bao dung 포용력 / người bao dung 포용력이 있는 사람 / giàu lòng bao dung 포용력이 크다 / rộng lượng bao dung với mọi người 사람을 포용할 아량이 있다

bao giờ 언제 ¶ từ bao giờ 언제부터 / anh đến Sài Gòn bao giờ? 사이공엔 언제 왔나? / kỳ thi bao giờ được bắt đầu? 시험은 언제 시작됩니까? / không biết bao giờ anh ấy đến 그가 언제

올지 모르겠다
#동 khi nào

bao gồm 포함(包含)하다, 내포(內包)하다 ¶ lượng bao gồm 포함량 / tỉ lệ bao gồm 포함률 / đã bao gồm thuế (duty paid) 세금 포함 / đã bao gồm phí vận chuyển (freight prepaid) 운임 포함 / không khí bao gồm một lượng lớn khí axit cacbonic 다량의 탄산가스를 포함한 공기 / được bao gồm 포함되어 있다 / bao gồm mọi chi phí 모든 비용을 포함하다 / tổng chi phí xây mới bao gồm thuế là 90 triệu won 신축 비용은 세금을 포함해서 총액 9천만 원이 된다 / trong số họ bao gồm ba nữ 그들 속에는 여자가 셋 포함되어 있었다 / cái đó bao gồm nhiều vấn đề 그것은 여러 가지 문제 내포하고 있다

bao hàm 포함(包含)하다, 함축하다, 들어있다 ¶ trong cụm từ chủ nghĩa dân chủ bao hàm ý gì? 민주주의란 말에는 어떤 뜻이 포함되어 있는가?

bao lâu (동안) 얼마나 ¶ anh

học tiếng Hàn được bao lâu rồi? 한국어를 공부한 지 얼마나 됩니까? / chị ở chỗ đó bao lâu rồi vậy? 그곳에 얼마나 계셨나요?

bao nhiêu 얼마 ¶ độ dài là bao nhiêu? 길이가 얼마입니까?

bao phủ 깃들다, 둘러쌓다 ¶ bị bao phủ 둘러쌓이다 / đỉnh núi bị sương bao phủ dày đặc 산 곡대기에 안개가 자욱히 둘러쌓였다 / mỗi khi hoàng hôn bao ph 황혼이 깃들 때마다

bao quanh 둘러싸다 ¶ được bao quanh 둘러싸이다 / bao quanh bởi hàng rào 울타리로 둘러싸다/ bao quanh bởi tường rào 담으로 둘러싸다

bao tải 자루, 부대 ¶ bao tải gạo 쌀 자루 / đầy một bao tải 한 자루 가득 / một bao tải khoai tây 한 자루의 감자 / lấy ra từ bao tải 자루에서 꺼내다 / đổ gạo vào bao tải 쌀을 자루에 담다

bao trùm 깃들다 ¶ bóng tối bao trùm 어둠이 깃들다

bao tử 위 ¶ viêm bao tử 위염 / đau bao tử 위가

아프다
#동 dạ dày

bao vây 포위하다, 둘러싸다 ¶ (sự) tấn công bao vây 포위 공격 / quân bao vây 포위군 / mạng lưới bao vây 포위망 / (sự) bắn bao vây 포위 사격 / tác chiến bao vây 포위 작전 / trận chiến bao vây 포위전 / bao vây địch 적을 포위하다 / giải vây 포위를 풀다 / bị bao vây 포위되다 / bao vây trận địa địch 적진을 둘러싸다 / bao vây từ xa 멀리서 둘러싸다 / quần chúng bao vây chiếc xe của ông ta 군중이 그의 차를 둘러쌌다

báo[1] 신문, 신문지 ¶ tòa soạn báo 신문사 / báo ngày 일간신문 / nhật báo 일간지 / báo tuần 주간 신문 / tuần san 주간 (잡)지 / báo tháng(nguyệt san) 월간 잡지 / báo tường 벽신문 / báo cũ 헌 신문 / viết bài cho báo 신문에 투고하다

báo[2] 알리다, 알려주다 새벽을 알리는 절의 종소리 ¶ tiếng chuông chùa báo bình minh / như đã báo trước

이미 알려 드린 바와 같이 / không báo 알리지 않다 / báo cho ai đó biết việc đã xảy ra 일어난 일을 아무에게 알리다 / báo trước 미리 알리다 / báo trước một tuần 일주일 전에 알리다 / báo qua điện thoại 전화로 알리다 / báo bằng thư 편지로 알리다 / báo tin 소식을 알리다 / báo hung tin 나쁜 소식을 알리다 / đồng hồ báo giờ giấc 시계가 시각을 알 리 다

báo³ (은혜를) 갚다 ¶ báo ơn cha mẹ 부모의 은혜를 갚다 / lấy ơn báo oán 은혜를 원수로 갚다

báo cáo 1. 보고(報告), 보고하다 ¶ bản báo cáo 보고서 / người báo cáo 보고자 / báo cáo thường niên 연차 보고 / báo cáo giữa kỳ 중간 보고 / báo cáo cuối kỳ 최종 보고 / báo cáo nhanh 속보 / báo cáo chi tiết 상세한 보고 / báo cáo bằng văn bản 문서에 의한 보고 / báo cáo miệng 구두에 의한 보고 / báo cáo hội nghị 회의 보고를 하다 / báo cáo từ đầu đến cuối 자초지종을 보고하다 / báo cáo tóm tắt 요약해서 보고다 2. 보고서 ¶ kỳ hạn nộp báo cáo 보고서 제출 기한

báo cáo nhanh 속보(하다) ¶ báo cáo nhanh việc kiểm phiếu 개표 속보

báo chí 1. 신문과 잡지의 총칭, 신문 ¶ báo chí phản ánh thời cuộc 신문은 시국을 반영한다 2. 언론계(言論界)

báo ngày 일간지, 일간 신문

báo tháng 월간지

báo tuần 주간지, 주간 신문

báo hiệu 신호하다, 눈짓하다 ¶ báo hiệu gọi tàu cứu trợ 구조선을 부르는 신호를 하다 / báo hiệu cho ai đó hãy tiến lên phía trước 아무에게 앞으로 나아가라고 신호하다 / thuyền trưởng báo hiệu cho tàu cứu hộ rằng tàu mình hiện giờ đã thoát khỏi nguy hiểm 선장은 구명정에 본선은 이제 위험을 벗어났다고 신호했다

báo ơn 은혜를 갚다 ¶ báo ơn thầy cô 스승의 은혜를 갚다 / không biết phải báo ơn thế nào nữa 은혜를 어찌 갚아야 할지 모르겠습니다

báo thức 잠 깨우기을 알리

다, 경성하다 ¶ chuông báo thức(đồng hồ báo thức) 자명종 / để chuông báo thức lúc 6 giờ 자명종을 6시에 맞추어 두다

báo tháng 월간지

báo tuần 주간지

báo tường 벽신문

bào chữa 변호하다 ¶ quyền bào chữa 변호권 / phí bào chữa 변호료 / người nhờ bào chữa(khách hàng) 변호 의뢰인 / người bào chữa(luật sư) 변호인 / tự bào chữa 자기 변호하다 / vụ án không có cửa bào chữa 변호의 여지가 없는 사건 / nhờ bào chữa 변호를 의뢰하다 / đảm trách việc bào chữa của (ai đó) ...의 변호를 맡다 / đứng ra bào chữa cho bị cáo 피고의 변호에 나서다

bảo 1. 말하다, 이야기하다 ¶ hãy bảo anh ấy đi 그에게 말하세요 2. (으)라고 하다 họ đã bảo cô ấy đi 그들은 그녀한테 가라고 했다

bảo dưỡng 1. 간수(하다), 건사(하다) ¶ bảo dưỡng căn nhà 집 간수 / bảo dưỡng tốt 보수를 잘 하다 2. (기계, 도구 등의 수리,점검, 조정) 정비(하다) ¶ bảo dưỡng không tốt 정비불량 / chiếc xe được bảo dưỡng tốt 정비가 잘 되어 있는 차 / động cơ được bảo dưỡng tốt 엔진은 잘 정비되어 있다

bảo đảm 1. 보장하다 ¶ chế độ bảo đảm 보장 제도 / điều ước bảo đảm 보장 조약 / điều ước bảo đảm an ninh Hàn-Mỹ 한미 안전 보장 조약 / sự bảo đảm hòa bình 평화의 보장 / bảo đảm cuộc sống 생활을 보장하다 / bảo đảm an toàn 안전을 보장하다 / bảo đảm không có thiệt hại 손해가 없도록 보장하다 / tương lai của anh ấy được bảo đảm 그의 장래는 보장되어 있다 / hiến pháp bảo đảm sự tự do ngôn luận 헌법은 언론의 자'유를 보장하고 있다 2. 장담하다 ¶ tôi đảm bảo đó là sự thật 나는 그것이 사실임을 장담한다 / điểm đó không thể đảm bảo 그 점은 좀 장담할 수 없다 / thế nào tôi cũng không đảm bảo được 나는 어떻다고도 장담 못 하겠다

bảo hành 보증, 담보, 개런티 (guarantee) ¶ giấy bảo hành 보증서 / phiếu bảo hành máy ảnh 카메라의 보증서 / được bảo hành 보증되다

bảo hiểm 보험 ¶ hợp đồng bảo hiểm 보험 계약 / ngành bảo hiểm 보험업 / tiền bảo hiểm 보험금(액) / phí bảo hiểm 보험료 / giấy chứng nhận bảo hiểm 보험증서 / công ty bảo hiểm 보험 회사 / bảo hiểm bất động sản 부동산 보험 / mua bảo hiểm nhà cửa 가옥을 보험에 들다

bảo hiểm dưỡng lão 양노(養老) 보험

bảo hiểm suốt đời 종신 보험

bảo hiểm hàng hải 해상 보험

bảo hiểm hàng không 항공 보험

bảo hiểm nhà cửa 가옥 보험

bảo hiểm nhân thọ 생명 보험

bảo hiểm tai nạn giao thông 교통 상해 보험

bảo hiểm thương tật 상해 보험

bảo hiểm xe hơi 자동차 보험

bảo hộ 보호(하다) ¶ thuế quan bảo hộ 보호 관세 / nước được bảo hộ 보호국 / sự bảo hộ mậu dịch 보호 무역 / chủ nghĩa mậu dịch bảo hộ 보호 무역주의 / được bảo hộ 보호를 받다 / bảo hộ cho 보호해 주다 / bảo hộ ngành công nghiệp trong nước 국내 산업을 보호하다 / nâng cao tường rào bảo hộ mậu dịch 보호무역주의의 벽을 높이다

bảo quản 보관(하다), 보존(하다) ¶ phí bảo quản 보관료 / nơi bảo quản 보관소 / người bảo quản 보관인 / phiếu (chứng nhận) bảo quản 보관증 / đang được bảo quản 보관되어 있다 / có thể bảo quản lâu 장기간 보존할 수 있다 / thực phẩm này không thể bảo quản lâu 이 식품은 장기간 보존할 수 없다

bảo tàng 박물관 ¶ bảo tàng quốc gia 국립 박물관 / bảo tàng mỹ thuật 미술관 / bảo tàng chứng tích chiến tranh

전쟁기념관

bảo thủ 보수(保守) ¶ phái bảo thủ 보수파 / đảng bảo thủ 보수당 / thành viên đảng bảo thủ 보수당원 / thế lực bảo thủ 보수 세력 / chính quyền bảo thủ 보수 정권 / chủ nghĩa bảo thủ 보수주의 / người theo chủ nghĩa bảo thủ 보수주의자 / 보수적인 có tính bảo thủ / suy nghĩ bảo thủ 보수적인 생각

bảo toàn 보전(하다) ¶ sự bảo toàn chứng cứ 증거 보전

bảo tồn 보존하다, 보호하다 ¶ chất bảo tồn(chất phòng phân hủy) 보존료 / phí bảo tồn 보존비 / khu bảo tồn động vật hoang dã 야생 동물 보호 지역 / (sự) bảo tồn di tích lịch sử 사적의 보존 / có thể bảo tồn 보존 할 수 있다 / đang được bảo tồn tốt 잘 보존되어 있 다 / có bản năng tự bảo tồn 자기 보존의 본능을 갖다 / truyền thống tuyệt vời phải được bảo tồn 훌륭한 전통 은 보존되어야 한다 / chúng tôi đang nỗ lực để bảo tồn

nghệ thuật truyền thống 우리는 전통예능 보존을 위 해 노력하고 있다

bảo trì 정비(하다) ¶ bảo trì không tốt 정비불량 / bảo trì định kỳ 정기 정비 / chiếc xe được bảo trì tốt 정비가 잘 되어 있는 차 / động cơ được bảo trì tốt 엔진은 잘 정비되어 있다

bảo trợ 보조(하다), 후원 (하다) ¶ đoàn thể(cơ quan) bảo trợ 후원단체 / dưới sự bảo trợ của... -의 후원하에 / được bảo trợ 보조를 받다 / sống bằng sự bảo trợ của người khác 남의 보조로 생활하다 / triển lãm đó đã được tổ chức với sự bảo trợ của tòa soạn báo Sunny 그 전람회는 선희 신문사의 후원으로 개최되었다

bảo vật 보물 ¶ bảo vật gia truyền 가전의 보물

bảo vệ 1. 보호(하다), 보존하 다 ¶ sự bảo vệ rừng 삼림의 보호 / sự bảo vệ di sản văn hóa 문화재의 보호 / loài chim được bảo vệ 보호조 (鳥) / (sự) bảo vệ động thực vật hoang dã 야생 동식물의 보호 / nhằm bảo vệ sinh mạng và tài sản 생명과 재산을 보호하기 위하여 / từ quan điểm bảo vệ thiên nhiên 자연 보호의 관점에서 / yêu cầu cảnh sát bảo vệ 경찰에 보호를 요청하다 / anh ấy đang được cảnh sát bảo vệ 그는 경찰의 보호를 받고 있다

2. 경비(하다) đội bảo vệ 경비대 / bộ phận bảo vệ 경비과 / lính bảo vệ 경비병 / phòng bảo vệ 경비실 / nhân viên bảo vệ 경비원 / thuyền bảo vệ 경비정 / chiến hạm bảo vệ 경비함 / công ty bảo vệ 경비회사 / đứng bảo vệ 경비(를) 서다 / bảo vệ nghiêm ngặt 경비를 엄중히 하다(경비가 엄중하다) / tăng cường bảo vệ biên giới 국경의 경비를 강화하다

bão 태풍, 폭풍(우) ¶ tâm bão 폭풍의 중심 / vùng tâm bão 태풍의 눈 / vùng bão 태풍권 / (sự) cảnh báo bão 태풍경보 / thông báo chú ý bão 태풍주의보 / bão tuyết 폭풍설 / thiệt hại do bão 폭풍 피해 / đường đi của bão 폭풍의 진로 / gặp bão 폭풍을 만나다 / cơn bão đã đi qua 폭풍이 지나갔다 / cơn bão trỗi dậy 폭풍이 일었다 / cơn bão lắng xuống 폭풍이 잠잠해졌다 / cơn bão đi về phía bắc 태풍이 북상하다 / cơn bão hoành hành 태풍이 맹위를 떨치다 / bị bão tấn công 태풍의 습격을 받다 / cơn bão xảy ra 태풍이 발생했다 / cơn bão phát triển nhanh chóng 태풍이 급속히 발달했다 / cơn bão đang tiếp cận đảo Phú Quốc 태풍이 푸꾸옥도에 접근하고 있다 / cơn bão sẽ đổ bộ vào đất liền ở bờ biển phía đông 태풍은 동해안에 상륙할 것이다

bão lụt 폭우와 홍수, 폭풍과 홍수

bạo động 폭동(暴動) ¶ kẻ bạo động 폭동자 / cảnh sát trấn áp bạo động 폭동 진압 경찰 / trấn áp bạo động 폭동을 진압하다 / gây bạo động 폭동을 일으키다 / bạo động đã xảy ra trong nhà tù 교도소 안에서 폭동이 일어났다

bạo lực 폭력(暴力) ¶ tổ chức bạo lực 폭력 조직 / bạo lực trong gia đình 가정내 폭력

/ lũ bạo lực 폭력배 / nền chính trị bạo lực 폭력 정치 / hành vi bạo lực 폭력 행위 / cưỡng chế bằng bạo lực 폭력으로 강제하다 / cưỡng ép bằng bạo lực 폭력으로 강요하다

bát[1] 팔(八) ¶ thơ lục bát 유팔시 / thơ song thất lục bát 쌍칠유팔시

bát[2] 사발, 보시기, 공기(空器), 그릇 ¶ bát canh 탕기(湯器) / bát cơm 밥그릇 / bát đường 설탕 그릇 / bát bạc 은그릇 / bát sành 질그릇 / bát đồng thau 놋그릇 / một bát nước 물 한 그릇 / một bát cơm 밥 한 공기 #동 chén

báu vật 보물

bay[1] 비행(하다), 날다 ¶ bay đêm 야긴 비행 / chim bay 나는 새 / bay thấp 낮게 날다 / bay cao 높게 날다 / bay đi 날아가다 / bay trên biển 바다 위를 날다 / chạy như bay 나는 듯이 달려가다 / bay vòng quanh thế giới 세계 일주 비행을 하다 / máy bay của chúng ta đã bay trên không dãy An-pơ(Alps) 우리 비행기는 알프스 상공을 날았다 / máy bay đã bay ở độ cao 5.000 feet 비행기는 5,000피트 고도로 날고 있었다

bay[2] (색, 냄새, 알코올 따위) 날다 ¶ vải không bay màu 색이 날지 않는 천 / quần jean bay màu 색이 난 청바지 / màu dễ bay 색이 잘 나는 색깔 / màu không dễ bay 색이 잘 날지 않는 색깔 / mùi thơm đã bay mất 향내가 날아 버렸다

bày (그릇에, 음식을) 담다, 전시하다, 진열하다 bày trái cây ra làn 바구니에 과일을 담다 / bày thức ăn ra đĩa 음식을 접시에 담다

bày biện 배열하다, 놓다 ¶ bày biện đồ nội thất trong phòng 방에 가구를 들여놓다

bày tỏ 1. 표명하다 ¶ (sự) bày tỏ ý từ nhiệm 사의(辭意) 표명 / bày tỏ sự bất mãn 불만을 표명하다 / bày tỏ ý phản đối 반대의사를 표명하다 / bày tỏ sự tán thành đối với bản dự thảo 의안에 찬성임을 표명하다 / tổng thống đã bày tỏ ý kiến về vấn đề kinh tế Hàn-Mỹ 대통령께서는 한미간의 경

제 문제에 관해 소신을 표 명하였다 2. 표하다 ¶ bày tỏ sự cảm tạ 감사를 표하다

bảy 1. 일곱 ¶ thứ bảy 일곱째 / đứa bé 7 tuổi 일곱 살 먹은 아이 / 7 giờ rưỡi 일곱 시 반 / đã xem bản tin bảy giờ qua truyền hình 텔레비 전로 7 시 뉴스를 보았다 2. 칠 ¶ bài thứ bảy 제 7 과 / bảy ngày 7 일(동안) / ngày bảy 7 일 / qua bảy năm 7 년을 통하여 / bảy cộng chín là (bằng) mười sáu 7 더히가 9 는 16 이다 / tăng học phí trung học cơ sở bảy phần trăm 중학교 등록금 7% 인상

bảy ngày (동안) 이레, 7 일

bắc¹ 복(北) ¶ phía Bắc 북쪽 / phương bắc 북방 / gió đông bắc 동북풍 / hướng đông bắc 북동향 / sự thống nhất nam bắc 남복 통일 / đi về phía bắc 북으로 가다 / khát vọng thống nhất nam bắc 남북 통일을 갈망하다

bắc² 1. (다리를) 놓다 ¶ bắc cầu 다리를 놓다 / bắc cầu qua sông 강에 다리를 놓다 / bắc cầu làm đường 다리를 놓아 길을 만들다 2. 얹다

¶ bắc ấm lên lửa 주전자를 불에 얹어 놓다

bắc bán cầu 북반구

Bắc bộ 북부 ¶ Đồng bằng Bắc bộ 북부 델타

Bắc Băng dương 북빙양, 북극해

Bắc Cực 북극 ¶ biển Bắc Cực 북극해, 북빙양

Bắc Mỹ 북미(北美), 북아메 리카 ¶ cư dân gốc Bắc Mỹ 북아메리카 원주민 / Hiệp định thương mại tự do Bắc Mỹ 북아메리카 자유 무역 협정

Bắc Triều Tiên 북한

băn khoăn 망설망설(하다), 망설이다 ¶ băn khoăn không quyết định được 망설망설 결정을 짓지 못하 다 / không băn khoăn 망설이지 않고 / băn khoăn có nên đi hay không 갈까 말까 망설이다

bắn 쏘다, 발사하다, 사격하 다 ¶ (sự) bắn bao vây 포위 사격 / nhắm đích bắn 과녁 을 향해 쏘다 / bắn trúng đích 과녁을 쏘아 맞히다 / bắn súng 총을 쏘다 / nấp người bắn súng 몸을 숨기 고 총을 쏘다 / bắn chim bằng mũi tên 화살로 새를 쏘다 / bắn 5 phát liên tục 계속해서 5 발을 쏘다 / bắn chết 쏘아죽이다 / bắn hết đạn 탄알을 다 쏘아 없애다

băng¹ 얼음 ¶ tảng băng 얼음 덩이/ cảnh băng 얼음 경치 / điêu khắc trên băng 얼음 조각 / nhà điêu khắc trên băng 얼음 조각가 / như băng 얼음 같은 / đóng băng 얼음이 얼다 / băng tan 얼음이 녹다 / đêm nay chắc sẽ đóng băng 오늘 밤에는 얼음이 얼겠다

băng² 1. (녹음) 테이프 ¶ băng ghi âm 녹음 테이프 / (sự) thu băng 테이프 녹음 / hộc băng 테이프덱 (tape deck) / băng từ 자기 테이프 / băng stereo 스테레오 테이프 / máy hát băng stereo 스테레오 테이프 재생 장치 / thu âm vào băng 테이프에 녹음하다 / tất cả dữ liệu được ghi vào băng lưu vào thiết bị nhớ 모든 데이터는 테이프에 기록되어 기억장치에 저장된다 2. (종이, 헝겊, 비닐 등의) 테이프 ¶ một cuộn băng 테이프 한 권 / băng đích đến(trong thi đấu điền kinh) (육상 경기의) 골인 지점의 테이프 3. (축하용) 테이프 cắt băng (개통식 등에서) 테이프를 끊다

băng³ 붕대 ¶ băng cấp cứu 구급 붕대

băng⁴ -배, -단 ¶ băng bạo lực 폭력배 / băng buôn lậu 밀수단

băng ghế 벤치, 긴 의자

băng qua 건너다 ¶ băng qua biển 바다를 건너다 / băng qua đường 길을 건너다 / hãy băng qua đường sau khi nhìn trái nhìn phải 좌우를 살핀 후 길을 건너라 #동 qua

bằng¹ (졸업)증서, (학위) 수여증, (졸업, 상)장 ¶ bằng tốt nghiệp 졸업장 / bằng khen 상장

bằng² 1. 동등(하다), 같다 ¶ với điều kiện ngang bằng 동등한 조건으로 / người ngang bằng 동등자(대등한 사람) / người bằng vai phải lứa 동배(同輩) / bằng với... -와/과 같다 / không bằng ... -에 못지않다 2. (수학) 은/는 ¶ hai lần hai bằng bốn (2×2=4) 2 의 2 배는 4 다

bằng³ (동등 비교를 나타낸다

) 만하다 ¶ không em nào bằng anh 형 만한 아우 없다

bằng[4] 1. (수단, 도구, 공구) -(으)로 ¶ đi bằng xe lửa 열차로 가다 / viết bằng mực 잉크로 쓰다 / viết bằng bút chì 연필로 쓰다 / ăn bằng đũa 젓가락으로 먹다 / ghi bằng tiếng Anh 영어로 적다 /tuyên truyền bằng phích 포스터로 선전하다 / ủi bằng bàn ủi 다리미로 다림질하다 / bơm nước ra bằng bơm 펌프로 물을 퍼내다 / đi xuống bằng thang máy 엘리베이터로 내려가다 / đi lên bằng thang máy 엘리베이터로 올라가다 / vận chuyển bằng tàu 배로 운송하다 / vận chuyển bằng đường sắt 철도로 운송하다 2. (원료, 재료) -(으)로 ¶ nhẫn làm bằng bạc 은으로 만든 반지 / rượu nho được làm bằng nho 포도주는 포도로 만든다 / nhà này được xây bằng gạch 이 집은 벽돌로 되어 있다 / chế tạo nhiều thứ bằng dầu mỏ 석유로 여러 가지 물건을 만든다 3. (기타) -(으)로 ¶

bằng biểu hiện cảm tạ 감사의 표시로 /dẫm đạp bằng bàn châ 발로 짓밟다 / bao bọc bằng hàng rào 울타리로 둘러싸다 / họ gắn kết với nhau bằng tình cảm ái mộ sâu sắc 그들은 깊은 애모의 정으로 맺어져 있다 / đọc sách bằng ánđèn đường 가로등 불빛으로 책을 읽다 / đếm ngày bằng âm lịch 음력으로 날을 세다 / kế hoạch đã kết thúc bằng thất bại 계획은 실패로 끝났다 / sống bằng sự bảo trợ của người khác 남의 보조로 생활하다 / đừng sờ bằng tay bẩn 더러운 손으로 만지지 마라 / được bổ sung bằng cái mới 새것으로 보충되다 / đang giữ liên lạc bằng vô tuyến 무선으로 연락을 취하고 있다 4. (으)로써 ¶ cấm bằng pháp luật 법률로써 금지하다 / chào đón bằng cái bắt tay 악수로써 맞이하다 5. -에 ¶ gói bằng giấy 종이에 싸다 / muối thịt bằng muối 고기를 소금에 절이다 / muối cá bằng muối 생선을 소금에 절이다

bằng cấp 증서, 수여증

bằng chứng 증거 ¶ (sự) thu thập bằng chứng 증거 수집 / (sự) tiêu hủy bằng chứng 증거 인멸 / kiếm cớ hủy bằng chứng 증거인멸을 꾀하다 / bằng chứng không đầy đủ 불충분한 증거 / bằng chứng xác thực 확실한 증거 / bằng chứng rõ ràng 명백한 증거 / đưa ra bằng chứng 증거를 제출하다
  #동 chứng cứ

bằng khen 상장 ¶ nhận được bằng khen xuất sắc 우등 상장을 받다 / chính phủ đã trao tặng bằng khen cho cô ấy 정부는 그녀에게 상장을 수여했다
  #동 giấy khen

bằng lòn 마음에들다, 만속하다¶ người phụ nữ mà mình bằng lòng 마음에 드는 여자

bằng tốt nghiệp 졸업장

bắp 옥수수 ¶ vỏ bắp 옥수수 껍질 / vùng trồng bắp 옥수수 지대 / trồng bắp 옥수수를 재배하다
  #동 ngô

bắp cải 배추, 캐비지 ¶ bắp cải trắng 양배추 / kimchi làm từ bắp cải 배추 김치

bắp rang 팝콘
  #동 ngô rang

bắp thịt 근육, 힘줄 ¶ bắp thịt của cánh tay 팔의 근육 / có bắp thịt nổi rõ 근육이 잘 발달하다
  #동 cơ bắp

bắt[1] 잡다, 붙잡다, 체포하다¶ bắt bóng 공을 잡다 / bắt trộm 도둑을 잡다 / bắt quân địch 적병을 잡다 / bắt chim 새를 잡다 / đi bắt cá 고기를 잡으러 가다 / bắt lợn(làm thịt) 돼지를 잡다 / đi bắt cá 고기를 잡으러 가다 / vẫn chưa bị bắt 아직 체포되지 않고 있다

bắt[2] -시키다, -게 하다 ¶ bắt đầu hàng 항복시키다 / quất bò bắt đi nhanh 소를 매질하여 빨리 가게 하다

bắt bẻ 흠잡다(欠-) ¶ không có chỗ bắt bẻ 흠잡을 데가 없다 / thích bắt bẻ người khác 남의 흠잡기를 좋아하다 / không ai thích (bị) bắt bẻ 아무도 흠잡히기를 좋아하지 않는다

bắt buộc 1. 필수적 ¶ yếu tố bắt buộc 필수적 요소 2. 억지로 ¶ bắt buộc chịu đựng 억지로 참다

bắt cặp 쌍을 이루다

bắt cầu 다리를 놓다

bắt chẹt 강요(強要)하다, 압력(壓力)을 넣다, 압력을 넣어 ...하게하다 ¶ bị bắt chẹt ...을/를 강요당하다

bắt chước 모방(模倣)하다, 흉내내다, 따라하다 ¶ lời bắt chước 흉내말 / người bắt chước 흉내쟁이 / có tính bắt chước 모방적인 / thói bắt chước của khỉ 원숭이의 모방하는 버릇

bắt đầu 시작하다, 개시(開始)하다 ¶ được bắt đầu 시작되다 / bắt đầu nở 피기 시작했다 / hoa táo bắt đầu nở 사과꽃이 피기 시작했다 / bắt đầu tranh luận 논쟁을 시작하다 / phải bắt đầu lại từ đầu 처음부터 다시 시작해야 합니다 / bắt đầu bãi khóa từ tuần sau 다음 주부터 휴학이 시작한다

bắt ép 억지로 ...(을) 하게 하다, 강요(強要)하다 ¶ bắt ép uống rượu 술을 억지로 권하다 / bắt ép ăn 억지로 먹이다 / bắt ép kết hôn 억지로 결혼시키다

bắt giam 감금하다, 구류하다 ¶ (sự) bắt giam bất hợp pháp 불법 감금

bắt giữ 구속(하다), 체포하다 ¶ sự bắt giữ bất hợp pháp 불법 체포 / bắt giữ ai đó do tình nghi giết người 아무를 살인 혐의로 체포하다 / cô ấy đã bị bắt giữ trong năm ngày 그녀는 5 일동안 구속되었다

bắt gọn 한꺼번에 체포하다, 잘 잡다, 잘 붙잡다

bắt tay 악수(握手)하다 ¶ xin bắt tay 악수를 청하다 / bắt tay nhau 악수를 나누다 / bắt tay với mọi người 모두와 악수를 나누다 / chào đón bằng cái bắt tay 악수로써 맞이하다 / hãy bắt tay khép lại quá khứ 과거는 씻어버리고 악수를 하여라

bắt tay vào 착수(하다) ¶ bắt tay vào thí nghiệm 실험에 착수하다

bấc[1] 골풀 ¶ cây bấc 등심초(燈心草)

bấc[2] 등심(燈心), 등주

bậc 1. 등(等), 등급, 급 ¶ giảm một bậc tội 죄를 한 등 감하다 2. 계단의 한 단(段)

bậc thầy 명수(名手), 스승 ¶ xạ thủ bậc thầy 사격의 명

수 / bậc thầy về piano 피아노의 명수

bậc thềm 계단 ¶ bậc thềm đá 돌계단

bấm 누르다, 프레스하다 ¶ bấm chuông cửa 초인종을 누르다

bấm bụng 참다, 견뎌내다

bấm giờ (경주 따위의) 시간을 재다

bấm máy 촬영을 시작하다

bẩm 말씀을 드리다, 말씀을 올리다

bẩm sinh 타고난, 생득의, 천부의, 선천적인 ¶ bản năng bẩm sinh 타고난 본능 / đặc tính bẩm sinh 타고난 특성 / phẩm chất bẩm sinh 타고난 품성 / bệnh tim có tính bẩm sinh 선천성 심장병

bần 코르크(cork) ¶ nút bần 코르크마개

bần hàn 빈한(貧寒)하다 ¶ hết sức bần hàn 대단히 빈한하다

bần thần (정신이) 어지럽다, 번민(煩悶)하다 ¶ đầu bần thần 머리가 어지럽다

bần tiện 인색하다, 비열하다 ¶ người bần tiện 인색한 사람 / nó thật bần tiện về tiền bạc 그는 돈에 정말 인색하다 / đừng hành xử một cách bần tiện 인색하게 굴지 마라

bẩn 더럽다, 불결하다 ¶ quần áo bẩn 더러운 옷 / không khí bẩn 더러운 공기 / đừng sờ bằng tay bẩn 더러운 손으로 만지지 마라

bẩn thỉu 더럽다, 추잡하다, 인색하다 ¶ tên bẩn thỉu 더러운놈 / lòng bẩn thỉu 더러운 마음/ suy nghĩ bẩn thỉu 더러운생각 / đồng tiền bẩn thỉu 더러운돈 /dùng thủ đoạn bẩn thỉu 더러운 수법을 쓰다

bận 바쁘다 ¶ luôn bận 늘 바쁘다 / bận làm việc 일하기에 바쁘다 / bận công việc 사무에 바쁘다 / bận chuẩn bị thi 시험 준비로 바쁘다

bận rộn 아주 바쁘다 ¶ một cách bận rộn 바쁘게 / lịch trình bận rộn 바쁜 일정 / một ngày bận rộn 바쁜 하루 / làm việc bận rộn 바쁘게 일하다 / luôn bận rộn 늘 바쁘다

bận lòng 염려(念慮)하다, 근심하다 ¶ xin đừng bận lòng 염려하지 마십시오

Bb

bận tâm 1. 심려(心慮)하다 ¶ gây bận tâm 심려를 끼치다 2. 신경을 쓰다 ¶ tôi không bận tâm đến chuyện ăn mặc 나는 옷차림에 신경을 안 쓴다

bâng khuâng 멍하여지다, 얼떨떨하다, 어찔하다

bấp bênh 불안정(不安定)하다 ¶ công việc bấp bênh 안정되지 않은 일 / địa vị bấp bênh 불안정한 지위

bập bênh 널뛰기, 시소

bập bùng (불이) 깜박거리다 ¶ lửa bập bùng 불이 깜박거리다

bất- 불-(不) ¶ bất hạnh 불행 / bất khả kháng 불가항력(不可抗力) / bất bình đẳng 불평등 / bất đắc dĩ 부득이 (不得已) / người cư trú bất hợp pháp 불법 거주자

bất an 불안(不安)하다 ¶ khuôn mặt bất an 불안한 얼굴 / trạng thái sức khỏe bất an 불안한 건강 상태 / lòng bất an 불안한 마음 / vẻ mặt bất an 불안한 안색 / cuộc sống bất an 불안한 생활

bất biến 불변(不變)하다 ¶ quy luật bất biến 불변의 법칙 / chân lý bất biến 불변의 진리 / lượng bất biến(toán) 불변량 / tính bất biến 불변성 / tư bản bất biến 불변 자본 / sự bất biến của vật chất 물질 불변

bất bình 불평(하다) ¶ giọng bất bình 불평의 소리 / với vẻ mặt bất bình 불평스러운 얼굴로 / sự bất bình không ngớt của anh ta bực mình quá đi 그의 끊임없는 불평은 짜증스럽다

bất bình đẳng 불평등(不平等)하다 ¶ điều ước bất bình đẳng 불평등 조약 / sự đãi ngộ bất bình đẳng 불평등한 대우 / sự bất bình đẳng về tiền lương 임금의 불평등 / sự bất bình đẳng về chủng tộc 인종적 불평등

bất can thiệp 불간섭(不干涉) ¶ chính sách không can thiệp 불간섭 정책 / chủ ý không can thiệ 불간섭 주의

bất cần 상관(相關)하지 않다, 신경쓰지 않다

bất cẩn 조심(操心)하지 않다, 부주의(不注意)하다 ¶ sự bất cẩn trong lái xe 운전 부주의 / một cách bất cẩn 부주의하게 / do bất cẩn

부주의로 / tai nạn do bất cẩn của tài xế 운전사의 부주의로 인한 사고 / lỗi do bất cẩn 부주의로 인한 실수

bất chấp 가리지 않다, 비용(반대, 곤란)을 마다하지않고, 개의치 않고 ¶ **bất chấp** nước lửa 물불을 가리지 않다 / **bất chấp** thủ đoạn 수단을 가리지 않고 / chúng tôi đã phản đối nhưng nó vẫn **bất chấp** ra đi 우리는 반대하였으나그는 무시하고 나갔다

bất chính 부정(不正), 불공정하다 ¶ giao dịch **bất chính** 부정 거래 / đồng tiền **bất chính** 부정한 돈 / hành động **bất chính** 부정한 짓을 하다 / chiến thắng bằng cách **bất chính** 부정한 방법으로 이기다 / anh ta đã gom tiền bằng thủ đoạn **bất chính** 그는 부정한 수단으로 돈을 모았다 / ông ấy đã bị bãi miễn vì hành vi bất **chính** 그분은 부정 행위로 파면 당했다

bất chợt 돌연한, 갑작스러운, 불시의, 별안간의

bất công 불공평(不公平)하다 ¶ sự đối xử **bất công** 불공평한 취급 / hệ thống thuế **bất công** 불공평한 세제(稅制) / một cách **bất công** 불공평하게 / hành động **bất công** 불공평한 짓을 하다

bất cứ (부정의 평서문에서) 어떤(어느) ...도, 아무...도, 조금(하나)도 (...없다,않다) ;(긍정의 평서문에서) 어떤(어느) ...(라)도 ¶ **bất cứ** cái gì 무엇이든 / **bất cứ** ai 누구든 / **bất cứ** đứa bé nào cũng có thể làm được điều đó 어떤 아이라도 그런 것쯤은 할 수 있다 / **bất cứ** nghề nào cũng cao quý cả 직업은 어느 것이든 고귀한 것이다 / **bất cứ** sự giúp đỡ nào cũng tốt hơn không có 어떤 도움이라도 없는 것보다는 낫다 / anh hãy đến **bất cứ** khi nào vào ngày tình hình cho phép 언제라도 형편이 닿는 날에 오십시오 #동 bất kỳ

bất diệt 불멸(不滅)하다 ¶ sự **bất diệt** của linh hồn 영혼의 불멸

bất đắc dĩ 부득이(不得已)하다 ¶ do sự tình **bất đắc dĩ** 부득이한 사정으로 / trong trường hợp **bất đắc dĩ** 부득

이한 경우에는 / đó là sự việc bất đắc dĩ 그것은 부득이한 일이다 / bất đắc dĩ nên anh ấy đành vay tiền có lãi 부득이해서 그는 이잣돈을 빌렸다

bất đồng 부동(不同)하다, 상이하다, 서로 다르다 ¶ tính chất bất đồng 부동성

bất động 부동(不動) ¶ tư thế bất động 부동 자세 / với tư thế bất động 부동 자세를 취하다

bất động sản 부동산(不動産) ¶ nhà thẩm định bất động sản 부동산 감정사 / giao dịch bất động sản 부동산 거래 / (sự) đăng ký bất động sản 부동산 등기 / luật đăng ký bất động sản 부동산 등기법 / bảo hiểm bất động sản 부동산 보험 / thu nhập từ bất động sản 부동산 소득 / thuế chuyển nhượng bất động sản 부동산 양도세 / nghề bất động sản 부동산업 / người làm nghề bất động sản 부동산업자 / người làm nghề môi giới bất động sản 부동산 중개업자 / thuế trước bạ bất động sản 부동

산 취득세 / sự đầu cơ bất động sản 부동산 투기 / sự đầu tư bất động sản 부동산 투자 / mua bán bất động sản 부동산을 매매하다 / có bất động sản (trị giá) mười tỉ đồng 100 억 동의 부동산을 갖고 있다

bất hạnh 불행(不幸)하다 ¶ nỗi bất hạnh lớn 큰 불행 / chuỗi bất hạnh 잇단 불행 / cuộc hôn nhân bất hạnh 불행한 결혼 / người bất hạnh 불행한 사람 / trải qua trong bất hạnh 불행하게 지내다 / bất hạnh thay... 행하게도 / (sự) liên tục gặp bất hạnh 불행의 연속 / gặp bất hạnh 불행을 당하다 / tránh khỏi bất hạnh 불행을 면하다

bất hảo 불호하다, 좋지 않다

bất hiếu 불효(不孝)하다 ¶ kẻ bất hiếu 불효자 / nó là kẻ bất hiếu 그는 불효자였다

bất hòa 불화(不和)하다 ¶ sự bất hòa giữa vợ chồng với nhau 부부간의 불화 / sự bất hòa trong gia đình 가정 불화 / gieo mối bất hòa 불화의 씨를 뿌리다 / trở nên bất hòa 불화해지다

bất hợp lý 불합리(不合理)하다 ¶ giá cả bất hợp lý 불합리한 가격 / kết luận bất hợp lý 불합리한 결론 / lời bạn nói bất hợp lý 네 말은 불합리하다 / ý kiến của bạn ít nhiều bất hợp lý 너의 의견은 다소 불합리하다 / trong học thuyết của ông ấy có mấy điểm bất hợp lý 그의 학설에는 불합리한 점이 몇 가지 있다

bất hợp pháp 불법(不法)하다 ¶ người cư trú bất hợp pháp 불법 거주자 / sự giam cầm bất hợp pháp 불법 감금 / toà nhà xây bất hợp pháp 불법 건축물 / (cuộc) vận động bầu cử bất hợp pháp 불법 선거 운동 / sự cầm giữ vũ khí bất hợp pháp 무기 불법 소지 / nhập cảnh bất hợp pháp 불법 입국 / lao động nước ngoài nhập cảnh bất hợp pháp 불법 입국 외국인 근로자 / sự chiếm cứ bất hợp pháp 불법 점거 / sự chiếm hữu bất hợp pháp 불법 점유 / sự bắt giữ bất hợp pháp 불법 체포 / kẻ xâm nhập bất hợp pháp 불법 침입자 / sự đầu cơ bất hợp pháp 불법 투기(投棄)/ hành vi bất hợp pháp 불법 행위 / một cách bất hợp pháp 불법으로 / hành động bất hợp pháp 불법한 짓을 하다 / nó đã lấy thông tin đó bằng thủ đoạn bất hợp pháp 그는 불법한 수단으로 그 정보를 입수했다

bất hủ 불후(不朽)하다 ¶ danh tác bất hủ 불후의 명작 / kiệt tác bất hủ 불후의 걸작 / để lại danh tiếng bất hủ 불후의 명성을 남기다 / đây là chân lý bất hủ 이것은 불후의 진리이다 / ông ấy đã có được danh tiếng bất hủ qua phát hiện này 그는 이 발견으로 불후의 명성을 얻었다

bất kể 1. 가리지 않고, ...에 개의치 않고, ...에 관계 없이 ¶ bất kể thủ đoạn 수단을 가리지 않다 / bất kể tuổi tác, giới tính 나이, 성별에 관계 없이 / bất kể kinh phí cô ấy đã thực hiện kế hoạch của mình 그녀는 경비에 개의치 않고 자기 계획을 실행하였다 2. 불구하다, 불문하다 ¶

bất kể xa gần 원근을 불문하고

bất khả kháng 불가항력(不可抗力)

bất khuất 불굴(不屈) ¶ dũng khí bất khuất 불굴의 용기 / ý chí bất khuất 불굴의 의지 / tinh thần bất khuất 불굴의 정신

bất kỳ 아무...나, 아무...도, ...(이)든 ¶ bất kỳ khi nào 아무때나 / bất kỳ cái gì 무엇이든지 / bất kỳ ai 누구든지 / bất kỳ ai hãy đến đây 누구든지 오너라
#동 bất cứ

bất lịch sự 예의없는, 버릇없는, 실례되는 ¶ xen vào chuyện người lớn là bất lịch sự 어른들 이야기에 말참견하는 것은 실례이다

bất lợi 불리(不利)하다 ¶ điểm bất lợi 불리한 점 / dưới điều kiện bất lợi 불리한 조건하에서 / ở vào thế bất lợi 불리한 처지에 있다

bất lực 무력(無力)하다, 무능(無能)하다, 무능력 ¶ quân đội bất lực 무력한 군대 / bất lực trước sự tấn công của địch 적의 공격에 무력하다 / làm cho bất lực 무력

하게 하다 / người bất lực 무능한 사람 / chính quyền bất lực 무능한 정권

bất lương (행실이나 품성) 불량(不良)하다,사악하다,부정 (不正) 하다 ¶ bọn bất lương 불량배 / thanh niên bất lương 불량 청년

bất mãn 불만(不滿) ¶ kết quả bất mãn 불만스러운 결과 / người có nỗi bất mãn 불만이 있는 사람 / thổ lộ sự bất mãn 불만을 토로하다 / thể hiện vẻ bất mãn 불만의 빛을 나타내다 / thấy bất mãn 불만스럽게 여기다 / ôm nỗi bất mãn 불만을 품다 / bày tỏ sự bất mãn 불만을 표명하다 / đang (có sự) bất mãn với địa vị 지위에 불만을 가지고 있다

bất nghĩa 부의(하다), 의리(義理)가 없다 ¶ anh ta là kẻ bất nghĩa 그는 의리가 조금도 없는 사람이다

bất nhân 몰인정(沒人情)하다, 인간'같지 않다,

bất ngờ 갑작스럽다, 갑자기, 별안간, 뜻밖에 ¶ sự việc bất ngờ 갑작스러운 일 / câu hỏi bất ngờ 갑작스러운 질문 / cái chết bất ngờ

갑작스러운 죽음 / **bất ngờ xuất hiện** 갑자기 나타나다 / **bất ngờ viếng thăm** 갑자기 방문하다 / **bất ngờ tấn công** 갑자기 공격하다 / **cơn gió bất ngờ có tốc độ 40 mét trên giây đang thổi trong bán kính 100km từ tâm bão** 태풍의 중심으로부터 반경 100 km 이내에서는 순간 풍속 40 미터의 돌풍이 불고 있다

bất tài 재능(才能)없다, 능력 없다, 솜씨없다 ¶ **người bất tài** 재능이 없는 사람

bất thường 이상(異狀), 정상이 아닌 상태 ¶ **tim không có gì bất thường** 심장에는 별 이상이 없다

bất tiện 불편(不便)하다, 편리하지 못하다 ¶ **nơi mua sắm bất tiện** 쇼핑하기에 불편한 장소 / **giao thông bất tiện** 교통이 불편하다 / **cầm bất tiện** 휴대하기 불편하다 / **cảm thấy sự bất tiện** 불편을 느끼다 / **cảm thấy thời gian thế này bất tiện** 이런 시간이 불편하다고 느낀다

bất tỉnh 기절하다

bất tỉnh nhân sự 인사불성 (人事不省) ¶ **bị bất tỉnh nhân sự** 인사불성이 되다 / **ngốc quá, uống đến bất tỉnh nhân sự** 인사불성이 되도록 마시다니, 어리석다

bất trị 다루지 못하다, 관리하지 못하다

bất tử 불사(不死)의 ¶ **thuốc trường sinh bất tử** 불사약

bật¹ 켜다 ¶ **bật ga** 가스를 켜다 / **bật radio** 라디오를 켜다 / **bật đèn** 램프를 켜다 / **bật quẹt lửa** 라이터를 켜다 / **bật đèn** 불을 켜다

bật² 벌떡 ¶ **đứng bật dậy** 벌떡 일어서다 / **ngã bật ngửa** 벌떡 나자빠지다

bật lửa 라이터(lighter) ¶ **bật bật lửa** 라이터를 켜다

bật ngửa 벌떡 나자빠지다

bâu¹ 칼라(collar), 깃 #동 cổ áo

bâu² 뭉치나, 뭉쳐 날나

bầu 선출(選出)하다, 선거(選擧) 하다 ¶ **nghị sĩ quốc hội được bầu ở Seoul** 서울에서 선출된 국회 의원 / **được bầu ở Vĩnh Long** 빙롱에서 선출되다 / **chúng tôi đã bầu ông ấy làm chủ tịch** 우리는 그를 의장으로 선출했다 / **đi bầu** 선거하러 가다

bầu bạn 벗, 친구들

bầu bĩnh 오동통한, 토실토실 살이 찐, 똥똥한 khuôn mặt bầu bĩnh 오동통한 얼굴 / cô bé bầu bĩnh 오동통한 계집애

bầu cử 선거(選擧)하다 ¶ cuộc bầu cử tổng thống 대통령 선거 / (cuộc) vận động bầu cử bất hợp pháp 불법 선거 운동 / can thiệp vào bầu cử 선거에 간섭하다 / ra bầu cử 선거에 나서다 / thắng trong bầu cử 선거에 이기다 / thua trong bầu cử 선거에 지다 / đi bầu cử 선거하러 가다

bầu dục 타원형의, 달걀 모양의 ¶ (quả) bóng bầu dục 럭비공

bầu khí quyển 대기권, 대기

bầu không khí 1. 대기, 공기 ¶ 대기의 압력 áp suất của bầu không khí / 대기 중의 산소 ô xi trong bầu không khí 2. 분위기 ¶ bầu không khí lãng mạn 낭만적인 분위기 / bầu không khí căng thẳng 긴장된 분위기 / bầu không khí ngột ngạt 답답한 분위기 / bầu không khí thoải mái 편한 분위기 / bầu không khí vui vẻ 즐거운 분위기 / bầu không khí thân mật 친밀한 분위기 / bầu không khí yên tĩnh 조용한 분위기 / bầu không khí (mang tính chất) gia đình 가정적 분위기 / bầu không khí (mang tính chất) tôn giáo 종교적인 분위기 / trong bầu không khí tự do 자유로운 분위기 속에서 / tạo nên bầu không khí 분위기를 조성하다 / phá vỡ bầu không khí 분위기를 깨뜨리다 / bầu không khí đó hay lắm 그 분위기가 좋다

bầu ra 선출(選出)하다 ¶ đại biểu quốc hội được bầu ra ở Vĩnh Long 빙롱에서 선출된 국회 의원 / được bầu ra ở Gia Lai 얄라이에서 선출되다 / chúng tôi đã bầu ra ông ấy làm chủ tịch 우리는 그를 의장으로 선출했다

bầu trời 하늘 ¶ bầu trời trong xanh 맑고 푸른 하늘 / bầu trời đầy sao 하늘에 별이 총총하다

bây giờ 지금, 현재, 이제 ¶ từ bây giờ 이제부터 / bây giờ anh ấy không có ở đây 그는 지금 여기에 없다 / bây giờ làm ngay đi 지금 곧

해라 / áo tông màu đó bây giờ hết hàng rồi 그 색상의 옷은 지금 품절입니다 / bây giờ là lúc nóng đỉnh điểm 지금이 한창 더울 때다

bây nhiêu 이 정도, 이만큼, 이만

bấy nhiêu 그 정도, 그만큼

bấy giờ 그때 ¶ hiệu trưởng lúc bấy giờ 그때의 교장 / người yêu lúc bấy giờ 그때의 애인

bấy nhiêu 그 정도, 그만큼, 그만

bầy 무리, 떼 ¶ đàn chim sẻ 참새 떼 / bầy cừu 양떼 / bầy cá sapa 고등어의 무리

bẫy 덫, 함정, 술책 ¶ bẫy chuột 쥐덫 / sa bẫy 함정에 빠지다 / mắc bẫy 함정에 걸리다

bậy 1. 부적당한, 다당치 않은, 그릇된 2. 부도덕한, 음란한 3. 온당치 못한, 예의에 벗어난

be 베이지색의 ¶ màu be 베이지색

Beckeli 베르켈륨

Berili 베릴륨

bé¹ 작다, 비좁다, 소형의, 소규모의 ¶ căn nhà bé 작은 집 / thị trấn nhỏ bé 작은 읍

bé² 아기, 애기 ¶ bé dễ thương quá 애기가 너무 귀엽다 / mẹ âu yếm đôi má bé 엄마가 아기의 양볼을 애무하다 / thay tã của bé 아기의 기저귀를 갈다

bé tí 사소하다, 조그마하다 ¶ lỗi bé tí 사소한 잘못

bé tí tẹo 자그마하다

bè 뗏목(-木) ¶ tết bè 뗏목을 엮다 / chở bằng bè 뗏목으로 나르다

bè cánh 도당, 파벌 ¶ vây bè kéo cánh 도당을 짓다

bè phái 파벌 ¶ sự tranh giành giữa các bè phái 파벌 싸움 / chủ nghĩa bè phái 파벌주의 / sự đấu tranh bè phái 파벌 투쟁 / tiêu diệt bè phái 파벌을 없애다

bẻ 1. 쪼개다, 부수다 ¶ bẻ làm hai 둘로 쏘개다 / bẻ khóa mở 자물쇠를 부수고 열다 2. 꺾다 ¶ bẻ cành 가지를 꺾다

bén 날카롭다 ¶ dao bén 날카로운 칼 / mài bén 날카롭게 갈다 / lưỡi dao này rất bén 이 칼의 날은 매우 날카롭다

bẽn lẽn 수줍어하다, 부끄러워하다, 숫기 없다 ¶ hễ gặp

tôi là cô ấy bẽn lẽn 그녀는 나를 만나면 수줍어한다 / hễ đứng trước mọi người là cô ấy bẽn lẽn 그녀는 사람들 앞에 나서면 수줍어한다

bẹn 샅, 고간

beo 퓨마(puma)

beo đốm 표범 ¶ beo đốm đen 흑표범

béo[1] 살찌다, 뚱뚱하다, 비대하다 ¶ bê béo 살찐 송아지 / không béo 탈지 / sữa không béo 탈지 우유 / trở nên béo 뚱뚱해지다 / dạo này hắn béo ra 그는 요즘 살쪘다 #동 mập

béo[2] 기름기 있다 ¶ món ăn béo 기름기 있는 음식 / béo nhậy 기름기가 많다

béo phì 비만 ¶ chứng béo phì 비만증 / trẻ béo phì 비만아 / dạng béo phì 비만형 / người thuộc dạng béo phì 비만형의 사람 / trở nên béo phì 비만해지다 / vì ăn quá nhiều nên cô ấy đã trở nên béo phì 과식 때문에 그녀는 비만해졌다 / rõ ràng ăn quá nhiều là nguyên nhân chính của béo phì 과식은 분명히 비만의 원인이다

béo tốt 비육(肥育) ¶ bò béo tốt 비육우(牛) / nuôi lợn béo tốt 돼지를 비육하다

béo bở 이문이 크다, 이익이 많다 ¶ hợp đồng béo bở 이문이 큰 계약

bẹo 꼬집 ¶ bẹo mạnh 세게 꼬집다 / nó đã bẹo má chú bé 그는 소년의 뺨을 꼬집었다 / bẹo cánh tay của người khác 남의 팔을 꼬집다
#동 nhéo

bép xép 수다스러운, 말많은

bét 최저, 가장 낮다 ¶ hạng bét 하등(下等)

bê[1] 송아지 ¶ bê béo 살찐 송아지

bê[2] (물건) 옮기다, 가져오다, 들다 ¶ hãy bê cái đó sang đây 그것을 이리로 옮겨오세요

bê bết –투성이 ¶ bê bết bùn đất 진흙투성이의 / bê bết máu 피투성이의 / trở nên bê bết máu me 피투성이가 되다 / quần áo bê bết bùn đất 옷이 진흙투성이다

bê bối 혼잡, 논쟁, 공연한 난리, 소동, 소란

bê tông 콘크리트(concrete) ¶ xe chở bê tông 콘크리트

차 / nền bê tông 콘크리트
바닥 / công trình nền móng
bê tông 콘크리트 기초 공
사 / máy trộn bê tông
콘크리트 믹서 / tòa nhà bê
tông 콘크리트 건물 / bê
tông trộn tại hiện trường 현
장 배합 콘크리트 / bê tông
chưa cứng 아직 굳지 않은
콘크리트 / đổ bê tông
콘크리트를 짓다

bê tông cốt thép 철근 콘
크리트

bế mạc 폐막(閉幕)하다 ¶ lễ
bế mạc 폐막식 / buổi biểu
diễn của Bi đã được bế mạc
lúc mười giờ đêm 비의 공
연은 밤 10시에 폐막되었다

bế quan tỏa cảng 폐관(閉
館) 및 쇄항(鎖港), 폐쇄(閉
鎖)하다 ¶ cơ chế bế quan
tỏa cảng 폐쇄기(機) / xã hội
bế quan tỏa cảng 폐쇄 사회

bế tắc 정돈(停頓), 움직이지
못하고 막힘 ¶ phá vỡ cục
diện bế tắc 정돈된 국면을
타개하다

bế tỏa 폐쇄(閉鎖)하다

bề cao 높이 ¶ bề cao của
cái đó là 5 mét 그것의 높이
가 5미터다
#동 chiều cao

bề dài 길이¶bề dài như nhau
cả 길이는 다 같다
#동 chiều dài

bề mặt 표면(表面) ¶ sự xơ
cứng bề mặt 표면 경화 /
sự ma sát bề mặt 표면 마찰
/ lực căng bề mặt 표면 장력
/ bề mặt của tấm kính
거울의 표면

bề ngang(가로 된) 너비, 넓\
이 ¶ bề ngang của căn
phòng 방의 넓이
#동 bề rộng

bề ngoài 외면, 외관 ¶ (sự)
miêu tả bề ngoài 외면 묘사
/ diện bề ngoài 외면치레하
다 / chỉ diện mỗi bề ngoài
겉치레로만 하다

bề rộng 너비, 넓이¶bề rộng
của cái bàn 탁자의 넓이
#동 chiều rộng

bể 탱크 ¶ bể nước 물탱크 /
bể bơi 수영장

bể bơi 수영장 #동 hồ bơi

bệ hạ 폐하(陛下)

bên 편, 쪽, 측, 측면 ¶ bên
phải 오른쪽 / bên trái 왼편
/ bà con bên bố 아버지쪽의
친척 / vặn sang bên phải
오른쪽으로 틀다 / vặn sang
bên trái 왼쪽으로 틀다

bên A (계약서의) 갑

bên B (계약서의) 을 ¶ bên A và bên B 갑과 을

bên cạnh 옆 ¶ đường bên cạnh 옆길 / sang bên cạnh 옆으로 / người bên cạnh tôi 내 옆의 사람 / ngồi bên cạnh tôi 내 옆에 앉다 / ở bên cạnh người yêu 애인의 옆에 있다 / ở ngay bên cạnh 바로 옆에 있다 / đi qua bên cạnh 옆을 지나가다 / 그녀는 내 옆을 스쳐 갔다 cô ấy đi lướt qua cạnh tôi

bên ngoài 외부, 밖 ¶ áp lực bên ngoài 외부 압력 / đang chơi ở bên ngoài 밖에서 놀고 있다

bến 1.부두 ¶ bến tàu 선착장 (船着場) / tàu rời bến 배가 부두를 떠나다 2. 종점 (終 點), 터미널 ¶ bến xe buýt 버스 터미널 / bến xe tốc hành 고속 터미널 / bến xe miền Tây 서부 터미널 / bến xe miền Đông 동부 터미널

bệnh 병(病) ¶ bệnh nhẹ 가벼운 병 / bệnh nặng 중병 / bệnh nan y 불치의 병 / bệnh kéo dài 오래 끄는 병 / bệnh không khỏi hẳn 잘 낫지 않는 병 / nghỉ dưỡng một năm trời do bệnh 병으로 일 년간 휴양하다 / khổ sở vì bệnh 병에 시달리다

bệnh bạch hầu 디프테리아 (diphtheria)

bệnh cảm 감기 ¶ người mắc bệnh cảm 감기 환자 / mắc bệnh cảm 감기에 걸리다

bệnh cảm cúm 독감 ¶ người mắc bệnh cảm cúm 독감 환자 / bệnh cảm cúm đang phổ biến 독감이 유행하고 있다

bệnh cao huyết áp 고혈압 (高血壓), 고혈압증 ¶ người bị bệnh cao huyết áp 고혈압 환자

bệnh da liễu 피부병(皮膚病) ¶ ngành học về bệnh da liễu 피부병학

bệnh dại 광견병, 공수병(恐水病)

bệnh dịch 역병(疫病) #동 dịch bệnh

bệnh dịch hạch 페스트, 흑사병, 선(腺)페스트, 임파선 페스트

bệnh lao 결핵(병) ¶ bệnh lao phổi 폐결핵 / nó đã bị bệnh lao 그는 결핵에 걸렸다

bệnh lao phổi 폐결핵 ¶ chết do bệnh lao phổi 폐결핵으로 죽다 / bị bệnh lao phổi 폐결핵을 앓다 / anh ấy đã mắc bệnh lao phổi 그는 폐결핵에 걸렸다

bệnh lý 병리 ¶ bệnh lý lâm sàn 임상 병리 / khoa bệnh lý lâm sàn 임상 병리과

bệnh lý học 병리학 ¶ thuộc bệnh lý học 병리학의 / nhà bệnh lý học 병리학자 / tổng luận về bệnh lý học 병리학 총론

bệnh nan y 불치병

bệnh nặng 중병 ¶ người bị bệnh nặng 중병 환자 / bị bệnh nặng 중병에 걸리다

bệnh ngoài da 피부병(皮膚病)
#동 bệnh da liễu

bệnh nhân 환자, 병자 ¶ bệnh nhân cấp cứu 구급 환자 / bệnh nhân trúng gió 중풍 환자 / bệnh nhân tâm thần 정신환자 / bệnh nhân bị bệnh tim 심장병 환자 / bệnh nhân bị cảm 감기 환자 / bệnh nhân cảm cúm 독감 환자 / bệnh nhân lao phổi 폐병 환자 / bệnh nhân cao huyết áp 고혈압 환자 / chăm sóc bệnh nhân 환자를 돌보다 / bác sĩ kia có nhiều bệnh nhân 저 의 사는 환자가 많다

bệnh nhẹ 가벼운 병 ¶ bị bệnh nhẹ 가벼운 병에 걸리다

bệnh nhiệt đới 열대병 ¶ bệnh viện (chuyên về) bệnh nhiệt đới 열대병 병원

bệnh phổi 폐병(肺病) ¶ bệnh nhân bị bệnh phổi 폐병 환자 / chết do bệnh phổi 폐병으로 죽다 / bị bệnh phổi 폐병을 앓다 / anh ấy đã mắc bệnh phổi 그는 폐병에 걸렸다

bệnh quai bị
이하선염(耳下腺炎)

bệnh sốt rét 말라리아 (malaria) ¶ bệnh nhân mắc bệnh sốt rét 말라리아 환자 / mắc bệnh sốt rét 말라리아에 걸리다

bệnh tả 콜레라(cholera) ¶ bệnh tả âm tính 음성 콜레라 / mắc bệnh tả 콜레라에 걸리다 / bệnh tả phát sinh 콜레라가 발생하다

bệnh tâm thần 정신병 ¶ bệnh nhân mắc bệnh tâm thần 정신환자

bệnh tật 질병, 병 ¶ để phòng bệnh tật 병의 예방

bệnh tim 심장병 ¶ thuốc chữa bệnh tim 심장병 약 / bệnh nhân bị bệnh tim 심장병 환자 / bệnh tim bẩm sinh 선천성 심장병

bệnh truyền nhiễm 전염병 (傳染病) bệnh viện (chuyên về) bệnh truyền nhiễm ¶ 전염병 병원 / viện nghiên cứu bệnh truyền nhiễm 전염병연구소 / bệnh nhân bệnh truyền nhiễm 전염병 환자 / bệnh truyền nhiễm đang hoành hành ở địa phương đó 그 지방에는전염병이 유행하고 있다

bệnh viện 병원(病院) ¶ giám đốc bệnh viện 병원장 / bệnh viện nhà nước 국립병원 / bệnh viện tư 개인병원 / bệnh viện từ thiện 자선병원 / bệnh viện chuyên 전문 병원 / bệnh viện di động 이동 병원 / bệnh viện dã chiến 야전병원 / bệnh viện trực thuộc 부속 병원 / bệnh viện trực thuộc Trường đại học Sunny 선니 대학교 부속 병원 / đi bệnh viện병원에 다니다 / ở giữa siêu thị và bệnh viện 백화점과 병원 사이에 있다 / đi bệnh viện thăm bệnh 병원으로 병문안 가다 / viếng thăm bệnh viện để an ủi các cụ 노인들을 위로하기 위해 병원을 방문하다

bệnh viện cấp cứu 구급 병원

bệnh viện da liễu 피부병 병원 ¶ Bệnh viện Da liễu Thành phố Hồ Chí Minh 호찌민시 피부병 병원

bệnh viện đa khoa 종합병원 ¶ Bệnh viện Đa khoa Vĩnh Long 빙롱 종합병원

bệnh viện mắt 안과 의원 ¶Bệnh viện Mắt Sài Gòn 사이공안과 의원

bệnh viện ngoại khoa 외과병원 ¶ Bệnh viện ngoại khoa Gia Hân 야헌 외과병원

bệnh viện nha khoa 치과 병원 ¶ Bệnh viện Nha khoa Sunny 선니 치과 병원

bệnh viện bệnh nhiệt đới 열대병 병원

bệnh viện nhi đồng 소아과 병원¶ Bệnh viện Nhi đồng 1 제 1 소아과 병원 / Bệnh viện Nhi đồng 2 제 2

소아과 병원

bệnh viện nội khoa
외과병원

bệnh viện phụ sản 산부인과 병원 ¶ Bệnh viện Phụ sản Từ Dũ 뜨유 산부인과 병원

bệnh viện tâm thần 정신병원

bệnh viện bệnh truyền nhiễm 전염병 병원

bệnh xá 병사(病舍), 진료소 ¶ Bệnh xá Đặng Thùy Trâm 당튀쩜 병사

bếp 1. 부엌, 조리장, 취사장, 주방 ¶ dao làm bếp 부엌칼 / đồ làm bếp 부엌 세간 2. 화로, 풍로

bếp điện 전기 레인지, 전기 스토브

bếp ga 가스 레인지

bếp núc 무엌 ¶ việc bếp núc 부엌일 / làm việc bếp núc 부엌일을 하다

bi a 당구 ¶ chỗ chơi bi a 당구장 / bàn bi a 당구대 / vận động viên bi a 당구 선수 / tôi từng có ý nghĩ sẽ trở thành vận động viên bi a 나는 당구 선수가 될 생각이었다

bi ca 비가(悲歌), 엘레지 (elegy)

bi da 당구
\#동 bi a

bi kịch 비극(悲劇) ¶ sự kiện bi kịch 비극적인 사건 / kết thúc một cách bi kịch 비극적으로 끝나다 / bi kịch xảy ra 비극이 일어나다

bi quan 비관(悲觀)하다 ¶ người theo chủ nghĩa bi quan 비관론자 / bi quan về cuộc đời 인생을 비관하다 / bi quan về ngày sau 앞날을 비관하다 / bi quan cực độ 극도로 비관하다 / không có gì phải bi quan 비관할 것 없다

bí 호박 ¶ hạt bí 호박씨 / cánh đồng bí 호박밭 / khuôn mặt như quả bí 호박 같은 얼굴

bí ẩn 신비(神秘)하다, 신비롭다 ¶ tính bí ẩn 신비성 / sự bí ẩn của giới tự nhiên 자연의 신비 / khám phá sự bí ẩn 신비를 탐색하다

bí mật 비밀(秘密) ¶ mã số bí mật 비밀 번호 / thông tin bí mật 비밀 정보 / bí mật được giữ kín 잘 지켜진 비밀 / một cách bí mật 비밀히 / giữ bí mật 비밀을 지다 / hãy hứa sẽ không nói bí mật cho bất kỳ ai 아무에게도 비밀을 말하지 않겠다고 약속해 주세요

bí ngô 호박

bí quyết 1. 비결(秘訣) ¶ bí quyết của hạnh phúc 행복의 비결 / bí quyết kinh doanh 장사의 비결 / bí quyết sống lâu 장수의 비결 / dạy bí quyết kinh doanh 장사의 비결을 가르치다 / bí quyết của sự thành công là sự cần mẫn và chính trực 성공의 비결은 근면과 정직이다 2. 비방 ¶ bí quyết gia truyền 가전비방

bí thư 비서관, 사무관, 서기관

bì thư 봉투(封套) ¶ mở bì thư 봉투를 뜯다 / niêm phong bì thư 봉투를 봉하다 / bỏ vào bì thư 봉투에 넣다 / viết địa chỉ lên bì thư 봉투에 주소를 쓰다

bị[1] 자루, 부대, (손)가방, 백, 핸드백

bị[2] (피동형, 대부분 안 좋은 뜻을 가리킨다) 1 .피- (명사) ¶ dân tộc bị áp bức 피압박 민족 2. (명사)되다 bị xử lý 처리되다 / bị ngộ độc 중독되다 / bị ngộ độc cá 생선에 중독되었다 / bị bất tỉnh nhân sự 인사불성이 되다 / công việc bị đình trệ 사무가 정체되다 / thương mại bị đình trệ vì chiến tranh 전쟁 때문에 무역이 정체되어 버렸다 / nó đang bị nghiện ma túy 그는 마약에 중독되어 있다 3. -을/를 당하다 bị tra tấn 고문을 당하다 / bị móc túi 소매치기를 당하다 / bị ràng buộc 결박당하다 / bị xem thường 무시당하다 / bị ám sát 암살당하다 / bị hiếp dâm 강간당하다 / người ta đồn ầm lên anh ấy bị đuổi việc 그가 면직당했다는 소문이 떠들썩하다 / ông ấy đã bị bãi miễn vì hành vì bất chính 그분은 부정 행위로 파면당했다 4. -을/를 받다 bị áp bức 압박을 받다 / bị tuyên án -의 선고를 받다 / bị phạt 벌을 받다 5. -을/를 입다 bị bỏng 화상을 입다 / bị bỏng ở tay 손에 화상을 입었다 6. 기타 ¶ bị lừa 속다 / bị lừa gạt 속임수에 넘어가다 / chúng ta bị lừa rồi 우리는 속임수에 빠졌다

bị[3] 1. (병에) 걸리다 ¶ bị cảm

감기에 걸리다 / bị trúng gió 중풍에 걸리다 / bị sốt rét 말라리아에 걸리다 / bị bệnh nặng 중병에 걸리다 / bị nhiễm độc cồn 알코올 중독에 걸리다 / nó đã bị bệnh lao 그는 결핵에 결렸다 2. -이/가 나다 ¶ bị ho 기침이 나다 / bị sốt 열이 나다 / bị đau đầu 두통이 나다 / ăn quá nhiều nên bị chột bụng 과식하여 배탈이 나다

bị bệnh 앓다, 병이 나다, 병에 걸리다, 병들다 ¶ bị bệnh lao phổi 폐결핵을 앓다

bị cáo 피고(被告) ¶ đại diện của bị cáo 피고 대리인 / nhân chứng phía bị cáo 피고측 증인 / luật sư tư vấn cho bị cáo 피고 변호인 / đứng ra bào chữa cho bị cáo 피고의 변호에 나서다 #반 nguyên cáo

bị cạo 깎이다 ¶ cừu bị cạo lông 털 깎인 양

bị khổ sở -에 시달리다, (사람)-에게 시달리다 ¶ bị khổ sở vì bệnh 병에 시달리다 / bị khổ sở bởi áp lực 압력에 시달리다 / bị khổ sở vì nợ

nần 빚에 시달리다 / bị khổ sở vì chồng 남편에게 시달리다

bị lừa 속다 ¶ dễ bị lừa속기 쉽다 / người dễ bị lừa 속기 쉬운 사람

bị máng 걸리다 ¶ bị máng dây 줄에 걸리다

bị nạn 재난(災難)을 당하다

bị sâu 썩다, 부패하다, 부식하다 ¶ răng bị sâu 충치

bị thương 상처 입다, 부상 당하다 ¶ người bị thương 부상자

bị vướng 걸리다 ¶ bị vướng dây 줄에 걸리다

bia[1] 맥주 ¶ bia đen 흑맥주 / bia tươi 생(生)맥주 / lon bia 맥주 캔 / một chai bia 맥주 한 병 / uống bia 맥주를 마시다 / thích uống bia 맥주 마시기(를) 좋아하나

bia[2] 비문을 새긴 돌기둥, 묘비로서의 석판(石板)bia đá 석비

bìa[1] (책의) 표지, 커버 ¶ bìa sách 책의 표지 / bìa trước 앞 표지 / bìa sau 뒤 표지 / bìa vải 천 표지 / bìa da 가죽 표지 / bìa giấy 종이 표지

bìa[2] 가장자리, 변두리, 모서리

bịa(이야기) 만들어 내다, 날조하다 ¶ câu chuyện bịa ra 만들어낸 이야기 / nó đã bịa ra chuyện đó 그는 그 이야기를 만들어 냈다/ đó đơn thuần là chuyện hắn bịa ra 그것은 순전히 그가 날조한 이야기이다

bịa đặt 날조하다, 꾸며 내다 ¶ người bịa đặt 날조자 / bài báo bịa đặt 날조 기사

biên dịch 번역(하다) ¶ biên dịch theo nguyên văn 원문에 번역하다

biên giới 경계, 국경, 변경, 변두리 ¶ tăng cường bảo vệ biên giới 국경의 경비를 강화하다

biên soạn 편찬(編纂)하다 ¶ người biên soạn 편찬자 / thành viên ban biên soạn 편찬 위원 / hội đồng biên soạn quốc sử 국사 편찬 위원회 / quyển từ điển đó đang được biên soạn 그 사전은 지금 편찬중에 있다

biên tập 편집(編輯)하다 ¶ ban biên tập 편집부 / phòng biên tập 편집실 / người biên tập 편집자 / trưởng ban biên tập 편집장 / đảm nhận việc biên tập 편집을 맡다

biến cách 격변화

biến chất (품질 등의 악화) 변질(變質)하다, (사람) 변태

biến cố 변고(變故) ¶ trải qua mà không có biến cốnào 변고없이 지내다 / gặp phải biến cố 변고를 당하다 / đối phó với biến cố 변고에 대비하다

biến đổi 변화(變化) 하다 ¶ màu không biến đổi 불변색 / hệ số   biến đổi 변화 계수 / có biến đổi 변화있는 / không có biến đổi 변화없는 / 모종의 변화가 일어나다 một loại biến đổi nào đó xảy ra

biến động 변동(變動) ¶ phạm vi biến động 변동폭 / biến động lớn 대변동 / sự biến động của vật giá 물가의 변동 / không có biến động 변동(이) 없는 / mang đến sự biến động 변동을 가져오다 / trải qua biến động 변동을 겪다

biến hóa 변화(變化) 하다 ¶ biến hóa vô cùng 변화무궁 / không có biến hóa 변화가 없다 / dễ biến hóa 변화하기 쉽다

biến mất 사라지다, 없어지다, 소실되다, 소멸되다, 실종하다 ¶ biến mất khỏi màn hình 화면에서 사라지다 / biến mất vào trong bóng tối 어둠 속으로 사라지다 / biến mất khỏi thế gian này 이 세상에서 사라지다 / đã biến mất như một giấc mơ 꿈처럼 사라졌다 / cái đó biến mất ngay chính trước mắt tôi 그것이 바로 내 눈 앞에서 사라졌다

biến thành 1. -이/가 되다 ¶ biến thành chất khí 기체가 되다 2. -화(하다)biến thành chất rắn 고체화(하다)

biến thế 변압기, 트랜스 #동 máy biến thế

biến thể 변체(變體) ¶ thuộc biến thể 변체의

biển[1] 1. 바다, 대양, 대해, 해양 ¶ cảnh biển 바다 경치 / cá biển 바다의 물고기 / gần biển 바다에 가깝다 / biệt thự bên bờ biển 해변가의 별장 / quái vật biển khổng lồ 거대한 바다의 괴물 / đất nước không có biển 바다가 없는 나라 / bán đảo nhô ra biển 바다로 돌출한 반도 / vượt biển 바다를 건너다 / bay trên biển 바다 위를 날다 / đổ bộ vào bờ biển đông 동해안에 상륙할 것이다 / con thuyền đó đã chìm xuống đáy biển sâu 그 보트는 깊은 해저로 가라앉았다 2. -해 ¶ biển Đông 동해 / biển Đen 흑해

biển[2] 간판(看板), -판

biển báo 표지 ¶ biển báo giao thông 교통 표지

biển Bắc Cực 북극해, 북빙양

biển Đỏ 홍해 #동 Hồng hải

biển Đen 흑해 #동 Hắc hải

biển Đông 동해 ¶ bờ biển Đông 동해안 / cơn bão sẽ đổ bộ vào bờ biển Đông 태풍은 동해안에 상륙할 것이다

biển Nam Cực 남극해

biển thủ 횡령(하다), 착복(하다) ¶ kẻ biển thủ 횡령자 / tội biển thủ 횡령죄 / bị bắt vì tội biển thủ 횡령죄로 체포되다 / hắn ta đã biển thủ quỹ công ty 그는 회사 기금을 횡령하였다 / người phụ trách thu chi đã biển thủ 80.000 đô la tiền ngân hàng

출납 담당자가 은행 돈 8
만 불을 착복했다 / anh ta
đã biển thủ số tiền công quỹ
lớn 그는 거액의 공금을 착
복했다

biện chứng 변증(辨證) ¶
phép biện chứng 변증법 /
phép biện chứng duy vật
유물 변증법

biện hộ 변호(辯護)하다, 변
명하다, 정당화하다 tự biện
hộ 자기 변호

biện minh(무죄 증명) 변명(
辨明) 하다, 변호하다, 정당
화하다 ¶ cố biện minh 열심
히 변명하다 / biện minh hết
lời 극구 변명하다 / anh ấy
đã biện minh cho cô ta 그는
그녀를 위해 변명했다

biện pháp 1. 조치 biện pháp
cấp cứu 구급 조치 2. 방법
(方法) biện pháp mới 새
방법 / biện pháp tốt nhất
가장 좋은 방법

biếng nhác 1. 게으르다, 나
태하다 ¶ thói biếng nhác
나태한 버릇 / người biếng
nhác 나태한 사람 / tính
biếng nhác 게으른 품성 /
trở nên biếng nhác 게을러
지다 2. 게을리하다 ¶ biếng
nhác bổn phận của một

công chức 공무원으로서의
본분을 게을리하다

biết 알다 ¶ đã biết 이미알고
있다 / đã biết đáp án 이미
답을 알고 있다 / như quý vị
đã biết 잘 아시는바
와 같이 / theo tôi được biết
내가 알기로는 / biết tin tức
đó thông qua người bạn 친
구를 통해서 그 소식을알
다 / có thể biết được qua
sắc mặt của bạn 너의안색으
로 알 수 있다

biết bao 얼마나...(은)ㄴ/는지
모른다 ¶ cảnh nơi đó đẹp
biết bao 그 곳의 경치가 얼
마나 아름다운지 몰라요

biết ơn 은혜를 알다, 고맙게
생각하다 ¶ với lòng biết ơn
감사하는 마음으로 / có con
mới biết công ơn cha mẹ
자식을 가져봐야 어버이의
은혜를 안다

biệt hiệu 별호(別號), 별명 ¶
biệt hiệu của cô ấy là Sunny
그녀의 별호는 선니입니다

biệt ly 이별(하다) ¶ bài ca biệt
ly 이별가 / rượu biệt ly
이별주 / nói lời biệt ly
이별를 고하다
#동 ly biệt

biệt thự 별장(別莊) ¶ biệt

thự bên bờ biển 해변가의 별장 / anh ấy có căn biệt thự có cảnh đẹp xung quanh 그는 주변 경치가 아름다운 별장을 갖고 있다

biếu(선물, 물건을) 주다, 증여하다 ¶ biếu quà 선물을 주다

\#동 tặng

biểu diễn 1. 공연(하다) ¶ biểu diễn lần đầu 첫 공연 / biểu diễn định kỳ 정기 공연 / 비 공연 buổi biểu diễn của Bi / buổi biểu diễn của Sunny đã được bế mạc lúc mười giờ đêm 선니의 공연은 밤 10 시에 폐막되었다 2. 상연(하다) ¶ cấm biểu diễn 상연 금지

biểu đồ 도표, 그래프, 도식(圖式)biểu đồ diện tích 면적 도표 / biểu đồ lịch sử 역사 도표 / biểu đồ ngữ pháp 문법 도표 / làm (bằng) biểu đồ 그래프로 만들다

biểu hiện 표현(表現)하다, 표시(하다) ¶ năng lực biểu hiện 표현력 / hình thức biểu hiện 표현 형식 / qua biểu hiện cảm tạ 감사의 표시로 / với biểu hiện của tình yêu 사랑의 표시로

biểu lộ 1. 폭로(暴露)하다, 드러내다, 나타내다 ¶ biểu hiện tình cảm 감정을 나타\내다 / biểu lộ nét giận dữ trên khuôn mặt 얼굴에 성난 빛을 드러내다 2. 표하다 ¶ biểu lộ sự cảm tạ 감사를 표하다

biểu quyết 표결(票決)하다 ¶ biểu quyết ngang ngửa 아슬아슬한 표결 / tiến hành biểu quyết 표결에 들어가다 / yêu cầu biểu quyết 표결을 요구하다

biểu thị 표시(表示)하다,나타내다 ¶ biểu thị bằng ký hiệu 기호로 표시한다/ biểu thị ý tứ 의사를 표시한다 / biểu thị sự quan tâm 관심을표시한다 / biểu thị sự phẫn nộ cực độ 극도의 분노를표시한다 / đèn đỏ biểu thị sự nguy hiểm 빨간 등불은위험을 표시한다 / nhiệt kế biểu thị nhiệt độ 온도계는 온도를 표시한다

biểu tình 데모(하다) ¶ nhóm biểu tình 데모대 / tuần hành biểu tình 데모행진 / biểu tình phản chiến 반전 데모 / tham gia biểu tình 데모에 가담하다 / giải tán biểu tình 데모를 해산시키다 / trấn áp biểu tình 데모를 진압하다

biểu tượng 표상(表象), 상징 ¶ trung tâm của biểu tượng 표상의 중심 / biểu tượng của hòa bình 평화의 상징 / biểu tượng của quốc gia 국가의 상징 / thập tự giá là biểu tượng của cứu trợ 십자가는 구원의 표상이다 / chim bồ câu là biểu tượng của hòa bình 비둘기는 평화의 상징이다

binh lực 병력(兵力) ¶ binh lực của địch 적의 병력 / chúng đang tiếp tục gia tăng binh lực 그들은 계속해 병력을 증가시키고 있다

binh sĩ 병사(兵士)

bính tý 병자(丙子)

bình 병 ¶ bình rượu 술병 / bình sữa 젖병 / bình mực 잉크병 / bình thủy 보온병

bình dân 1. 평민(平民), 평범(平凡)하다 ¶ chủ nghĩa bình dân 평민주의 / người theo chủ nghĩa bình dân 평민주의자 / có tính bình dân 평민적 / người bình dân 평범한 사람 / sống bình dân 평범한 생활을 하

다 2. 값이 싼 ¶ cơm bình dân 값이 싼 밥

bình dị 평민(하다) ¶ có tính bình dị 평민적인 / hoàng tử bình dị 평민적인 왕자

bình đẳng 평등(平等)하다 ¶ một cách bình đẳng 평등히 / quyền lợi bình đẳng 평등한 권리 / sự đãi ngộ bình đẳng 평등한 대우

bình địa 평지(平地)

bình điện 배터리 ¶ bình điện dùng cho xe hơi 자동차용 배터리

bình luận 평론(評論)하다 ¶ bài bình luận 평론문 / tạp chí bình luận 평론 잡지 / bình luận về thời cuộc 시국을 평론하다 / bình luận về bộ phim 영화를 평론하다

bình luận viên 해설가 ¶ bình luận viên bóng đá 축구 해설가 / bình luận viên bóng chày 야구 해설가 / bình luận viên bóng rổ 농구 해설가

bình minh 여명(黎明), 새벽 ¶ vào lúc bình minh 여명에 / văn học thuở bình minh 여명 문학 / buổi bình minh của thời đại mới 새 시대의 여명기 / buổi bình minh của văn nghệ Phục Hưng 문예 부흥의 여명기 / 새벽을 알리는 절의 종소리 tiếng chuông chùa báo bình minh

Bình Nhưỡng 평양 ¶ Bình Nhưỡng là thủ đô của Bắc Triều Tiên 평양은 북한의 수도이다

bình phục(건강의) 회복(回復, 復)하다, 완쾌(完快)하다 ¶ sức bình phục 회복력 / để bình phục sức khỏe 건강 회복을 위해

bình quân 평균(平均) ¶ bình quân một người 한 사람 평균 / bình quân tháng 월 평균 / bình quân năm 연 평균 / cự ly bình quân 평균 거리 / tuổi thọ bình quân 평균 수명 / nhiệt độ bình quân 평균 온도 / nhiệt độ bình quân trong năm 연간 평균 온도 / lượng mưa bình quân một tháng 한 달의 평균 강수량

bình thản 느긋하다, 편안(便安) 하다, 침착(沈着)하다 ¶ tâm trạng bình thản 느긋한 기분 / một cách bình thản 편안하게 / người bình thản 침착한 사람 / tính cách bình thản 침착한 성격

bình thủy 보온병 #동 phích

bình thường 1. 평범(平凡) 하다, 보통(普通) ¶ người bình thường 보통 사람 / công việc bình thường 평범한 일 / khuôn mặt bình thường 평범한 얼굴/người bình thường 평범한 사람 / sống một cuộc sống bình thường 평범한 생활을 하다 2. 정상(하다) ¶ huyết áp bình thường 정상 혈압

bình tĩnh 침착(沈着)하다 ¶ một cách bình tĩnh 침착히 / thái độ bình tĩnh 침착한 태도 / rất bình tĩnh 몹시 침착하다 / mất bình tĩnh 침착을 잃다

bình yên 편안(便安)하다 ¶ cuộc sống bình yên 편안한 생활 / giấc ngủ bình yên 편안한 잠 / lòng bình yên 마음이 편안하다

Bitmut 비스무트

bít tất 양말(洋襪) #동 tất

bít tết 스테이크(steak) ¶ nước sốt bít tết 스테이크 소스

bịt 씌우다 ¶ bịt răng vàng 이에 금을 씌우다

bịt mặt 복면(하다) ¶ tên cướp

bịt mặt 복면 강도 / ky sĩ bịt mặt 복면의 기사 / lột miếng bịt mặt 복면을 벗다

Bo 붕소

bó 1. 다발, 묶음, 꾸러미 ¶ bó cỏ khô 건초 다발 / 7.000 won một bó 한 다발에 7천\원 / bán theo bó 다발로 팔다 2. ―을/를 다발짓다, 꾸리다, 묶다, 싸다 ¶ bó thành bó 다발을 짓다

bò 1. (벌레 따위가 지면·마룻바닥에) 득실거리다, 기다, 포복하다 2. (벌레가 기듯이) 스멀스멀하다, 구물구물 움직이다, 천천히 가다, 서행(徐行)하다

bò 소 ¶ đàn bò 소 떼 / bò cái 암소 / bò sữa 젖소 / sữa bò 소젖 / năm mươi con bò 소 50마리 / nuôi bò 소를 기르다 / bò béo tốt 비육우(牛) / nuôi bò béo tốt 소를 비육하다 / vắt sữa bò 소젖을 짜다 / giết bò 소를 죽이다 / quất bò bắt đi nhanh 소를 매질하여 빨리 가게 하다

bò sát 파충류의 동물; 파행 동물, 양서류의 동물

bỏ[1] 버리다 ¶ bỏ thói 버릇을 버리다 / bỏ tập tục xấu 악습을 버리다 / bỏ toàn bộ tài sản 전 재산을 버리다

bỏ[2] 그만두다, 포기하다 ¶ bỏ học 공부를 그만두다 / bỏ rượu 술을 그만두다 / bỏ quyền lợi 권리를 포기하다 / bỏ kế hoạch 계획을 포기하다 / bỏ địa vị 지위를 포기하다

bỏ[3] 뜯다, 떼다 ¶ cắn bỏ 물어 뜯다

bỏ[4] 놓다, 두다 ¶ bỏ bút xuống 펜을 놓다 / bỏ ghế (ở) đó đi 의자를 그리 놓아라 / bỏ cái đó ở đâu? 그것을 어디에 놓을까요?

bỏ[5] 넣다 ¶ bỏ muối 소금을 넣다 / bỏ đường vào nhé? 설탕을 넣어 드릴까요?

bỏ bớt 생략하다 ¶ bỏ bớt nghi thức 의식을 생략하다

bỏ chạy 달아나다, 도망치다 ¶ đuổi kẻ địch bỏ chạy 달아나는 적을 쫓다 / ngựa bỏ chạy 말이 달아난다

bỏ đi 가버리다 ¶ lẳng lặng bỏ đi 잠자코 가버리다 / anh ấy bỏ đi ra ngoài rồi 그는 밖에 가버렸다

bỏ dở 중간에 그만두다, 중간에 포기하다

bỏ lỡ 놓치다 ¶ bỏ lỡ thời cơ

시기를 놓치다 / **bỏ lỡ cơ hội** 기회를 놓치다 / **đừng bỏ lỡ cơ hội tốt này** 이 좋은 기회를 놓치지 마라

bỏ phiếu 투표(投票)하다 ¶ **quan sát viên bỏ phiếu** 투표 참관인 / **kết quả bỏ phiếu** 투표의 결과 / **đi bỏ phiếu** 투표하러 가다

bỏ ra 내버리다 ¶ **nếu bỏ thịt ra thế này thì ôi mất** 고기를 이처럼 내버려두면 상한다

bỏ rượu 금주(하다) ¶ **anh ấy quyết tâm bỏ rượu** 그는 금주하기로 결심했다

bỏ trốn 도망(하다), 달아나다 ¶ **kẻ tội phạm đang bỏ trốn** 도망 중인 범인 / **người bỏ trốn** 달아나는 사람 / **bỏ trốn ra nước ngoài** 국외로 도망하다 / **tên trộm bỏ trốn** 도둑이 달아난다 / **bỏ trốn cùng với người yêu** 애인과 함께 달아나다 / **trộm tiền bỏ trốn** 돈을 훔쳐 달아나다 / **lấy tiền bỏ trốn** 돈을 가지고 도망하다

bỏ túi 포켓(pocket) ¶ **từ điển bỏ túi** 포켓 사전 / **từ điển Việt-Hàn bỏ túi** 포켓 베-한사전

bỏ vào 1. 넣다 ¶ **bỏ vào ví** 지갑에 넣다 / **bỏ vào túi xách** 가방에 넣다 / **bỏ vào phong bì** 봉투에 넣다 / **bỏ bàn tay vào túi** 손을 주머니에 넣다 / **bỏ vào tí xíu tiêu** 후추를 조금 넣다 / **bỏ vào tí xíu ớt** 고추를 조금 넣다 / **xin đừng bỏ giấy vào bồn cầu** 변기에 휴지를 넣지 마세요 2. 담다 **bỏ vào bao** 부대에 담다 / **bỏ vào đĩa** 접시에 담다

bỏ xuống 벗다 ¶ **bỏ ba lô xuống** 배낭을 벗다

bỏ ý nghĩ 단념하다 ¶ **bỏ ý nghĩ vào đại học** 대학 진학을 단념하다

bóc(과일 등의 껍질을) 벗기다, 까다 ¶ **bóc vỏ trái cây** 과일의 껍질을 벗기다 / **bóc vỏ táo** 사과 껍질을 까다 / **bóc trứng luộc** 삶은 달걀을 까다 / **trước tiên hãy bóc giúp vỏ khoai tây** 우선 감자 껍질을 까주세요

bọc 싸다, 포장하다, 씌우다, 덮다 ¶ **bọc chặt** 단단히 싸다 / **bọc trong khăn tay** 손수건에 싸다 / **bọc bằng giấy báo** 신문지로 싸다 / **được bọc trong miếng giấy đẹp** 예쁜 종이에 싸여 있었

다

bói (아무의 운수를) 점치다, (점쟁이가) 점을 쳐주다 ¶ xem bói bởi thầy bói 점쟁이에게 점을 보다 / bói kiết hung họa phúc 길흉화복을 점치다 / bói vận của ai đó bằng bài 카드로 아무의 운을 점치다

bói toán 점(占), 점치기

bom 폭탄 ¶ bom hẹn giờ 시한 폭탄 / bom có tính năng cao 고성능 폭탄 / bom siêu lớn 초대형 폭탄

bom hyđrô 수소 폭탄

bom nguyên tử 원자 폭탄

bọn 일단, 한 떼, 놈들, -단, -대, -배 ¶ bọn bạo lực 폭력단 / bọn găngxtơ 갱단 / bọn xấu 악대(악단) / bọn bất lương 불량배 / bọn bạo lực 폭력배 / chúng tôi đã cho bọn trẻ lánh nạn xuống quê 우리는 아이들을 시골로 피난시켰다

bọn chúng 그들 ¶ bọn chúng mưu tính ám sát thủ tướng 그들은 총리의 암살을 기도했다

bọn mình 우리들, 저희들 (인칭대명사 1 인칭 복수) ¶ bọn mình đi trước đi 우리가 먼저 가자

bọn trẻ 아이들, 어린아이들 ¶ bọn trẻ nô đùa vui vẻ 애들이 즐겁게 놀다 / bọn trẻ đi về miền quê chơi 아이들이 시골로 놀러가다 / họ đã cho bọn trẻ lánh nạn xuống Đồng bằng song Cửu Long 그들은 아이들을 메콩 델타로 피난시켰다

bóng[1] 1. 그림자, 투영(投影) ¶ bóng hình của mình trong gương 거울에 비친 자기 모습 / theo ai đó như hình với bóng 그림자처럼 아무를 붙어 다니다

2. 그늘, 응달 ¶ cây tỏa bóng 나무가 그늘을 짓다 / nghỉ dưới bóng cây 나무 그늘에서 쉬다

bóng[2] 1. 공, 구(球), 볼 ¶ bóng nhựa 고무공 / ném bóng 공을 던지다 / bắt bóng 공을 잡다 / đá bóng 공을 차다 / điều khiển bóng khéo 공을 잘 다루다

2. 공 같은 것

bóng[3] 윤이 나다, 광택이 나다, 번질번질하다 ¶ da bóng 윤이 나는 가죽 / đánh bóng 윤을 내다 / không bóng 광택 없다

bóng bàn 탁구(卓球) ¶ banh bóng bàn 탁구공 / bàn bóng bàn 탁구대 / vận động viên bóng bàn 탁구선\수 / dân ghiền bóng bàn 탁구광 thi đấu bóng bàn 탁구 시합 / Hiệp hội bóng bàn Hàn Quốc 한국탁구협회 / chơi bóng bàn 탁구를 치다

bóng bầu dục 럭비(rugby) ¶ quả bóng bầu dục 럭비공 / vận động viên bóng bầu dục 럭비 선수 / bình luận viên bóng bầu dục 럭비 해설가

bóng chày 야구(野球) ¶ trận đấu bóng chày 야구 경기 / vận động viên bóng chày 야구 선수 / bình luận viên bóng chày 야구 해설가 / chơi bóng chày 야구를 하다/ đi xem thi đấu bóng chày 야구 경기를 보러 가다 / tôi từng có ý nghĩ sẽ trở thành vận động viên bóng chày 나는 야구 선수가 될 생각이었다

bóng chuyền 배구(排球) ¶ trận đấu bóng chuyền 배구 경기 / sân bóng chuyền 배구 코트 / banh bóng chuyền 배구공 / vận động viên bóng chuyền 배구 선수 / Hiệp hội bóng chuyền Hàn Quốc 대한배구협회 / chơi bóng chuyền 배구를 하다 / đi xem thi đấu bóng chuyền 배구 경기를 보러 가다

bóng đá 축구(蹴球) ¶ dân ghiền bóng đá 축구광 / trận đấu bóng đá 축구 경기 / thi đấu bóng đá 축구 시합 / giới bóng đá 축구계 / banh bóng đá 축구공 / cầu thủ bóng đá 축구 선수 / sân bóng đá 축구장 / đội bóng đá 축구팀 / bình luận viên bóng đá 축구 해설가 / khán giả xem thi đấu bóng đá 축구 시합의 관객 / Liên đoàn bóng đá thế giới(FIFA) 국제축구연맹 / bóng đá Cúp thế giới 2010 2010년(도) 월드컵 축구 / ghiền bóng đá 축구에 중독되다 / chơi bóng đá 축구를 하다 / anh Trung chơi bóng đá giỏi 쭝 씨는 축구를 잘 한다 / tôi từng có ý nghĩ sẽ trở thành cầu thủ bóng đá 나는 축구 선수가 될 생각이었다

bóng đèn 전구(電球) ¶ bóng đèn trắng 백열 전구 / bóng đèn chân không 진공 전구

/ bóng đèn Cacbon 탄소 전구 / bóng đèn màu sữa 젖빛 전구 / bóng đèn nhỏ 소형 전구 / bóng đèn con 꼬마 전구

bóng đêm 밤, 밤의 어둠 ¶ trong bóng đêm 밤의 어둠 속에서

bóng láng 광택 있는, 번쩍번쩍하는, 번들번들한

bóng loáng 번쩍번쩍하는, 번들번들한

bóng mát 응달, 그늘, 음지(陰地) ¶ tạo bóng mát 응달을 만들다 / nghỉ ngơi dưới bóng mát của cây 나무 그늘에서 쉬다 / có cây nên nhà được nhiều bóng mát 나무가 있어 집이 응달이 잘 진다

bóng ném 핸드볼(handball) ¶ đội bóng ném 핸드볼팀 / vận động viên bóng ném 핸드볼 선수 / tôi từng có ý nghĩ sẽ trở thành vận động viên bóng ném 나는 핸드볼 선수가 될 생각이었다

bóng nước 수구(水球) ¶ vận động viên bóng ném 수구 선수 / trận đấu bóng nước 수구 경기 / thi đấu bóng nước 수구 시합

bóng râm 음지(陰地), 그늘 ¶ nhiệt độ trong bóng râm là 30 độ 음지에서 온도가 30도이다

bóng rổ 농구(籠球) ¶ banh bóng rổ 농구공 / vận động viên bóng rổ 농구선수 / dân ghiền bóng rổ 농구광 / sân bóng rổ 농구코트 / giày bóng rổ 농구화 / bình luận viên bóng rổ 농구 해설가 / Hiệp hội bóng rổ Hàn Quốc 대한 농구 협회

bóng tối 어둠 ¶ bóng tối của màn đêm 밤의 어둠 / thế giới của bóng tối 어둠의 세상 / trong bóng tối 어둠 속에서 / bóng tối bao trùm 어둠이 깃들다 / biến mất vào trong bóng tối 어둠 속으로 사라지다

bỏng (끓는 물·김에 의함) 데다, 화상을 입다 ¶ vết bỏng 덴 자국 / bị bỏng 화상을 입다 / bị bỏng ở tay 손에 화상을 입었다 / bỏng tay 손을 데다 / chết vì bỏng 화상으로 죽다 / anh ấy đã bị bỏng nước sôi 그는 끓는 물에 데었다

bóp[1] 짜다, 압착하다

bóp[2] 지갑 ¶ bóp đựng tiền

돈지갑 / bóp da 가죽 지갑 / mất bóp 지갑을 잃다 / bỏ vào bóp 지갑에 넣다

bóp còi 호른을 누르다

bố 아버지, 아비, 아빠, 아버님 ¶ bố tôi 우리 아버지 / tình thương yêu của bố 아버지의 사랑 / mất bố 아버지를 여의다 / bố đi đâu đấy? 아빠, 어디 가세요? / anh ấy làm ăn riêng với bố 그는 아버지와 따로 영업을 하고 있다
#동 ba, cha

bố mẹ 부모(님), 어버이 ¶ bố mẹ yêu 자애로운 부모 / bố mẹ nghiêm 엄한 부모 / tình yêu thương của bố mẹ 부모의 사랑 / bố mẹ ruột 친어버이 / hiếu thảo với bố mẹ 어버이에게 효도하다 / bất hiếu với bố mẹ 어버이에게 불효하다 / cung kính bố mẹ 어버이를 공경하다 / chăm sóc bố mẹ 부모를 돌보다 / đón bố mẹ ở ga 역에서 부모를 마중하다 / hết lòng phụng dưỡng bố mẹ 부모를 마음껏 섬기다 / có con mới biết công ơn bố mẹ 자식을 가져봐야 어버이의 은혜를 안다

#동 cha mẹ

bồ (속어) 애인, 여자친구, 남자친구

bồ bịch (속어) 애인

bồ câu 비둘기 ¶ chuồng bồ câu 비둘기장
#동 chim bồ câu

Bồ Đào Nha 포르투갈 ¶ 포르투갈 사람 người Bồ Đào Nha / đang du học ở Bồ Đào Nha 포르투갈 유학중에

bổ ngữ 1. 목적어
#동 tân ngữ 2. 보어

bổ nhiệm 명하다 ¶ bổ nhiệm chủ nhiệm 주임을 명하다

bổ sung 보충(하다) ¶ vai trò bổ sung 보충역 / vấn đề bổ sung 보충 문제 / câu hỏi bổ sung 보충 질문 / chứng cứ bổ sung 보충 증거 / phán quyết bổ sung 보충 판결 / được bổ sung 보충되다 / được bổ sung bằng cái mới 새것으로 보충되다 / bổ sung lương thực 식량을 보충하다

bộ[1] 벌 ¶ hai bộ quần áo 옷 두 벌 / đo may một bộ Âu phục 양복을 한 벌 맞추다

bộ[2] 1. 집 ¶ bộ bài tập 연습 문제집 / bộ đề 문제집 2. -부 bộ trưởng 장관 / bộ

ngoại giao 외교부 / bộ
thống nhất 통일부 / bộ giáo
dục 교육부

bộ chính trị 정치본부 ¶
quyết định của bộ chính trị
đã được đưa ra 정치본부의
결정이 내렸다

bộ chứng từ 서류 ¶ bộ
chứng từ xếp hàng 선적
서류

bộ công nghiệp 산업부 ¶
bộ công nghiệp & tài nguyên
산업자원부

bộ đề 문제집 ¶ bộ đề toán 수
학 문제집 / bộ đề lý 물리학
문제집 / bộ đề hóa 화학
문제집 / bộ đề có kèm bài
giải 해답이 달린 문제집

bộ đồ 옷 ¶ một bộ đồ ông 한
벌 / bộ đồ này của ai vậy?
이 옷이 누구 거예요? /
không có bộ đồ nào cả 옷이
하나도 없다

bộ đội 부대, 부대원 ¶ bộ đội
chiến đấu 전투 부대 / bộ
đội cơ động 기동 부대 / bộ
đội chi viện 지원 부대 / bộ
đội anh dũng 영용한 부대
원

bộ giáo dục 교육부 ¶ Bộ
trưởng Bộ giáo dục 교육부
장관 / bộ giáo dục & tài

nguyên con người 교육인
적자원부

bộ hài cốt 해골 ¶ người ốm
như bộ hài cốt 해골처럼
마른 사람
#동 hài cốt

bộ hành chính tự tr
행정자치부

bộ kế hoạch & đầu tư
계획-투자부 ¶ Bộ trưởng Bộ
kế hoạch và Đầu tư 계획-
투자부 장관

bộ khoa học kỹ thuật
과학기술부

bộ lao động 노동부 ¶ Bộ
trưởng Bộ lao động 노동부
장관

bộ máy 기구 ¶ bộ máy chính
phủ 정부 기구 / (sự) cải tổ
bộ máy chính phủ 정부
기구의 개편 / cải tổ bộ máy
기구를 개편하다

bộ môi trường 환경부 ¶
Bộ trưởng Bộ môi trường
환경부 장관

bộ môn 학과 ¶ chủ nhiệm bộ
môn tiếng Hàn 한국학과
주임

bộ não 뇌 ¶ bộ não nhân tạo
인공두뇌 / bộ não của con
người 인간의 뇌 / sử dụng
bộ não 뇌를 쓰다 / công

việc dùng đến bộ não 뇌를 쓰는 일 #동 não

bộ ngoại giao 외교부 ¶ Bộ trưởng Bộ ngoại giao 외교부 장관 / bộ ngoại giao & ngoại thương 외교통상부 / thủ tướng kiêm bộ trưởng bộ ngoại giao 총리 겸 외교부 장관

bộ nhớ 기억 장치, 메모리 ¶ bộ nhớ của máy tính 컴퓨터의 기억 장치

bộ nông lâm 농림부 ¶ Bộ trưởng Bộ nông lâm 농림부 장관

bộ nông nghiệp 농업부 ¶ bộ nông nghiệp và phát triển nông thôn 농촌개발-농업부

bộ óc 뇌#동 bộ não

bộ phận 1. 부분 đại bộ phận 대부분 / tập hợp bộ phận 부분 집합 / có tính bộ phận 부분적인 2. -부 ¶ bộ phận quản lý 관리부 / anh ấy làm việc ở bộ phận quản lý bán hàng 그는 판매 관리부에서 근무한다 3. –과 ¶ bộ phận bảo vệ 경비과 / bộ phận tổng vụ 총무과

bộ phụ nữ & gia đình 여성가족부

bộ quốc phòng 국방부 ¶ Bộ trưởng Bộ quốc phòng 국방부 장관

bộ tài chính kinh tế 재정경제부

bộ thông tin & viễn thong 정보통신부

bộ thống nhất 통일부 ¶ Bộ thống nhất của Hàn Quốc 한국 통일부

bộ thủy sản 수산부 ¶ Bộ Thủy sản & Hàng hải 해양 수산부

bộ trưởng 장관 ¶ cấp bộ trưởng 장관급 / nhân vật cấp bộ trưởng 장관급의 인물 / Bộ trưởng Bộ quốc phòng 국방부 장관 / Bộ trưởng Bộ ngoại giao 외교부 장관 / thủ tướng kiêm bộ trưởng ngoại giao 총리 겸 외교부 장관 / bộ trưởng ủy quyền cho ông ấy làm điều đó 장관은 그에게 그것을 행할 권한을 부여했다

bộ tư pháp 법무부 ¶ Bộ trưởng Bộ tư pháp 법무부 장관

bộ văn hóa & du lịch 문화관광부

bộ xây dựng & giao thông

건설교통부

bộ xương 골격, 해골 ¶ người có bộ xương khỏe 골격이 건장한 사람

bộ y tế & phúc lợi 보건복지부

bốc dỡ 부리다 ¶ bốc dỡ hàng hóa từ tàu bè에서 화물을 부리다

bốc mùi 냄새가 나다

bộc lộ 드러내다 ¶ bộc lộ bản tính 본성을 드러내다

bộc phát 폭발(하다) ¶ sức bộc phát 폭발력 / cơn phẫn nộ bộc phát 분노가 폭발하다

bôi 바르다 ¶ bôi thuốc 약을 바르다 / bôi son môi 립스틱을바르다

bối cảnh 배경 ¶ bối cảnh lịch sử 역사적 배경 / bối cảnh xã hội 사회적 배경 / bối cảnh chính trị 정치적 배경

bối rối 당황하다 ¶ làm bối rối 당황케 하다 / trên khuôn mặt của anh ấy hiện lên vẻ bối rối 그의 얼굴엔 당황하는 기색이 보였다

bồi (호텔) 포터, 구내 운반인, 짐꾼

bồi dưỡng 1. 배양(하다) ¶ đất bồi dưỡng 배양지 / bồi

dưỡng nhân tài 인재를 배양하다 2. 사례(하다) ¶ tiền bồi dưỡng 사례금

bồi thường 보상(하다) ¶ tiền bồi thường 보상금 / tiền bồi thường (di dời) giải tỏa 철거보상금

bội bạc 배신(하다) ¶ hành vi bội bạc 배신 행위 / tôi sẽ không bội bạc với nàng 나는 그녀를 배신하지 않겠다

bội thu 풍작(하다) ¶ bội thu lúa mì 밀풍작

#반 thất thu

bội thực 과식(하다) ¶ chứng bội thực 과식증 / bội thực nên bị chột bụng 과식하여 배탈이 나다

bội tín 배신(하다) ¶ kẻ bội tín 배신자

bội ước 배약(하다) ¶ mày đã bội ước nhiều lần nên không thể tin được nữa 너는 벌써 여러 번이나 배약했으니 다시 믿을 수 없다

bốn 1. 넷(네) ¶ bốn cái 네 개 / bốn tuổi 네 살 / trong số họ bao gồm bốn nữ 그들 속에는 여자가 넷 포함되어 있었다 2. 사 ¶ bốn mét 4 미터 / bốn ngày 4 일(동안) / ngày bốn 4 일 / tỉ lệ một chọi bốn 4 대 1 의 비율 / chiếm bốn mươi phần trăm 4 할을 차지하다 / một trăm chia bốn là (bằng) hai mươi lăm 100 나누기 4 는 25 이다 / mười trừ bốn là (bằng) sáu 10 빼기 4 는 6 이다 / lương năm người đó là hai mươi bốn nghìn đô la 그 사람은 연봉이 24.000 달러이다

bốn ngày 나흘, 4 일

bồn 탱크(tank), 용기 ¶ bồn dầu 유조(油槽) / bồn nước 수조(水槽) / bồn ga 가스탱크 / bồn nhiên liệu 연료 용기 / bồn nhiên liệu hỗ trợ của máy bay 비행기의 보조 연료 탱크 / xe bồn chở dầu 유조차 / xe bồn chở nước 수조차

bồn cầu 변기 ¶ bàn chải bồn cầu 변기솔 / bồn cầu hay bị nghẽn 변기가 바주 막히다 / xin đừng bỏ giấy vào bồn cầu 변기에 휴지를 넣지 마세요

bồn tắm 욕조, 목욕통 ¶ ngâm mình trong bồn tắm 욕조에 몸을 담그다

bổn phận 본분 ¶ làm tròn bổn phận 본분을 다하다 / biếng nhác bổn phận của một công chức 공무원으로서의 본분을 게을리하다

bông[1] 솜, 면화 ¶ cây bông 목화

bông[2] (꽃) 송이 ¶ một bông hoa 꽃 한 송이 / một bông hồng 장미 한 송이

bông cải 콜리플라워, 꽃양배추

bỗng nhiên 갑자기, 돌연히 ¶ bỗng nhiên quay lại 갑자기 돌아서다 / bỗng nhiên chết 갑자기 죽다 / bỗng nhiên xấu đi 갑자기 나빠지다

bỗng chốc 삽시간 #동 thoáng chốc

bỗng dưng 갑자기 ¶ bỗng dưng không còn nữa 갑자기 없어지다 #동 bỗng nhiên

bột 가루, 분말, 파우더 (powder) ¶ bột cà ri 카레 가루 / bột mì 밀가루 / bột gạo 쌀가루 / bột nếp 찹쌀가루 / thuốc bột 가루약 / bột đá 돌가루 / tán cái gì đó thành bột ...을/를 가루로 빻다

bột giặt (세탁용) 세제 ¶ bột giặt tổng hợp 합성 세제 / bỏ bao nhiêu bột giặt vậy? 세제는 얼마나 넣을까요?

bột mì 밀가루 ¶ một bao bột

mì 밀가루 한 부대 / gugsu (mì Hàn Quốc) làm từ bột mì 밀국수 / sujebi làm bằng bột mì 밀수제비

bột nêm 조미료 ¶ bột nêm nhân tạo 인공 조미료

bột ngọt 화학 조미료 (monosodium gluatamate) #동 mì chính

bơ 버터 ¶ phết bơ 버터를 바르다 / bánh mì phết bơ 버터 바른 빵

bờ -가 ¶ bờ sông 강가 / bờ biển 바닷가

bờ biển 바닷가, 해안, 해변 ¶ biệt thự bên bờ biển 해변가의 별장 / cơn bão sẽ đổ bộ vào bờ biển đông 태풍은 동해안에 상륙할 것이다

bờ rào 담 ¶ bao quanh bởi bờ rào 담으로 둘러싸다

bờ sông 강가 ¶ khách sạn bờ sông 강가의 호텔 / sống ở bờ sông 강가에 살다 / đi dạo bờ sông 강가를 거닐다

bỡ ngỡ 서투르다 ¶ bỡ ngỡ với mọi thứ ở Hàn Quốc 한국 사정에 서투르다

bơi 수영(하다), 헤엄치다 ¶ hồ bơi 수영장 / vận động

viên bơi 수영 선수 / bơi qua sông 강을 헤엄쳐 건너다 / tôi từng có ý nghĩ sẽ trở thành vận động viên bơi 나는 수영 선수가 될 생각이었다

bơi bướm 접영(하다) ¶ vận động viên bơi bướm 접영 선수

bơi ếch 평영(하다) ¶ vận động viên bơi ếch 평영 선수

bơi lội 수영(하다), 헤엄침 ¶ bơi lội làm cho hầu như toàn bộ cơ bắp của toàn thân vận động 수영은 거의 모든 전신 근육을 움직이게 한다 #동 bơi

bơi ngửa 배영(하다) ¶ vận động viên bơi ngửa 배영 선수

bơi tự do 자유형 수영 ¶ vận động viên bơi tự do 자유형 수영 선수

bởi 1. -에 ¶ bị ảnh hưởng bởi tình cảm 감정에 좌우되다 / khổ sở bởi áp lực 압력에 시달리다 2. -(으)로, -(으)로 인하여, 때문에 ¶ bao quanh bởi hàng rào 울타리로 둘러싸다 / họ đang khổ sở bởi vấn đề này 그들은이

문제에 시달리고 있다 3. -에 의하다 ¶ cầm quyền lâu dài bởi một người 한사람에 의한 장기 집권 / Hangeul được sáng chế bởi vua Sejong(Ｔｈｅ Ｔôｎｇ) 한글은 세종대왕에 의해 창제 되었다 4.-에게, -한테 ¶ khổ sở bởi ông chồng 남편에게 시달리다 / được xem bói bởi thầy bói 점쟁이에게 점을 보다

bởi vì -기 때문에, -(으)니까, 어서/아서/여서 ¶ bởi vì quá lạnh nên chúng tôi không thể ở ngoài lâu được 너무나 추웠기 때문에 우리는 밖에 오래 머물지 못했다.

bơm 1. 펌프 ¶ bơm không khí 공기 펌프 / bơm thoát nước 배수 펌프 / bơm chân không 진공 펌프 / bơm chữa cháy 소방 펌프 / vặn bơm 펌프를 틀다 2. 펌프로 물을 퍼올리다(퍼내다) ¶ bơm nước ra bằng bơm 펌프로 물을 퍼내다 / bơm nước lên bằng bơm 펌프로 물을 퍼올리다 / bơm nước ra làm khô giếng 물을 퍼내어 우물을 말리다

bớt 1. 줄이다, 감소하다 ¶ bớt chi phí 비용을 줄이다 2. 깎다 ¶ bớt giá 값을 깎다 / hãy bớt cho một tí 좀 깎아 주세요

Brom 취소

bu gi (기계) (내연 기관의) 점화전, 플러그(spark plug)

Busan 부산 ¶ cảng Busan 부산항

bú 젖을 빨다 ¶ cho bú 젖을 빨리다 / khóc đòi bú 젖을 달라고 울다

bú sữa 젖을 빨다

bù 보충(하다) ¶ học bù 보충 수업 / cho bù 보충시키다 / cho học bù 수업을 보충시키다

búa 망치, 해머(hammer) ¶ búa nhỏ 소망치

bục giảng 교단 ¶ ba mươi năm đứng trên bục giảng 교단 생활 30 년 / đứng trên bục giảng 교단에 서다 / rời bục giảng 교단에서 물러나다

bụi 우거진 것, 관목 ¶ cây bụi 관목

bụi 먼지 ¶ đồ phủi bụi 먼지떨이 / đóng bụi 먼지가 끼다 / phủi bụi 먼지를 털다 / bụi nổi lên 먼지가 일다 / làm nổi bụi 먼지을 일으키다

bụi bặm 먼지투성이 ¶ cái bàn đó đầy bụi bặm 그 책상은 먼지투성이다

bún 베트남 (백색의) 국수의 일종

bún bò (매운) 소고기 국수

bùn 진흙, 진창 ¶ hố bùn 진흙구렁 / rơi xuống bùn 진흙에 빠지다

bùn đất 진흙투성이 bê bết bùn đất 진흙투성이의 / quần áo bê bết bùn đất 옷이 진흙투성이다

bùn lầy 진흙의, 진창의, 질퍽한, 진흙투성이의 ¶ con đường bùn lầy 진흙탕길

bủn xỉn 인색하다, 쩨쩨하다 ¶ bủn xỉn về tiền bạc 돈에 인색하다

bung 펴다 ¶ bung cờ 기를 펴다

bùng cháy 타오르다 ¶ làm bùng cháy 타오르게 하다 / trong phút chốc tòa nhà đã bùng cháy 건물은 순식간에 타올랐다

bùng lên 타오르다 ¶ ánh mắt của anh ta bùng lên sự phẫn nộ 그의 눈은 분노로 타올랐다

bùng nổ 폭발(하다) ¶ khả năng bùng nổ 폭발력 / sự bùng nổ dân số 인구 폭발 / làm bùng nổ 폭발시키다

bụng 배, 복부 ¶ đói bụng 배가 고프다 / no bụng rồi 배가 불렀다 / tôi đau bụng 나는 배가 아프다 / nơi nào của bụng đau nhất 배의 어디가 가장 아프십니까?

bụng dạ 마음속, 배 ¶ bụng dạ đen tối 배가 시꺼멓다

bụng dưới 하복

buộc 매다 ¶ buộc dây 줄을 매다

buổi chiều (정오부터 일몰까지) 오후 ¶ buổi chiều hôm nay 오늘 오후 / suốt buổi chiều 오후 내내

buổi học 수업 ¶ vắng mặt trong buổi học 수업에 결석하다

buổi sáng 1. (일출부터 정오까지) 오전 ¶ buổi sáng hôm qua 어제 오전 2. 아침 thể dục buổi sáng 아침 운동

buổi sớm 이른 아침, 아침

buổi thuyết trình 설명회 ¶ buổi thuyết trình tuyển dụng nhân viên mới của công ty xây dựng Hyundai 현대건설 신입사원 채용 설명회 / buổi thuyết trình tuyển dụng của tập đoàn Sunny 선니

그룹의 채용 설명회

buổi tiệc 파티 ¶ buổi tiệc chính thức 정식 파티 / buổi tiệc chúc mừng 축하 파티 / buổi tiệc chia tay 고별파티

buổi trưa 점심 때 ¶ buổi trưa hôm nay 오늘 점심 때 / chúng ta hãy gặp nhau vào buổi trưa ngày mai 내일 점심 때 만납시다

buổi tối 저녁 ¶ mỗi buổi tối 저녁마다 / vào buổi tối 저녁에 / buổi tối hôm qua 어제 저녁 / vào buổi tối ngày hôm sau 다음 날 저녁에

buôn bán 판매(하다), 장사(하다) ¶ nghệ thuật buôn bán 판매술 / tổ hợp buôn bán 판매 조합 / sự mở rộng buôn bán 판매 확장 / buôn bán lẻ 소매 판매 / buôn bán sỉ 도매상을 하다 / không có người nào buôn bán mà chẳng có lời gì cả 조금의 이문도 없이 장사를 하는 사람은 없다

buôn lậu 밀수(하다) ¶ nhóm buôn lậu 밀수단 / hàng buôn lậu 밀수품 / tàu buôn lậu 밀수선 / buôn lậu hàng cấm 금수품을 밀수하다

buồn 1. 슬프다, 슬퍼하다 ¶ cảnh buồn 슬픈 장면 / trông (có vẻ) buồn 슬퍼 보이다 / tỏ vẻ đau buồn 슬픈 표정을 짓다 / anh Kiên buồn 끼엔 씨는 슬퍼요 2. 슬픔 ¶ chia buồn 슬픔을 나누다

buồn nôn 토할 것 같다

buồng 방
#동 phòng

buồng trứng 난소

buốt 춥다 ¶ buốt quá 너무 춥다

búp bê 인형 ¶ trên giường có một con búp bê 침대 위에 인형 하나가 있다

bút 펜(종칭) ¶ không có bút 펜이 없다 / để bút xuống 펜을 놓다 / chấm mực (cho bút) 펜에 잉크를 찍다

bút bi 볼펜 ¶ viết bằng bút bi 볼펜으로 쓰다 / bút bi này của ai vậy? 이 볼펜은 누구 거예요?

bút chì 연필 ¶ bút chì màu 색연필 / lõi bút chì 연필심 / một cây bút chì 연필 한 자루 / chuốt bút chì 연필을 깎다 / ghi bằng bút chì 연필로 적다

bút máy 만년필 ¶ đổ mực

vào bút máy 만년필에 잉크를 넣다 / ai đó đã ăn cắp bút máy của tôi 누군가 내 만년필을 훔쳤어

bút mực 만년필

bút pháp 필법(筆法) ¶ bút pháp mạnh mẽ 힘찬 필법

bút tích 필적(筆跡) ¶ bút tích của đàn ông 남자의 필적 / bút tích của phụ nữ 여자의 필적 / mô phỏng bút tích 필적을 모방하다 / giám định bút tích 필적을 감정하다

bụt(베트남 민속) 부처님

bửa 패다 ¶ bửa củi 장작을 패다

bữa ăn 끼니 ¶ mỗi bữa ăn 끼니마다 / ba bữa ăn 세 끼니

bữa tiệc 파티, 정찬 ¶ bữa tiệc ngon miệng 맛좋은 정찬 / bữa tiệc tối qua thật thú vị 어제 파티는 참 재미 있었다

bữa tối 저녁 식사, 저녁 ¶ nấu bữa tối 저녁을 짓다 / mời bữa tối 저녁에 초대하다

bữa trưa 점심 식사, 점심 ¶ xin mời ông dùng bữa trưa 점심을 드십시오

bức ảnh 사진 ¶ bức ảnh chụp khi nào vậy? 그 사진은 언제 찍었어요? / đây là bức ảnh gia đình tôi 이것은 우리 가족 사진입니다

bức thư 편지 ¶ bức thư cảm tạ 감사 편지 / bức thư này của ai vậy? 이 편지가 누구 거예요?

bức tranh 그림 ¶ phục chế bức tranh 그림을 복제하다 / giống như bức tranh 그림 같다 / đẹp như bức tranh 그림처럼 아름답다 / ai đã vẽ bức tranh này vậy? 이 그림은 누가 그렸어요?

bức tường 벽 ¶ viên đạn đi sượt qua bức tường 총알이 벽을 스쳐 갔다 / nâng cao bức tường bảo hộ mậu dịch 보호무역주의의 벽을 높이다

bực 짜증을 내다, 짜증이 나다

bực bội 짜증이 나다 ¶ làm bực bội 짜증이 나게 하다

bực dọc 짜증을 내다 ¶ dù là chuyện nhỏ nhặt cũng bực dọc 사소한 일에도 짜증을 내다 / tính khí hay bực dọc dù là chuyện nhỏ vặt 사소한 일에도 짜증을 잘 내는 성질

bực mình 짜증스럽다 ¶ sự

bất bình không ngớt của anh ta bực mình quá đi 그의 끊임없는 불평은 짜증스럽다

bưng (두 손으로) 들다, 가지다 ¶ bưng nồi cơm đến đây 밥솥을 가지고 와
#동 bê

bước 1. 걷다 ¶ bước trên cát 모래 위를 걷다 / bước cẩn thận 조심해서 걷다 2. 걸음 ¶ từng bước từng bước 한 걸음 한 걸음

bước chân 걸음 ¶ bước chân thong thả 유유한 걸음

bước đầu 처음, 첫단계

bước đi 1. 걷다, 걸어가다 ¶ khoanh tay bước đi 팔짱을 끼고 걷다 / bước đi ra giữa đường 길 가운데로 걸어가다 2. 걸음 ¶ bước đi nhanh nhẹn 팔팔한 걸음 / bước đi chậm chạm 느릿느릿한걸음

bước ngoặt 계기 ¶ trở thành bước ngoặc 계기가 되다 / điều này đã trở thành bước ngoặc của sự thành công của cô ấy 이것이 그녀의 성공의 계기가 되었다

bước vào 들어가다, 들어오다 ¶ bước vào phòng 방에 들어가다 / bước vào bãi công 파업에 들어 가다

bưởi 그레이프프루트, 자몽

bướm 나비 ¶ bướm trắng 흰 나비 / vận động viên bơi bướm 접영 선수

bướu 혹, 영류(瘿瘤) ¶ người có bướu 혹부리 / ông lão có bướu 혹부리 할아버지

bướu cổ 혹
#동 bướu

bưu ảnh 그림 엽서 ¶ ở đây không có bưu ảnh 여기는 그림 엽서가 없다

bưu chính 우편 ¶ gửi bằng đường bưu chính 우편으로 보내다

bưu điện 우체국 ¶ đại lý bưu điện 간이 우체국 / bưu điện trung tâm 중앙 우체국 / giám đốc bưu điện 우체국장 / tiệm sách ở giữa ngân hàng và bưu điện 서점은 은행과 우체국 사이에 있다

bưu kiện 소포
#동 bưu phẩm

bưu phẩm 소포, 소포 우편 ¶ gửi bằng bưu phẩm 소포로 보내다 / bưu phẩm này của ai 이 소포는 누구의 거예요?

bưu phí 우편료, 우편 요금

bưu tá 우편집배원, 파발꾼

bưu thiếp 엽서 ¶ gửi bưu thiếp cho bạn 친구에게 엽서를 보내다

C c

C (phụ âm) Chữ thứ năm trong bảng chữ cái tiếng Việt(đọc là "xê" hoặc "cờ" khi đánh vần)

ca 노래하다, 노래를 부르다 #동 hát

ca múa 가무, 노래와 춤, 노래하고 춤을 춤 ¶ đoàn ca múa 가무단

ca ngợi 칭찬(하다) ¶ bài hát ca ngợi 찬가 / ca ngợi hết lời 극구 칭찬하다 / đáng ca ngợi 칭찬할 만한

ca nhạc 음악 ¶ chương trình ca nhạc 음악 프로그램

ca sĩ 가수 ¶ ca sĩ nhạc pop 유행가 가수 / ca sĩ hát dân ca 민요 가수 / ca sĩ ôpêra 오페라 가수 / ca sĩ nam 남자 가수 / ca sĩ nữ 여자 가수 / ca sĩ giọng trầm 저음 가수 / ca sĩ nổi tiếng 유명한 가수

ca trực 번 ¶ đứng ca trực 번서다 / vào ca trực 당번이 다 / không phải ca trực 비번이다

cá 1. 물고기, 고기, 어류 ¶ cá biển 바다의 물고기 / cá sông 강의 물고기 / cá hồ 호수의 물고기 / lưới đánh cá 어망 / đánh cá 고기잡이 (하다) / ao nuôi cá 양어지 / đi bắt cá 고기를 잡으러 가다 2.생선, 어육 ¶ cá đông lạnh 냉동 생선 / cá sống 활어 / cá chiên 튀긴 생선 / nướng cá 생선을 굽다 / bị ngộ độc cá 생선에 중독되 었다 / ăn sống cá tươi 생선을 생으로 먹다 / muối cá bằng muối 생선을 소금에 절이다

cá chình 장어

cá hồi 연어 ¶ cá hồi xông khói 훈제 연어

cá mập 상어 ¶ da cá mập 상어 가죽 / dầu cá mập 상어 기름 / trở thành mồi của cá mập 상어 밥이 되다

cá ngừ 참치

cá nhân 개인 ¶ sai lầm cá

nhân 개인 오차 / một cá
nhân 한 개인 / các cá nhân
각 개인 / có tính chất cá
nhân 개인적인 / tiếp xúc cá
nhân 개인적인 접촉

cá sapa 고등어 ¶ đàn cá
sapa 고등어의 무리

cá sấu 악어 ¶ da cá sấu 악
어 가죽 / loài cá sấu 악어류

cá sống 활어

cà chua 토마토 ¶ sốt cà
chua 토마토 소스 / trồng
cà chua 토마토를 재배하다

cà phê 커피 ¶ cà phê đậm
진한 커피 / cà phê nhạt
연한 커피 / cà phê đen
블랙 커피 / cà phê đá
아이스 커피 / một ly cà phê
커피 한 잔 / cà phê hoặc
trà 커피나 차 / pha cà phê
커피를 끓이다 / ghiền cà
phê 커피에 중독되다 / nó
ghiền cà phê lắm 그는 커피
에 중독되어 있다

cà ri 카레 ¶ bột cà ri 카레
가루 / sốt cà ri 카레 소스 /
món cà ri 카레 요리 / món
cà ri cay 매운 카레 요리

cà rốt 당근 ¶ nước ép cà rốt
당근 주스 / cà rốt tươi
생당근 / (chính sách) cà rốt
và cây gậy 당근과 채찍(휘

유와 위협) / con dao này
quá cùn nên không cắt cà
rốt được 이 칼은 너무 무뎌서
당근을 썰 수가 없다

cà vạt 넥타이 ¶ thắt cà vạt
넥타이를 매다 / sửa cà vạt
넥타이를 고치다 / tháo cà
vạt 넥타이를 풀다

cả[1] 맏 ¶ anh cả 맏형 / chị cả
맏언니(맏누나) / con trai cả
맏아들 / con dâu cả 맏며느
리

cả[2] 모두, 모두 다, 다 ¶ cả
ngoại hình lẫn bản chất 외
형과 본질 모두 / mọi người
đi cả rồi à? 다들 갔니?

cả ngày 하루종일 ¶ (tôi) sẽ
ở nhà cả ngày hôm nay
오늘 하루종일 집에 있을
거예요 / cả ngày hôm nay
không ăn gì cả 오늘 하루종
일 아무것도 안 먹었다

Cacbon 탄소 ¶ thép Cacbon
탄소강 / thanh Cacbon 탄
소봉 / giấy Cacbon 탄소지
/ sợi Cacbon 탄소 섬유 /
bóng đèn Cacbon 탄소
전구 / hợp chất Cacbon
탄소 화합물 / 수소와 탄소
의 화합물 hợp chất giữa
Hyđrô và Cacbon / Cacbon
có tính phóng xạ 방사성

탄소 / tác dụng đồng hóa Cacbon 탄소 동화 작용

các 1. 각 ¶ các cá nhân 각 개인 / các khu vực 각 지역 / các địa phương 각 지방 / các gia đình 각 가정 2. -들(복수) ¶ các em 어린이들 / hình ảnh đẹp của các con tàu vào ra cảng 항구를 드나드는 배들의 멋있는 모습 / các bạn làm tốt lắm 잘들 했다 / các em vào đi 들어들 오세요 / viếng thăm bệnh viện để an ủi các cụ 노인들을 위로하기 위해 병원을 방문하다

các anh ấy 그들 (보통 젊은 남자) ¶ các anh ấy là bạn của anh mình 그들은 형의 치구다

các bạn 1. 친구들 ¶ các bạn của tôi 내 친구들 2. 너희들, 당신들 ¶ anh ấy là người lãnh đạo tốt của các bạn 그는 너희들의 좋은 지도자다

các cá nhân 각 개인

các chị ấy 그 언니들, 그 누나들, 그녀들(보통 젊은 남자) ¶ các chị ấy làm gì vậy? 그녀들은 무엇을 해요?

các cô ấy 그녀들 ¶ các cô ấy đến từ Hàn Quốc 그녀들은 한국에서 왔어요

các địa phương 각 지방

các khu vực 각 지역 ¶ doanh số bán hàng của các khu vực 각 지역의 판매액 / tôi cần tư liệu về tổng doanh số bán hàng theo tháng của các khu vực từ sau năm 2000 2000년 이후 각 지역의 월별 총판매액 자료가 필요해요

cách[1] 1. -법 ¶ cách đề phòng 예방법 / cách cấp cứu 구급법 / cách sát khuẩn 살균법 / cách lên men 발효법 / cách tiếp xúc 접촉법 / cách in ba màu 삼도 인쇄법 / cách in nhiều màu 다색 인쇄법 / cách đề cao chủ thể 주체 높임법 2. 방법 không có cách khác 다른 방법이 없다 / thắng bằng cách bất chính 부정한 방법으로 이기다

\#동 phương pháp

cách[2] -에서 ¶ trường học cách nhà có xa không? 학교가 집에서 멀어요? / công ty cách ngân hàng rất gần 회사가 은행에서 아주

가깝다

cách diễn đạt 표현 ¶ cách diễn đạt ví von 비유적인 표현

cách đây –전 ¶ cách đây mấy ngày 수일전 / luật này đã bị bãi bỏ cách đây 3 năm 이 법률은 3 년 전에 폐지되었다
#동 cách nay

cách mạng 혁명 ¶ cách mạng công nghiệp 산업 혁명 / cách mạng kỹ thuật 기술 혁명 / cách mạng (bằng) vũ lực 무력 혁명 / ông ấy là anh hùng cách mạng 그는 혁명의 영웅이다

cách nay –전 ¶ cách nay sáu tháng 6 달 전에 / anh ấy đã đi Hàn Quốc cách nay 5 năm 그는 5 년 전에 한국에 갔아요
#동 cách đây

cách ngôn 격언 ¶ câu nói 'thời gian là vàng' là câu cách ngôn chỉ dạy tầm quan trọng của thời gian '시간은 금이다'라는 말은 시간의 소중함을 가르치는 격언이다

cách tính 계산 방법

cai quản 관리하다 ¶ cơ quan cai quản 관리 가관

cai trị 통치(하다), 지배(하다) ¶ quyền cai trị 통치권 / kẻ cai trị 통치자 / chế độ cai trị 통치 제도 / dưới sự cai trị của Mỹ 미국의 통치하에 있다

cái1 개 ¶ một cái 한 개 / 3 cái túi xách 가방 세 개

cái2 것 ¶ cái này 이것 / cái đó 그것 / cái kia 저것 / cái mới 새것 / cái cần ngay tại chỗ 당장에 필요한 것 / cái đã cũ nhưng còn tốt 오래되었지만 좋은 것 / chọn cái tốt nhất 제일 좋은 것을 고르다 / đó là cái tôi chọn 그것은 내가 고른 것이다 / cái đó bao gồm nhiều vấn đề 그것은 여러 가지 문제를 내포하고 있다 / cái này gấp đôi chiều dài kia 이것은 저 길이의 두 배이다 / những cái đó được phân (loại) thành hai loại hình 그것들은 두 가지 유형으로 분류된다 / cái mà "-(으)시" đề cao thường là đối tượng chủ ngữ "-(으)시"가 높이는 것은 일반적으로 주어 대상이다

cái³ 암 ¶ mèo cái 암고양이 / chó cái 암캐
#반 đực

cái bàn 1. 탁자, 테이블 ¶ đưa cái bàn ra ngoài 탁자를 밖으로 내다 / có một cái bàn lớn ở chính giữa phòng 방의 한가운데에 큰 테이블이 있다 2.책상 ¶ cái bàn đó đầy bụi bặm 그 책상은 먼지투성이다 / cái bàn này bán sỉ năm trăm ngàn đồng 이 책상은 도매로 50만 동이다

cái cân 저울

cái chết 1. 죽음 ¶ cái chết bất ngờ 갑작스러운 죽음 2. -사 ¶ cái chết do ngộ độc 중독사

cái đã –고요 ¶ A: không đi à? B: hút thuốc cái đã A: 안 가요? B: 담배를 피우고요 / rửa mặt cái đã 세수하고요 / rửa tay cái đã 손을 씻고요

cái đó 그것 ¶ cái đó tốt 그것이 좋다 / chính là cái đó 바로 그것입니다 / đặt cái đó ở đâu? 그것을 어디에 놓을까요? / cái đó là cái gì? 그것이 무엇입니까? / cái đó biến mất ngay chính trước mắt tôi 그것이 바로 내 눈 앞에서 사라졌다

cái gì 무엇 ¶ bất cứ cái gì 무엇이든

cái gì đó 무언가, 무엇 ¶ bán đấu giá cái gì đó 경매로 무엇을 팔다 / anh ấy đang lắp cái gì đó ở bên ngoài 그는 밖에서 무언가를 설치하고 있다

cái gối 베개 ¶ gối bằng cái gối 베개를 베다

cái kia 저것 ¶ cái này cái kia 이것저것 / xem cái kia kìa 저것 봐 / cái kia là của ai vậy? 저것이 누구의 것입니까?

cái lạnh 추위 ¶ cảm nhận cái lạnh 추위를 느끼다
#동 cái rét

cái mới 새것 ¶ được bổ sung bằng cái mới 새것으로 보충되다

cái này 이것 ¶ chỉ mỗi cái này 이것만 / với cái này 이것으로 / cái này cái kia 이것저것 / cái này là cái gì? 이것이 무엇입니까?

cái nóng 더위 ¶ cảm nhận cái nóng 더위를 느끼다

cái rét 추위 ¶ cái rét của mùa xuân 봄추위
#동 cái lạnh

cái thắng 브레이크, 제동기, 제동 장치
#동 phanh

cải 야채 ¶ vườn cải 야채밭 / món cải 야채 요리 / 신선한야채 cải tươi

cải biên (책 따위) 개편하다 ¶ cải biên sách giáo khoa 교과서를 개편하다

cải cách 개혁 ¶ cải cách lớn 대개혁 / (sự) cải cách hành chính 행정 개혁 / (sự) cải cách cơ cấu 기구 개혁 / cải cách cấu trúc 구조 개혁 / (sự) cải cách xã hội 사회 개혁 / yêu cầu cải cách xã hội 사회 개혁을 요구하다

cải hoa 콜리플라워, 꽃양배추

cải lương 개량 ¶ chủ nghĩa cải lương 개량주의

cải tạo 개조(하다) ¶ sự cải tạo ý thức 의식의 개조 / cải tạo nhà kho thành nhà xưởng 창고를 공장으로 개조하다

cải thiện 개선(하다) ¶ (sự) cải thiện đãi ngộ 대우 개선 / cải thiện điều kiện lao động 노동 조건의 개선 / được cải thiện 개선되다 / cải thiện sinh hoạt 생활을 개선하다

cải tiến 개선(하다) ¶ cải tiến kỹ thuật 기술적 개선 / cải tiến thiết bị 설비 개선 / cải tiến cơ sở vật chất 시설 개선 / đang cải tiến 개선 중이다 / cải tiến thêm 개선을 가하다

cải tổ 개편(하다) ¶ (sự) cải tổ nội các 내각 개편 / (sự) cải tổ tổ chức đảng 당직 개편 / (sự) cải tổ bộ máy chính phủ 정부 기구의 개편 / cải tổ cơ cấu 기구를 개편하다 / cải tổ chế độ giáo dục lạc hậu so với thời đại 시대에 뒤진 교육 제도를 개편하다

cãi 논쟁하다, (말로) 다투다

cãi lộn (말로) 싸우다 ¶ cãi lộn với trưởng phòng 과장하고 싸웠다

cãi vã 싸움, 싸우다 ¶ sự cãi vã giữa anh em với nhau 형제 싸움

Califoni 칼리포르늄

cam 1. 오렌지 ¶ nước cam 오렌지 주스 / vắt nước cam 오렌지에서 즙을 짜다 2. 오렌지색의

cam chịu 참다 cam chịu sự thống khổ 고통을 참다 / có tính cam chịu 참을성 있다 / không thể cam chịu được 참을 수 없다

cam kết 서약(하다) ¶ bản cam kết 서약서 / người cam kết 서약자

Cam pu chia 캄보디아 ¶ thuộc Cam pu chia 캄보디아의 / người Cam pu chia 캄보디아 사람

cám ơn (구어체) 감사하다, 고맙다 cảm ơn anh 고맙습니다
\#동 cảm ơn

cảm 감기 ¶ thuốc cảm 감기약 / cảm sổ mũi 코감기 / cảm ho 기침감기 / bị cảm 감기에 걸리다
\#동 bệnh cảm

cảm cúm 독감 ¶ bị cảm cúm 독감에 걸리다 / cảm cúm đang hoành hành 독감이 돌고 있다
\#동 bệnh cảm cúm

cảm động 감동하다, 감동적인 bài diễn văn cảm động 감동적인 연설 / cảnh cảm động 감동적인 장면 / làm cảm động 감동시키다 / tôi đã cảm động trước lời nói của cô ấy 그녀의 말에 감동했다

cảm giác 1. 감각, 느낌 ¶ cảm giác nhạy bén 예민한 감각 / cảm giác tinh tế 섬세한 감각 / cảm giác mệt mỏi 피곤한 느낌 / mang lại cảm giác 느낌을 주다
2. 감촉(하다) ¶ cảm giác tốt 감촉이 좋다 / cảm giác mềm mại 감촉이 부드럽다 / cảm giác sần sùi 감촉이 꺼칠꺼치칠하다

cảm gió 바람으로 감기에 걸리다

cảm lạnh 취위로 감기에 걸리다

cảm nặng 심한 감기 ¶ đang bị cảm nặng 심한 감기에 걸려 있다

cảm nhận 1. 느끼다 ¶ cảm nhận cái nóng 더위를 느끼다 / cảm nhận cái lạnh 추위를 느끼다 / cảm nhận sự hấp dẫn 매력을 느끼다 / cô ấy đã cảm nhận được sự nguy hiểm của tính mạng 그녀는 생명의 위험을 느꼈다 2. 소감, 감상 ¶ bài cảm nhận 감상문 / nói về cảm nhận 소감을 말하다

cảm ơn 감사하다, 고맙다 ¶ lời cảm ơn 고마운 말씀 / món quà cảm ơn 고마운 설물 / cảm ơn nhiều 대단히 감사합니다 / xin chân thành cảm ơn 진심으로 감사합니

다 / cảm ơn anh(chị) đã hồi âm sớm 빨리 회신을 보내 주셔서 고맙습니다

cảm sổ mũi 코감기, 콧물 감기 코감기에 걸리다

cảm tạ 감사(하다) ¶ thư cảm tạ 감사장 / bức thư cảm tạ 감사 편지 / lời cảm tạ 감사의 말 / bằng biểu hiện cảm tạ 감사의 표시로 / biểu lộ sự cảm tạ 감사를 표하다

cảm thán 감탄(하다) ¶ từ cảm thán 감탄사 / câu cảm thán 감탄문 / dấu cảm thán 감탄 부호

cảm thấy 느끼다 ¶ cảm thấy sự bất tiện 불편을 느끼다 / cảm thấy cái nóng 더위를 느끼다 / cảm thấy cái lạnh 추위를 느끼다 / cảm thấy thời gian thế này bất tiện 이런 시간이 불편하다고 느낀다

cảm ứng 감응(하다) ¶ độ cảm ứng 감응도 / cuộn cảm ứng 감응 코일 / cảm ứng điện từ 전자 감응 / phản ứng cảm ứng 감응 반응 / tia phóng xạ cảm ứng 감응 방사선 / tác dụng cảm ứng 감응 작용 / điện cảm ứng 감응 전기 / dòng điện

cảm ứng 감응 전류

cảm xúc 느낌

Ca na đa 캐나다 ¶ đang du học ở Ca na đa 캐나다 유학중에

can thiệp 간섭(하다) ¶ can thiệp vào bầu cử 선거에 간섭하다 / đừng can thiệp vào đời tư của người khác 남의 사생활에 간섭 하지 마시오

cán bộ 간부 ¶ hội nghị cán bộ 간부 회의 / cán bộ cấp cao 최고 간부 / người ở cấp cán bộ 간부급에 있는 사람

cản trở 방해(하다) ¶ cản trở giao thông 교통을 방해하다 / cản trở sản xuất 생산을 방해하다 / cản trở kinh doanh 영업을 방해하다

cạn 얕다 ¶ ao cạn 얕은 연못 / chỗ cạn 얕은 곳 / dòng suối cạn 얕은 시냇물 / bờ biển cạn 얕은 해안

cạn ly 건배 ¶ chúng ta hãy cạn ly 건배합시다 / tôi muốn đề nghị can ly 건배를 제의하고 싶습니다 / hãy cạn ly vì sức khỏe 건강을 위하여 건배! / hãy cạn ly vì cặp đôi hạnh phúc này 행복

한 이 한 쌍을 위하여 건배!

càng 더 ¶ càng phức tạp hơn 더 복잡하다 / càng quan trọng hơn 더 중요하다

càng… càng… -(으)ㄹ수록, -(으)면 -(으)ㄹ수록 ¶ tiếng Hàn càng học càng khó 한국말은 배우면 배울수록 어렵다

càng ngày càng 나날이 ¶ càng ngày càng nóng 나날이 더워지다 / càng ngày càng lạnh 나날이 추워지다

cảng 1. 항구 ¶ thành phố cảng 항구 도시 / hình ảnh đẹp của các con tàu vào ra cảng 항구를 드나드는 배들의 멋있는 모습 2. -항 ¶ cảng Incheon 인천항 / cảng Sài Gòn 사이공항

canh 탕, 국 ¶ bát canh 탕기 (湯器) / canh nóng 뜨거운 국 / canh cay 국이 맵다

canh tác 경작(하다) ¶ dùng trong canh tác 경작용 / máy kéo dùng để canh tác 경작용 트랙터

cánh 날개 ¶ kiến có cánh 날개 개미 / cánh máy bay 비행기 날개 / vỗ cánh 날개를 치다 / sải cánh 날개를 펴다

cánh đồng 밭 ¶ cánh đồng lúa mì 밀밭 / cánh đồng ngô 옥수수밭 / cánh đồng nho 포도밭 / cánh đồng bí 호박밭

cánh tay 팔 ¶ cơ bắp của cánh tay 팔의 근육 / dang hai cánh tay 두 팔을 벌리다 / vặn cánh tay 팔을 틀다 / cử động cánh tay 팔을 움직이다 / nhéo cánh tay của người khác 남의 팔을 꼬집다

Cành (나무의) 가지 ¶ cành cây 나뭇가지 / bẻ cành 가지를 꺾다 / cắt cành 가지를 자르다 / tỉa cành 가지를 쳐내다

cành cây 나뭇가지 ¶ cưa cành cây 나뭇가지를 톱질하다

cảnh[1] 장면 ¶ cảnh yêu đương 연애 장면 / cảnh cảm động 감동적인 장면 / cảnh buồn 슬픈 장면 / cảnh đáng sợ 무서운 장면 / cảnh sinh động 생생한 장면 / cảnh thường thấy 흔한 장면

cảnh[2] 경치 ¶ cảnh biển 바다 경치 / cảnh đêm 밤 경치 / cảnh băng 얼음 경치 /

cảnh vật xung quanh 주변 경치 / cảnh đẹp 좋은 경치 / cảnh núi 산의 경치 / cảnh hùng vĩ 웅대한 경치 / cảnh ngọn núi hùng vĩ 산의 경치는 웅대하다 / cảnh nơi đó đẹp biết bao 그 곳의 경치가 얼마나 예쁜지 몰라요 / anh ấy có căn biệt thự có cảnh đẹp xung quanh 그는 주변 경치가 아름다운 별장을 갖고 있다

cảnh báo 경보(하다) ¶ sự cảnh báo sương mù 농무 경보 / sự cảnh báo bão 태풍 경보

cảnh quan 경관 ¶ cảnh quan tự nhiên 자연 경관 / cảnh quan rộng lớn 일대 경관 / gây hại cảnh quan 경관을 해치다

cảnh sát 경찰, 경관 ¶ cảnh sát an ninh 치안 경찰 / cảnh sát trấn áp bạo động 폭동 진압 경찰 / cảnh sát đáng tin cậy 믿음직한 경찰 / dưới sự hộ tống của cảnh sát 경관의 호위하에 / cảnh sát đang thụ lý vụ án đó 경찰은 그 사건을 수사 중에 있다 / bàn giao tên trộm cho cảnh sát 도둑을 경찰에 넘

기다 / yêu cầu cảnh sát bảo vệ 경찰에 보호를 요청하다 / anh ấy đang được cảnh sát bảo vệ 그는 경찰의 보호를 받고 있다 / người đó đã tự thú với cảnh sát 그 사람은 경찰에 자수했다

cảnh sát giao thông 교통 경찰 ¶ ở đây không có cảnh sát giao thông 여기에는 경찰이 없다

cảnh sát tuần tra 순경 ¶ cảnh sát tuần tra giao thông 교통 순경

cảnh tỉnh 경성(하다) ¶ cảnh tỉnh người bị mê hoặc 미혹한 사람을 경성하다 / gióng hồi chuông cảnh tỉnh 경종을 올리다

cảnh tượng 경상, 경치

cảnh vật 경치 ¶ cảnh vật miền quê 시골 경치 / cảnh vật về đêm 밤 경치

cạnh[1] 옆 ¶ người cạnh tôi 내 옆의 사람 / ngồi cạnh 옆에 앉다 / ở ngay cạnh 바로 옆에 있다

\#동 bên cạnh

cạnh[2] (기하) 변 ¶ độ dài của cạnh 변의 길이 / hình tứ giác có độ dài các cạnh và kích thước của các góc trong như nhau là hình vuông 변의 길이와 내각의 크기가 모두 같은 사각형은 정사각형이다

cạnh tranh 경쟁(하다) ¶ sức cạnh tranh 경쟁력 / tỉ lệ cạnh tranh 경쟁률 / quốc gia cạnh tranh 경쟁국 / tinh thần cạnh tranh 경쟁심 / người cạnh tranh 경쟁자 / giá cạnh tranh 경쟁 가격 / đối thủ cạnh tranh 경쟁 상대 / thời đại cạnh tranh 경쟁 시대 / xã hội cạnh tranh 경쟁 사회 / thắng trong cạnh tranh 경쟁에 이기다 / thua trong cạnh tranh 경쟁에 지다

Canxi 칼슘 ¶ tiêm Canxi 칼슘 주사 / xà phòng Canxi 칼슘 비누

cao 1. 고- ¶ nguyên âm cao 고모음 / cao huyết áp 고혈압 / tính năng cao 고성능 / bom có tính năng cao 고성능 폭탄 2. 높다 ¶ tỉ lệ cao 높은 비율 / nhiệt độ cao 높은 온도 / âm cao 높은 음 / người có địa vị xã hội cao 사회적 지위가 높은 사람 / giày cao gót 굽이 높은 구두 3. 높게 ¶ bay cao 높게 날다

#반동 thấp

cao áp 고압 ¶ điện cao áp 고압 전기 / thiết bị cao áp 고압 장치

cao cả 고귀하다 ¶ người cao cả 고귀한 사람

cao cấp 고급 ¶ hàng cao cấp 고급품 / khách sạn cao cấp 고급 호텔 / căn hộ cao cấp 고급 아파트 / cửa hiệu cao cấp 고급 상점 / vải cao cấp 고급천 / tham mưu cao cấp 고급 참모 / xe hơi cao cấp 고급 승용차

cao đẳng 3년제 대학

cao điểm 클라이맥스 ¶ đạt đến cao điểm 클라이맥스에 달하다

cao độ 고도 ¶ sự căng thẳng cao độ 고도의 긴장

cao huyết áp 고혈압(高血壓) ¶ chứng cao huyết áp 고혈압증 / bệnh nhân cao huyết áp 고혈압 환자 / tôi bị cao huyết áp 나는 고혈압이다

cao ốc 고층 거물

cao ơi là cao 높디높다

cao quý 고귀(하다) ¶ người cao quý 고귀한 사람 / bất cứ nghề nào cũng cao quý cả 직업은 어느 것이든 고귀한 것이다

cao ráo 높고 마르다 ¶ nơi cao ráo 높고 마른 곳

cao su 고무 ¶ cao su tươi 생고무 / cao su tái sinh 재생 고무 / cao su nhân tạo 인조 고무 / ngành công nghiệp cao su 고무 공업 / cây cao su 고무 나무

cao tầng 고층 ¶ chung cư cao tầng 고층 아파트 / toà nhà cao tầng 고층 거물 / tòa nhà cao tầng mới xây 새로 지은 고층 건물 / sống trong tòa nhà cao tầng 고층 아파트에 살다

cao tốc 고속 ¶ động cơ cao tốc 고속기관 / đường cao tốc 고속도로 / mạng lưới đường cao tốc 고속도로망 / đường sắt cao tốc 고속철도 / xe lửa cao tốc 고속열차

cáo 여우 ¶ lông cáo 여우털 / đuôi cáo 여우 꼬리 / săn bắn cáo 여우 사냥 / cáo kêu 여우가 울다

cáo già 여우 같은 사람 ¶ ông lão cáo già 여우 같은 늙은이

cạo 1. 깎다 ¶ cừu được cạo lông 털 깎인 양 / bị cạo (được cạo) 깎이다 / cạo râu 수염을 깎다 / cạo đầu 머리를 깎다 / cạo lông cừu 양털을 깎다 2. 면도(하다) ¶ dao cạo 면도칼 / mài dao cạo 면도칼을 갈다

cạo râu 면도(하다), 면도질(하다) ¶ cạo râu sạch sẽ 깨끗이 면도하다 / khuôn mặt được cạo râu sạch sẽ 깨끗이 면도한 얼굴 / không cạo râu 면도를 하지 않다

Catmi 카드뮴

cát 모래 ¶ hạt cát 모래알 / đất cát 모래땅 / bãi cát 모래사장 / màu cát 모래빛 / đồng hồ cát 모래시계 / bao cát 모래주머니 / đụn cát 모래 무더기 / đồi cát 모래 언덕 / đắp cát 모래를 쌓다 / rải cát 모래를 뿌리다 / bước đi trên cát 모래 위를 걷다 / đùa giỡn trên cát 모래 위에서 놀다 / cát vào mắt 눈에 모래가 들어가다

cát hung họa phúc 길흉화복 ¶ bói cát hung họa phúc 길흉화복을 점치다

cát tường 길상(吉祥)

cau 빈랑(檳榔)

  #동 quả cau

cay 맵다 ¶ sốt cay 매운 소스

/ món cà ri cay 매운 카레 요리 / canh cay 국이 맵다 / món ăn đó cay 그 음식이 맵다 / ớt này thật là cay 이 고추는 정말 맵다

cày (밭을) 갈다 ¶ cày đất 땅을 갈다 / cày ruộng 밭을 갈다

cày cấy 갈다, 경작하다

cắm 꽂다 ¶ cắm phích cắm vào ổ cắm 콘센트에 플러그를 꽂다

cằm 아래턱

căn bản 근본 ¶ nguyên lý căn bản 근본 원리 / nguyên nhân căn bản 근본 원인 / vấn đề căn bản 근본 문제 / có tính căn bản 근본적 / một cách căn bản 근본적으로

căn hộ 아파트 ¶ căn hộ cao cấp 고급 아파트 / căn hộ cao tầng 고층 아파트

căn nhà 집 ¶ căn nhà nhỏ bé 작은 집 / căn nhà ẩm thấp 눅눅한 집 / căn nhà vững chắc 튼튼한 집 / bảo dưỡng căn nhà 집 간수 / căn nhà ở góc đường 모퉁이 집 / tậu căn nhà 집을 장만하다 / mở rộng căn nhà 집을 넓히다 / căn nhà đó ở góc đường 그 집은 모퉁이에 있습니다

căn phòng 방 ¶ dọn dẹp căn phòng 방을 청소하다

cắn 물다 ¶ vết chó cắn 개가 문 자국 / vết cắn bằng răng 이로 문 흔적 / chó cắn người 개가 사람을 물다 / cắn bỏ 물어 뜯다

cắn đứt 물어 끊다

cắn chết 물어 죽이다

căng thẳng 긴장(하다) ¶ trạng thái căng thẳng 긴장 상태 / sự căng thẳng cao độ 고도의 긴장 / sự căng thẳng cực độ 극도의 긴장 / căng thẳng về mặt tinh thần 정신적 긴장 / căng thẳng về mặt tâm lý 심리적 긴장 / không khí căng thẳng 긴장된 분위기 / vẻ mặt căng thẳng 긴장된 표정 / tình hình căng thẳng 긴장된 상황 / làm căng thẳng 긴장시키다

cẳng 다리
#동 chân

cặp 책가방

cặp 쌍 ¶ một cặp gà 닭 한 쌍 / một cặp vịt 오리 한 쌍 / một cặp vợ chồng trẻ 한 쌍의 젊은 부부 / bắt cặp

쌍을 이루다 / hãy cạn ly vì cặp đôi hạnh phúc này 행복한 이 한 쌍을 위하여 건배!

cắt 1. 자르다 ¶ cắt ở giữa 가운데를 자르다 / cắt cành 가지를 자르다 2. 베다 ¶ dao cắt cỏ khô 건초 베는 칼 / cắt cỏ풀을 베다 3. 썰다 ¶ cắt mỏng 얇게 썰다 / con dao này quá cùn nên không cắt cà rốt được 이칼은 너무 무뎌서 당근을 썰 수가 없다 4. 끊다 ¶ cắt băng (개통식 등에서)테이프를 끊다

cắt tóc 이발(하다) ¶ thợ cắt tóc 이발사

câm mồm 입 닫혀!

cấm 금지(하다) ¶ hàng cấm 금지품 / lệnh cấm 금지령 / luật cấm 금지법 / điều khoản cấm 금지 조항 / điều ước cấm tra tấn 고문 금지 조약 / cấm trình diễn 상연 금지 / cấm đăng tải 게재 금지 / khu vực cấm ra vào 출입 금지 구역 / tuyệt đối cấm chơi game 오락게임절대금지 / cấm bằng pháp luật 법률로써 금지하다 / cấm bán hàng 판매 금지시키다 / buôn lậu hàng cấm 금수품을 밀수하다 / dược phẩm này là hàng cấm bán 이 약품은 판매 금지품이다

cấm vào 입장 금지, 입장 사절 ¶ yết thị "Cấm vào" "입장 사절"의 게시

cầm 휴대(하다), 들다, 가지다 ¶ cầm bất tiện 휴대하기 불편하다 / cầm dù đi 우산을 들고 가다 / đang cầm súng ngắn 권총을 들고 있다 / cầm đồ chơi chơi 장난감을 가지고 놀다

cầm giữ 소지(하다) ¶ người cầm giữ 소지자 / sự cầm giữ vũ khí bất hợp pháp 무기 불법 소지 / cầm giữ hộ chiếu 여권을 소지하다

cầm quyền 집권(하다) ¶ đảng cầm quyền 집권당 / cầm quyền lâu dài bởi một người 한 사람에 의한 장기 집권 / tái cầm quyền 재집권하다

cầm tay 휴대(하다) ¶ điện thoại cầm tay 휴대폰 / cầm tay bất tiện 휴대하기 불편하다

cầm thú 금수(禽獸) ¶ như cầm thú 금수 같다 / hành vi như loài cầm thú 금수와

같은 행위 / kẻ còn thua cả loài cầm thú 금수만도 못한 놈

cẩm chướng 카네이션

cân 저울 ¶ cân lò xo 용수철 저울

cần 필요(하다) ¶ điều kiện cần 필요조건 / điều kiện cần và đủ 필요충분조건 / cái cần ngay tại chỗ 당장에 필요한 것 / không cần 필요 없다 / cần chút ít tiền 돈이 조금 필요하다 / cần pin mới 새 배터리가 필요하다 / tôi cần tư liệu về tổng doanh số bán hàng theo tháng của các khu vực từ sau năm 2000 2000 년 이후 각 지역의 월별 총판매액 자료가 필요해요

cần cù 열심히 하다, 부지런 하다

cần mẫn 근면(하다) ¶ người cần mẫn 근면한 사람 / làm việc một cách cần mẫn 일을 근면하게 하다 / sự thành công của người đó là do cần mẫn 그 사람의 성공은 근면 덕택이다

cần thiết 필요(하다) ¶ tính cần thiết 필요성 / chi phí cần thiết 필요비 / trường

hợp cần thiết 필요할 경우

cẩn thận 조심(하다) ¶ tính cẩn thận 조심성 / không có tính cẩn thận 조심성이 없다 / bước cẩn thận 조심해서 걷다 / hãy cẩn thận 조심하십시오 / khuyên cẩn thận 조심하도록 충고하다

cận 근시 ¶ mắt cận 근시안 / kính cận 근시경
\#동 cận thị

cận hàn đới 아한대

cận ôn đới 아온대

cận nhiệt đới 아열대

cận thị 근시 ¶ mắt cận thị 근시안 / người có mắt bị cận thị 근시안의 사람 / người cận thị 근시인 사람 / tôi bị cận thị 나는 근시이다 / cô ấy bị viễn thị còn con gái của cô ấy bị cận thị 그녀는 원시인데 그녀의 딸은 근시이다
\#반 viễn thị

cấp 1. 급 ¶ cấp bộ trưởng 장관급 / cấp đại sứ 대사급 / hội đàm cấp đại sứ 대사급 회담 / nhân vật cấp bộ trưởng 장관급의 인물
2. 학급

cấp 공급하다
\#동 cung cấp

cấp cao 고급¶ cán bộ cấp cao 최고 간부

cấp cứu 구급 ¶ xe cấp cứu 구급차 / trạm cấp cứu 구급소 / cách cấp cứu 구급법 / thuốc cấp cứu 구급약 / băng cấp cứu 구급 붕대 / tín hiệu cấp cứu 구급 신호 / biện pháp cấp cứu 구급 조치 / dụng cụ cấp cứu 구급 용구 / bệnh nhân cấp cứu 구급 환자 / bệnh viện cấp cứu 구급 병원 / xử lý cấp cứu 구급처치를 하다

cấp phát 발급(하다) ¶ cấp phát hộ chiếu 여권을 발급하다 / cấp phát giấy phép lái xe 운전 면허증을 발급하다

cấp tốc 급속 ¶ đông lạnh cấp tốc 급속 냉동 / thịt đông lạnh cấp tốc 급속 냉동한 고기 / một cách cấp tốc 급속히

cất cánh 이륙(하다) ¶ địa điểm cất cánh 이륙 지점 / thời gian cất cánh 이륙 시간 / cự ly cất cánh 이륙 거리 / cất cánh và hạ cánh 이륙과 착륙 / sẵn sàng cất cánh 이륙 준비가 되다 #반 hạ cánh

câu 낚시(하다), 낚시질(하다) ¶ câu đêm 밤낚시

câu 1. 문장 ¶ câu sắc sảo 세련된 문장 / câu lủng củng 서투른 문장 / chủ ngữ của câu 문장의 주어 / câu gọn gàng 간결한 문장 / sửa câu 문장을 고치다 / hãy hoàn thành câu 문장을 완성하세요 2. –문¶câu phủ định 부정문 / câu cảm thán 감탄문 / câu trần thuật 평서문 / câu nghi vấn 의문문 / câu dẫn 인용문

câu bị động 피동문

câu cảm thán 감탄문

câu chủ động 능동문

câu chuyện 이야기, 얘기 ¶ câu chuyện nhàm chán 지루한 이야기 / câu chuyện dài 긴 이야기 / câu chuyện đó đầy giả dối 그 이야기는 거짓말투성이다

câu dẫn 인용문

câu đề nghị 청유문

câu đố 퀴즈(quiz)

câu hỏi 1. 의문문 2. 질문 ¶ câu hỏi bổ sung 보충 질문 / câu hỏi bất ngờ 갑작스러운 질문 /질문이 있습니까? có câu hỏi nào không?

câu hỏi luyện tập 연습문제

câu hỏi ôn tập 복습문제

câu khẳng định 긍정문

câu lạc bộ 클럽, 동아리 ¶ hội viên câu lạc bộ 클럽 회원 / hội phí câu lạc bộ 클럽 회비 / hoạt động câu lạc bộ 클럽 활동 / tổ chức câu lạc bộ 클럽을 조직하다 / gia nhập câu lạc bộ 클럽에 입회하다

câu mệnh lệnh 명령문

câu nghi vấn 의문문

câu phủ định 부정문

câu sai kiến 사동문

câu trần thuật 평서문

câu văn 문장 ¶ câu văn mơ hồ 모호한 문장 / câu văn lủng củng 서투른 문장 / câu văn ngượng nghịu 어색한 문장 / câu văn sắc sảo 세련된 문장 / câu văn phức tạp 복잡한 문장 / câu văn khó hiểu 난해한 문장

cấu tạo 1. 구조 ¶ vật cấu tạo 구조물 / về mặt cấu tạo 구조상 / có khiếm khuyết về mặt cấu tạo 구조상 결함이 있다 2. 구성 cấu tạo nguyên tố 원소 구성

cấu thành 구성(하다) ¶ vật cấu thành 구성물 / tỉ lệ cấu thành 구성 비율 / đơn vị cấu thành 구성 단위 / đoàn thể cấu thành 구성 단체

cấu trúc 구조 ¶ cấu trúc thượng tầng 상부 구조 / cấu trúc hạ tầng 하부 구조 / cải cách cấu trúc 구조 개혁 / ngôn ngữ học cấu trúc 구조언어학 / cấu trúc cú pháp 통사적 구조

cầu[1] 다리 ¶ cầu tàu 배다리 / bắc cầu 다리를 놓다 / bắc cầu qua sông 강에 다리를 놓다 / bắc cầu làm đường 다리를 놓아 길을 만들다

cầu[2] 기도(하다) ¶ cầu Chúa 하나님께 기도하다

cầu khất 구걸(求乞)하다 ¶ đi đến từng nhà cầu khất 집집마다 다니며 구걸하다

cầu lông 배드민턴 ¶ banh đánh cầu lông 배드민턴공 / vận động viên cầu lông 배드민턴 선수 / tôi từng có ý nghĩ sẽ trở thành vận động viên cầu lông 나는 배드민턴 선수가 될 생각이었다

cầu kỳ 까다롭다 ¶ ông ấy ăn mặc rất cầu kỳ 그는 옷차림에 매우 까다롭다

cầu mong 빌다 ¶ cầu mong chiến thắng 전승을 빌다

cầu nguyện 1. 기도(하다) ¶

người cầu nguyện 기도자 / buổi cầu nguyện 기도회 2. 예배(하다) ¶ cầu nguyện lễ Phục sinh 부활절 예배

cầu tàu 배다리

cầu thang 계단 ¶ ở dưới cầu thang 계단 아래에

cầu thủ 선수 ¶ cầu thủ bóng đá 축구 선수 / khích lệ các cầu thủ bóng đá 축구 선수들을 격려하다 / tôi từng có ý nghĩ sẽ trở thành cầu thủ bóng đá 나는 축구 선수가 될 생각이었다

cầu thực 구식(求食)하다

cầu vồng 무지개

cẩu thả 소홀 (疎忽)하다, 난폭(하다) ¶ một cách cẩu thả 소홀히 / làm cẩu thả 소홀히 하다 / làm việc cẩu thả 근무를 소홀히 하다 / học cẩu thả 공부를 소홀히 하다 / lái xe cẩu thả 난폭 운전을 하다

cậu[1] 외삼촌

cậu[2] 자네 ¶ tôi sẽ bán cho cậu 200 đô la 자네에게 이백 달러에 팔겠네

cậu bé 꼬마, 아이, 소년 ¶ cô ấy đã bẹo má cậu bé 그녀는 소년의 뺨을 꼬집었다 동 chú bé

cây[1] 1. 나무 ¶ câynho 포도 나무/ cây cao su 고무 나무 / bóng cây 나무 그늘 / cây gai 가시나무 / cây có nhiều gai 가시가 많은 나무 / cây cứng 딱딱한 나무 / nhiều cây 나무가 많다 / nấp sau cây 나무 뒤에 숨다 / cây tỏa bóng 나무가 그늘을 짓다 / cưa cành cây 나뭇가지를 톱질하다 / nghỉ dưới bóng cây 나무 그늘에서 쉬다 / táo rụng từ cây 사과가 나무에서 떨어졌다 / có cây nên nhà được nhiều bóng mát 나무가 있어 집이 응달이 잘 진다 / trồng cây trong vườn 뜰에 나무를 심다 2. 트리(tree) ¶ cây thông Nô en 크리스마스 트리

cây[2] 자루(분류사) ¶ một cây bút chì 연필 한 자루 / cây chổi 빗자루

cây bụi 관목 ¶ rừng cây bụi 관목림 / vùng cây bụi 관목 지대

cây chổi 빗자루

cây cỏ 1. 목초 ¶ rừng cây cỏ 목초림 / vùng cây cỏ 목초 지대 2. 초목 ¶ không có cây cỏ 초목이 없다 / câycỏ um tùm 초목이 우거

지다

cây cối(총칭) 나무

　#동 cây

cây gậy 채찍 ¶ (chính sách
) cà rốt và cây gậy 당근과
채찍(휘유와 위협) / quất gậy
채찍질하다

cây lan 난초

cây rìu 도끼

cây sậy 갈대 ¶ cây sậy xào
xạc trước gió 갈대가 바람
에 와스스하다

cây số 킬로미터

　#동 ki lô mét

cây thông 소나무

cây tre 대나무

cây tùng 솔송나무

C D 시디, 콤팩트 디스크
(compact disc) ¶ an bum CD
시디 앨범

cha[1] 아버지, 아빠, 아버님
¶ cha ruột 친 아버지 / cha
của bạn 친구의 아버지 /
어버이날 / mất cha 아버지
를 여의다 / cha không đi à?
아빠, 안 가세요? / cha nào
con náy 그 부모에 그자식

　#동 bố, ba

cha[2] (천주교) 신부

cha mẹ 부모(님), 어버이 ¶
cha mẹ ruột 친어버이 /
ngày cha mẹ(ngày 8 tháng 5

ở Hàn Quốc) 어버이날 /
đứa bé không có cha mẹ 부
모 없는 아이 / phụng
dưỡng cha mẹ 부모를 부양
하다 / chăm sóc cha mẹ
부모를 돌보다 / mất cha mẹ
부모를 여의다 / làm trái lời
cha mẹ 부모 말을 거역하다
/ trở thành cha mẹ 부모가
되다 / hiếu thảo với cha mẹ
어버이에효도하다 / bất hiếu
với cha mẹ 어버이에게 불
효하다 / cung kính cha mẹ
어버이를 공경하다 / có con
mới biết công ơn cha mẹ
자식을 가져봐야 어버이의
은혜를 안다 / con cái không
hiểu lòng cha mẹ 부모
마음을 자식은 모른다

　#동 bố mẹ

cha xứ 주임신부, 신부 ¶
cha xứ của đạo Thiên chúa
천주교 신부

chai 병 ¶ chai rượu 술병 /
chai sữa 젖병 / chai nước
hoa 향수병/ chai miệng to
주둥이가 큰 병 / một chai
bia 맥주 한 병 / một chai
rượu nho 포도주 한 병

chán 지루하다 ¶ không biết
chán 지루할 줄 모르게 /
làm (cho) chán 지루하게 하다

chàng rể 사위 ¶ chàng rể đầu 맏사위

chàng trai 젊은이 ¶ chàng trai tuấn tú 준수한 젊은이

chanh 레몬 ¶ trà chanh 레몬차 / nước chanh 레몬 주스

cháo 죽 ¶ ăn cháo 죽을 먹다 / nấu cháo 죽을 끓이다 / vì bệnh nên cô ấy ăn cháo 그녀는 병 때문에 죽을 먹 는다

cháo lòng 내장죽 ¶ bán cháo lòng 내장죽을 팔다

chào 인사(하다) ¶ chào tạm biệt 작별 인사를 하다 / hãy chào đi 인사하세요

chào đón (사람을) 맞다, 맞이하다 ¶ vui mừng chào đón ai đó 사람을 반가이 맞 다 / chào đón ai đó một cách nồng hậu 사람을 따뜻 하게 맞다 / chào đón bằng cái bắt tay 악수로써 맞이하 다

chào đời 태어나다, 출생하다

chào gọi 인사하고 부르다

cháu 1. 손자, 손녀 ¶ cháu trai 손자 / cháu gái 손녀 2. 생질, 질녀, 조카, 조카딸 ¶ cháu trai 조카(생질) / cháu gái 조카딸 (질녀)

cháu bé 아이 cháu bé không có cha mẹ 부모 없는 아이 / cháu bé này dễ thương quá 이 아이가 귀엽다

cháu gái 1. 손녀 ¶ cháu gái đầu 맏손녀 2. 조카딸, 질녀

cháu ngoại 외손자, 외손녀

cháu nội 손자, 손녀

cháu trai 1. 손자 ¶ cháu trai đầu 맏손자 2. 조카, 생질

cháy (불이) 타다 ¶ đang cháy 타고 있다 / cháy tốt 잘 타다 / cháy chết 타 죽다

cháy lên (불이) 타오르다 ¶ lửa cháy lên 불이 타오르다

chạy 1. 달리다 ¶ chạy nhanh 빨리 달리다 / chạy như bay 나는 듯이 달려가다 2. 달리기 ¶ vận động viên chạy 달리기 선수 / tôi từng có ý nghĩ sẽ trở thành vận động viên chạy 나는 달리기 선수가 될 생각이었다

chạy trốn 도망치다 ¶ chạy trốn một cách vất vả 간신히 도망치다

chắc[1] -(으)ㄴ/는/(으)ㄹ 것 같 다 ¶ chắc lạnh lắm 추운 것 같다 / chắc anh ấy không đến đâu 그는 오지 않을 것 같다

#동 chắc là

chắc² 확실하다 ¶ không thể nói chắc được 확실한 것은 말할 수 없다

#동 chắc chắn

chắc chắn 1. 확실하다 ¶ phương pháp chắc chắn 확실한 방법 / sự đầu tư chắc chắn 확실한 투자 / không thể nói chắc được 확실한 것은 말할 수 없다 / chắc chắn cô ấy sẽ thành công 그녀가 성공할 것은 확실하다 2. 견고하다 ¶ tòa nhà chắc chắn 견고한 건물

chắc là -(으)ㄴ/는/(으)ㄹ 것 같다 ¶ chắc là đẹp lắm 예쁜 것 같다 / chắc là cô ấy đi du học rồi 그녀는 유학간 것 같다

#동 chắc

chắc sẽ (미래 추측) -겠, -(으)ㄹ 것 같다 ¶ đêm nay chắc sẽ đóng băng 오늘 밤에는 얼음이 얼겠다

chăm 열심히 sinh viên học chăm 열심히 공부하는 학생

#동 chăm chỉ

chăm chỉ 열심히 ¶ chăm chỉ lắng nghe 열심히 듣다 / học tập chăm chỉ 열심히 공부하다 / nỗ lực chăm chỉ 열심히 노력하다 / người nỗ lực chăm chỉ 열심히 노력하는 사람

chăm sóc 돌보다 ¶ chăm sóc cha mẹ 부모를 돌보다 / chăm sóc bệnh nhân 환자를 돌보다 / chăm sóc trẻ nhỏ 어린애를 돌보다

chăn nuôi 사육(하다) ¶ chăn nuôi gia súc 가축 사육 / chăn nuôi gia cầm 가금 사육 / người chăn nuôi gia cầm 가금 사육자 / người chăn nuôi gia súc 가축 사육자

chặn 막다, 차단하다 ¶ chặn đường 길을 막다

chẳng có gì cả 아무것도 없다, 조금도 없다 ¶ không có người nào kinh doanh mà chẳng có lời gì cả 조금의 이문도 없이 장사를 하는 사람은 없다

chẳng bao giờ 일찍이 .... 없다, 한 번도 ...지 않다, -(으)적이 없다 ¶ cô ấy chẳng bao giờ đi nước ngoài 그녀는 한 번도 해외에 가지 않았습니다

chẳng biết 모르다 ¶ chẳng biết gì cả 아무것도 모르다 / thật không may anh ấy chẳng biết đến sự ấm cúng của một gia đình 그는 불행하게도 가정의 따스함을 모른다

chẳng có ai 아무도 없다

chẳng còn ai 아무도 남지 않았다

chẳng hạn 예컨대, 예를 들면..., 예를 들어(서)

chẳng lẽ -는 리가 없다 ¶ chẳng lẽ anh ấy không đến 그는 안 오는 리가 없다

chẳng may 불행하게, 불행하게도 ¶ chẳng may anh ấy không biết đến sự ấm cúng của một gia đình 그는 불행하게도 가정의 따스함을 모른다

chặt[1] (도끼, 식칼 등으로) 자르다, 뻐개다, 패다 ¶ chặt đầu 머리를 자르다

chặt[2] 단단히 ¶ trói chặt 단단히 결박하다

châm cứu 침구 ¶ thuật châm cứu 침구술 / thầy thuốc châm cứu 침구술사

châm ngôn 격언

chấm 찍다 ¶ chấm đường ăn 설탕을 찍어 먹다 / chấm thức ăn vào nước sốt ăn 음식을 소스에 찍어 먹다 / chấm mực cho bút 펜에 잉크를 찍다

chấm dứt 끊다 ¶ chấm dứt tiếp xúc 접촉을 끊다

chấm hỏi 물음표 #동 dấu chấm hỏi

chấm than 감탄 부호 #동 dấu chấm than

chậm 느리다 ¶ nói chậm 말이 느리다 / động tác chậm 동작이 느리다 / bước chân chậm 걸은이 느리다 / tiến hành chậm 진행이 느리다 #반 nhanh

chậm chạp 느릿느릿하다, 느리다 giao thông chậm chạp 느린 교통 / bước chân chậm chạm 느릿느릿한 걸음

chân 1. 다리 xương chân 다리뼈 / chân dài 긴 다리 / chân ngắn 짧은 다리 / cử động chân 다리를 움직이다 2. 발 vết (bàn) chân 발자국 / giày êm chân 발이 편한 신 / đá bằng chân 발로 차다 #동 bàn chân

chân dung 초상(화), 인물 사진

chân không 진공 ¶ ống chân không 진공관 / bơm chân không 진공 펌프 / sự phóng điện chân không 진공 방전 / bóng đèn chân không 진공 전구 / trạng thái chân không 진공 상태

chân giò 족발

chân lý 진리 ¶ chân lý bất biến 불변의 진리 / chân lý phổ biến 보편적인 진리 / đây là chân lý bất hủ 이것은 불후의 진리이다

chân tay 수족, 손과 다리

chân thành 진심 ¶ một cách chân thành 진심으로 / xin chân thành chúc mừng 진심으로 축하합니다 / xin chân thành cảm ơn 진심으로 감사합니다 / xin chân thành hoan nghênh 진심으로 환영합니다

chân thực 진실(하다) ¶ tính chân thực 진실성 / một cách chân thực 진실로 / không chân thực 진실하지 않다

chấn hưng 진흥(하다) ¶ sách lược chấn hưng 진흥책/ kế hoạch chấn hưng nền kinh tế 경제 진흥 계획

chẩn đoán 진단(하다) ¶ kỹ thuật chẩn đoán 진단 기술 / chẩn đoán sức khỏe 건강 진단

chấp hành 지키다, 준수하다 ¶ mệnh lệnh phải được chấp hành nghiêm chỉnh 명령은 엄중히 지켜지지 않으면 안 된다

chấp nhận -에 응하다 ¶ chấp nhận thử thách 도전에 응하다

chất[1] 1. 물질 ¶ chất hóa học 화학 물질 / chất hóa học vô cơ 유기 화학물 / chất khoáng 광물질 2. -질 ¶ chất béo 지방질 / chất đạm 단백질/ chất khoáng 광물질 / chất vô cơ 무기질 3. -료 ¶ chất bảo tồn(chống phân hủy) 보존료 4. -제 ¶ chất sát khuẩn 살균제 / chất bảo quản 방부제

chất[2] 싣다 ¶ xe tải chất đầy ắp đồ nội thất 가구를 가득 실은 트럭

chất bảo quản 방부제 ¶ chất bảo quản thực phẩm 식품 방부제 / chất bảo quản gỗ 목재 방부제 / không có chất bảo quản 무방부제 / sử dụng chất bảo quản 방부제를 사용하다 / ba không: không phẩm màu, không đường, không chất bảo quản 3 무: 무색소,

무설탕, 무방부제

chất béo 지방질 ¶ nhiều chất
béo 지방질이 많다

chất đạm 단백질 ¶ thức ăn
giàu chất đạm 단백질이
많은 음식

chất hóa học 화학 물질,
화학물 ¶ chất hóa học vô
cơ 유기 화학물

chất khoáng (영양소로서의)
광물질, 미네랄

chất liệu 재료 ¶ thí nghiệm
chất liệu 재료 시험 / thí
nghiệm cường độ của chất
liệu 재료 강도 시험

chất khí 기체 ¶ trở thành
chất khí 기체가 되다

chất lỏng 액체 ¶ nồng độ
chất lỏng 액체 농도

chất lượng 질, 품질 ¶ chất
lượng tốt 질이 좋다 / chất
lượng kém 질이 나쁘다

chất rắn 고체 ¶ môn vật lý
chất rắn 고체 물리학 / biến
thành chất rắn 고체화하다

chất vào 담다 ¶ chất vào
bao 부대에 담다 / chất vào
đĩa 접시에 담다

châu주(洲) ¶ châu Mỹ 미주 /
châu Đại Dương 대양주

châu Á 아시아(Asia) 주, 아
주(亞 洲) ¶ Festival bài hát
châu Á 2007 2007 년 아시아
송 페스티벌

châu Âu 유럽(Europe),구
라파(歐羅巴) ¶ cộng đồng
châu Âu(EC) 유럽 공동체 /
cộng đồng kinh tế châu
Âu(EEC)유럽 경제 공동체
/ thời kỳ rối ren trong lịch sử
châu Âu 유럽사에서 혼란스
러웠던 시기

châu chấu 베짱이, 메뚜기

châu Đại Dương 대양주
(大洋洲),오세아니아(Oceania)

châu Mỹ 미주(美洲)

châu Phi 아프리카(Africa),
아주(阿洲)

châu Úc오세아니아(Oceania)
#동 châu Đại Dương

chậu 대야, 수반

che 가리다 ¶ che miệng 입
을 가리다 / che mặt bằng
quyển sách 책으로 얼굴을
가리다 / che mặt bằng tay
손으로 얼굴을 가리다

chè 차 ¶ đun chè 차를 끓이
다 #동 trà

chè đậu 팥빙수

chẻ 패다, 쪼개다, 부수다 ¶
chẻ củi 장작을 패다 / chẻ
làm hai 둘로 쪼개다 / chẻ
khúc gỗ bằng rìu 도끼로
통나무를 쪼개다

chén 그릇, 사발 ¶ chén bạc 은그릇 / chén cơm 밥그릇 / chén sành 질그릇 / một chén cơm 밥 한 공기 #동 bát

chèo 젓다 ¶ chèo thuyền 배를 젓다

chép 적다, 기록하다 ¶ chép lại 적어 놓다 / chép vào sổ tay 수첩에 적다 / chép bằng bút chì 연필로 적다

chê 흠잡다 ¶ chê phòng hẹp 방이 좁은 것을 흠잡다 / không có chỗ chê 흠잡을 데가 없다

chê bai 흠잡다 ¶ thích chê người khác 남의 흠잡기를 좋아하다 / không ai thích (bị) chê bai 아무도 흠잡히기를 좋아하지 않는다

chế 만들다 ¶ chế ra 만들어 내다

chế biến 제작하다, 제조하다, 만들다 ¶ chế biến thực phẩm 식품을 만들다 / chế biến sản phẩm 제품을 만들다

chế độ 제도 ¶ chế độ phúc lợi 복지 제도 / chế độ cai trị 통치 제도 / chế độ giám sát 감사 제도 / chế độ giáo dục 교육 제도 / chế độ bảo đảm 보장 제도 / chế độ giáo hoàng 교황 제도 / sự bãi bỏ chế độ nô lệ 노예제도의 폐지 / chế độ nghị viện 의원 제도 / chế độ thuế bất công 불공평한 세제(稅制) / thay đổi chế độ 제도를 바꾸다 / phế bỏ chế độ 제도를 폐지하다 / cải tổ chế độ giáo dục lạc hậu so với thời đại 시대에 뒤진 교육 제도를 개편하다

chế phẩm 제품 ¶ chế phẩm từ thịt 고기 제품 dao chặt thịt 고기칼 / thịt xay 다진 고기 / dụng cụ xay thịt 고기 다지는 기구 / thịt dai 질긴 고기 / thịt mềm 연한 고기 / một miếng thịt 고기 한 점 / thái thịt 고기를 썰다 / nướng thịt 고기를 굽다 / sấy khô thịt 고기를 말리다 / muối thịt bằng muối 고기를 소금에 절이다

chế tạo 1. 제조(하다) ¶ công đoạn chế tạo 제조 공정 / kinh phí chế tạo 제조 경비 2. -제 ¶ xe máy do Việt Nam chế tạo 베트남제의 오토바이 / máy vi tính do Hàn Quốc chế tạo 한국제의 컴퓨터

chênh lệch 차이 ¶ xảy ra chênh lệch 차이가 나다 / chênh lệch nhiều 차이가 많다 / chênh lệch ít 차이가 적다

chết 1. 죽다 ¶ cái chết 죽음 / cháy chết 타 죽다 / cắn chết 물어 죽이다 / bỗng nhiên chết 갑자기 죽다 / chết vì bỏng 화상으로 죽다 / thắt cổ chết 목을 매어 죽다 / chết vì trúng gió 중풍으로 죽다 / chết như ăn mày 거지로 죽다 / anh ấy ở trong trạng thái như đã chết 그는 죽은 거나 마찬가지 상태이다 / dẫu sao con người cũng phải chết 어차피 인간이 죽어야 한다 / sống trong nỗi khổ thế này thà chết đi còn hơn 이런 고통 속에서 사느니 차라리 죽는 편이 낫다

2. -사 ¶ cái chết do ngộ độc 중독사

chết dần chết mòn 죽어가다 ¶ họ đang nhịn đói chết dần chết mòn thì làm sao (chúng ta) có thể bàng quan được chứ? 그들이 굶어 죽어가고 있는데 어떻게 방관할 수 있는가?

chết đi được-어/어/여 죽겠다 ¶ nóng chết đi được 더워 죽겠다 / lạnh chết đi được 추워 죽겠다 / đẹp chết đi được 예뻐 죽겠다 / dễ thương chết đi được 귀여워 죽겠다

chi nhánh 지점 ¶ trưởng chi nhánh 지점장 / mạng lưới chi nhánh 지점망 / chi nhánh ở nước ngoài 해외 지점 / chi nhánh ở địa phương 지방 지점

chi phí 1. 비용 ¶ chi phí xếp hàng 선적 비용 / chi phí kiện tụng 소송 비용 / bao gồm mọi chi phí 모든 비용을 포함하다 / tổng chi phí xây mới là 100 tỉ đồng 신축 비용은 총액 천억 동이 된다 / làm như thế tốn gấp đôi chi phí 그렇게 하면 비용이 배가 든다

2. –비 ¶ chi phí cần thiết 필요비 / chi phí bán hàng 판매비 / chi phí đi lại 교통비 / chi phí sinh hoạt 생활비 / chi phí tiêu khiển 오락비

chi tiết 세상하다, 자세하다 ¶ bản đồ chi tiết 상세한 지도 / báo cáo chi tiết 상세한 보고 / (sự) giải thích chi tiết

자세한 설명

chi viện 지원(하다), 후원 (하다) ¶ bộ đội chi viện 지원 부대 / quân chi viện 후원군

chí cốt 막역하다 ¶ bạn chí cốt 막역한 친구

chí sĩ 지사 ¶ chí sĩ yêu nước 애국 지사 / chí sĩ cứu quốc 구국 지사

chì 납, 연 ¶ (sự) nhiễm độc chì 납 중독 / bị nhiễm độc chì 납 중독에 걸리다

chỉ[1] 실 ¶ chỉ bị rối 실이 얽혔다

chỉ[2] 1. 단지, 오직, 오로지 ¶ chỉ là vấn đề thời gian 단지 시간 문제이다 / chỉ biết khóc 오직 울기만 하다 / người đó chỉ làm việc vì tiền 그 사람은 오로지 돈을 위 해 일한다 / chỉ làm để bán mà không nghĩ đến chất lượng 품질 등을 생각 않고 단지 팔기 위해 만든 2. 만 ¶ chỉ mỗi cái này 이것만 / 일생에 한 번만 chỉ một lần trong đời / chỉ có một người 한 명만 있다 / chỉ diện mỗi bề ngoài 겉치레로만 하다

chỉ dẫn 안내(하다), 지시(하 다) ¶ chỉ dẫn đến chỗ ngồi 좌석에 안내하다 / thiết bị chỉ dẫn hạ cánh 착륙 지시기

chỉ tay 지문
#동 vân tay

chỉ định[1] 지정(하다) ¶ từ chỉ định 지정사 / người chỉ định 지정인 / nơi chỉ định 지정 장소 / chỉ định ngày giờ và nơi chốn 날짜와 장 를 지정하다

chỉ định[2] 지명(하다) ¶ sự chỉ định ứng cử viên 후보자 지명

chỉ số 지수 ¶ chỉ số bán lẻ 소매 지수 / chỉ số bán sỉ 도매 지수

chỉ ... thôi 오직 ... 만 chỉ biết khóc 오직 울기만 하다

chị[1] 언니, 누나 ¶ chị tôi 우리 언니 / anh chị em 형제자매 / chị cả 맏언니(맏누나)

chị[2] chị Xuân ¶ 쑤언 씨 / chị Thúy 튀 씨 / chị Sunny chơi tennis giỏi 선니 씨는 테 니스를 잘 한다

chị ấy 1. 그 언니, 그 누나 2. (3인칭 단수 여성) 그녀, 그 여자는, 그 아가씨 ¶ chị ấy là người yêu của anh Kiên 그녀는 끼엔씨의 애인이다 / tôi đã cảm động trước lời nói của chị ấy 그 녀의 말에 감동했다 /

tương lai của chị ấy được bảo đảm 그녀의 장래는 보장되어 있다

chị cả 맏언니, 맏누나

chị dâu 형수

chị em 자매 ¶ chị em ruột 친자매 / kết nghĩa chị em 자매 결연을 맺다

chị ta 그녀(3인칭 단수 여성, 별로 안 좋은 뜻으로 쓰임) ¶ chị ta là bạn gái của anh Vinh 그녀는 Vinh 씨의 여자친구이다 / chị ấy phát âm dở 그녀는 발음이 나쁘다

chia1 나누다 ¶ chia buồn 슬픔을 나누다 / chia vui 기쁨을 나누다 / chia làm hai 둘로 나누다 / chia nửa quả lê 배를 반으로 나누다 / chia thành âm tiết 음절로 나누다 / chia theo loại 종류별로 나누다

chia2 나누기 ¶ mười chia năm là hai 10 나누기 5는 2이다 / một trăm chia bốn bằng hai mươi lăm 100 나누기 4는 25이다

chia buồn 슬픔을 나누다

chia cặp 쌍을 이루다

chia sẻ 나누다 ¶ chia sẻ nỗi buồn 슬픔을 나누다 / chia sẻ niềm vui 기쁨을 나누다

chia tay 이별(하다), 고별(하다), 송별(하다) ¶ nỗi buồn chia tay 이별의 슬픔 / tiệc chia tay 고별 파티 / tổ chức buổi tiệc chia tay 송별회를 열다 / nói lời chia tay 이별를 고하다 / anh ấy đã chia tay vợ 그는 아내와 이별했다

chia vui 기쁨을 나누다

chìa khóa 열쇠 ¶ chìa khóa phòng 방 열쇠 / chìa khóa cửa 문의 열쇠 / chìa khóa nhà 집 열쇠 / mở khóa bằng chìa khóa 열쇠로 자물쇠를 열다

chích ngừa 예방 주사 #동 tiêm phòng

chích thuốc 주사를 맞다 #동 tiêm thuốc

chiếc 대 ¶ một chiếc xe 차 한 대 / hai chiếc xe buýt 버스 두 대

chiếc máy bay 비행기 ¶ chiếc máy bay đó đã đáp khẩn cấp xuống Sân bay Quốc tế Tân Sơn Nhất 그 비행기는 떤선녓 국제 공항에 긴급 착륙했다

chiếc xe 차 ¶ có năm chiếc xe 차 다섯 대·있다 / chiếc xe được bảo dưỡng tốt 정

비가 잘 되어 있는 차 / quần chúng bao vây chiếc xe của ông ta 군중이 그의 차를 둘러쌌다

chiếm 차지하다 ¶ chiếm bốn mươi phần trăm 4 할을 차지하다 / chiếm quá nửa 과반수를 차지하다 / chiếm phần tốt nhất 가장 좋은 몫을 차지하다

chiếm cứ 점거(하다) ¶ sự chiếm cứ bất hợp pháp 불법 점거

chiếm hữu 점유(하다) ¶ vật chiếm hữu 점유물 / quyền chiếm hữu 점유권 / người chiếm hữu 점유자 / tài sản chiếm hữu 점유 재산 / sự chiếm hữu bất hợp pháp 불법 점유

chiếm lĩnh 점령(하다) ¶ chiều nay quân đội nhân dân anh dũng của chúng ta đã chiếm lĩnh Đà Nẵng 우리 영용한 인민 군대는 오늘 오후 다낭을 점령했습니다

chiên 튀기다 ¶ khoai tây chiên 감자튀김 / chiên tôm 새우를 튀기다
#동 rán

chiến dịch 전역(戰役) ¶ chiến dịch Điện Biên Phủ 디엔비엔푸 전역 / chiến dịch Hồ Chí Minh 호찌민 전역

chiến đấu 전투(하다) ¶ bộ đội chiến đấu 전투 부대

chiến hạm 전함, -함 ¶ chiến hạm hộ tống 호위함 / chiến hạm bảo vệ 경비함 / chiến hạm lớn nhất thế giới 세계 최대의 전함

chiến lược 전략(하다) ¶ chiến lược gia 전략가 / mục tiêu chiến lược 전략 목표 / đơn vị chiến lược 전략 단위 / vũ khí chiến lược 전략 무기

chiến sĩ 전사(戰士) ¶ chiến sĩ của tự do 자유의 전사 / chiến sĩ vô danh 무명 전사

chiến thắng 1. 전승(戰勝) ¶ người chiến thắng 전승자 / chuỗi chiến thắng 연승 / quốc gia chiến thắng 전승국 / ngày kỷ niệm chiến thắng 전승 기념일 / chúc mừng chiến thắng 전승을 축하하다 / cầu mong chiến thắng 전승을 빌다 2. 이기다 ¶ chiến thắng một cách gian khổ 간신히 이기다 / chiến thắng bằng cách bất chính 부정한 방법으로이

기다

chiến tranh 전쟁 ¶ chiến tranh Hàn Quốc(1950-1953) 한국 전쟁 / tái thiết sau chiến tranh 전쟁 후의 재건 / bảo tàng chứng tích chiến tranh 전쟁 기념관 / thương mại bị đình trệ vì chiến tranh 전쟁 때문에 무역이 정체되어 버렸다.

chiêng 징

chiêu đãi 초대(하다) ¶ tiệc chiêu đãi 초대연 / chiêu đãi tiệc tối 만찬회에 초대하다

chiều 오후(정오부터 일몰까지) ¶ chiều hôm qua 어제 오후 / chiều nay quân đội nhân dân anh dũng của chúng ta đã chiếm lĩnh Đà Nẵng 우리 영용한 인민 군대는 오늘 오후 다낭을 점령 했습니다

chiều cao 높이 ¶ chiều cao 10 mét 10 미터 높이
#동 độ cao

chiều chiều 오후마다, 해가 질 때마다, 황혼이 깃들 때마다

chiều dài 길이 ¶ chiều dài của căn phòng 방의 길이 / cây cầu có chiều dài 500 mét 5 백 미터 길이의 다리

/ chiều dài là bao nhiêu? 길이가 얼마입니까? / chiều dài là 6 mét 길이가 6 미터입니다 / cái này gấp đôi chiều dài kia 이것은 저 길이의 두 배이다
#동 độ dài

chiều ngang (가로 된) 넓이, 너비 ¶ chiều ngang năm mét 5 미터 넓이 / chiều ngang của sân vườn 정원의 넓이
#동 chiều rộng

chiều rộng 너비, 넓이 ¶ chiều rộng rộng 넓이가 넓다 / chiều rộng hẹp 넓이가 좁다 / chiều rộng là 100mét 너비가 100 미터이다
#동 độ rộng

chim 1. 새 ¶ chim hót 새가 울다 / chim bay 새가 날다 / bắt chim 새를 잡다 / chim làm tổ 새가 집을 지었다 / chim ấp trứng 새가 알을 품다 / chim mẹ ấp trứng 어미 새가 알을 까다

2. -조(鳥) ¶ loài chim được bảo vệ 보호조

chim bồ câu 비둘기 ¶ chim bồ câu là biểu tượng của hòa bình 비둘기는 평화의 상징이다

chim cánh cụt 펭귄

chim gõ kiến 딱따구리

chim hoàng yến 카나리아

chim phụng hoàng 불사조

chim sẻ 참새 ¶ đàn chim sẻ 참새 떼

chim sơn ca 나이팅게일

chìm 가라앉다 ¶ tàu chìm 배가 가라앉다 / 가라앉다, 침몰하다 / con thuyền đó đã bị chìm xuống đáy biển sâu 그 보트는 깊은 해저로 가 라앉았다

chìm đắm 젖다 ¶ chìm đắm trong hạnh phúc 행복에 젖다 / chìm đắm trong nỗi buồn 슬픔에 젖다

chìm nổi 부침 ¶ sự chìm nổi của cuộc đời 인생의 부침 / sự chìm nổi của số mệnh 운명의 부침

chín 1. 아홉 ¶ chín tuổi 9 살 / đã nghe bản tin chín giờ qua đài 라디오로 9 시 뉴스 를 들었다 / trong số họ bao gồm chín nữ 그들 속에는 여자가 셋 포함되어 있었다 / chín giờ sáng ngày mai tập trung nhé 내일 오전 9 시에 모읍시다 2. 구 ¶ chín ngày 9 일(동안) / ngày chín 9 일 / tăng học phí đại học chín

phần trăm 대학 등록금 9% 인상 / bảy cộng chín là (bằng) mười sáu 7 더히가 9 는 16 이다 / một đô la tính ra tiền Hàn Quốc tương tương 950 won 1 달러는 한 국 돈으로 치면 약 950 원 에 상당한다

chín ngày (동안) 아흐레, 9 일

chinh phục 정복(하다) ¶ người chinh phục 정복자 / tham vọng chinh phục 정 복욕 / chinh phục thế giới 세계를 정복하다 / chinh phục ngọn núi 산을 정복 하다

chính[1] 주요(하다) ¶ nhân tố chính 주요인 / thành phần chính 주요 성분 / mục đích chính 주요 목적 / (các) thành phố chính 주요 도시 / môn thi đấu chính 주요 경 기 종목 / đóng vai trò chính 주요한 역할을 하다

chính[2] 바로 ¶ chính vào lúc đó 바로 그때에 / hôm nay chính là sinh nhật của tôi 오늘이 바로 내 생일이다 / cái đó biến mất ngay chính trước mắt tôi 그것이 바로 내 문 앞에서 사라졌다 /

chính là cái đó 바로 그것입니다

chính đáng 정당(하다) ¶ sự phê phán chính đáng 정당한 비판 / yêu cầu chính đáng 정당한 요구 / yêu cầu không chính đáng 부당한 요구

chính đảng 정당 ¶ giải thể chính đảng 정당을해체하다

chính giữa 한가운데 ¶ chính giữa thành phố lớn 대도시의 한가운데 / trúng ngay chính giữa mục tiêu 과녁 한가운데를 맞히다 / có một cái bàn lớn ở chính giữa phòng 방의 한가운데에 큰 테이블이 있다/ xe tải dừng ở chính giữa đường vì hỏng máy 엔진 고장으로 트럭이 길 한가운데에 서있었다

chính kiến 정견 ¶ sự khác biệt về chính kiến 정견의 차이 / phát biểu chính kiến 정견을 발표하다

chính phủ 정부 ¶ chính phủ Việt Nam 베트남 정부 / chính phủ Hàn Quốc 한국 정부 / chính phủ Mỹ 미국 정부 / ngành công nghiệp do chính phủ quản lý 정부

관리 산업 / ban điều hành ngoại giao của chính phủ 정부 외교 운영 위원회 / dưới sự quản lý của chính phủ 정부 관리하에 있다 / chính phủ đã trao tặng bằng khen cho cô ấy 정부는 그녀에게 상장을 수여했다

chính quyền 1. 정권 ¶ chính quyền mới 신정권 / sự tranh giành chính quyền 정권의 쟁탈 / chính quyền bảo thủ 보수 정권 / chính quyền bất lực 무능한 정권 / nắm chính quyền 정권을 잡다 2. 당국 ¶ chính quyền đang coi trọng sự việc này 당국은 이 사건을 중시하고 있다

chính sách 정책 ¶ chính sách mới 신정책 / chính sách phúc lợi 복지 정책 / chính sách bán hàng 판매 정책 / chính sách bành trướng 팽창 정책 / chính sách không can thiệp 불간섭 정책 / ủng hộ chính sách 정책을 옹호하다

chính tả 맞춤법, 정서법 ¶ phương án thống nhất chính tả 맞춤법 통일안 / làm quen chính tả 맞춤법을 익

히다 / viết đúng chính tả 맞춤법에 맞춰 쓰다 #동 phép chính tả

chính thể 정체 ¶ chính thể cộng hòa 공화 정체

chính thức 정식(적), 공식 (적) ¶ buổi tiệc chính thức 정식 파티 / tiếp xúc chính thức 공식적인 접촉

chính trị 정치 ¶ bộ chính trị 정치본부 / cơ cấu chính trị 정치 기구 / sự mặc cả chính trị 정치적 흥정 / nhà phê bình chính trị 정치 평론가 / nền chính trị cộng hòa 공화 정치 / nền chính trị áp chế 압제 정치 / nền chính trị bạo lực 폭력 정치 / bối cảnh chính trị 정치적 배경 / thảo luận về chính trị 정치에 대해 토론했다 / đặc xá đối với tội phạm chính trị 정치범에 대하여 특사하다 / quyết định của bộ chính trị đã được đưa ra 정치본부의 결정이 내렸다

chính xác 정확(하다) ¶ sự phát âm chính xác 정확한 발음 / bản đồ chính xác 정확한 지도 / một cách chính xác 정확히 / giải thích chính xác 정확히 설

명하다

chính yếu 주요(하다) ¶ thành phần chính yếu 주요 성분

chịu 1. 받다, 견디다 ¶ chịu áp lực 압력을 받다 / chịu khổ ải 고통을 받다 2. (은혜를) 입다 ¶ chịu ơn 은혜를 입다 3. 시달리다 ¶ người chịu sự nghèo khổ 가난에 시달리는 사람 / chịu áp chế 압제에 시달리다 người dân ta thán vì sự áp chế 국민은 압제에 신음했다

chịu đựng 1. 견디다 ¶ chịu đựng trước áp lực 압력에 견디다 / chịu đựng trước sức nóng 열에 견디다 / chịu đựng khổ nạn 고난을 견디다 2. 참다 ¶ không thể chịu đựng được 참을 수 없다 / bắt chịu đựng 억지로 참다 / chịu đựng rồi lại chịu đựng 참고 또 참다

chịu khó 열심히 하다, 부지런하다

chịu ơn 은혜를 입다 ¶ tôi đang chịu ơn ông ấy nhiều lắm 나는 그에게 많은 은혜를 입고 있다

chịu thuế 과세(하다) ¶ hàng chịu thuế 과세물품가액 / số

tiền hàng chịu thuế 과세물품가액

cho[1] 1. 주다 ¶ cho tiền 돈을 주다 / cho bài tập 과제를 주다 / cho quà 선물을 주다 2. -어/아/여 주다 ¶ bảo hộ cho 보호해 주다 / mặc áo cho (ai đó) 옷를 입혀 주다 / cởi áo cho (ai đó) 웃옷을 벗겨 주다 / lo cho ai đó chỗ ở 아무에게 숙소를 마련해 주다

cho[2] 1. -에게, -한테, -께 ¶ mua quà cho ai đó 아무에게 선물을 사 주다 / điều đó đã trở thành bài học cho anh ta 그것은 그에게 교훈이 되었다 / dạy cho ai một bài học 아무에게 훈계하다 / bàn giao trách nhiệm cho người khác 책임을 남에게 넘기다 / bàn giao tên trộm cho cảnh sát 도둑을 경찰에 넘기다 / báo cho ai đó biết việc đã xảy ra 일어난 일을 아무에게 알리다 / hãy hứa sẽ không nói bí mật cho bất kỳ ai 아무에게도 비밀을 말하지 않겠다고 약속해 주세요 / phân bổ cổ phần cho mọi người 주식을 사람들에게 배당하다 2. -을/를 위하다 ¶

tiếng Việt cho người nước ngoài 외국인을 위한 베트남어 / anh ấy đã biện minh cho cô ta 그는 그녀를 위해 변명했다 3. -에 ¶ áo bạc cho... -에 은을 입히다 / điều kiện hợp đồng có lợi cho cả đôi bên 계약 조건은 양측에 이롭다

cho[3] 1. 가하다 ¶ cho tra tấn 고문을 가하다 2. -시키다 ¶ cho đào tạo(training) 교육시키다 / cho ăn ở 숙박시키다 / cho đính hôn 약혼시키다 / cho bổ sung 보충시키다 / cho học bù 수업을 보충시키다 / ông ấy đã cho con gái đính hôn với một người giàu có 그는 딸을 부자와 약혼시켰다 chúng tôi đã cho bọn trẻ lánh nạn xuống quê 우리는 아이들을 시골로 피난시켰다

cho biết 알리다 ¶ như đã cho biết trước 이미 알려 드린 바와 같이 / cho biết tin 소식을 알리다 / cho biết trước 미리 알리다 / cho biết trước một tuần 일주일 전에 알리다 / không cho biết 알리지 않다 / cho ai đó biết việc đã xảy ra 일어난 일을 아무에게 알리다

cho phé 허락(하다)cho phép vắng mặt 결석을 허락하다

cho vào 1. 넣다 ¶ cho muối vào canh 소금을 국에 넣다 / chuẩn bị cho vào quan tài 관에 넣을 준비를 하다 2. 메우다 ¶ cho vào ao 못을 메우다

chó 개 chó đực 수캐 / chó cái 암캐 / vết chó cắn 개가 문 자국 / chó cắn người 개가 사람을 물다 / coi chừng chó dữ 개 조심! / chó là loài vật hữu ích đối với con người 개는 인간에게 유익한 동물이다 / chó sủa người ăn mày 개가 거지에게 짖어댔다

chó con 강아지

chó sói 늑대

chọc 놀리다, 장난하다

chọc ghẹo 조롱(하다) ¶ bị chọc ghẹo 조롱당하다

chọn 고르다, 선택하다 chọn bạn 친구를 고르다 / chọn sai 잘못 고르다 / đó là cái tôi chọn 그것은 내가 고른 것이다

chọn lựa 선택(하다), 고르다 ¶ sự chọn lựa khó khăn

어려운 선택 / sự chọn lựa thận trọng 신중한 선택 / chọn lựa ngày tốt 좋은 날을 고르다 / chọn lựa cái tốt nhất 제일 좋은 것을 고르다

chóng 빠르다
#동 nhanh

chóng mặt 어지럽다 ¶ tốc độ đến mức chóng mặt 어지러운 정도의 속도 / độ cao đến mức chóng mặt 어지러운 정도의 높이 / thế gian thay đổi đến chóng mặt 어지럽게 변해 가는 세상

chóng vánh 아주 빠르게, 순식간 ¶ thắng chóng vánh 순식간에 이기다 / ăn chóng vánh 순식간에 먹다

chổng vó 벌떡 나자빠지다

chỗ 1. 자리 ¶ chỗ cạnh cửa sổ 창가의 자리 / ngồi vào chỗ 자리에 앉다 / chờ chỗ 자리를 기다리다 / nhường chỗ 자리를 양보하다 / giành chỗ 자리를 잡아두다 / dậy khỏi chỗ 자리에서 일어나다 / đứng dậy khỏi chỗ 자리에서 일어서다 2. 장소, -장, -소 ¶ chỗ ăn ở 숙박소 / chỗ ẩn náu 잠복 장소 / chỗ chơi bi a 당구장 / chỗ mua sắm bất tiện

쇼핑하기에 불편한 장소 3. 곳 ¶ **chỗ cạn** 얕은 곳 / **sống ở gần chỗ ấy** 그 곳 근처에 살다 / **chị ở chỗ đó bao lâu rồi vậy?** 그곳에 얼마나 계셨나요? 4. 데 ¶ **không có chỗ chê** 흠잡을 데가 없다 / **gãi chỗ ngứa** 가려운 데를 긁다 / **gãi đúng chỗ ngứa** 가려운 데를 긁어 준다

chỗ làm 1. 직장 ¶ **chỗ làm tạm thời** 임시 직장 / **chỗ làm suốt đời** 평생 직장 2. 일자리 ¶ **tìm chỗ làm** 일자리를 찾다 / **có được chỗ làm** 일자리를 얻다

chỗ ở 숙소 ¶ **lo cho ai đó chỗ ở** 아무에게 숙소를 마련해 주다

chỗ ngồi 좌석, 자리 ¶ **chỉ dẫn đến chỗ ngồi** 좌석에 안내하다

chối 부인하다, 부정하다 ¶ **anh ấy chối rằng không nói thế** 그는 그런 말을 하지 않았다고 했다

chổi (쓰는) 비 ¶ **cây chổi** 빗자루 / **quét bằng chổi** 비로 쓸다

chôm chôm 람부탄

chôn 묻다 ¶ **chôn thi thể** 시체를 묻다 / **chôn hủ kim chi** 김칫독을 묻다

chôn vùi 묻다, 감추다 ¶ **chôn vùi quá khứ** 과거를 묻다 / **chôn vùi sự kiện giết người** 살인 사건을 묻어 두다

chốn 장소, 터 ¶ **chốn chùa chiền** 절터

chống 대- ¶ **kháng chiến chống Mỹ** 대미 항전 / **kháng chiến chống Nhật** 대일 항전

chồng 남편 ¶ **chồng tôi** 우리 남편 / **khổ sở vì chồng** 남편에게 시달리다 / **cô ấy đã chia tay chồng** 그녀는 남편와 이별했다
#반 vợ

chột bụng 배탈 ¶ **bị chột bụng** 배탈이 나다 / **ăn quá nhiều nên bị chột bụng** 과식하여 배탈이 나다

chờ 기다리다 ¶ **chờ cơ hội** 기회를 기다리다 / **chờ chỗ** 자리를 기다리다 / **chờ người** 사람을 기다리다 / **chờ đến cùng** 끝까지 기다리다 / **cứ chờ** 그냥 기다리다

chờ mong 기다리고 바라다

chở 1. 태우다 ¶ **xe buýt**

chở đầy ắp người 사람을 가득 태운 버스 2. 나르다 ¶ chở bằng bè 뗏목으로 나르다

chợ 시장 ¶ chợ Bến Thành 벤타잉시장 / chợ Dongdaemun 동대문시장 / chợ truyền thống 재래시장 / chợ vắng vẻ 한산한 시장 / giỏ đi chợ 장바구니 / đi chợ 시장에 가다

chợ đen 암시장

chơi[1] 놀다, 유희하다 ¶ giờ chơi 노는 시간 / đi chơi 놀러 가다 / cầm đồ chơi chơi 장난감을 가지고 놀다 / chơi bài 카드놀이 하다 / người đó lúc còn trẻ ăn chơi lắm 그 사람은 젊었을 때 놀아 먹었다

chơi[2] (악기를) 다루다, 연주하다, 치다 ¶ chơi đàn ghi ta 기타를 치다 / chơi đàn viôlông 바이올린을 연주하다 / chơi đàn piano hay 피아노를 잘 치다 / chơi nhạc cụ 악기를 연주하다 / anh chơi nhạc cụ gì? 무슨 악기를 다루세요?

chơi[3] 1. (스포츠를) 치다 ¶ chơi tennis 테니스를 치다 / chơi bóng bàn 탁구를 치다 / chơi cầu lông 배드민턴을 치다 2. (스포츠를) 하다 ¶ chơi bóng chuyền 배구를 하다 / chơi bóng chày 야구를 하다 / chơi bóng đá 축구를 하다 / anh Trung chơi bóng đá giỏi 쫑씨는 축구를 잘 한다

chơi bài 카드놀이(하다) ¶ gian lận trong chơi bài 카드놀이에서 속임수를 쓰다 / gian dối trong chơi bài 카드놀이에 부정하다

chơi đùa 놀다, 유흥하다 ¶ bọn trẻ chơi đùa vui vẻ 애들이 즐겁게 놀다

chớp nhoáng 순식간 ¶ ăn chớp nhoáng 순식간에 먹었다

chu đáo 꼼꼼하다 ¶ người chu đáo 꼼꼼쟁이 / tính chu đáo 꼼꼼한 성격 / một cách chu đáo 꼼꼼히 / làm việc chu đáo 일을 꼼꼼히 하다

chu kỳ 주기 ¶ tính chu kỳ 주기성 / vận động theo chu kỳ 주기 운동 / phản ứng theo chu kỳ 주기 반응 / quy luật chu kỳ của nguyên tố 원소 주기율

chú bé 꼬마, 아이, 소년 ¶

nó đã bẹo má chú bé 그는 소년의 뺨을 꼬집었다 #동 cậu bé

chú rể 신랑 ¶ chú rể và cô dâu 신랑과 신부 / trang phục chú rể sang trọng 호화로운 신랑 의상

chú thích 주석(하다) ¶ người chú thích 주석자 / để chú thích 주석을 달다

chú ý 주의(하다) ¶ thông báo chú ý bão 태풍주의보 / tập trung chú ý 주의를 집중하다 / thu hút sự chú ý 주의를 끌다

chủ đề 주제 ¶ bài hát chủ đề 주제가 / thuộc chủ đề 주제의 / viết tác phẩm với chủ đề sinh hoạt miền quê Việt Nam 베트남의 시골 새황을 주제로 작품을 쓰다

chủ động 주동(하다) ¶ người chủ động 주동자 / động từ chủ động 주동사

chủ hiệu 상점 주인, 가게 주인

chủ nghĩa 주의 ¶ chủ nghĩa hiện thực 현실주의 / chủ nghĩa bè phái 파벌주의 / chủ nghĩa Âu hóa 서구화주의 / chủ nghĩa bài trừ 배타주의 / chủ nghĩa mậu dịch bảo hộ 보호 무역주의

chủ nghĩa anh hung 영웅주의

chủ nghĩa bành trướng 팽창주의 ¶ người theo chủ nghĩa bành trướng 팽창주의자

chủ nghĩa bình dân 평민주의 ¶ người theo chủ nghĩa bình dân 평민주의자

chủ nghĩa bảo th 보수주의 ¶ người theo chủ nghĩa bảo thủ 보수주의자

chủ nghĩa cải lương 개량주의

chủ nghĩa cộng sản 공산주의

chủ nghĩa dân chủ 민주주의 ¶ bản chất của chủ nghĩa dân chủ 민주주의의 본질

chủ nghĩa duy tâm 유심주의

chủ nghĩa duy vật 유물주의

chủ nghĩa giáo điều 교조주의 ¶ người theo chủ nghĩa giáo điều 교조주의자

chủ nghĩa hiện sinh 실존주의

chủ nghĩa hiện thực 현실주의

chủ nghĩa lãng mạn

낭만주의

chủ nghĩa nhân đạo 인도주의(人道主義) ¶ người theo chủ nghĩa nhân đạo 인도주의자

thực dân thực dân 식민주의

chủ nghĩa tiến bộ 진보주의 ¶ người theo chủ nghĩa tiến bộ 진보주의자

chủ nghĩa tư bản 자본주의

chủ nghĩa xã hội 사회주의

chủ ngữ 주어 ¶ chủ ngữ lớn 대주어 / chủ ngữ của câu 문장의 주어

chủ nhà 집주인 ¶ chủ nhà đi về quê rồi 집주인이 고향에 갔다

chủ nhân 주인 ¶ chủ nhân của món đồ này là ai vậy? 이 물건의 주인이 누구예요?

chủ nhật 일요일 ¶ ngày chủ nhật 일요일날 / chủ nhật tuần trước 지난 주 일요일 / ngày mai là chủ nhật 내일은 일요일이다

chủ nhiệm 주임 ¶ giáo viên chủ nhiệm 주임 교사 / giáo sư chủ nhiệm 주임 교수 / chủ nhiệm bộ môn tiếng Hàn 한국학과 주임 / bổ nhiệm chủ nhiệm 주임을 명

하다

chủ quan 주관 ¶ tính chủ quan 주관성 / có tính chủ quan 주관적 / quan điểm chủ quan 주관적 관점 / một cách chủ quan 주관적 으로

chủ thể 주체 ¶ cách đề cao chủ thể 주체 높임법 / cách đề cao chủ thể chỉ có thể 주체 높임법은 아상을 가지 지 않는다

chủ tịch 1. 회장 ¶ chủ tịch tập đoàn Sunny là tiến sĩ Lý Gia Hân 선니그룹 회장은 리야헌 박사입니다 / chủ tịch Quỹ Giao lưu quốc tế Sunny Lee 선니 리 국제 교류재단 / chúng tôi đã bầu ông ấy làm chủ tịch 우리는 그를 의장으로 선출했다 2. 주석 ¶ chủ tịch Hồ Chí Minh 호찌민 주석

chủ tịch hội đồng nhân dân 인민의장

chủ tịch quốc hội 국회 의장

chủ tịch ủy ban nhân dân 인민위원장

chủ tiệm 가게 주인, 상점 주인

chủ tọa 의장 ¶ làm chủ tọa

의장을 맡아보다

chủ trương 주장(하다) ¶ người chủ trương 주장자 / chủ trương mạnh mẽ 강한 주장 / chủ trương hạn chế sinh đẻ 산아 제한을 주장하다

chủ ý 주의(主意) ¶ chủ ý không can thiệp 불간섭주의

chủ yếu 주요(하다) ¶ các sự kiện chủ yếu của tuần này 금주의 주요한 행사 / các nhà văn chủ yếu 주요한 작가 / đóng vai trò chủ yếu 주요한 역할을 하다

chua (맛이) 시다 ¶ vị chua 신맛 / táo chua 신 사과 / xoài chua 신 망고 / có vị chua 신맛이 나다

Chúa 하나님, 신 ¶ đức Chúa toàn năng 전능의 신 / ơn Chúa 하나님의 은혜 / tin Chúa 하나님을 믿다 / thề với Chúa 하나님께 맹세하다 / cầu Chúa 하나님께 기도하다

chúa trời 하나님
 #동 Chúa

chùa 절 ¶ gian chùa 절간 / đi chùa lễ Phật 절에 불공 드리러 가다 / 새벽을 알리는 절의 종소리 tiếng chuông chùa báo bình minh

chùa chiền 절(총칭) ¶ chốn chùa chiền 절터

chuẩn bị 준비(하다) ¶ giai đoạn chuẩn bị 준비 단계 / thời gian chuẩn bị 준비 기간 / chuẩn bị cho vào quan tài 관에 넣을 준비를 하다

chúc 1. -(으)십시오 ¶ năm mới chúc anh(chị) nhận được nhiều phúc lành 새해 복 많이 받으십시오 2. -기를 바랍니다 ¶ chúc ông(bà) luôn mạnh khỏe 늘 건강하시기 바랍니다

chúc mừng 축하(하다) ¶ thiệp chúc mừng 축하 카드 / buổi tiệc chúc mừng 축하 파티 / chúc mừng năm mới 신년 축하 / chúc mừng lục tuần 회갑 축하 / chúc mừng Giáng sinh 크리스마스를 축하합니다 / chúc mừng chiến thắng 전승을 축하하다 / xin chân thành chúc mừng 진심으로 축하합니다

chục 열 개

chùm 묶음, 송이 ¶ một chùm nho 포도 한 송이

chung cư 아파트 ¶ chung

cư cao cấp 고급 아파트 / chung cư cao tầng 고층 아파트

chung kết (경기 시합의) 결승 ¶ trận chung kết 결승전 / thắng trong trận chung kết 결승전에서 이기다 / thua trong trận chung kết 결승전에서 지다

chung quanh 주변
#동 xung quanh

chung thân 종신 ¶ án chung thân 종신형 / tử hình được giảm án thành chung thân 사형이 종신형으로 감안되었다

chung thủy 성실(하다), 충실(하다) ¶ người chồng chung thủy 성실한 남편 / người vợ chung thủy 성실한 아내

chúng 그들 ¶ chúng đang liên tục gia tăng binh lực 그들은 계속해 병력을 증가시키고 있다
#동 chúng nó

chúng mình 우리 (친근감) ¶ chúng mình đi xem phim nhé? 우리가 영화를 보러 갈까?

chúng nó 그들 ¶ chúng nó mưu tính ám sát thủ tướng 그들은 총리의 암살을 기도했다

chúng ta 우리, 저희(화자와 청자 양쪽 다 포함함) ¶ đội chúng ta 우리 팀 / tương lai của chúng ta 우리의 미래 / họ đã đến nhà chúng ta lánh nạn 그들은 우리 집으로 피난을 왔다 / chúng ta tập trung lúc hai giờ chiều mai nhé 우리는 내일 오후 2시에 모읍시다

chúng ta hãy -(으)ㅂ시다, -자 ¶ chúng ta hãy cạn ly 건배합시다 / chúng ta hãy đi trước 먼저 가자

chúng tôi 우리, 저희(화자쪽만 포함함) ¶ chúng tôi ao ước hòa bình 우리는 평화를 열망한다 / chúng tôi đã bàn sẽ phải làm gì sau khi tốt nghiệp 우리는 졸업 후 무엇을 해야 할 것인지를 논했다 / chúng tôi đã lánh nạn xuống quê 우리는 시골로 피난했다 / chúng tôi đang nỗ lực để bảo tồn nghệ thuật truyền thống 우리는 전통 예능 보존을 위해 노력하고있다 / họ đã tiếp đãi chúng tôi hết mình 그들은 우리를 정성껏

대접했다

chủng tộc 종족, 인족 ¶ nhóm chủng tộc 종족 집단 / thuộc chủng tộc 종족의 / sự bất bình đẳng về chủng tộc 인종적 불평등

chuối 바나나 ¶ nãi chuối 바나나 송이 / hai trái chuối 바나나 두 개 / một nãi chuối 바나나 한 송이 / lột vỏ chuối 바나나 껍질을 벗기가

chuỗi 일련 ¶ chuỗi thắng lợi 연승 / chuỗi bất hạnh 잇단 불행

chuồn chuồn 잠자리

chuông 종 종소리 ¶ tiếng chuông / chuông ngân 종이 울리다 / gióng hồi chuông cảnh tỉnh 경종을 올리다

chuông chùa 절의 종 ¶ tiếng chuông chùa báo bình minh 새벽을 알리는 절의 종소리

chuông cửa 초인종 ¶ bấm chuông cửa 초인종을 누르다

chuồng 1. 우리 ¶ chuồng lợn 돼지우리 2. 장 ¶ chuồng bồ câu 비둘기장

chuốt 깎다 ¶ chuốt bút chì 연필을 깎다

chuột 쥐 ¶ bẫy chuột 쥐덫

chụp 찍다 ¶ máy chụp hình 사진기 / chụp hình 사진을 찍다 / hãy chụp giúp 좀 찍어 주세요

chút 좀, 조금 ¶ từng chút 조금씩 / xin hãy bớt chút thời gian 시간을 좀 내 주십시오

chút ít 조금 ¶ có chút ít tiền 돈이 조금 있다 / cần chút ít tiền 돈이 조금 필요하다

chút nữ 이따가, 조금 이따가, 조금 후에 ¶ chút nữa tôi sẽ gọi lại 이따가 다시 전화하겠어

chút việc 일 좀 (있다) ¶ có chút việc 일이 좀 있다

chút xíu 조금 ¶ thêm chút xíu nữa 조금 더 / bỏ chút xíu tiêu 후추를 조금 넣다 / bỏ chút xíu ớt 고추를 조금 넣다 / uống chút xíu rượu 술을 조금 마시다

chuyên dùng 전용 ¶ chuyên dùng cho xe buýt 버스 전용 / chuyên dùng cho người tàn tật 장애인 전용 / thang máy chuyên dùng cho người tan tật 장애인 전용 승강기

chuyên dụng 전용 ¶ xe

chuyên dụng 전용차 #동 chuyên dùng

chuyên gia 전문가 ¶ lắng nghe ý kiến của chuyên gia 전문가의 의견을 듣다

chuyên gia kỹ thuật ¶ 기술자 các chuyên gia kỹ thuật đang lắp cái gì đó ở bên ngoài 기술자들이 밖에서 무언가를 설치하고 있다

chuyên khoa (의학) 전문 ¶ bác sĩ chuyên khoa 전문 의사 / bác sĩ chuyên khoa mắt 안과 전문 의사 / bác sĩ chuyên khoa tim 심장 전문 의사 / bác sĩ chuyên khoa về ung thư 암 전문 의사

chuyên môn 전문 ¶ từ chuyên môn 전문어 / quy trình chuyên môn 전문 과정 / kỹ thuật chuyên môn 전문 기술 / kiến thức chuyên môn 전문 지식 / nghề nghiệp chuyên môn 전문적 직업

chuyên môn hóa 전문화(하다)

chuyên ngành 1. 전공 학 chuyên ngành văn học ¶ 문학을 전공하다 2. 전문 ¶ môn chuyên ngành 전문과 / tạp chí chuyên ngành 전문 잡지

chuyển 바꾸다 ¶ có thể chuyển được 바꿀 수 있다 / không thể chuyển được 바꿀 수 없다 / chuyển A thành B A를 B로 바꾸다

chuyển đổi 바꾸다 ¶ chuyển đổi chế độ 제도를 바꾸다 / chuyển đổi sang vị trí khác 다른 위치로 바꾸다

chuyển động 움직임, 움직이다 ¶ quan sát chuyển động của thiên thể 천체의 움직임을 관찰하다

chuyển nhà 이사(하다) ¶ Sunny đầy trông mong được chuyển sang nhà mới 선니가 새 집으로 이사하는 기대에 부풀다

chuyển nhượng 양도(하다) ¶ thuế chuyển nhượng bất động sản 부동산 양도세

chuyện[1] 1. 이야기 ¶ chuyện ngày xưa 옛이야기 / điều đó hoàn toàn là chuyện hắn bịa ra 그것은 순전히 그가 날조한 이야기이다 / câu chuyện đó đầy giả dối 그 이야기는 거짓말투성이다 2. -담 ¶ chuyện anh hùng 영웅담

chuyện² 일 ¶ tính khí hay bực dọc dù là chuyện nhỏ vặt 사소한 일에도 짜증을 잘 내는 성질 / không phải là chuyện gì to tác nên anh hãy an tâm 대단한 일이 아니니 마음놓으십시오 / tôi quyết không làm chuyện đó 그런 일을 결코 하지 않겠다

chứ 지, 지요 ¶ đêm qua ngủ ngon chứ? 어제 밤에 잘 잤지요?

chữ 글씨, 글자, 문자, -자 ¶ chữ Hán 한자 / không biết một chữ 글자 한 자 모르다 / xóa chữ 글씨를 지우다

chữ Hán 한자

chữ Hàn 한글

chữ nhật 직사각형의, 긴네모의

chữ thập 십자(十字)

chữ thập đỏ 적십자 ¶ Hội chữ thập đỏ 적십자사

chữ số 숫자 ¶ chữ số A rập 아라비아 숫자

chưa 1. 아직... -지 않았다 ¶ bê tông chưa đóng cứng 아직 굳지 않은 콘크리트 / chưa làm việc đó 그일을 아직 안 했다 / chưa kết hôn 결혼을 아직 안 했다

2. 미- ¶ chưa khai phá 미개발 / tài nguyên chưa khai phá 미개발 자원

chưa bao giờ -(으)적이 없다, 일찍이 ....없다, 한 번도 ...지 않다 ¶ tôi chưa bao giờ đến một thành phố lớn như thế này 이렇게 큰 도시에 와본 적이 없었어요 / cô ấy chưa bao giờ đi nước ngoài 그녀는 한 번도 해외에 가지 않았습니다

chứa 포함(包含)하다 ¶ không khí chứa một lượng lớn khí axit cacbonic 다량의 탄산가스를 포함한 공기 / rượu này chứa 15% cồn 이 술은 알코올이 15% 포함되어 있다

chữa 1. (병을) 고치다 ¶ chữa bệnh 병을 고치다 / chữa ung thư 암을 고치다
2. 교정하다, 고치다 ¶ chữa khuyết điểm 결점을 고치다

chữa cháy 소방(하다) ¶ xe chữa cháy 소방차 / tàu chữa cháy 소방선 / đội chữa cháy 소방대 / đội trưởng đội chữa cháy 소방대장 / nhân viên đội chữa cháy 소방대원 / mũ

chữa cháy 소방모 / bơm chữa cháy 소방 펌프
#동 cứu hỏa

chữa trị 치료(하다) ¶ chữa trị bằng xoa bóp 안마 치료 / được chữa trị 치료를 받다 / đang được bác sĩ chữa trị 의사의 치료를 받고 있다

chứng –증 ¶ chứng giảm bạch cầu (leukopenia) 백혈구 감소증 / chứng tăng bạch cầu (leukocytosis) 백혈구 증가증 / chứng nhiễm độc thai 임신 중독증 / chứng viêm 염증

chứng bạch tạng 색소 결핍증

chứng béo phì 비만증

chứng cao huyết áp 고혈압 (高血壓)증

chứng cớ 증거 ¶ chứng cớ bổ sung 보충 증거 / chứng cớ xác thực 확실한 증거
#동 chứng cứ

chứng cứ 증거(證據) ¶ (sự) điều tra chứng cứ 증거조사 / (sự) bảo toàn chứng cứ 증거보전 / chứng cứ đầy đủ 충분한 증거 / chứng cứ có tính quyết định 결정적인 증거 / chứng cứ rõ ràng 명백한 증거 / thu thập chứng cứ 증거를 수집하다 / tiêu hủy chứng cứ 증거를 인멸하다 / đưa ra chứng cứ 증거를 제출하다 / nắm chứng cứ 증거를 잡다
#동 bằng chứng

chứng đau –통 ¶ chứng đau dây thần kinh 신경통 / chứng đau cơ bắp 근육통 / chứng đau sinh lý 생리통

chứng đau răng 치통, 이앓이

chứng minh 증명(하다) ¶ chứng minh học thuyết 학설을 증명하다 / chứng minh vô tội 무죄를 증명하다 / chứng minh phạm tội 범죄를 증명하다

chứng nhận 입증(하다), 승인(하다), 인정(하다) ¶ giấy chứng nhận bảo hiểm 보험증서

chứng thư 증서 ¶ chứng thư giả 가짜 증서

chứng tích 증적 ¶ chứng tích phạm tội 범죄의 증적 / để lại chứng tích 증적을 남기다 / tiêu diệt chứng tích 증적을 인멸하다

chứng tỏ 증명(하다)
#동 chứng minh

chứng viêm 염증 ¶ gây

chứng viêm 염증을 일으키다

chừng 약, 한, 쯤, 정도 ¶ chừng 30 phút 삼십 분쯤 / chừng 15 dặm 15 마일 정도 / chừng 8.000 thính giả 약 8천 명의 청중 / chừng 700 won 한 7 백 원 / chừng 2 giờ 한 2 시쯤

chương trình 프로그램, 프로 ¶ chương trình giải trí 오락 프로

Clo 염

có[1] 1. 있다 ¶ có biến đổi 변화있는 / có ác ý 악의 있는 / người có sức ảnh hưởng 영향력이 있는 사람 / người có nỗi bất mãn 불만이 있는 사람 / có ý hướng 의향이 있다 / có tính xã giao 사교성이 있다 / có tính cam chịu 참을성 있다 / có sở thích về âm nhạc 음악에 취미가 있다 / có lương tâm với mọi người 누구에게나 양심은 있다 / có cây nên nhà được nhiều bóng mát 나무가 있어 집이 응달이 잘 진다 / nếu có thời gian thì hãy liên lạc nhé 시간이 있으면 연락하세요 2. 유- ¶ có hay không 유무 / có hiệu lực 유효

có[2] 1. 지니다 ¶ có phong cách 풍격을 지니다 2. 거지다, 갖다, 갖고 있다 ¶ có ý đồ sát hại 살해할 의도를 가지다 / có bản năng tự bảo tồn 자기 보존의 본능을 갖다 / có bất động sản (trị giá) mười tỉ đồng 100 억 동의 부동산을 갖고 있다

có bầu 배다, 임신하다, 잉태하다 ¶ làm cho có bầu 배게 하다 / phụ nữ có bầu 임신한 여자 / đang có bầu 임신 중에 / cô ấy đã có bầu 그녀는 임신했다 #동 có thai

có được 얻다 ¶ ông ấy đã có được danh tiếng bất hủ qua phát hiện này 그는 이 발견으로 불후의 명성을 얻었다

có ích 유익(하다) ¶ chó là loài vật có ích đối với con người 개는 인간에게 유익한 동물이다 #동 hữu ích

có hiệu lực 유효(하다) ¶ thời hạn có hiệu lực 유효 기한

có lẽ 1. 아마 ¶ có lẽ sẽ được thôi 아마 괜찮겠지 2. -(으)ㄴ/는/(으)ㄹ 것 같다

¶ có lẽ anh ấy là người Việt Nam 그는 베트남 사람인 것 같다

có lời 이익을 보다 ¶ bán có lời 이득을 보고 팔다

có lợi 이롭다 ¶ điều kiện có lợi 이로운 조건 / không có lợi 이롭지 않다 / điều kiện hợp đồng có lợi cho cả đôi bên 계약 조건은 양측에 이롭다

có lợi nhuận 이익을 보다

có lý 도리가 있다

có mặt 출석(하다) ¶ người có mặt 출석자 / tỉ lệ có mặt 출석률
　　#반 vắng mặt

có mang 배다, 임신하다, 잉태하다 ¶ phụ nữ có mang 임신한 여자
　　#동 có thai

có ngay 바로 있다

có thai 임신하다, 잉태하다, 배다 ¶ có thai ngoài tử cung 자궁 외 임신 / đang có thai 임신 중에 / cô ấy đã có thai 그녀는 임신했다 / cô ấy có thai ba tháng 그녀는 임신 3개월이다
　　#동 có bầu

có thể 1. -(으)ㄹ 수 있다 ¶ có thể ăn được 먹을 수 있다 / có thể ứng dụng rộng rãi 널리 응용할 수 있는 / có thể bảo quản trong thời gian dài 장기간 보존할 수 있다 / không phải ai cũng có thể trở thành anh hùng 누구나 다 영웅이 될 수 있는 것은 아니다 / ai cũng có thể làm được 누구나 할 수 있는 일 / nếu là người đó thì có thể yên tâm mà giao việc 그 사람이면 마음놓고 일을 맡길 수 있다 / họ đang nhịn đói chết dần chết mòn thì làm sao (chúng ta) có thể bàng quan được chứ? 그들이 굶어 죽어가고 있는데 어떻게 방관할 수 있는가? 2. 가능(하다) ¶ thời kỳ có thể mang thai 임신 가능 기간

có tính 1. (명사) -성의 có tính sát khuẩn 살균성의
2. (명사) -적 ¶ có tính trực tiếp 직접적인 / có tính gián tiếp 간접적인 / có tính kinh tế 경제적 / có tính bản năng 본능적 / có tính căn bản 근본적 / có tính áp chế 압제적인 / 보수적인 có tính bảo thủ / có tính ẩn dụ 은유적 / có tính ấn tượng

인상적인 / **có tính mô phỏng** 모방적인 / **có tính bình dân** 평민적인 / **có tính lương tâm** 양심적 / **chứng cứ có tính quyết định** 결정적인 증거 / **suy nghĩ có tính bảo thủ** 보수적인 생각 / **chân lý có tính phổ biến** 보편적인 진리

có tính chất(명사) -적 ¶ **có tính chất xã giao** 사교적 / **có tính chất cá nhân** 개인적인 / **có tính chất phê phán** 비판적 / **có tính chất quân sự** 군사적 / **có tính chất âm tính** 음성적인 / **có tính chất anh hùng** 영웅적 / **hành động có tính chất anh hùng** 영웅적 행위 / **bầu không khí có tính chất gia đình** 가정적 분위기 / **bầu không khí có tính chất tôn giáo** 종교적인 분위기 / **tiếp xúc có tính chất cá nhân** 개인적인 접촉

có vẻ (으)ㄴ/는/(으)fahdid 이다, -(으)ㄹ 것 같다

có việc làm 1.일자리가 있다 2. 취업(하다) ¶ **tỉ lệ có việc làm** 취업률

cỏ 1. 풀 **đồng cỏ** 풀밭 / **hoa cỏ** 풀꽃 / **đất cỏ mọc** 풀이 난 땅 / **cắt cỏ** 풀을 베다 / **nhổ cỏ sân vườn** 정원의 풀을 뽑다 / **cỏ rậm rạp trong sân vườn** 정원에는 풀이 무성했다 2. 풀 ¶ **cỏ khô** 건초 / **bó cỏ khô** 건초 다발

cỏ hoang 황초(荒草)

cỏ khô 건초 ¶ **đống cỏ khô** / **dao cắt cỏ khô** 건초 베는 칼

coi 보다 ¶ **coi truyền hình** 텔레비전을 보다 #동 xem

coi chừng 조심(하다) ¶ **coi chừng bị móc túi** 소매치기 조심 / **coi chừng chó dữ** 개 조심!

coi thi 시험 감도으로 하다

coi thường 무시(하다) ¶ **coi thường người khác** 남을 무시당하다 / **chúng tôi đã cảnh báo nhưng nó vẫn coi thường** 우리는 경고하였으나 그는 무시했다 #동 xem thường

coi trọng 중시(하다) ¶ **coi trọng sức khỏe** 건강을 중시하다 / **coi trọng công việc** 일을 중시하다 / **chính quyền đang coi trọng sự việc này** 당국은 이 사건을 중시하고 있다

#동 xem trọng

còi 호른(horn)

compa 컴퍼스, 양각기

compact 콤팩트 ¶ đĩa compact 콤팩트 디스크 (compact disc)

con[1] 아이, 자식 cô ấy có ba đứa con 그녀는 아이 셋이 있다 / có con mới biết công ơn cha mẹ 자식을 가져봐야 어버이의 은혜를 안다

con[2] (동물의) 새끼 ¶ lợn con 새끼 돼지 / sâu con(ấu trùng) 새끼벌레(애벌레) / sinh con 새끼를 낳다

con cái 자식 ¶ con cái không hiểu tấm lòng cha mẹ 부모 마음을 자식은 모른다

con cáo 여우 ¶ con cáo đang nấp sau hòn đá 여우가 바위 뒤에 숨어 있다

con cọp 호랑이 #동 con hổ

con chó 개 ¶ đá con chó 개를 차다

con công 공작

con dao 칼 ¶ con dao cắt cỏ khô 건초 베는 칼 / con dao này quá cùn 이 칼은 너무 무디다

con dâu 며느리 ¶ con dâu đầu 맏며느리

con dấu 도장 ¶ con dấu bằng nhựa 고무 도장 / con dấu giả 가짜 도장 / khắc con dấu 도장을 새기다

con đườn 1. 길 ¶ con đường tắt 지름길 / con đường bên cạnh 옆길 / con đường có cây ven đường 가로수 길 / tất cả mọi con đường đều dẫn đến La Mã 모든 길은 로마로 통한다 2. 도로 ¶ con đường tơ lụa 실크도로

con gái 1. 딸 ¶ ảnh thôi môi của con gái 딸의 첫돌 사진 / cô ấy đã dắt con gái đến 그녀는 딸을 데리고 왔다 / ông ấy đã cho con gái đính hôn với một người giàu có 그는 딸을 부자와 약혼시켰다 / cô ấy bị viễn thị còn con gái của cô ấy bị cận thị 그녀는 원시인데 그녀의 딸은 근시이다 2.여자

con gái cả 맏딸

con hạc 두루미, 학 ¶ con hạc giấy 종이학

con hổ 호랑이 ¶ Hàn Quốc là một bán đảo có hình dạng con hổ 한국은 호랑이 모양의 반도이다

con lừa 당나귀

con lợn 돼지 ¶ con lợn này

to quá 이 돼지가 크다

con ngựa 말 ¶ con ngựa bỏ chạy 말이 달아난다

con người 1. 인간 ¶ trí khôn của con người 인지(人知) / bộ não của con người 인간의 뇌 / bản tính của con người là thiện 인간의 본성은 선이다 / dẫu sao con người cũng phải chết 어차피 인간이 죽어야 한다 / chó là loài vật hữu ích đối với con người 개는 인간에게 유익한 동물이다 2. 사람 ¶ một con người anh minh 영명한 사람 / thông qua con người 사람을 통해서 3. 인적 ¶ tài nguyên con người 인적 자원 / bộ giáo dục & tài nguyên con người 교육인적자원부

con phố 거리 ¶ con phố đó vào ban ngày cũng tối tăm 그 거리는 낮에도 어둡다

con rể 사위 ¶ con rể đầu 맏사위

con sói 늑대

con tàu 배 ¶ hình ảnh đẹp của các con tàu ra vào cảng 항구를 드나드는 배들의 멋있는 모습

con tằm 누에

con thuyền 보트 ¶ con thuyền đó đã chìm xuống đáy biển sâu 그 보트는 깊은 해저로 가라앉았다

con trai 1.아들 ¶ ảnh của con trai dán trong an bum 앨범에 붙어 있는 아들의 사진 / mất con trai 아들을 여의다 / cô ấy đã dắt con trai đến 그녀는 아들을 데리고 왔다 2. 남자

con trai cả 맏아들

con trưởng
(총칭) 장남, 장녀

còn[1] 그리고 ¶ còn anh (thì sao)? 그리고 당신은요? / còn cái đó 그리고 그것은?

còn[2] 남다 ¶ còn lời 이문이 남다 / còn lại hai cái 2 개가 남는다 / còn tiền không? 돈이 남아 있느냐?

còn[3] -어/아/여 있다 ¶ nhân chứng còn sống 살아 있는 증인

cọp 호랑이 #동 hổ
cô[1] 고모
cô[2] (여자) 선생, 교사 ¶ cô dạy tại nhà 가정 교사 / cô dạy tiếng Việt 베트남어 선생 / cô giỏi 유능한 선생 / trả ơn thầy cô 스승의 은혜를 갚다

cô ấy 그녀, 그 여자는, 그 아가씨 ¶ cô ấy là bạn gái của anh Trung 그녀는 쭝씨의 여자친구이다 / tôi đã cảm động trước lời nói của cô ấy 그녀의 말에 감동했다 / 그녀는 내 옆을 스쳐갔다 cô ấy đi lướt qua cạnh tôi / cô ấy phát âm dở 그녀는 발음이 나쁘다 / cô ấy là á hậu trong cuộc thi hoa hậu hoàn vũ năm 2008 그녀는 2008 년 미스월드 대회에서 차점자였다 / cô ấy bị viễn thị còn con gái của cô ấy bị cận thị 그녀는 원시인데 그녀의 딸은 근시이다 / cô ấy đã xin về nước 그녀는 귀국을 신청했다 / cô ấy xoa kem lên mặt 그녀는 얼굴에 크림을 문질러 바르다

Côban 코발트

cô bé 계집아이, 계집애 ¶ cô bé bầu bĩnh 오동통한 계집애

cô dâu 신부 ¶ chú rễ và cô dâu 신랑과 신부 / trang phục cô dâu sang trọng 호화로운 신부 의상

cô độc 고독(하하) ¶ cô độc một mình 고독단신 / yêu thích sự cô độc 고독을 사랑하다 / sống cô độc 고독한 생활을 하다

cô đơn 외롭다 ¶ sự cô đơn 외로움 / người cô đơn 외로운 사람 / lữ khách cô đơn 외로운 나그네 / cuộc sống cô đơn 외로운 생활

cô gái 아가씨, 처녀 ¶ cô gái ngây thơ 순진한 처녀

cô giáo (여자) 선생(님), 교사 ¶ cô giáo dạy tiếng Anh 영어 선생 / cô giáo nghiêm nghị 엄한 선생 / cô giáo giỏi 유능한 선생 / cô giáo nhiệt tình 열성적인 선생 / làm cô giáo 교사를 하다

cô nàng (귀여운 말) 그녀 ¶ cô nàng dụi mắt rồi ngáp 그녀는 눈을 비비고 하품했다

cô ta (별로 안 좋은 뜻으로 쓰임) 그녀 ¶ tương lai của cô ta được bảo đảm 그녀의 장래는 보장되어 있다

cô thiếu nữ 소녀

cố 열심히 ¶ cố biện minh 열심히 변명하다

cố định 고정(하다) ¶ vốn cố định 고정 자본

cố gắng 열심히 ¶ cố gắng làm việc 일을 열심히 하다

/ cố gắng học tập 열심히 공부하다

cố vấn 고문 ¶ cố vấn tài chính 재정 고문 / cố vấn kỹ thuật 기술 고문 / trở thành cố vấn 고문이 되다

cổ 목 ¶ cổ ngắn 짧은 목 / cổ dài 기다란 목 / thắt cổ chết 목을 매어 죽다 / xoay cổ 목을 돌리다 / vết sưng xuất hiện ở cổ 목에 종기가 났다

cổ 고미술의, 골동의 ¶ tiền cổ 고전 / đồ cổ 골동품 / cửa hàng đồ cổ 골동품점 / người kinh doanh đồ cổ 골동품상 / người sưu tầm đồ cổ 골동품 수집가 / người sưu tầm tiền.cổ 고전 수집가 / người yêu thích đồ cổ 골동품 애호가

cổ áo 칼라(collar), 깃

cổ đại 고대 ¶ người cổ đại 고대인 / văn học cổ đại 고대 문학 / khai quật đô thị cổ đại 고대 도시를 발굴하다 / dấu tích của nền văn minh cổ đại 고대 문명의 흔적

cổ điển 고전(古典) ¶ nhạc cổ điển 고전 음악 / văn học cổ điển 고전 문학 / tiểu thuyết cổ điển 고전 소설

cổ phần 주식 ¶ công ty cổ phần 주식회사 / sự công khai cổ phần 주식 공개 / phân bổ cổ phần cho mọi người 주식을 사람들에게 배당하다

cổ phiếu 주식 ¶ sự giao dịch cổ phiếu 주식 거래 / sự đầu tư cổ phiếu 주식 투자 / sự phát hành cổ phiếu 주식의 발행 / mua bán cổ phiếu 주식을 매매하다

cổ truyền 고전(古傳) ¶ dân đàm cổ truyền 고전 민담

cốc 컵, 잔 ¶ một cốc nước 물 한 잔

cội nguồn 기원 ¶ cội nguồn của nền văn minh 문명의 기원

cồn 알코올(alcohol) ¶ đèn cồn 알코올 램프 / cồn công nghiệp 공업용 알코올 / thức uống có cồn 알코올 음료 / thức uống không cồn 비알코올성 음료 / nồng độ cồn trong máu 혈중 알코올 농도 / bị nhiễm độc cồn 알코올 중독에 걸리다 / rượu này chứa 15% cồn 이 술은 알코올이 15% 포함되어 있다

công[1] 공작

công² 공로 ¶ người có công 공로자 / tiền công 공로금 / có công 공로가 있다 / lập công 공로를 세우다

công an (베트남, 중국) 공안 ¶ công an nhân dân 인민공안 / người đó đã tự thú với công an 그 사람은 공안에 자수했다

công ơn 은혜 ¶ công ơn của thầy cô 스승의 은혜

công bố 공보(하다) ¶ công bố lai lịch ứng cử viên 후보자 경력 공보

công chức 공무원 ¶ tôi từng có ý nghĩ sẽ trở thành công chức 나는 공무원이 될 생각이었다 / học với ý nghĩ sẽ trở thành công chức 공무원이 될 생각으로 공부하다 / biếng nhác bổn phận của một công chức 공무원으로서의 본분을 게을리하다

công cộng 1. 공공, 공공의 ¶ cơ quan công cộng 공공 기관 / đoàn thể công cộng 공공 단체 2. 공중 ¶ điện thoại công cộng 공중 전화

công cụ 공구 ¶ công cụ máy móc 기계 공구 / công cụ vạn năng 만능 공구

công dân 공민 ¶ quyền công dân 공민권 / giáo dục công dân 공민 교육 / đạo đức công dân 공민 도덕 / tinh thần công dân 공민 정신 / ý thức công dân 공민 의식

công đoàn 노조, 노동조합

công đoạn 공정 ¶ công đoạn chế tạo 제조 공정

công khai 공개(하다) ¶ sự công khai cổ phần 주식 공개 / bán đấu giá công khai 공개 경매 / một cách công khai 공개적으로

công lao 공로 ¶ giải thưởng công lao 공로상 / người có công lao 공로자 / có công lao 공로가 있다 / lập công lao 공로를 세우다 / công nhận công lao 공로를 인정하다 / nhận huân chương vì công lao 공로로 훈장을 받다

công nghiệp 공업, 산업 ¶ cách mạng công nghiệp 산업 혁명 / bộ công nghiệp 산업부 / bộ công nghiệp & tài nguyên 산업자원부 / cồn công nghiệp 공업용 알코올 / ngành công nghiệp do chính phủ quản lý 정부 관리 산업 / ngành công nghiệp giải trí 오락 산업 / ngành công nghiệp cao su 고무 공업 / ứng dụng khoa học vào công nghiệp 과학을 산업에 응용하다 / bảo hộ ngành công nghiệp trong nước 국내 산업을 보호하다

công nghiệp nặng 중공업 ¶ công nghiệp nặng đã trải qua khó khăn trong lúc khủng hoảng năng lượng 중공업은 에너지 위기 동안 어려움을 겪었다

công nghiệp nhẹ 경공업 ¶ 경공업 제품 sản phẩm công nghiệp nhẹ

công nhân 근로자, 노동자, 직공 ¶ đời sống của công nhân 근로자의 생활 / công nhân đã đình công 24 giờ 직공들은 24 시간 파업했다 / công nhân của công trường xây dựng 건설 공사 장의 노동자

công nhận 인정(하다) ¶ công nhận công lao 공로를 인정하다

công ơn 은혜 ¶ có con mới biết công ơn cha mẹ 자식을 가져봐야 어버이의 은혜를 안다

công quỹ 공금 ¶ ăn chặn số tiền công quỹ lớn 거액의 공금을 착복하다

công suất 출력, (생산) 능력 ¶ công suất nhỏ 출력이 작다 / công suất lớn 출력이 크다

công tác 출장 ¶ đi công tác 출장(을) 가다

công thức 공식 ¶ ứng dụng công thức 공식을 응용하다

công trái 공채 ¶ kỳ hạn thanh toán của công trái 공채의 지불 기한

công trình 1. 공사 ¶ công trình đang thi công 공사중 / công trình nền móng bê tông 콘크리트 기초 공사 2. 프로젝트

công trường 공사장 ¶ công trường xây dựng 건설 공사 장 / công nhân của công trường xây dựng 건설 공사장의 노동자

công ty 회사 ¶ đồng nghiệp trong công ty 회사 동료 / thực tập ở công ty 회사에서 실습하다 / anh trai tôi là nhân viên công ty 우리 형 은 회사원이다 / hắn đã ăn chặn tiền quỹ / nhà (chúng) tôi gần công ty 우리 집은 회사에서 가깝다

công ty bảo hiểm
보험 회사

công ty bảo vệ 경비회사

công ty cổ phần 주식회사

công ty liên doanh
합작 회사

công ty thương mại 상사

công ty trách nhiệm hữu hạn 유한 회사

công ty xây dựng
건설 회사

công việc 1. 사무 ¶ công việc bị đình trệ 사무가 정체되다 / xử lý công việc 사무를 처리하다 2. 일 ¶ công việc ban ngày 낮일 / công việc bấp bênh 불안정한 일 / công việc bình thường 평범한 일 / công việc vất vả 힘든 일 / công việc động não 뇌를 쓰는 일 / bám sát công việc 일에 달라붙다 / xem trọng công việc 일을 중시하다 / công việc mà ai cũng có thể làm được 누구나 할 수 있는 일 / bàn giao công việc 일을 넘겨주다 / công việc đang tiến triển tốt đẹp 일이 잘 진행되고 있다 3. 작업 ¶ phân công công việc cho từng người 각자에게 작업을 할당하다 4. 일자리

công viên 공원 ¶ công viên lớn 대공원 / (đại) công viên Sunny 선니대공원 / ghế đá công viên 공원의 벤치

cồng 꽹가리 ¶ cồng chiêng 꽹가리와 징

cổng 1.대문 ¶ cổng Nam 남대문 / cổng Đông 동대문 2. (IT, 컴퓨터) 포트 ¶ cổng USB USB 포트

cổng chính 정문

cổng sau 후문

cộng 더하기 ¶ sáu cộng tám là (bằng) mười bốn 6 더하기 8 은 14 이다 / bảy cộng chín là (bằng) mười sáu 7 더하기 9 는 16 이다

cộng đồng 공동, 공동체 ¶ xã hội cộng đồng 공동 사회 / cộng đồng châu Âu(EC) 유럽 공동체 / cộng đồng kinh tế châu Âu(EEC)유럽 경제 공동체

cộng hòa 공화 ¶ Đảng Cộng hòa 공화당 / nước cộng hòa 공화국 / chính thể cộng hòa 공화 정체 / nền chính trị cộng hòa 공화 정치

Cộng hòa Dân chủ Nhân

dân Triều Tiên
조선민주인민공화국
Cộng hòa Nhân dân Trung Hoa
중화인민공화국
Cộng hòa Xã hội Chủ nghĩa Việt Nam
베트남사회주의공화국
cộng hưởng 공명(하다) ¶ 공명관 ống cộng hưởng / 공명강 khoang công hưởng
cộng sản 공산 ¶ đảng cộng sản 공산당 / chủ nghĩa cộng sản 공산주의
cốt cán (사람) 기둥, 근간, 근간의
cốt lõi 근간 ¶ thành phần cốt lõi 근간 성분 / cốt lõi của nền công nghiệp Việt Nam 베트남 산업의 근간
cột[1] 기둥 ¶ đầu cột 기둥머리 / gốc cột 기둥뿌리 / cột đá 돌기둥 / cột lửa 불기둥 / dựng cột 기둥을 세우다
cột[2] 매다 ¶ cột dây 줄을 매다
cơ bản 기본 ¶ khóa cơ bản 기본 과정 / môn cơ bản 기본 과목 / mẫu câu cơ bản 기본 문형 / đơn vị cơ bản 기본 단위 / phương châm cơ bản 기본 방침 /

kế hoạch cơ bản 기본 계획
cơ bắp 근육, 힘줄 ¶ vẻ đẹp cơ bắp 근육미 / thuốc bồi bổ cơ bắp 근육 보강제 / cơ bắp của cánh tay 팔의 근육 / vận động cơ bắp 근육 운동 / tiêm vào cơ bắp 근육 주사 / chứng đau cơ bắp 근육통 / sự mệt mỏi cơ bắp 근육 피로 / có cơ bắp nổi rõ 근육이 잘 발달하다 / bơi lội làm cho hầu như toàn bộ cơ bắp của toàn thân vận động 수영은 거의 모든 전신 근육을 움직이게 한다 #동 bắp thịt
cơ cấu 기구 ¶ cơ cấu chính trị 정치 기구 / cơ cấu lưu thông 유통 기구 / cơ cấu hành chính 행정 기구 / sự cải cách cơ cấu 기구 개혁 / cải tổ cơ cấu 기구를 개편하다 / thiết lập cơ cấu mới 새 기구를 설립하다
cơ chế 기제, 기구 ¶ cơ chế bế quan tỏa cảng 폐쇄기(機)
Cơ đốc giáo 기독교 ¶ quốc gia Cơ đốc giáo 기독교국 / tín đồ Cơ đốc giáo 기독교도 / nhà thờ Cơ đốc giáo 기독교 교회 / Hội thanh

niên Cơ đốc giáo(YMCA) 기독교 천녕회 #동 đạo Cơ Đốc

cơ động 기동 ¶ bộ đội cơ động 기동 부대

cơ hội 기회 ¶ cơ hội hiếm hoi 드문 기회 / nắm bắt cơ hội 기회를 잡다 / chờ cơ hội 기회를 기다리다

cơ phó 부조종사

cơ quan[1] 직장 ¶ kết hôn cùng cơ quan 직장내 결혼을 하다

cơ quan[2] 기관 ¶ cơ quan quản lý 관리 기관 / cơ quan thông báo 통보 기관 / cơ quan nghị quyết 의결 기관

cơ quan[3] 기관 ¶ cơ quan tư vấn 자문 기관 / cơ quan phát âm 발음 기관 / cơ quan cấu âm 조음 기관 / cơ quan vận động 운동 기관 / cơ quan trực thuộc 부속 기관 / các cơ quan quan trọng của cơ thể 신체의 중요 기관 / cơ quan công cộng 공공 기관

cơ quan cảm giác 감각 기관

cơ quan hô hấp 호흡 기관

cơ quan thần kinh 신경 기관

cơ quan tiêu hóa 소화 기관

cơ sở[1] 1. 기초 ¶ kế toán học cơ sở 기초 회계학 / nhân tố cơ cở 기초적 요소 / cơ sở vững chắc 기초가 튼튼하다 2. 중학교에서 쓰이는 말 trung học cơ sở 중학교 / Trường trung học cơ sở Bình Minh 빙밍중학교 / Trường trung học cơ sở Gia Lai 알라이중학교 / học lực ở trình độ tốt nghiệp trung học cơ sở 중학교 졸업 정도의 학력

cơ sở[2] 시설 ¶ cơ sở trực thuộc 부속 시설

cơ sở vật chất 시설 ¶ sự cải tiến cơ sở vật chất 시설 개선 / cơ sở vật chất về giải trí 오락 시설

cơ thể 몸, 신체 ¶ tổ chức của cơ thể 신체 조직 / một tinh thần lành mạnh trong một cơ thể khỏe mạnh 건전한 신체에 건전한 정신이 깃든다

cờ 기(旗) ¶ cờ vô địch 우승기 / cờ ủng hộ 응원기 / cờ đầu hàng 항복기 / tín hiệu cờ 기신호 / làm tín hiệu cờ 기신호를 하다 / hạ cờ 기를

내리다 / kéo cờ lên 기를 올리다 / vẫy cờ 기를 흔들다 / xếp cờ 기를 접다 / mở cờ 기를 펴다 / treo cờ 기를 걸다

cờ (총칭) 장기, 체스 ¶ cờ tướng 장기 / cờ vua 체스(서양 장기)

cờ bạc 도박(하다) ¶ gian lận trong cờ bạc 도박에서 협잡하다

cờ trắng(đầu hàng) 항복기

cờ tướng 장기 ¶ bàn cờ tướng 장기판 / chơi cờ tướng 장기를 두다

cờ vua 체스, 서양 장기 ¶ bàn cờ vua 체스판, 서양 장기판

cỡ 사이즈, 크기 ¶ hợp cỡ 사이즈가 맞다 / đo cỡ 사이즈를 재다

cởi 1. 벗다 ¶ cởi quần áo 옷를 벗다 / cởi Âu phục 양복을 벗다 / cởi váy 치마를 벗다 / cởi áo choàng 외투를 벗다 / cởi áo cho (ai đó) 옷옷을 벗겨 주다 2. 풀다 ¶ cởi dây 줄을 풀다

cơm 밥 ¶ chén cơm 밥그릇 / một bát cơm 밥 한 공기 / cơm ngũ cốc 오곡밥 / cơm sáng 아침밥 / 밥을 짓다 nấu cơm

cơm bình dân (베트남) 값이 싼 밥

cơm bụi (베트남) 길가에서 파는 밥

cơm chiên 볶음밥

cơn đau- 통 ¶ cơn đau sinh lý 생리통 / cơn đau thần kinh 신경통

cơn gió 바람 ¶ cơn gió bất ngờ có tốc độ 40 mét trên giây đang thổi trong bán kính 100km từ tâm bão 태풍의 중심으로부터 반경 100 km 이내에서는 순간 풍속 40 미터의 돌풍이 불고 있다

Crom 크롬

cú pháp 통사론 ¶ thuộc cú pháp 통사적 / đặc trưng (mang tính) cú pháp 통사적 특성 / cấu trúc cú pháp 통사적 구조

củ cải trắng 무

củ cải đỏ 당근

củ giềng 생강

  #동 củ gừng

củ gừng 생강

  #동 củ giềng

củ hành 양파

cũ 1. 헌 ¶ quần áo cũ 헌 옷 / xe cũ 헌 차 / báo cũ 헌

신문 2. 낡다 ¶ thế hệ cũ 낡은 세대 3.오래되다 ¶ cái đã cũ nhưng còn tốt 오래되었지만 좋은 것

cũ kỹ 아주 오래되다

cụ 노인, 할아버지, 할머니 ¶ viếng thăm bệnh viện để an ủi các cụ 노인들을 위로하기 위해 병원을 방문하다

cụ thể 구체, 구체적 ¶ tính cụ thể 구체성 / phương án cụ thể 구체안 / khái niệm cụ thể 구체적 개념 / ví dụ cụ thể 구체적 예 / một cách cụ thể 구체적으로

cua 게 ¶ nó thích ăn cua 그는 게 먹기를 좋아한다

của[1] –의 ¶ nỗ lực của bản thân 자신의 노력 / ý tưởng của người khác 남의 아이디어 / bút máy của tôi 내 만년필 / đồ của cửa hàng 상점의 물건 / yêu cầu của thời đại 시대의 요구 / kỳ hạn thanh toán của công trái 공채의 지불 기한 / lời dạy của Khổng Tử 공자의 가르침 / buổi thuyết trình tuyển dụng của tập đoàn Sunny 선니 그룹의 채용 설명회 / tư cách của bố 아버지로서의 자격 / lương tâm của một học giả 학자로서의 양심 / quản lý tài sản của người khác 남의 재산을 관리하다 / đòi hỏi của bạn quá vô lý 네 요청은 너무 무리였다 / biếng nhác bổn phận của một công chức 공무원으로서의 본분을 게을리하다 / nền kinh tế của nước ta đang hồi phục 우리 나라의 경제는 회복되어 가고 있다 / nhìn vào mặt trái của đời sống 세상의 암흑면을 보다 / rõ ràng ăn quá nhiều là nguyên nhân chính của béo phì 과식은 분명히 비만의 원인이다

của[2] 재산 #동 tài sản

cúc 국화 #동 hoa cúc

cục bộ 1. 국부 ¶ có tính cục bộ 국부적 / giải phẫu học cục bộ 국부해부학 2. 부분적인

cục diện 국면 ¶ khai thông cục diện bế tả 정돈된 국면을 타개하다

cục gôm 고무 지우개

cục trưởng 국장

củi 장작 ¶ chẻ củi 장작을 패다

cùn 무디다 ¶ lưỡi dao cạo

cùn 무딘 면도날 / lưỡi dao cùn 칼날이 무디다 / con dao này quá cùn 이 칼은 너무 무디다

cung 활 ¶ môn bắn cung 양궁

cung cấp 공급(하다) ¶ người cung cấp 공급자 / giá cả cung cấp 공급 가격 / khu vực cung cấp 공급 구역

cung cầu 수요와 공급

cung kính 공경(하다) ¶ cung kính người lớn 어른을공경하다

cung ứng 제공(하다) ¶ cung ứng sức lao động 노동력을 제공하다

cúng 제사를 지내다

cùng[1] 1. 가장, 최 ¶ dưới cùng 가장 아래의 / cuối cùng 최종 2. 끝 ¶ chờ đến cùng 끝까지 기다리다

cùng[2] 같이, 함께 ¶ cùng làm 같이 하다

cùng với -와/과 함께, -와/과 같이 ¶ bỏ trốn cùng với người yêu 애인과 함께 달아나다

củng cố 강화(하다) ¶ củng cố nội các 내각을 강화하다 / củng cố sức mạnh quân sự 군사력을 강화하다

cũng 도, 역시 ¶ hôm nay cũng sẽ nóng 오늘도 덥겠다 / nơi này vào mùa đông cũng ấm áp 이곳은 겨울에도 온난하다 / thế nào tôi cũng không đảm bảo được 나는 어떻다고도 장담 못하겠다 / bất cứ đứa bé nào cũng có thể làm được điều đó 어떤 아이라도 그런 것쯤은 할 수 있다 / bất cứ sự giúp đỡ nào cũng tốt hơn không có 어떤 도움이라도 없는 것보다는 낫다

cuộc đời 1.일생, 인생 ¶ sự thăng trầm của cuộc đời 인생의 부침 / 일생에 한 번만 chỉ một lần trong cuộc đời / bi quan về cuộc đời 인생을 비관하다 / trải qua phần lớn cuộc đời ở miền quê 인생의 대부분을 시골에서 보내다 2.세상 biến mất khỏi cuộc đời này 이 세상에서 사라지다

cuộc hẹn 약속 ¶ hủy bỏ cuộc hẹn 약속을 취소하다

cuộc họp 모임 ¶ cuộc họp hôm nay 오늘의 모임 / có cuộc họp 모임이 있다 / tham dự cuộc họp 모임에 참석하다

Cc

cuộc sống 1. 생활 ¶ cuộc sống bình yên편안한 생활 / cuộc sống cô đơn 외로운 생활 / cuộc sống đời thường nhàm chán 지루한 일상 생활 / nhu yếu phẩm cho cuộc sống 생활 필수품 / khốn khổ vì cuộc sống 생활에 시달리다 / bảo đảm cuộc sống 생활을 보장하다 / duy trì cuộc sống 생활을 유지하다 / sống một cuộc sống bình thường 평범한 생활을 하다 / viết tác phẩm với chủ đề cuộc sống miền quê Hàn Quốc 한국의 시골 새황을 주제로 작품을 쓰다 2. 살이, 살림cuộc sống tị nạn 피난살이 / cuộc sống thoải mái 편한 살림

cuộc thi 1. 시험 ¶ cuộc thi năng lực tiếng Hàn 한국어능력시험 2. 대회 ¶ cuộc thi hát dân ca 민요 대회 / cuộc thi hùng biện tiếng Hàn 한국어 말하기 대회 / cô ấy là người đoạt giải á hậu trong cuộc thi Hoa hậu Hàn Quốc năm 2008 그녀는 2008 년 미스 코리아 대회에서 차점자였다

cuối[1] 끝 ¶ ở cuối câu 문장 끝에 있다 / từ đầu đến cuối 처음부터 끝까지

cuối[2] 종착 ¶ ga cuối 종착역

cuối cùng 맨끝 ¶ đếm cuối cùng 맨끝까지

cuối kỳ 기말 ¶ thi cuối kỳ 기말 고사 / báo cáo cuối kỳ 기말 보고서

cuốn 권 ¶ một cuốn sách 책 한 권 / một cuốn sách giáo khoa 교과서 한 권
#동 quyển

cuốn trôi 떠돌다 ¶ cuốn trôi theo ngọn gió 바람이 부는 대로 떠돌다

cuộn[1] 코일 ¶ cuộn cảm ứng 감응 코일

cuộn[2] 한 통, 롤, 두루마리, 권 ¶ hai cuộn phim màu 컬러 필름 2 통 / một cuộn băng 테이프 한 권

cúp 1. 배 ¶ cúp vô địch 우승배 2.컵 ¶ Cúp thế giới 2002 2002 년 월드컵 / bóng đá Cúp thế giới 2010 2010 년(도) 월드컵 축구

Curi 큐륨

cư dân 거주민, 주민 ¶ cư dân bán đảo 반도의 주민 / cư dân gốc Bắc Mỹ 북아메리카 원주민

cư trú거주(하다) ¶ dân cư trú

거주민 / người cư trú 거주자 / người cư trú bất hợp pháp 불법 거주자 / không gian cư trú 거주 공간 / sự tự do cư trú 거주의 자유 / dân số cư trú 거주 인구 / tư cách cư trú 거주 자격 / giấy chứng nhận cư trú 거주 증명서 / nơi cư trú 거주지 / khu vực cư trú 거주 지역 / quyền cư trú 거주권 / xâm hại quyền cư trú 거주권을 침해하다

cư xử 대인 ¶ quan hệ cư xử 대인 관계

cứ 그냥 ¶ cứ đi 그냥 가다 / cứ để đó 그냥 두다 / cứ chờ 그냥 기다리다 / cứ đứng đó 그냥 서 있다

cử 보내다 ¶ cử người 사람을 보내다 / cử quân đội 군대를 보내다

cử động 움직이다 ¶ cử động cánh tay 팔을 움직이다 / cử động chân 다리를 움직이다 / không cử động 움직이지 않다

cử hành 거행(하다) ¶ cử hành lễ khởi không 착공식을 거행하다 / cử hành lễ khánh thành 개관식을 거행하다 / cử hành

nghi thức 의식을 거행하다

cử nhân 학사 ¶ luận văn cử nhân 학사 논문 / cử nhân y học 의학사

cử tạ 역도 ¶ vận động viên cử tạ 역도 선수 / tôi từng có ý nghĩ sẽ trở thành vận động viên cử tạ 나는 역도 선수가 될 생각이었다

cự ly 거리 ¶ cự ly bình quân 평균 거리 / cự ly cất cánh 이륙 거리

cưa 1. 톱 ¶ lưỡi cưa 톱날 / răng cưa 톱니 / sử dụng cưa 톱을 사용하다 2. 톱질 (하다) ¶ cưa cành cây 나뭇가지를 톱질하다

cửa[1] 문 ¶ cửa tự động 자동문 / cửa nhà bếp 부엌문 / cửa sổ 창문 / chìa khóa cửa 문의 열쇠 / nấp sau cửa 문 뒤에 숨다 / khóa cửa 문을 잠그다 / mở cửa 문을 열다 / cửa được đóng 문이 닫힙니다 / cửa này thông ra sân 이 문은 마당으로 통한다

cửa[2] 여지 ¶ vụ án không có cửa bào chữa 변호의 여지가 없는 사건

cửa bán vé 매표창구, 매표구

cửa hàng 가게, -점, 판매점 ¶ cửa hàng gạo 쌀가게 / cửa hàng đồ cổ 골동품점 / cửa hàng miễn thuế 면세점 / cửa hàng bán lẻ 소매점 / cửa hàng nhạc cụ 악기점 / ra cửa hàng 가게를 내다 / bán cửa hàng 가게를 팔다 / trộm đồ của cửa hàng 상점의 물건을 훔치다

cửa hiệu 가게 ¶ cửa hiệu cao cấp 고급 상점 / đóng cửa hiệu 가게를 닫다

cửa ngõ 입구 ¶ cửa ngõ vào Sài Gòn 사이공 입구

cửa ra vào 출입문

cửa sổ 창, 창문 ¶ khung cửa sổ 창틀 / chỗ cạnh cửa sổ 창가의 자리 / cửa bán vé 매표창구 / mở cửa sổ 창문을 열다 / đóng cửa sổ 창문을 닫다

cửa tiệm 가게, 가게 문 ¶ mở cửa tiệm 가게 문을 열다

cực -극(極) ¶ hai cực 양극 / cực âm 음극 / cực dương 양극 / Nam Cực 남극 / Bắc Cực 북극

cực điểm 극점, 클라이맥스, 최고조, 절정 ¶ đạt đến cực điểm 클라이맥스에 달하다 / làm cho đạt đến cực điểm 클라이맥스에 달하게 하다

cực độ 극도 ¶ sự căng thẳng cực độ 극도의 긴장 / bi quan cực độ 극도로 비관하다 / biểu thị sự phẫn nộ cực độ 극도의 분노를 표시한다

cực khổ 고생하다 ¶ cực khổ nhiều 많이 고생하다

cực kỳ 극히 ¶ cực kỳ tốt 극히 좋다 / cực kỳ hiếm 극히 드물다 / cực kỳ khó 극히 어렵다

cứng 딱딱하다, 단단하다 ¶ vỏ cứng 딱딱한 껍질 / cây cứng 딱딱한 나무

cưới 결혼하다 ¶ cưới chồng 시집가다 / cưới vợ 장가가다

cười 웃다 ¶ nụ cười 웃음 / nở nụ cười 웃음을 짓다 / cười mỉm 미소를 짓다 / hay cười 잘 웃다

cưỡi(말을) 타다 ¶ cưỡi ngựa 말을 타다 / cưỡi ngựa đi 말을 타고 가다

cường độ 강도 ¶ cường độ của chất liệu 재료 강도 / thí nghiệm cường độ của chất liệu 재료 강도 시험

cưỡng ép 강요(하다) ¶ cưỡng ép bằng bạo lực

폭력으로 강요하다

cưỡng chế 강제(하다) ¶ cưỡng chế bằng bạo lực 폭력으로 강제하다

cưỡng ép 억지로 ...하게 하다/시키다 ¶ cưỡng ép kết hôn 억지로 결혼시키다

cưỡng hiếp 강간(하다) ¶ tên tội phạm cưỡng hiếp 강간범 / tội cưỡng hiếp 강간죄 / bị cưỡng hiếp 강간당하다

cướp 강도질하다, 강탈하다, 빼앗다 ¶ tên cướp 강도 / tên cướp bịt mặt 복면 강도 / đồ cướp được 강탈물 / bị cướp 강탈당하다 /cướp tiền từ ai đó 아무에게서 돈을 빼앗다

cứu hỏa 소방(하다) ¶ xe cứu hỏa 소방차 / đội cứu hỏa 소방대 / mũ cứu hỏa 소방모 #동 chữa cháy

cứu hộ 구호(하다), 구명 ¶ thiết bị cứu hộ 구호 시설 / thuyền trưởng báo hiệu cho tàu cứu hộ rằng tàu mình hiện giờ đã thoát khỏi nguy hiểm 선장은 구명정에 본선은 이제 위험을 벗어났다고 신호했다

cứu quốc 구국 ¶ chí sĩ cứu quốc 구국 지사 / phong trào cứu quốc 구국 운동

cứu tế 구제(하다) ¶ nhận cứu tế 구제를 받다 / cứu tế dân nghèo 빈민을 구제하다

cứu trợ 구조(하다) ¶ báo hiệu gọi tàu cứu trợ 구조선을 부르는 신호를 하다

cứu viện 구원(하다) ¶ thập tự giá là biểu tượng của cứu viện 십자가는 구원의 표상이다

cừu 양 ¶ bầy cừu 양의 무리 / đàn cừu 양 떼 / cừu được cao lông 털 깎인 양 / cạo lông cừu 양털을 깎다

cửu 구(九)

cựu ước 구약 ¶ Kinh thánh cựu ước 구약 성서

D d

D (phụ âm) Chữ thứ sáu trong bảng chữ cái tiếng Việt(đọc là "dê" hoặc "dờ" khi đánh vần)

da 가죽 ¶ ví da 가죽 지갑 / bìa da 가죽 표지 / da bóng 윤이 나는 가죽 / da cá mập 상어 가죽 / da cá sấu 악어 가죽

da thịt 살가죽 ¶ da thịt phồng lên 살가죽이 부풀다

dã chiến 야전 ¶ quân dã chiến 야전군 / bệnh viện dã chiến 야전병원

dạ dày 위 ¶ viêm dạ dày 위염 / bệnh đau dạ dày 위병 / đau dạ dày 위가 아프다
#동 bao tử

dạ hội 야회 ¶ trang phục dạ hội 야회복 / tổ chức dạ hội 야회를 개최하다

dai 질기다 ¶ thịt dai 질긴 고기

dài 1. 길다 ¶ chân dài 긴 다리 / cổ dài 기다란 목 2. 장- ¶ thời gian dài 장기간 / thực phẩm này không thể bảo quản trong thời gian dài 이 식품은 장기간 보존할 수 없다

dài dòng 기다랗다, 장황하다 ¶ câu chuyện dài dòng 기다 이야기 / giải thích dài dòng 기다란 설명 / diễn thuyết dài dòng 장황한 연설
동 ngắn gọn

dài ơi là dài 길디길다, 기다 랗다 cây sào dài ơi là dài 기다란 장대

dám 감히 ¶ dám làm 감히 하다 / họ không dám đến 그들은 감히 오지 못했다

dán 붙이다 ¶ dán áp phích 포스터를 붙이다 / dán thông báo 게시를 붙이다 / dán nhãn lên chai 병에 라벨을 붙이다

dàn máy may 재봉틀 ¶ bàn đạp dàn máy may 재봉틀 발판

dang 1. 벌리다 ¶ dang hai cánh tay 두 팔을 벌리다 2. 펴다 ¶ dang cánh 날개를

펴다 / dang rộng 널리 펴다

dáng vẻ 꼴, 모습 ¶ dáng vẻ tên ăn mày 거지꼴

dạng 1. 형 ¶ dạng tự do 자유형 / dạng béo phì 비만형 / dạng siêu lớn 초대형 / bom dạng siêu lớn 초대형 폭탄 / người thuộc dạng béo phì 비만형의 사람 2. -식 ¶ thang máy dạng tự động 자동식 엘리베이터

danh bạ 명부, -부 ¶ danh bạ điện thoại 전화부

danh dự 명예 ¶ khôi phục danh dự 명예를 회복하다

danh lam thắng cảnh 명승고적

danh mục 목록, -표 ¶ danh mục vật phẩm 물품 목록 / danh mục miễn thuế 면세표 / có trong danh mục 목록에 있다 / lên danh mục 목록에 올리다

danh sách 명단, 명부 ¶ danh sách ứng cử viên 후보자 명부 / danh sách quan sát viên 참관인 명부

danh tác 명작 ¶ danh tác bất hủ 불후의 명작 / để lại danh tác bất hủ 불후의 명작을 남기다

danh thiếp 명함 ¶ đưa ra danh thiếp 명함을 내다

danh tiếng 명성 ¶ để lại danh tiếng bất hủ 불후의 명성을 남기다 / ông ấy đã đạt được danh tiếng bất hủ qua phát hiện này 그는 이 발견으로 불후의 명성을 얻었다

danh từ 명사 ¶ danh từ riêng 고유 명사 / danh từ phức 복합 명사

dành dụm (돈을) 모으다 ¶ dành dụm tiền bạc 돈을 모으다

dành ra 내다 ¶ dành ra thời gian 시간을 내다

dao 1. 칼, 나이프(knife) ¶ dao làm bếp 부엌칼 / dao thái thịt 고기칼 / dao cắt cỏ khô 건초 베는 칼 / dao bạc 은나이프 / dao cạo 면도칼 / dao bén 날카로운 칼 / mài dao 칼을 갈다 / mài dao cạo 면도칼을 갈다 / lưỡi dao cùn 칼날이 무디다 / dao này quá cùn 이 칼은 너무 무디다 / lưỡi dao này rất bén 이 칼의 날은 매우 날카롭다 2. -도¶ dao giải phẫu 해부도

dạo 산책(하다) ¶ đi dạo 산책 가다 / dạo sân vườn 정원을

산책하다

dạo ấy 그때

dạo này 요즘 ¶ dạo này bận lắm 요즘 많이 바쁘다

dạo trước 이전에, 전에

dày 두껍다 ¶ giấy dày 두꺼운 종이 / vải dày 두꺼운 천

dày đặc 가득하다, 자욱하다 ¶ sương dày đặc 자욱한 안개 / đỉnh núi bị sương bao phủ dày đặc 산 곡대기에는 안개가 자욱히 둘러쌓였다 / khói dày đặc trong phòng 방안에 연기가 자욱하다

dạy 가르치다, 지도하다 ¶ lời dạy của Khổng Tử 공자의 가르침 / dạy tiếng Hàn 한국말을 가르치다 / dạy tiếng Việt 베트남말을 가르치다 / dạy bí quyết kinh doanh 장사의 비결을 가르치다

dắt 데리다 ¶ dắt đi 데리고 가다 / dắt trở về 데리고 돌아가다 / cô ấy đã dắt con trai đến 그녀는 아들을 데리고 왔다

dẫm 밟다 ¶ dẫm bàn chân 발을 밟다

dẫm đạp 짓밟다 ¶ dẫm đạp bằng bàn chân 발로 짓밟다

dân 1. 국민 ¶ dân Việt Nam 베트남 국민 / dân Hàn Quốc 한국 국민 2. –민 ¶ dân cư trú 거주민 / dân tị nạn 피난민 / dân nghèo 빈민 / đa số dân tị nạn đã lánh nạn sang quốc gia láng giềng 다수의 피난민이 이웃나라로 피난하였다

dân ca 민요 ¶ ca sĩ hát dân ca 민요 가수 / cuộc thi hát dân ca 민요 대회

dân chủ 민주 ¶ chủ nghĩa dân chủ 민주주의

dân chủ hóa 민주화(하다)

dân chúng 민중, 백성, 국민, 인민 ¶ toàn bộ dân chúng 온 백성

dân ghiền –광 ¶ dân ghiền bóng đá 축구광 / dân ghiền ba lê 발레광 / dân ghiền kịch 연극광 / dân ghiền phim 영화광 / người nghiện đọc sách 독서광

dân nghèo 빈민, 가난한 국민 ¶ cứu tế dân nghèo 빈민을 구제하다

dân số 인구 ¶ dân số cư trú 거주 인구 / dân số thường trú 상주 인구 / sự bùng nổ dân số 인구 폭발 / mật độ dân số 인구 밀도 / dân số thưa thớt 인구가 적다

dân tộc 민족 ¶ dân tộc thiểu số 소수 민족 / dân tộc bị áp bức 피압박 민족

dần 차츰 ¶ sức khỏe của người đó đang dần khá lên 그 사람의 건강은 차츰 좋아지고 있다
#동 dần dần

dần dần 차차, 차츰, 점차로 ¶ dần dần yếu đi 차츰 약아지다 / dần dần leo lên vị trí cao 차차 높은 위치로 올라가다

dẫn[1] 인용(하다) ¶ câu dẫn 인용문 / xin dẫn nguyên văn ở đây 원문을 여기에 인용한다

dẫn[2] 데리다 ¶ dẫn đi 데리고 가다 / dẫn về 데리고 돌아가다 / anh ấy đã dẫn con gái đến 그는 딸을 데리고 왔다

dẫn đến 1. (으)로 번지다 ¶ sự tranh cãi giữa họ đã dẫn đến ẩu đả 그들의 언쟁은 싸움으로 번졌다 2.(으)로 통하다 ¶ tất cả mọi con đường đều dẫn đến La Mã 모든 길은 로마로 통한다

dâu 뽕 ¶ lá dâu 뽕잎 / hái lá dâu 뽕잎을 따다

dâu tây 딸기

dấu[1] 부호 ¶ dấu cảm thán 감탄 부호

dấu[2] 도장 ¶ khắc dấu 도장을 새기다 #동 con dấu

dấu chấm hỏi 물음표

dấu chấm phẩy 구두점

dấu chấm than 감탄 부호

dấu hai chấm 쌍점, 콜론

dấu phẩy 쉼표

dấu tích 흔적 ¶ dấu tích của nền văn minh cổ đại 고대 문명의 흔적

dấu vết 흔적 ¶ dấu vết cắn bằng răng 이로 문 흔적

dầu 유(油) ¶ dầu cá mập 상어 기름 / dầu bạc hà 박하유 / dầu bạch đàn 유칼리유 / bồn dầu 유조(油槽) / xe bồn chở dầu 유조차

dầu 기름, -유, 오일 ¶ dầu ô liu 올리브유 / dầu máy 기계유 / dầu thô 원유 / dầu thực vật 식물 기름 / dầu động vật 동물 기름

dầu ăn 식용유

dầu hỏa 석유
#동 dầu mỏ

dầu mỏ 석유 ¶ tài nguyên dầu mỏ 석유 자원

dầu mỡ 기름기 ¶ món ăn nhiều dầu mỡ 기름기 많은

Dd

음식

dầu thô 원유

dẫu sao 어차피 ¶ dẫu sao con người cũng phải chết 어차피 인간이 죽어야 한다

dây 1.줄, 끈 ¶ dây điện thoại 전화줄 / dây điện 전깃줄 / dây thun 고무줄 / cột dây 줄을 매다 / tháo dây 줄을 풀다 / bị vướng dây 줄에 걸리다
2.띠 ¶ dây an toàn 안전띠

dây đai 벨트 ¶ dây đai an toàn 안전 벨트

dây nịt 허리띠 ¶ thắt dây nịt 허리띠를 매다 / mở dây nịt 허리띠를 풀다 / thắt chặt dây nịt 허리띠를 졸라매다 #동 thắt lưng

dây thanh âm 성대

dây thun 고무줄

dây thừng 밧줄 ¶ bám dây thừng 밧줄에 붙잡다 / lôi dây thừng 밧줄을 당기다

dậy¹ 일다 ¶ dậy bụi 먼지가 일다 / làm dậy bụi 먼지을 일으키다

dậy² 일어나다 ¶ ông lão dậy sớm 일찍 일어나는 노인 / dậy sớm 일찍 일어나다 / dậy đi thôi 일어나세요 #동 thức dậy

dép lê 슬리퍼, 덧실, 실내화

dê 염소 ¶ lẩu dê 염소찌개 / thịt dê nướng 염소고기 구이

dễ¹ 쉽다 ¶ dễ bị lừa 속기 쉽다 / người dễ lừa 속이기 쉬운 사람 / dễ biến đổi 변화하기 쉽다 / sắt dễ gỉ sét 쇠는 녹이 슬기 쉽다 #동 khó

dễ² 잘 ¶ màu dễ bay 색이 잘 나는 색깔 / màu không dễ bay 색이 잘 날지 않는 색 깔

dễ chịu 상쾌하다, 편하다 ¶ thời tiết mùa thu dễ chịu 상쾌한 가을 날

dễ thương 귀엽다 ¶ người dễ thương 귀여운 사람 / dễ thương chết đi được 귀여워 죽겠다 / em bé dễ thương quá 애기가 너무 귀엽다

dệt 짜다 ¶ dệt vải 천을 짜다

di chuyển 1. 이전(하다) ¶ thông báo di chuyển 이전 공고 / di chuyển sang nhà khác 다른 집으로 이전하다 2. 이동(하다) ¶ đang di chuyển 이동 중이다 3.진행 하다 ¶ áp thấp đang di chuyển về phía đông nam

저기압이 남동으로 진행하고 있다

di động 이동(하다) ¶ điện thoại di động 이동 전화 / sân khấu di động 이동 무대 / bệnh viện di động 이동 병원

di sản 유산 ¶ di sản quốc gia 국가 유산 / di sản văn hóa 문화 유산 / việc quản lý di sản 유산 관리

di tích 유적 ¶ điểm di tích 유적지 / (sự) bảo tồn di tích lịch sử 사적의 보존

dị thường 이상(하다) ¶ tim không có gì dị thường ¶ 심장에는 별 이상이 없다

dì 이모

dị giáo 이교(異敎) ¶ tín đồ dị giáo 이교도

dĩa 접시 ¶ dĩa bạc chị mua 언니가 산 은접시 / hãy bày thức ăn ra dĩa này 음식을 접시에 담으세요
#동 dĩa

dịch 1. 번역(하다) ¶ dịch (trung thực) đúng nguyên văn 원문에 충실하게 번역하다
#동 biên dịch
2. 통역(하다) ¶ nhờ anh dịch giúp 통역 부탁합니다

#동 thông dịch

dịch bệnh 역병(疫病) ¶ dịch bệnh đã phát sinh 역병이 발생했다 / dịch bệnh đang phổ biến 역병이 유행하고 있다

dịch hạch 페스트, 흑사병
#동 bệnh dịch hạch

dịch thể 액체

dịch vụ 서비스 ¶ dịch vụ đa dạng 다양한 서비스

diêm 성냥 ¶ một bao diêm 성냥 한 갑

diễn 공연(하다), 상연(하다) ¶ diễn vở kịch mới 신극을 상연하다

diễn dịch 연역 ¶ phương pháp diễn dịch 연역적 방법

diễn ra 일어나다 ¶ bi kịch diễn ra 비극이 일어나다

diễn tấu 연주(하다) ¶ người diễn tấu đàn ắc cooc 아코디언 주자 / diễn tấu nhạc cụ 악기를 연주하다 / diễn tấu quốc ca 국가를 연주하다 / diễn tấu đàn viôlông 바이올린을 연주하다

diễn văn 연설 ¶ bài diễn văn cảm động 감동적인 연설

diễn viên 배우 ¶ diễn viên điện ảnh 영화 배우 / diễn

viên phim truyền hình 드라마 배우 / diễn viên hài 개그맨 / cô ấy đang ao ước trở thành nữ diễn viên 그녀는 여배우가 되기를 열망하고 있었다

diện 치례(하다) ¶ diện quần áo 옷을 치레하다 / diện bề ngoài 외면치레하다 / chỉ diện mỗi bề ngoài 겉치레로만 하다

diện tích 면적 ¶ diện tích của đất nước 나라의 면적 / biểu đồ diện tích 면적 도표

diều 연 ¶ thả diều 연을 날리다

dinh thự 저택 ¶ dinh thự nguy nga 훌륭한 저택 / dinh thự sang trọng 호화로운 저택

dính líu 말려들다 ¶ dính líu đến âm mưu 음모에 말려들다

dịp 기회 ¶ vào một dịp rất ngẫu nhiên 아주 우연한 기회에

do 1. (으)로 ¶ do không chú ý 부주의로 / chết do làm quá sức 과로로 죽다 / chết do bỏng 화상으로 죽다 / chết do ung thư 암으로 죽다 / chết do trúng gió 중풍으로 죽다 / nghỉ học do bệnh 병으로 학교를 쉬다 / nghỉ dưỡng một năm trời do bệnh 병으로 일 년간 휴양하다 / ra tù do được đặc xá 특사로 출옥하다 / bắt ai đó do tình nghi giết người 아무를 살인 혐의로 체포하다 2. 덕택 ¶ sự thành công của người đó là do cần mẫn 그 사람의 성공은 근면 덕택이다

do thám 첩보(하다) ¶ vệ tinh do thám 첩보 위성 / máy bay do thám 첩보기 / mạng lưới do thám 첩보망 / hoạt động do thám 첩보 활동

do vậy 그러므로, 그래서

doanh nghiệp 업체, 기업, 기업체, 사업자 ¶ mã số doanh nghiệp 사업자번호

doanh số 판매액 ¶ tổng doanh số 총판매액 / doanh số bán hàng của các khu vực 각 지역의 판매액 / tôi cần tư liệu về tổng doanh số bán hàng theo tháng của các khu vực từ sau năm 2000 2000년 이후 각 지역의 월별 총판매액 자료가 필요해요

dọc 세로 ¶ viết dọc 세로 쓰

다
#반 ngang

dọn 치우다 ¶ dọn bàn ăn 식탁을 치우다

dọn dẹp 청소(하다) ¶ dọn dẹp căn phòng 방을 청소하다 / dọn dẹp nhà cửa 집안을 청소하다

dòng 줄기 ¶ dòng nước 물줄기 / dòng sông 가줄기 / dòng suối 샘물 줄기

dòng điện 전류 ¶ dòng điện cảm ứng 감응 전류

dòng người 인파

dơ 더럽다 ¶ giày dơ 더러운 구두 / quần áo dơ 더러운 옷
#동 bẩn

dơ bẩn 몹시 더럽다 ¶ căn phòng dơ bẩn 더러운 방 / toilet dơ bẩn 더러운 변소

dở 1. 잘 못 하다 ¶ làm việc dở 일을 잘 못 하다
2. 나쁘다 ¶ phối màu dở 색의 배합이 나쁘다 / cô ấy phát âm dở 그녀는 발음이 나쁘다

dơi 박쥐 ¶ người dơi 배트맨

dời chỗ ở 이사(하다) ¶ Sunny đầy trông mong được dời chỗ ở sang nhà mới 선니가 새 집으로 이사하는

기대에 부풀다

du học 유학(하다) ¶ đang du học Hàn Quốc 한국 유학중에 / đi du học 유학가다 / mong muốn được du học 유학하기를 원하다 / du học nhiều năm ở nước ngoài 다년간 해외에서 유학하다

du khách 관광객, 유람객, 여행자

du lịch 여행(하다), 관광(하다) ¶ (chuyến) du lịch vòng quanh thế giới 세계 일주 여행 / chuyến du lịch nhàm chán 지루한 여행 / ba lô dùng để du lịch 여행용 배낭 / du lịch ba lô 배낭 여행 / khu du lịch 관광지 / bộ văn hóa & du lịch 문화관광부

dù (총칭) 우산, 양산 ¶ gấp dù 우산을 접다 / cầm dù đi 우산을 들고 가다
#동 ô

dù đi mưa 우산 ¶ không có dù đi mưa 우산이 없다

dù đi nắng 양산 ¶ mua dù đi nắng 양산을 사다

dù sao 어차피 ¶ dù sao con người cũng phải chết 어차피 인간이 죽어야 한다

dụi(눈을) 비비다 ¶ dụi mắt

눈을 비비다 / cô nàng dụi mắt rồi ngáp 그녀는 눈을 비비고 하품했다

dung lượng 용량 ¶ dung lượng nhớ 기억의 용량

dung nham 용암

dùng[1] 1. 쓰다 ¶ công việc dùng đến bộ não 뇌를 쓰는 일 / dùng âm lịch 음력을 쓰다 / địa phương này vẫn còn đang dùng âm lịch 이 지방에서는 아직도 음력을 쓰고 2. −용 ¶ ba lô dùng để leo núi 등산용 배낭 / ba lô dùng để du lịch 여행용 배낭 / giấy dùng để in 인쇄 용지 / tã giấy dùng một lần 1 회용 종이 기저귀 / cồn dùng trong công nghiệp 공업용 알코올 / bình điện dùng cho xe hơi 자동차용 배터리 / pin dùng cho điện thoại cầm tay 휴대폰용 배터리 / máy kéo dùng để canh tác 경작용 트랙터

dùng[2] (음식을) 들다 ¶ ông sẽ dùng gì ạ? 무엇을드시겠습니까? / mời bà dùng thêm 더 드시지요

dũng cảm 용감하다 ¶ khí chất dũng cảm 용감한 기질 / hành động dũng cảm 용감한 행위 / người dũng cảm 용감한 사람

dũng khí 용기 ¶ dũng khí bất khuất 불굴의 용기 / không có dũng khí 용기가 없다 / mất dũng khí 용기를 잃다

dũng sĩ 용사 ¶ dũng sĩ vô danh 무명 용사

dụng cụ 1. 용구 ¶ dụng cụ cấp cứu 구급 용구 / dụng cụ giải phẫu 해부 용구 / dụng cụ phòng cháy 방화 용구 2. 도구, 기구 ¶ dụng cụ xay thịt 고기 다지는 기구 / dụng cụ may 재봉 도구 3. -기 ¶ dụng cụ ăn bằng bạc 은식기 4. 세간 ¶ dụng cụ làm bếp 부엌 세간

duy nhất 유일(하다) ¶ người duy nhất 유일한 사람

duy tâm 유심(唯心) ¶ phép biện chứng duy tâm 유심 변증법 / thuyết duy tâm 유심론 / nhà duy tâm luận 유심론자 / thuyết duy tâm siêu hình 형이상학적 유심론

duy trì 유지(하다) ¶ luật duy trì an ninh 치안 유지법 / duy trì an ninh 치안을 유지하다 / duy trì cuộc sống 생활을 유지하다

duy tu 보수(하다) ¶ duy tu

đường xá 도로 보수를 하다

duy vật 유물(唯物) ¶ phép biện chứng duy vật 유물 변증법

dư dả 넉넉하다 ¶ hoàn cảnh dư dả 형편이 넉넉하다

dư luận 여론 ¶ dư luận thế giới 세계의 여론 / hình thành dư luận 여론을 형성하다

dữ dội 심하다 ¶ hai người đã tranh cãi dữ dội 둘은 심한 언쟁을 했다

dữ liệu 데이터 ¶ nhập dữ liệu 데이터를 입력하다 / lưu dữ liệu 데이터를 저장하다 / tất cả dữ liệu được lưu vào thiết bị nhớ 모든 데이터는 기억장치에 저장된다

dự 참석하다 ¶ dự họp 모임에 참석하다

dự án 프로젝트

dự báo 예보(하다) ¶ dự báo thời tiết 일기 예보 / dự báo đúng 예보가 맞다 / dự báo sai rồi 예보가 틀렸다

dự định 예정(하다) ¶ theo dự định 예정대로 / vào thời gian dự định 예정한 시간에

dự luật 법안 ¶ đại bộ phận người dân đã phản đối dự luật đó 국민의 대부분은 그

법안에 반대했다

dự thảo 의안 ¶ bày tỏ sự tán thành đối với bản dự thảo 의안에 찬성임을 표명하다

dự tính 예상(하다) ¶ dự tính trật 예상이 아긋나다

dự toán 예산(하다) ¶ ban dự toán 예산 위원회 / bản dự toán ngân sách 예산안

dưa hấu 수박

dứa 파인애플 ¶ dứa chua 신 파인애플
#동 thơm, khóm

dừa 코코넛, 야자

dừng 멈추다, 세우다, 서다 ¶ xe bus dừng ở chính giữa đường vì hỏng hóc 고장으로 버스가 길 한가운데에서 있었다
#동 ngừng

dựng 세우다 ¶ dựng cột 기둥을 세우다

dược học 약학

dược khoa 약과

dược lý 약리 ¶ tác dụng dược lý 약리작용

dược lý học 약리학

dược phẩm 약품 ¶ dược phẩm này là hàng cấm bán 이 약품은 판매 금지품이다

dược tửu 약주, 약술
#동 rượu thuốc

dưới[1] 1.아래, 밑 ¶ dưới cùng 가장 아래의 / ở dưới bàn 책상 아래에 / ở dưới cầu thang 계단 아래에 / để xuống dưới 아래에 내려놓다 / ở dưới bàn chân của ai đó 아무의 발 아래에 / đi xuống dưới 아래로 내려가다 2. -하 ¶ dưới điều kiện bất lợi 불리한 조건하에서 / dưới sự bảo trợ của... -의 후원하에 / dưới sự thống trị của Mỹ 미국의 통치하에 있다 / dưới sự quản lý của chính phủ 정부 관리하에 있다 / dưới sự hộ tống của cảnh sát 경관의 호위하에 3. 하단 giường dưới 하단 침대 4. -에서 nghỉ ngơi dưới bóng mát của cây 나무 그늘에서 쉬다 #동 trên

dưới[2] 이하 dưới một trăm mét 100 미터 이하

dưới nước 수중, 물 속 ¶ (múa) ba lê dưới nước 수중 발레

dương 양 ¶ âm dương 음양

dương cầm 피아노

dương lịch 양력

dương vật 음경, 남근

dường như -나 보다, -(으)ㄴ/는/(으)ㄹ 모양이다 ¶ dường như không có 없나 봐요

Đ đ

đ (phụ âm) Chữ thứ bảy trong bảng chữ cái tiếng Việt (đọc là "đê"hoặc "đờ" khi đánh vần)

đa dạng 다양하다 ¶ dịch vụ đa dạng 다양한 서비스

đa diện 다면 ¶ thể đa diện 다면체 / góc đa diện 다면각

đa giác 다각 ¶ hình đa giác 다각형

đa khoa 종합 (병원) ¶ bệnh viện 종합 병원

đa số 다수 ¶ đại đa số 대다수 / đa số dân tị nạn đã lánh nạn sang quốc gia láng giềng 다수의 피난민이 이웃나라로 피난하였다

đa tạ 대단히 감사하다 ¶ xin đa tạ 대단히 감사합니다

đá[1] 1. 돌 ¶ cột đá 돌기둥 / bột đá 돌가루 / bậc thềm đá 돌계단 / ném đá 돌을 던지다

2. 석 ¶ đá thủy tinh 수정석

đá[2] 얼음, 아이스 ¶ cà phê đá 아이스 커피 #동 nước đá

đá[3] (발로) 차다 ¶ đá bóng 공을 차다 / đá con chó 개를 차다 / đá bằng chân 발로 차다

đá quý 보석 ¶ đá quý giả 가짜 보석 / nhập lậu đá quý 보석을 밀수입하다 / đá quý này là đồ thật hay đồ giả? 이 보석은 진짜냐 가짜냐?

đà điểu 타조

Đà Nẵng 다낭 ¶ cảng Đà Nẵng 다낭항

đã[1] 벌써, 이미 ¶ đã trễ rồi 이미 때가 늦었다 / đã biết đáp án 이미 답을 알고 있다 / đã mười một giờ rưỡi rồi 벌써 11시 반이다 / mày đã bội ước nhiều lần nên không thể tin được nữa 너는 벌써 여러 번이나 배약했으니 다시 믿을 수 없다

đã[2] 1. (과거) -었/았/였 ¶ đa số dân tị nạn đã lánh nạn sang quốc gia láng giềng 다수의 피난민이 이웃나라로 피난하였다 / tình hình thị trường đã được khôi phục 시장 경기가 회복되었다 / tôi đã bán xe của tôi cho anh ấy 나는 그에게 내 차를 팔았다 / họ đã lánh nạn sang ngôi trường tiểu học gần đó vì lũ lụt 홍수 때문에 그들은 근처 초등학교 건물로 피난했다 / ai đó đã ăn cắp bút máy của tôi 누군가 내 만년필을 훔쳤어 / vì ăn quá nhiều nên cô ấy đã trở nên béo phì 과식 때문에 그녀는 비만해졌다 / cô ấy đã xin về nước 그녀는 귀국을 신청했다 / người đó đã tự thú với cảnh sát 그 사람은 경찰에 자수했다

2. 동작동사 어간 + (으)ㄴ + 명사 ¶ cô gái đã đính hôn 약혼한 여자 / việc đã làm hôm qua 어제 한 일

đã qua 지난 ¶ việc đã qua 지난 일

đái 오줌을 싸다
#동 tiểu

đài 라디오 ¶ qua đài 라디오를 통해서 / bật đài 라디오를 켜다 / tắt đài 라디오를 끄다 / giảm âm lượng của đài 라디오의 음량을 줄이다 / đã nghe bản tin 9 giờ qua đài 라디오로 9시 뉴스를 들었다
#동 ra-đi-ô

đài -대, -국 ¶ đài viễn thông 통신대 / đài khí tượng 기상대 / đài phát thanh truyền hình 방송국 / đài phát thanh truyền hình trung ương 중앙 방송국 / Đài phát thanh truyền hình Anh Quốc 영국 방송 협회(BBC)

Đài Loan 대만 ¶ người Đài Loan 대만 사람

đài phát thanh (라디오) 방송국

đài truyền hình (텔레비전) 방송국
Đài truyền hình Thành phố Hồ Chí Minh 호찌민시 방송국

đãi ngộ 대우(하다) ¶ sự đãi ngộ bình đẳng 평등한 대우 / sự đãi ngộ bất bình đẳng 불평등한 대우 / (sự) cải thiện đãi ngộ 대우 개선

đại âm thần 대음순

đại bàng 독수리

đại bộ phận 대부분 ¶ đại bộ phận người dân đã phản đối dự luật đó 국민의 대부분은 그 법안에 반대했다

đại biểu 대표자, 의원 ¶ đoàn đại biểu 대표단 / đại biểu quốc hội 국회의원

đại chúng 대중

đại diện 1.대표(하다) ¶ giám đốc đại diện 대표이사 2.대리인, 대표 ¶ đại diện của bị cáo 피고 대리인

đại dương 대양 ¶ châu Đại Dương 대양주

đại đa số 대다수

Đại Hàn 대한 ¶ Hàng không Đại Hàn(Korean Air) 대한항공 / Tập đoàn bảo hiểm nhân thọ Đại Hàn 대한생명

Đại Hàn Dân Quốc 대한민국

đại học 대학 ¶ giảng đường đại học 대학 강당 / giảng viên đại học 대학 강사 / đại học âm nhạc 음악 대학 / trường đại học quốc gia 국립 대학교 / trường đại học dân lập 사립 대학교 / trường đại học do thành phố lập 시립 대학교 / từ bỏ ý nghĩ vào đại học 대학 진학을 단념하다

đại học công nghệ 공과대학

đại học hàng hải 해양대학

đại học khoa học tự nhiên 자연과학대학

đại học khoa học xã hội 사회과학대학

đại học kinh tế 경제대학

đại học kỹ thuật 기술대학

đại học luật 법과대학

đại học ngoại ngữ 외국어대학

đại học nhân văn 인문대학

đại học quốc tế 국제대학

đại học sư phạm 사범대학

đại học tổng hợp 종합 대학

đại học văn khoa 문과 대학

đại học y 의과대학

đại hội 대회 ¶ đại hội toàn quốc 전국 대회 / đại hội họ thuật 학술 대회

đại lộ 대로, 넓은 가로수길 ¶ đại lộ Nguyễn Huệ 응웬훼 대로 / đại lộ Hollywood 할리우드 대로

đại lý 대리, 대리점 ¶ đại lý bán hàng 판매 대리점

đại sứ 대사 ¶ cấp đại sứ 대사급 / nhân vật cấp đại sứ 대사급의 인물 / hội đàm cấp đại sứ 대사급 회담 / nhân vật cấp bộ trưởng 장관급의 인물

đại sứ quán 대사관

Đại Tây Dương 대서양

đại thể 대체, 도대체

đại tràng 대장

đại từ 대명사

đám 떼 ¶ đám ăn mày 거지 떼

đám cưới 결혼식 ¶ đám cưới tập thể 집단 결혼식

đám đông 인파, 민중, 대중, 군중

đám ma 상례, 장례식
　#동 tang lễ

đàm 가래
　#동 đờm

đàm phán 담판(하다), 상담(하다), 교섭(하다) ¶ đang đàm phán 담판 중이다 / đàm phán đang tiến triển 교섭이 진행중이다

đảm bảo 보증(하다) ¶ hợp đồng đảm bảo 보증 계약 / được đảm bảo 보증되다

đảm nhận 맡다 ¶ đảm nhận việc biên tập 편집을 맡다 / đảm nhận công việc bà đỡ 산파 노릇을 맡다 / đảm nhận việc bào chữa của (ai đó) …의 변호를 맡다 / đảm nhận vai 역을 맡기다 / đóng tốt vai đảm nhận 맡은 역을 잘 해내다

đảm trách 담당(하다) ¶ đảm trách việc thu chi 출납 담당

đạm[1] 단백질 ¶ bánh mì giàu đạm 고단백빵 / thức ăn giàu đạm 단백질이 많은 음식
　#동 prô-tê-in

đạm[2] 유리아(urea)
　#동 phân đạm

đàn[1] (총칭) 악기 ¶ đàn dương cầm 피아노 / đàn ghi ta 기타 / chơi đàn ghi ta hay 기타를 잘 치다

đàn[2] 떼, 무리 ¶ đàn chim sẻ 참새 떼 / đàn gia súc 가축의 떼 / đàn bò 소 떼 / đàn cừu 양 떼 / đàn ngựa 말 떼 / đàn ruồi 파리 떼 / đàn cá sapa 고등어의 무리

đàn bà 여자 ¶ đàn bà và đàn ông 여자와 남자

đàn dương cầm 피아노 ¶ bàn đạp đàn dương cầm 피아노 페달 / chơi đàn dương cầm hay 피아노를 잘 치다

đàn ghi ta 기타 ¶ người chơi đàn ghi ta 기타 연주가 / đàn ghi ta điện 전기 기타 / chơi đàn ghi ta 기타를 치다

đàn organ 오르간 ¶ bàn đạp đàn organ 오르간 페달

đàn ông 남자, 남성 ¶ bút tích của đàn ông 남자의 필적 / đàn ông và đàn bà 남자와 여자 / người đàn ông mặc Âu phục 양복을 입은 남자

đạn 총탄, 탄환, 탄알 ¶ bắn (cho) hết đạn 탄알을 다 쏘아 없애다

#동 viên đạn

đang 1.(동사)-고 있다 ¶ đang nắm quyền lực 권력을 잡고 있다 / đang giữ liên lạc bằng vô tuyến 무선으로 연락을 취하고 있다 / nền kinh tế của nước ta đang hồi phục 우리 나라의 경제는 회복되어 가고 있다 / áo này đang được bán với giá 30 đô la 이 셔츠는 30 달러에 팔리고 있다 / tôi đang ao ước được trở về 내가 돌아가기를 열망하고 있다 / chúng đang tiếp tục gia tăng binh lực 그들은 계속해 병력을 증가시키고 있다

2. (동사) -어/아/여 있다 ¶ đang được bảo quản 보관되어 있다 / đang được bảo tồn tốt 잘 보존되어 있다 / con sư tử đang nấp sau hòn đá 사자가 바위 뒤에 숨어 있다 / người đó đang bị giam giữ trong phòng riêng 그 사람은 독방에 감금되있다 / người đó

đang gầy đi như bộ hài cốt 그 사람은 해골처럼 말라 있다 / thị trường tiền tệ đang bị đình trệ 금융 시장이 정체되어 있다 / nó đang bị nghiện ma túy 그는 마약에 중독되어 있다

3.(명사) -중(이다, -에 있다) ¶ công trình đang thi công 공사중 / kẻ tội phạm đang bỏ trốn 도망 중인 범인 / đang mang thai 임신 중에 / đang du học Hàn Quốc 한국 유학중에 / đang in 인쇄 중이다 / đang cải tiến 개선 중이다 / đang bàn bạc 논의 중이다 / đang bãi công 파업 중이다 / tôi đang đang ăn kiêng 나는 다이어트 중이다 / cảnh sát đang thụ lý vụ án đó 경찰은 그 사건을 수사 중에 있다 / quyển từ điển đó đang được biên soạn 그 사전은 지금 편찬중에 있다

đáng -(으) ㄹ 만하다 ¶ đáng khen 칭찬할 만한 / đáng phê phán 비판할 만한 / người đáng khen 칭찬할 만한 사람 / hành động đáng khâm phục 탄복할 만한 행동 / hành vi đáng phê phán 비판할 만한 행위 / thái độ đáng phê phán 비판할 만한 태도

đáng ghét 밉다 ¶ hành động đáng ghét 미운 짓

đáng sợ 무섭다 ¶ người đáng sợ 무서운 사람 / cảnh đáng sợ 무서운 장면

đáng thương 불쌍하다 ¶ người đáng thương 불쌍한 사람 / tình cảnh đáng thương 불쌍한 처지 / đáng thương thay 불쌍하게도 / thấy đáng thương 불쌍히 여기다

#동 tội nghiệp

đáng tiếc 아깝다 ¶ thật là một việc đáng tiếc 아까운 일이군!

đáng tin cậy 믿음직하다 ¶ cảnh sát đáng tin cậy 믿음직한 경찰 / người đáng tin cậy 믿음직한 사람 / cô ấy là người đáng tin cậy 그녀는 믿음직한 사람이다

đáng yêu 귀엽다

đảng 당 ¶ đảng cầm quyền 집권당 / Đảng Cộng hòa 공화당 / tổ chức đảng 당직 / (sự) cải tổ tổ chức đảng 당직 개편

đảng bảo thủ 보수당 ¶ thành viên đảng bảo thủ 보수당원

đảng cộng hòa 공화당

đảng cộng sản 공산당

đảng dân chủ 민주당 ¶ đảng dân chủ lao động 민노당

đảng lao động 노동당

đánh[1] (스포츠) 치다 ¶ đánh tennis 테니스를 치다

đánh[2] 1. 때리다 ¶ đánh vào đầu 머리를 때리다 / đánh vào mặt 얼굴을 때리다 / đánh bằng gậy 지팡이로 때리다 / đánh bằng roi 회초리로 때리다

2. 치다 ¶ đánh trống 북을 치다 / đánh chuông 종을 치다 / đánh bóng bàn 탁구를 치다

3. 닦다 ¶ đánh giày 구두를 닦다 / đánh răng 이를 닦다

đánh bài 카드놀이(하다) ¶ gian lận trong chơi bài 카드놀이에서 속임수를 쓰다 / gian dối trong chơi bài 카드놀이에 부정하다

đánh banh 공을 치다

đánh bóng 윤을 내다

đánh cá 고기잡이(하다)

đánh đàn 악기를 다루다, 악기를 연주하다

đánh giá 평가(하다) ¶ người đánh giá 평가자 / tiêu chuẩn đánh giá 평가 기준

đánh mất 잃다 ¶ đánh mất dũng khí 용기를 잃다

đánh máy 타자(하다) ¶ bản thảo đánh máy 타이프로 친 원고

đánh răng 이를 닦다 ¶ kem đánh răng 치약

đánh rơi 놓치다 ¶ đánh rơi bát 그릇을 놓치다

đánh thuế 과세(하다) ¶ hàng đánh thuế 과세물품 / số tiền hàng đánh thuế 과세물품가액

đành phải 어쩔 수 없다, 할 수 밖에 없다 ¶ tôi tiếc là đành phải làm như thế này 이렇게 할 수 밖에 없어 유감이다

đào[1] 벚꽃
#동 hoa đào

đào[2] 파다 ¶ đào ao 못을 파다 / đào đất 땅을 파다

đào tạo 교육(시키다), 훈련(하다) ¶ đào tạo nghề 직업 교육

đào tẩu 도망(하다), 달아나다 ¶ đào tẩu ra nước ngoài 국외로 도망하다 / tên trộm đã đào tẩu 도둑이 달아났다

đào thoát 도망치다 ¶ đào thoát một cách gian khổ 간신히 도망치다 / vùng vẫy định đào thoát 도망치려고 몸부림치다

đảo 1. 섬무명의 섬 ¶ đảo vô danh / nhiều đảo 섬이 많다 / sống ở đảo 섬에 살다
2. –도 ¶ đảo Jeju 제주도 / cơn bão đang tiếp cận đảo Phú Quốc 태풍이 푸꾸옥도에 접근하고 있다

đạo 종교, -교 ¶ đạo Phật 불교 / đạo Thiên Chúa 천주교 / đạo Cơ Đốc 기독교

đạo diễn(영화) 감독

đạo đức 도덕 ¶ đạo đức công dân 공민 도덕

đạo Hồi 이슬람교, 이슬람, 회교 ¶ thế giới đạo Hồi 이슬람 세계 / tín đồ đạo Hồi 이슬람 교도 / quốc gia theo đạo Hồi 이슬람 국가
#동 Hồi giáo

đạo lý 도리(道理)

đạo Cơ đốc 기독교 ¶ tín đồ đạo Cơ đốc 기독교도 / nhà thờ đạo Cơ đốc 기독교 교회 / nhà truyền giáo đạo Cơ đốc 기독교 선교사
#동 Cơ đốc giáo

đạo Phật 불교 ¶ theo đạo

Phật 불교를 믿다
#동 Phật giáo

đạo Thiên chúa 천주교 ¶ nhà thờ đạo Thiên chúa 천주교 성당 / cha xứ của đạo Thiên chúa 천주교 신부 / tín đồ đạo Thiên chúa 천주교 신자
#동 Thiên chúa giáo

đáp[1] 답하다 ¶ đáp lại sự hoan hô 환호에 답하다

đáp[2] 착륙(하다) ¶ bãi đáp 착륙장 / chiếc máy bay đó đã đáp khẩn cấp xuống Sân bay Quốc tế Tân Sơn Nhất 그 비행기는 떤선녓 국제 공항에 긴급 착륙했다

đáp án 1. 답안 ¶ bản đáp án 답안지 / đáp án tiếng Hàn 한국어 답안 / nộp đáp án 답안을 내다 2. 답 ¶ đã biết đáp án 이미 답을 알고 있다

đáp ứng -에 응하다 ¶ đáp ứng yêu cầu 요구에 응하다

đạp 밟다 ¶ đạp phanh 브레이크를 밟다

đạt 달하다 ¶ đạt đến đỉnh điểm 클라이맥스에 달하다 / làm cho đạt đến đỉnh điểm 클라이맥스에 달하게 하다 / số tiền thiệt hại đạt tám mươi triệu đồng 손해 금액은 8천만 동에 달한다

đạt được 얻다, 달하다 ¶ ông ấy đã đạt được danh tiếng bất hủ qua phát hiện này 그는 이 발견으로 불후의 명성을 얻었다

đau 1. 아프다 ¶ đau răng 이가 아프다 / khóc vì đau 아파서 울다 / tôi đau bụng 나는 배가 아프다 / nơi nào của bụng đau nhất 배의 어디가 가장 아프십니까? 2. -통 đau răng 치통 / chứng đau dây thần kinh 신경통

đau buồn 슬프다 ¶ tỏ vẻ đau buồn 슬픈 표정을 짓다

đau dạ dày 위가 아프다

đau đầu 두통, 머리가 아프다 ¶ bị đau đầu 두통이 나다

đau đớn 너무 아프다

đau lòng 마음이 아프다

đau lưng 등의 아픔, 요통

đau mắt 눈이 아프다

đau nhói 훨씬 아프다

đau răng 치통, 이앓이(하다) ¶ tôi đau răng 나는 이가 아프다

đau xương 뼈가 아프다

đáy biển 해저 ¶ con thuyền đó đã chìm xuống đáy biển sâu 그 보트는 깊은 해저로 가라앉았다

đặc biệt 특별(하다) ¶ quy định đặc biệt 특별 규정 / (sự) kiểm tra đặc biệt 특별 검사 / một cách đặc biệt 특별히 / tôi không có điều gì đặc biệt để nói 나는 특별히 할 말이 없다 / người đó thật là đặc biệt 그 사람이 특별이다

đặc điểm 특질 ¶ đặc trưng của văn hóa phương Đông 동양 문화의 특질 / đặc trưng của văn hóa phương Tây 서양 문화의 특질

đặc sắc 특색 ¶ không có gì đặc sắc 특색이 없다

đặc sản 특산물 ¶ đặc sản của Vĩnh Long 빙롱의 특산물 / đặc sản của Gia Lai 얄라이의 특산물

đặc tính 특성 ¶ đặc tính bẩm sinh 타고난 특성

đặc trưng 1. 특징 ¶ đặc trưng của Sài Gòn 사이공의 특징 / tạo nên đặc trưng 특징 짓다 / có tính đặc trưng 특징적이다
2. 특성 ¶ đặc trưng (mang tính) cú pháp 통사적 특성 / đặc trưng (mang tính) hình thái 형태적 특성

đặc xá 특사(하다) ¶ đặc xá ngày quốc khánh 국경일 특사 / lệnh đặc xá 특사령 / quyền đặc xá 특사권 / đặc xá đối với tội phạm chính trị 정치범에 대하여 특사하다 / ra tù do được đặc xá 특사로 출옥하다

đắm 가라앉다, 침몰하다 ¶ con thuyền đó đã bị đắm 그 보트는 가라앉았다

đăng 싣다, 게재하다 ¶ đăng quảng cáo trên tạp chí 잡지에 광고를 싣다 / đăng liên tục tiểu thuyết trên nhật báo Sunny 선니일보에 소설을 연재하다

đăng ký 등록(하다), 등기(하다) ¶ mã số đăng ký 등록 번호 / (sự) đăng ký bất động sản 부동산 등기 / luật đăng ký bất động sản 부동산 등기법

đằng sau 뒤 ¶ ở đằng sau 뒤에 있다

đăng tải 게재(하다) ¶ cấm đăng tải 게재 금지

đằng trước 앞 ¶ ngồi ở đằng trước 앞에 앉다

đắp 쌓다 ¶ đắp cát 모래를 쌓다

đắt 비싸다 ¶ không đắt 비싸지 않다 / túi xách này

đắt quá 이 가방이 너무 비싸다
#반 rẻ

đắt đỏ 너무 비싸다, 훨씬 비싸다 ¶ vật giá đắt đỏ 물가가 비싸다

đặt 놓다, 두다 ¶ đặt xuống 내려놓다 / đặt dưới sự hộ tống 호위를 두다 / đặt bút xuống 펜을 놓다 / đặt ghế ở đó đi 의자를 그리 놓아라 / đặt cái đó ở đâu? 그것을 어디에 놓을까요?

đặt chỗ 예약(하다) ¶ xác nhận việc đặt chỗ 예약을 확인하다

đặt cơ sở 기초를 놓다

đặt điều 날조하다 ¶ kẻ đặt điều 날조자
#동 bịa đặt

đặt hàng(상품) 주문(하다) ¶ người đặt hàng 주문자 / đơn đặt hàng 주문서

đấm bốc 권투 ¶ vận động viên đấm bốc 권투 선수

đầm 늪

đậm 진하다 ¶ cà phê đậm 진한 커피

đập 1. 치다 ¶ đập cánh 날개를 치다 2. 부수다, 깨다 ¶ đập đĩa vỡ thành từng mãnh 접시를 산산이 부수다

đất 땅 ¶ đất cỏ mọc 풀이 난 땅 / đất cát 모래땅 / cày đất 땅을 갈다 / đào đất 땅을 파다

đất đai 토지 ¶ thừa kế đất đai 토지를 상속하다

đất nước 1. 나라 ¶ diện tích của đất nước 나라의 면적 / đất nước theo Hồi giáo 회교국 / đất nước an toàn 안전한 나라 / đất nước không có biển 바다가 없는 나라 / đất nước hùng mạnh 강한 나라 / đất nước có nhiều rừng 숲이 많은 나라 / rường cột của đất nước 나라의 기둥
2. 국가 ¶ sự phồn vinh của đất nước 국가의 번영

đâu 어디 ¶ không biết đâu là đâu 어디가 어딘지 모르다 / đặt cái đó ở đâu? 그것을 어디에 놓을까요?

đâu có 어디 있다, 없다

đấu khẩu 말다툼(하다), 입씨름 (하다), 언쟁하다 ¶ tôi đã đấu khẩu với anh ta 나는 그와 말다툼했다 / hai người đã đấu khẩu dữ dội 둘은 심한 언쟁을 했다 / cuộc đấu khẩu giữa họ đã dẫn đến xô xát 그들의 언쟁은

싸움으로 번졌다

đấu tranh 투쟁(하다) ¶ sự đấu tranh bè phái 파벌 투쟁

đầu[1] 머리 ¶ đầu cột 기둥머리 / đau đầu 두통(머리가 아프다) / đầu bần thần 머리가 어지럽다/ chặt đầu 목을 자르다 / cạo đầu 머리를 깎다

đầu[2] 처음 ¶ từ đầu đến cuối 처음부터 끝까지 / làm lại từ đầu 처음부터 다시 하다 / phải bắt đầu lại từ đầu 처음부터 다시 시작해야 합니다 / đầu xuôi đuôi lọt 시작이 반이다

đầu[3] 맏- ¶ anh đầu 맏형 / con dâu đầu 맏며느리 / chàng rể đầu 맏사위 / cháu (trai) đầu 맏손자 / cháu (gái) đầu 맏손녀

đầu bếp 요리사 ¶ giấy phép (hành nghề) đầu bếp 요리사 면허증 / đầu bếp làm món trộn 샐러드 요리사 / đầu bếp nấu bữa ăn sáng 아침 식사 요리사

đầu cơ 투기(投棄) 하다 ¶ sự đầu cơ bất động sản 부동산 투기 / sự đầu cơ bất hợp pháp 불법 투기

đầu gối 무릎, 무릎관절 ¶ ngồi trên đầu gối 무릎 위에 앉다

đầu hàng 항복(하다) ¶ cờ đầu hàng 항복기 / điều kiện đầu hàng 항복 조건 / văn bản đầu hàng 항복 문서 / bắt đầu hàng 항복시키다

đầu làng 마을 입구, 마을 앞

đầu lòng 맏- ¶ con trai đầu lòng 맏아들 / con gái đầu lòng 맏딸 / cháu trai đầu lòng 맏손자 / cháu gái đầu lòng 맏손녀

đầu lưỡi 혀끝

đầu thú 자수(하다) ¶ người đó đã tự thú với cảnh sát 그 사람은 경찰에 자수했다

đầu tiên 맨 처음, 처음(에), 첫번째로 ¶ tôi là người khách đến đầu tiên 내가 첫번째로 도착한 손이다

đầu tư 투자(하다) ¶ sự hợp tác đầu tư 합작 투자 / sự đầu tư chắc chắn 확실한 투자 / sự đầu tư an toàn 안전한 투자 / (sự) đầu tư vào bất động sản 부동산 투자 / (sự) đầu tư cổ phiếu 주식 투자 / bộ kế hoạch & đầu tư 계획 투자부

đậu[1] 콩 ¶ bao đậu 콩자루 /

Đđ

làm nước tương bằng đậu
콩으로 간장을 담근다
#동 đỗ

đậu² 합격(하다), 붙다 ¶ nó
ân hận vì không thi đậu
그가 시험에 합격하지 못하
다니 후회했다
#동 đỗ

đậu giá 콩나물

đậu hủ 두부
#동 đậu phụ

đậu phộng 땅콩
#동 lạc

đậu phụ 두부 ¶ người bán
đậu phụ 두부 장수 / một
bánh đậu phụ 두부 한 모

đây¹ 여기 ¶ hãy gửi áo
choàng ở đây 외투는 여기에
다 맡기십시오

đây² 이것(이것이 ...이다) ¶
đây là chân lý bất hủ 이것은
불후의 진리이다

đây là 이것이 ...이다, 이것은
...이다 ¶ đây là cái của tôi
이것은 내 것이다 / đây là
cái tôi chọn 이것은 내가
고른 것이다 / đây là cái tôi
mua 이것은 내가 산 것이
다

đấy (으)세요? / 나? ¶ a lô, ai
đấy? 여보세요, 누구세요?

đầy1 가득 ¶ xe buýt chở đầy

người 사람을 가득 태운
버스 / xe tải chất đầy đồ nội
thất 가구를 가득 실은 트럭

đầy² 1. 총총하다 ¶ bầu trời
đầy sao 하늘에 별이 총총
하다
2. 부풀다 ¶ Sunny đầy
mong đợi được chuyển
sang nhà mới 선니가 새
집으로 이사하는기대
에 부풀다

đầy³ –투성이 ¶ đầy khuyết
điểm 결점투성이의 / đầy
bụi bặm 먼지투성이의 / đầy
tro 재투성이의 / đầy máu
피투성이의 / đầy mồ hôi
땀투성이의 / đầy bùn đất
진흙투성이의 / trở nên đầy
máu me 피투성이가 되다 /
quần áo đầy bùn đất 옷이
진흙투성이다 / cái bàn đó
đầy bụi bặm 그 책상은 먼
지투성이다 / người đó đầy
khuyết điểm 그 사람은 결
점투성이다 / câu chuyện đó
đầy giả dối 그 얘기는 거
짓말투성이다

đầy ắp 가득 ¶ đầy ắp 가득
차다 / phòng đầy ắp người
방에는 사람들이 가득 차
있었다 / khán giả đầy ắp hội
trường nhiệt liệt vỗ tay

장내를 가득 메운 관객이
열광적으로 박수했다

đầy đủ 충분하다 ¶ chứng cứ đầy đủ 충분한 증거

đẩy 밀다 ¶ đẩy mạnh 세게 밀다 / đẩy nhẹ 가볍게 밀다

đẩy mạnh 강화하다

đậy 씌우다, 덮다 ¶ đậy nắp 뚜껑을 씌우다

đe dọa 위협하다 ¶ đe dọa sự an toàn 안전을 위협하다

đẻ 낳다, 출산하다 ¶ đẻ con 아이를 낳다
#동 sinh

đẻ trứng 알을 낳다

đem lại (인상을) 주다 ¶ đem lại ấn tượng 인상을 주다 / đem lại ấn tượng tốt 좋은 인상을 주다

đem theo 가지고 가다, 가지고 오다 ¶ đem theo sách 책을 가지고 오다

đen 1. 흑 ¶ người da đen 흑인 / bánh mì đen(nâu) 흑빵 / beo đốm đen 흑표범 2. 블랙 ¶ cà phê đen 블랙 커피 3.검다, 까맣다 ¶ khói đen 검은 연기 / đen sậm 새까맣다

đen tối 시꺼멓다 ¶ bụng dạ đen tối 배가 시꺼멓다

đèn 불, 램프, -등 ¶ đèn cồn 알코올 램프 / đèn điện 전등 / đèn tín hiệu giao thông 교통 신호등 / bật đèn 불을 켜다 / đèn đỏ biểu thị sự nguy hiểm 빨간 등불은 위험을 표시한다

đèn cầy 양초
#동 nến

đèn điện 전등 ¶ tắt đèn điện 전등을 끄다

đèn đường 가로등 ¶ đọc sách bằng ánh đèn đường 가로등 불빛으로 책을 읽다

đèn pin 랜턴

đèn tín hiệu 신호등

đeo[1] 메자, 지다 ¶ đeo ba lô 배낭을 메다 (지다)

đeo[2] 쓰다 ¶ đeo kính 안경을 쓰다 / đeo mặt nạ 가면을 쓰다

đeo[2] 끼다 ¶ đeo găng tay 장갑을 끼다

đẹp 1.예쁘다, 아름답다 ¶ đẹp chết đi được 예뻐 죽겠다 / trở nên đẹp 예뻐지다 / cảnh nơi đó đẹp biết bao 그곳의 경치가 얼마나 아름다운지 몰라요 / anh ấy có căn biệt thự có cảnh đẹp xung quanh 그는 주변 경치가 아름다운 별장을 갖고 있다 2. 좋다, 훌륭하다

Đđ

¶ **cảnh đẹp** 좋은 경치 / **ăn mặc đẹp** 옷차림이 훌륭하다 / **ăn mặc không đẹp** 옷차림이 좋지 않다 3. 멋있다 ¶ **hình ảnh đẹp của các con tàu ra vào cảng** 항구를 드나드는 배들의 멋있는 모습

đẹp mắt 보기 좋다

đẹp trai (남성) 잘 생기다 ¶ **anh ấy rất đẹp trai** 그는 아주 잘 생겼다

đế 받침 ¶ **đế nồi** 솥발

đế quốc 제국 ¶ **đế quốc La Mã thần thánh** 신성 로마 제국

đề 문제 ¶ **bài giải đề thi** 시험 문제의 해답 / **bộ đề có kèm bài giải** 해답이 달린 문제집

đề cao 높이다, 제고하다 ¶ **cách đề cao** 높임법 / **cách đề cao chủ thể** 주체 높임법 / **cách đề cao chủ thể chỉ có thể** 주체 높임법은 아상을 가지지 않는다 / **cái mà "-(으)시" đề cao thường là đối tượng chủ ngữ** "-(으)시"가 높이는 것은 일반적으로 주어 대상이다

đề nghị 1. 제의(하다) ¶ **tôi muốn đề nghị can ly** 건배를 제의하고 싶습니다 / **anh ấy đã bác bỏ đề nghị của cô ấy** 그분은 그녀의 제의를 거절했다 2. 제안(하다) ¶ **tôi đề nghị khởi hành sớm** 일찍 출발할 것을 제안합니다 3. 청유 ¶ **câu đề nghị** 청유문

đề phòng 예방(하다) ¶ **cách đề phòng** 예방법 / **đề phòng bệnh tật** 병의 예방 / **có thể đề phòng** 예방할 수 있다 / **không thể đề phòng** 예방할 수 없다

đề tài 제목, 주제 ¶ **đề tài nghiên cứu** 연구 제목 / **đề tài của bài luận** 작문의 제목

đề¹ 놓다, 두다 ¶ **để xuống** 내려놓다 / **để bút xuống** 펜을 놓다 / **để đó đi** 그리 놓아라

đề² 드리다, 주다 ¶ **tôi sẽ để giá sỉ cho** 도매 가격으로 드리겠습니다

đề³ 을/을 위해, -기 위해서 ¶ **làm để bán** 팔기 위해 만든 / **viếng thăm bệnh viện để an ủi các cụ** 노인들을 위로하기 위해 병원을 방문하다 / **chúng tôi đang nỗ lực để bảo tồn nghệ thuật truyền thống** 우리는 전통예능 보존을 위해 노력하고 있다 #동 nhằm

đề⁴ 1. -(으)러 ¶ **đi siêu thị để**

mua quà 선물을 사러 백화점에 가다 2. -(으)려고 하다 ¶ anh ấy luôn phấn đấu để đứng trên người khác trong lớp 그는 학급에서 남보다 앞서려고 언제나 노력하고 있다

để dành 모으다 ¶ để dành tiền 돈을 모으다

để lại 남기다 ¶ để lại ấn tượng tốt 좋은 인상을 남기다 / để lại danh tiếng bất hủ 불후의 명성을 남기다 / để lại chứng tích 증적을 남기다 / để lại vân tay 지문을 남기다 / mang găng tay để tránh để lại vân tay 지문을 남기지 않도록 장갑을 끼다

để lên 얹다, 올려놓다 ¶ để ấm lên lửa 주전자를 불에 얹어 놓다

để vào 넣다 ¶ để vào phong bì 봉투에 넣다 / để xe vào nhà xe 차를 차고에 넣어두다

để xuống 내려놓다 ¶ để xuống dưới 아래에 내려놓다

để ý 신경을 쓰다 ¶ cô ấy không để ý đến chuyện ăn mặc 그녀는 옷차림에 신경을 안 쓴다

đêm 1. 밤 ¶ cảnh đêm 밤경치 / đêm nhạc 음악의 밤 / câu đêm 밤낚시 / đêm hôm nay 오늘 밤 / đêm hôm qua tôi gặp ác mộng lúc ngủ 어제 밤에 잘 때 악몽에 시달렸다 / đêm qua ngủ ngon chứ? 어제 밤에 잘 잤어? / đêm qua tên trộm vào ăn cắp tiền mất rồi 간밤에 도둑이 들어서 돈을 훔쳐 갔다 / đêm nay chắc sẽ đóng băng 오늘 밤에는 얼음이 얼겠다 / buổi biểu diễn của Bi đã được bế mạc lúc mười giờ đêm 비의 공연은 밤 10 시에 폐막되었다 2. 야간 ¶ bay đêm 야간 비행

đêm trước 전야, 이브(eve) ¶ đêm trước của lễ Phục sinh 부활절 전야 / đêm (trước) Giáng sinh 크리스마스 이브

đêm trường Trung Cổ 암흑시대

đếm 세다 ¶ đếm số (người) 수호를 세다 / đếm phiếu bầu 표수를 세다 / đếm ngày bằng âm lịch 음력으로 날을 세다

đệm 쿠션, 안석

đến[1] 오다 ¶ quát bảo ai đó đến ...에게 오라고 소리지르다 / họ đã đến nhà chúng tôi lánh nạn 그들은 우리 집으로 피난을 왔다 / những ai đã đến vậy? 누구누구 왔나? / cô ấy đã đến 그녀가 왔다 / bất kỳ ai hãy đến đây 누구든지 오너라 / tôi chưa bao giờ đến một thành phố lớn như thế này 이렇게 큰 도시에 와본 적이 없었어요

đến[2] 도착(하다) ¶ ga đến 도착역 / tôi là người khách đến đầu tiên 내가 첫번째로 도착한 손이다

đến[3] –까지 ¶ từ đầu đến cuối 처음부터 끝까지 / thói tật lúc ba tuổi mang theo đến tám mươi(tật xấu khó sửa) 세 살적 버릇이 여든까지 간다

đến[4] 1. (방향) (으)로 ¶ đi nghỉ dưỡng đến nơi có không khí tốt 공기가 좋은 곳으로 휴양하러 가다 2. –에 ¶ đạt đến đỉnh điểm 클라이맥스에 달하다 / làm cho đạt đến đỉnh điểm 클라이맥스에 달하게 하다 / cô ấy không để ý đến chuyện ăn mặc 그녀는 옷차림에 신경을 안쓴다

/ dính líu đến âm mưu 음모에 말려들다

đến giờ 시간이 되다

đến nơi (어떤 장소에) 도착하다 ¶ tôi vừa đến nơi 내가 금방 도착했다

đền[1] 사당, 전당, 묘

đền[2] (은혜를) 갚다 ¶ đền ơn cha mẹ 부모의 은혜를 갚다

đền ơn 은혜를 갚다 ¶ đền ơn thầy cô 스승의 은혜를 갚다 / không biết phải đền ơn này thế nào nữa 이 은혜를 어찌 갚아야 할지 모르겠습니다

đều[1] 골고루 ¶ ăn đều 골고루 먹다 / chia đều 골고루 나누어 주다

đều[2] 다, 모두 다 ¶ tất cả mọi con đường đều dẫn đến La Mã 모든 길은 로마로 통한다

đều đặn 착착 ¶ tiến triển đều đặn 착착 진행하다

đi[1] 1. 가다 ¶ đi xuống 내려가다 / đi lên 올라가다 / đi Việt Nam 베트남에 가다 / đi bắt cá 고기를 잡으러 가다 / phải đi ngủ thôi 자리 가야겠다 / ăn tối rồi hãy đi 저녁 먹고 가지 그래 / đi nghỉ dưỡng nơi có không khí tốt 공기가 좋은 곳으로 휴양하러 가다 / **đi thương lượng** 상담하러 가다 / **đi bỏ phiếu** 투표하러 가다 2. 어/아/여 가다 ¶ **bay đi** 날아가다 / **thỉnh thoảng bỏ đi** 가끔 가버리다 / **bỗng nhiên xấu đi** 갑자기 나빠지다 3. 걷다¶ **đi trên cát** 모래 위를 걷다

đi² 출발(하다) ¶ **ga đi** 출발역

đi 타다 ¶ **đi thang máy** 엘리베이터를 타다 / **đi máy bay** 비행기를 타다 / **đi xe lửa** 기차를 타다 / **đi xe điện ngầm** 지하철을 타다 / **đi xe buýt** 버스를 타다 / **đi taxi** 택시를 타다 / **đi tàu** 배를 타다

đi⁴ (명령형) -(으)세요, 어/아/여라, -너라, -거라 ¶ **anh hãy đi trước đi** 당신은 먼저 가세요 / **đi ngủ đi** 가서 자거라 / **đặt ghế ở đó đi** 의자를 그리 놓아라 / **thôi đi! nhột quá** 그만 해라! 간지롭다

đi bầu cử 선거하러 가다

đi bộ 걸어서 가다, 산책하다

đi bước nữa 재혼하다
  #동 tái hôn

đi công tác 출장을 가다

đi dạo 거닐다, 산책하다 ¶ **đi dạo bờ sông** 강가를 거닐다

đi học 학교에 가다, 학교에 다니다 ¶ **vì nghèo khó nên không được đi học** 빈한해서 학교에 못 간다 / **anh ấy làm việc vào ban ngày và đi học vào ban đêm** 그는 낮에는 일하고 밤에는 학교에 다닌다

đi khám bệnh 짐찰받으러 가다

đi lên 올라가다 ¶ **đi lên bằng thang máy** 엘리베이터로 올라가다

đi qua 지나가다 ¶ **cơn bão đã đi qua** 폭풍이 지나갔다 / **đi qua bên cạnh** 옆을 지나가다

đi ra 나가다, 나오다 발코니로나가다 ¶ **đi ra ban công** / **hãy đi ra ngoài** 밖으로 나오세요

đi săn 사냥가다 ¶ **đi săn thỏ** 토끼 사냥가다 / **đi săn voi** 코끼리 사냥가다

đi theo 따라 가다

đi vào 들어가다, 들어오다 ¶ **anh ấy mặc áo choàng đi vào phòng** 그는 외투를 입은 채 방으로 들어왔다

đi văng 침대

#동 giường

đi vắng (어떤 장소에) 안 계시다, 없다

đi xuống 내려가다 ¶ đi xuống dưới 아래로 내려가다 / đi xuống bằng thang máy 엘리베이터로 내려가다

đĩa[1] 접시 ¶ đĩa bạc 은접시 / đĩa tròn 둥근 접시 / bày thức ăn ra đĩa 음식을 접시에 담다 / đập đĩa vỡ thành từng mãnh 접시를 산산이 부수다

đĩa[2] 디스크 ¶ đĩa compact 콤팩트디스크(compact disc)

địa cầu 지구 mặt trăng quay quanh địa cầu 달은 지구의 주위를 운행한다 / quả địa cầu tự quay trên một trục 지구는 지축을 중심으로 자전한다
#동 quả đất

địa chỉ 주소 ¶ địa chỉ của công ty 회사의 주소 / địa chỉ của chung cư 아파트의 주소 / viết địa chỉ lên phong bì 봉투에 주소를 쓰다

địa điểm 1. 지점 ¶ địa điểm cất cánh 이륙 지점 / địa điểm hạ cánh 착륙 지점 2. 장소 ¶ địa điểm ẩn náu 잠복 장소

địa lý 지리 ¶ địa lý học 지리학 / ngôn ngữ học địa lý 지리언어학 / phát kiến địa lý 지리적 발견

địa phương 지방 ¶ các địa phương 각 지방 / chi nhánh ở địa phương 지방 지점 / đoàn kịch lưu diễn ở địa phương 지방 순회 극단 / địa phương này vẫn còn đang dùng âm lịch 이 지방에서는 아직도 음력을 쓰고 있다

Địa Trung hải 지중해

địa vị 지위 ¶ địa vị xã hội 사회적 지위 / địa vị bấp bênh 불안정한 지위 / người có địa vị xã hội cao 사회적 지위가 높은 사람 / bám lấy địa vị 지위에 달라붙다 / từ bỏ địa vị 지위를 포기하다 / đang (có sự) bất mãn với địa vị 지위에 불만을 가지고 있다

đích[1] 목적지 ¶ đến đích 목적지에 도착하다

đích[2] 과녁 ¶ nhắm đích bắn 과녁을 향해 쏘다 / bắn trúng đích 과녁을 쏘아 맞히다

địch 적 ¶ quân địch 적군 /

binh lực của địch 적의 병력 / hài cốt của địch 적의 해골 / bao vây địch 적을 포위하다 / bao vây trận địa địch 적진을 둘러싸다 / bất lực trước sự tấn công của địch 적의 공격에 무력하다

điếc 귀가 먼, 귀머거리의

điểm[1] 점수 ¶ điểm cao 높은 점수 / chưa có điểm 점수가 아직 안 나왔다

điểm[2] 점 ¶ điểm bất lợi 불리한 점 / hãy yên tâm về điểm đó 그 점에 대해서는 마음놓으십시오 / điểm đó không thể đảm bảo 그 점은 좀 장담할 수 없다 / trong học thuyết của ông ấy có mấy điểm bất hợp lý 그의 학설에는 불합리한 점이 몇 가지 있다

điểm[3] 장소, -소, -장 ¶ điểm bán lẻ 판매소 / điểm tắm suối khoáng 광천욕장

điểm danh 출석 체크, 출석을 부르다 ¶ sổ điểm danh 출석부

điểm tâm 아침, 아침 식사 ¶ ăn điểm tâm 아침을 먹다 #동 ăn sáng

điên 미치다 ¶ nhà thương điên 전광병원 / người điên 미친 사람

điền kinh 육상 ¶ thi đấu điền kinh 육상 경기 / vận động viên điền kinh 육상 선수 / tôi từng có ý nghĩ sẽ trở thành vận động viên điền kinh 나는 육상 선수가 될 생각이었다

điện 전기 ¶ dòng điện 전류 / dây điện 전깃줄 / đèn điện 전등 / điện cao áp 고압 전기 / điện cảm ứng 감응 전기 / dòng điện cảm ứng 감응 전류 / bàn ủi điện 전기 다리미 / hỏa táng bằng điện 전기 화장 / tắt điện 전기를 끄다 / tiết kiệm điện 전기를 아껴 쓰다

điện ảnh 영화 ¶ điện ảnh Hàn Quốc 한국 영화 / điện ảnh Việt Nam 베트남 영화 / áp phích điện ảnh 영화 포스터

điện thoại 전화(하다) ¶ điện thoại di động 이동 전화 / số điện thoại 전화 번호 / dây điện thoại 전화줄 / báo qua điện thoại 전화로 알리다

điện thoại cầm tay 휴대폰 #동 điện thoại di động

điện thoại công cộng

공중 전화

điện thoại di động 휴대폰, 이동 전화 ¶ pin dùng cho điện thoại cầm tay 휴대폰용 배터리

điện từ 전자(電磁) ¶ cảm ứng điện từ 전자 감응 / đơn vị điện từ 전자 단위 / lực điện từ 전자력 / sóng điện từ 전자파

điện từ trường 전자장

điện tử 전자(電子) ¶ sản phẩm điện tử 전자 제품 / công ty điện tử 전자 회사

điêu khắc 조각(하다) ¶ tượng điêu khắc 조각상 / điêu khắc trên băng 얼음 조각 / nhà điêu khắc trên băng 얼음조각가

điều 것 ¶ với điều này 이것으로 / điều đó hoàn toàn là chuyện hắn bịa ra 그것은 순전히 그가 날조한 이야기이다 / điều đó đã trở thành bài học cho anh ta 그것은 그에게 교훈이 되었다 / bất cứ đứa bé nào cũng có thể làm được điều đó 어떤 아이라도 그런 것쯤은 할 수 있다 / điều này đã trở thành bước ngoặc của sự thành công của cô ấy 이것

이 그녀의 성공의 계기가 되었다 / bộ trưởng ủy quyền cho ông ấy làm điều đó 장관은 그에게 그것을 행할 권한을 부여했다

điều chỉnh 조정하다, 조절하다 sự điều chỉnh âm hưởng 음향 조절 / điều chỉnh nhiệt độ 온도를 조절하다

điều dưỡng 요양(하다) ¶ viện điều dưỡng 요양원 / phí điều dưỡng 요양비

điều độ 규칙적으로 ¶ ăn uống điều độ 규칙적으로 식사하다

điều gì 무엇 ¶ bất cứ điều gì 무엇이든

điều gì đó 무엇인가, 무언가

điều hành 운영(하다) ¶ ban điều hành 운영 위원회 / tham gia ban điều hành 운영 위원회에 참석하다

điều hòa 1.조화(하다) 2.에어컨 #동 máy điều hòa nhiệt độ

điều khiển 조종(하다) ¶ người điều khiển 조종자 / ghế điều khiển 조종석 / thiết bị điều khiển 조종 장치 / máy bay tự điều khiển 자동 조종 비행기

điều khoản 조항
¶ điều khoản cấm 금지 조항 / điều khoản của điều ước 조약의 조항

điều kiện 조건 ¶ điều kiện đầu hàng 항복 조건 / điều kiện cần 필요조건 / điều kiện cần và đủ 필요충분조건 / điều kiện có lợi 이로운 조건 / điều kiện yêu cầu 요구 조건 / điều kiện bán hàng 판매 조건 / dưới điều kiện bất lợi 불리한 조건 하에서 / cải thiện điều kiện lao động 노동 조건의 개선 / điều kiện hợp đồng có lợi cho cả đôi bên 계약 조건은 양측에 이롭다 / điều kiện là gì? 조건이 무엇이냐?

điều tiết 조절(하다) ¶ (sự) điều tiết xa gần 원근 조절

điều ước 조약 ¶ điều ước bảo đảm 보장 조약 / điều ước bất bình đẳng 불평등 조약 / điều ước cấm tra tấn 고문 금지 조약 / điều ước bảo đảm an ninh Hàn-Mỹ 한미 안전 보장 조약 / điều khoản của điều ước 조약의 조항 / phê chuẩn điều ước 조약을 비준하다

điệu múa 춤 ¶ bài hát và

điệu múa 노래와 춤

đinh 못 ¶ đóng đinh 못을 박다

đính hôn 약혼(約婚)하다 ¶ người đính hôn 약혼자 / tiệc đính hôn 약혼 피로연 / nhẫn đính hôn 약혼 반지 / quà đính hôn 약혼 선물 / cô gái đã đính hôn 약혼한 여자 / hủy bỏ đính hôn 약혼을 취소하다 / lễ đính hôn của cô Sunny và anh Peter 선니 씨와 피터 씨의 약혼식 / cho đính hôn 약혼시키다 / ông ấy đã cho con gái đính hôn với một người giàu có 그는 딸을 부자와 약혼시켰다

đính kèm 첨부(하다), 부속(하다) ¶ hồ sơ đính kèm 부속서류 / được đính kèm 첨부되다 / đính kèm bản sao 사본을 첨부하다

đính ước 약혼(하다)
#동 đính hôn

đình chỉ 정지(하다) ¶ đình chỉ kinh doanh 영업을 정지하다 / đình chỉ phát hành 발행을 정지하다

đình chiến 정전(하다) ¶ hiệp định đình chiến 정전 협정 / hội đàm đình chiến 정전

회담

đình công 파업(罷業) 하다 ¶ bước vào đình công 파업에 들어 가다 / đang đình công 파업중이다 / ngừng đình công 파업을 중지하다 / công nhân viên đã đình công 24 giờ đòi tăng lương 직공들은 노임 인상을 요구하여 24 시간 파업했다 / ra lệnh đình công 파업 지령을 내리다

đình đốn 정돈(停頓)하다 ¶ ở vào tình trạng đình đốn 정돈 상태에 있다 / rơi vào tình trạng đình đốn 정돈 상태에 빠지다 / khai thông cục diện đình đốn 정돈된 국면을 타개하다

đình trệ 정체(停滯)하다 ¶ sự đình trệ giao thông 교통 정체 / bị đình trệ 정체되다 / công việc bị đình trệ 사무가 정체되다 / thương mại bị đình trệ vì chiến tranh 전쟁 때문에 무역이 정체되어 버렸다 / thị trường tiền tệ đang bị đình trệ 금융 시장이 정체되어 있다

đỉnh 꼭대기, 정상 ¶ đỉnh của ngọn núi 산의 정상

đỉnh điểm 1. 절정,극점,클라이맥스, 최고조 ¶ đạt đến đỉnh điểm 클라이맥스에 달하다 / làm cho đạt đến đỉnh điểm 클라이맥스에 달하게 하다 2. 한창 ¶ bây giờ là lúc nóng đỉnh điểm 지금 이 한창 더울 때다

đỉnh núi 산꼭대기, 산정 ¶ đỉnh núi bị sương mù bao phủ dày đặc 산 곡대기에는 안개가 자욱히 둘러쌓였다

định 1. (으)려고 하다, -고자 하다 ¶ đừng có định lừa tôi 날 속이려고 하지 마 / vùng vẫy định đào thoát 도망치려고 몸부림치다 2. -(으)ㄹ 예정이다, (으)ㄹ 작정이다 ¶ hôm nay chúng tôi định làm cái đó 우리는 그것을 오늘 할 작정이다

định kỳ 정기 ¶ bảo trì định kỳ 정기 정비 / một cách định kỳ 정기적으로

định từ 관형사

đít 엉덩이

#동 mông

đo 1. 재다 ¶ đo nhiệt độ 온도를 재다 / đo kích cỡ 사이즈를 재다

2. 측정(하다) ¶ thiết bị đo âm lượng 음량 측정기

3. 맞추다 ¶ đo may một bộ

Âu phục 양복을 한 벌 맞추
다

đó[1] 1. 그 ¶ ngày đó 그날 /
người đó 그 사람 / hãy yên
tâm về điểm đó 그 점에
대해서는 마음놓으십시오 /
căn nhà đó ở góc đường 그
집은 모퉁이에 있습니다 /
người đó nổi tiếng là đồ keo
kiệt 그 사람은 구두쇠로
유명하다 / nếu là người đó
thì có thể yên tâm mà giao
việc 그 사람이면 마음놓고
일을 맡길 수 있다 / cảnh
sát đang thụ lý vụ án đó
경찰은 그 사건을 수사 중
에 있다 / kẻ tội phạm giết
người đó đã lãnh án tử hình
그 살인범은 사형을 받았다
/ điểm đó không thể đảm
bảo 그 점은 좀 장담할 수
없다 / vụ đó thế nào rồi? 그
건은 어떻게 되었어? / kỳ
hạn của hợp đồng đó là một
năm 그 계약의 기한은 1년
간이다 / không thể không
nghĩ về vấn đề đó 그
문제를 생각하지 않을 수
없다 / quyển từ điển đó
đang được biên soạn 그
사전은 지금 편찬중에 있다
/ cảnh nơi đó đẹp biết bao
그 곳의 경치가 얼마나 아
름다운지 몰라요 / những
cái đó được phân (loại)
thành hai loại hình 그것들은
두 가지 유형으로 분류된다
/ người đó lúc còn trẻ ăn
chơi lắm 그 사람은 젊었을
때 놀아 먹었다 / người đó
đã tự thú với cảnh sát 그
사람은 경찰에 자수했다
2. 그것 ¶ tôi đảm bảo đó là
sự thật 나는 그것이 사실임
을 장담한다 / đó là sự việc
bất đắc dĩ 그것은 부득이한
일이다 / đó đơn thuần là
chuyện hắn bịa ra 그것은
순전히 그가 날조한 이야기
이다 3. 그리, 거기 ¶ đặt
ghế đó đi 의자를 그리 놓아라
đó[2] 그렇다 ¶ tôi quyết không
làm chuyện đó 그런 일을
결코 하지 않겠다
#동 ấy
đó[3] (으)세요? / 나? / 니? ¶ a
lô, ai đó? 여보세요, 누구세
요? / đi đâu đó? 어디 가니?
đò 배 ¶ người lái đò 뱃사공
đỏ 1. 적색의, 빨간색의 ¶
rượu nho đỏ 적포도주
2. 붉다, 빨갛다 ¶ những
con quỷ đỏ 붉은 악마 / đèn
đỏ biểu thị sự nguy hiểm

빨간 등불은 위험을 표시한
다

đỏ thắm 빨갛다

đỏ thẫm 붉다

đỏ tía 자주색의

đỏ mặt 얼굴이 빨개지다

đọ 시합하다, 비교하다

đóa 다발 ¶ đóa hoa 꽃다발 /
6.000won một đóa 한 다발
에 6 천원 / kết thành đóa
đóa 다발을 짓다 / bán theo
đóa 다발로 팔다

đoàn –단 ¶ đoàn đại biểu
대표단 / đoàn kịch 극단 /
đoàn (múa) ba lê 발레단 /
đoàn (múa) ba lê quốc gia
국립 발레단 / đoàn ủng hộ
응원단

đoàn kết 단결 ¶ sự hòa hợp
và đoàn kết của người dân
국민의 화합과 단결

đoàn kịch 극단 ¶ đoàn kịch
lưu diễn ở tỉnh 지방 순회
극단

đoàn thể 단체 ¶ đoàn thể
bảo trợ 후원 단체 / đoàn
thể cấu thành 구성 단체 /
đoàn thể công cộng 공공
단체

đoàn tàu 열차, 배 한 그룹 ¶
đoàn tàu bắc nam 북남 열차

đoạn 단 ¶ đoạn trên 상단 /

đoạn dưới 하단

đọc 읽다 ¶ đọc nguyên văn
원문으로 읽다 / thích đọc
tiểu thuyết 소설 읽기를 좋
아하다 / đọc sách bằng ánh
đèn đường 가로등 불빛으
로 책을 읽다

đọc sách 독서, 책을 읽다 ¶
người nghiện đọc sách
독서광

đói 고프다 ¶ đói bụng 배가
고프다
#반 no

đòi 1. 요구하다 ¶ công nhân
đã đình công 48 giờ đòi tăng
lương 직공들은 노임 인상
을 요구하여 48 시간 파업했
다 2. 청구하다 ¶ đòi xác
nhận 확인을 청구하다

đòi hỏi 1. 요구(하다) ¶ đòi
hỏi chính đáng 정당한 요구
/ đòi hỏi vô lý 무리한 요구 /
đòi hỏi về sinh lý 생리적
요구 / đòi hỏi của thời đại
시대의 요구

2. 요청 ¶ đòi hỏi của bạn
quá vô lý 네 요청은 너무
무리였다

đón[1] 마중(하다) ¶ đón giám
đốc ở sân bay 공항에서
사장을 마중하다 / đón
người yêu ở ga 역에서

애인을 마중하다

đón[2] (날, 해...)맞다
¶ đón năm mới 새해를 맞다
/ năm nay ba tôi đã đón lục
tuần 아버님은 올해 환갑을
맞으셨다

đón chào (사람을) 맞다 ¶
vui mừng đón chào ai đó
사람을 반가이 맞다

đóng[1] 닫다 ¶ đóng cửa sổ
창문을 닫다 / cửa được
đóng 문이 닫힙니다

đóng[2] 박다, 치다 ¶ đóng
đinh 못을 박다

đóng[3] 내다, 제출하다 ¶ đóng
tiền đăng ký học 등록금을
내다 / đóng học phí 학비를
내다 / đóng thuế 세금을
내다

đóng[4] (먼지가) 끼다 ¶ đóng
bụi 먼지가 끼다

đóng băng 얼음이 얼다 ¶
đêm nay chắc sẽ đóng băng
오늘밤에는 얼음이 얼겠다

đóng cục 굳다 ¶ keo đã
đóng cục 풀이 굳었다 / xi
măng khô sẽ đóng cục 시멘
트는 마르면 굳는다

đóng cứng 굳다 ¶ bê tông
chưa đóng cứng 아직 굳지
않은 콘크리트

đóng phim (영화) 출연하다

đóng thuế 납세(하다) ¶
nghĩa vụ đóng thuế 세금
을 내다 납세의 의무

đóng vai 역을 하다 ¶ đóng
tốt vai đảm nhận 맡은 역을
잘 해내다 / một người đóng
hai vai 1인 2역을 하다

đóng vai trò 역할을 하다 ¶
đóng vai trò chính 주요한
역할을 하다 / đóng vai trò
bà đỡ 산파 역할을 하다

đô la 달러 ¶ 5 đô la 5 달러 /
áo này đang được bán với
giá 30 đô la 이 셔츠는
30 달러에 팔리고 있다 /
tổng chi phí xây mới là một
tỉ đô la 신축 비용은 총액
십억 달러가 된다 / có bất
động sản (trị giá) một trăm
triệu đô la 일억 달러의
부동산을 갖고 있다 / lương
tháng người đó là hai nghìn
năm trăm đô la 그 사람은
월급이 2.500 달러이다 /
một đô la tính ra tiền Hàn
Quốc tương tương 950 won
1 달러는 한국 돈으로 치면
약 950 원에 상당한다 / một
đô la tính ra tiền Việt Nam
tương tương 16,000 đồng
1 달러는 베트남 돈으로 치
면 약16.000 동에 상당한다

Đđ

đô thị 도시 ¶ đô thị kết nghĩa 자매 도시 / (các) thành phố chính 주요 도시 / ngay giữa đô thị lớn 대도시의 한 가운데 / khai quật đô thị cổ đại 고대 도시를 발굴하다 / chưa bao giờ đến một đô thị lớn như thế này 이렇게 큰 도시에 와본 적이 없었어요

đô thị mới 신도시 ¶ đô thị mới Phú Mỹ Hưng 푸미홍 신도시

đồ[1] 1. 물건, 물품, -품 ¶ đồ khai quật 발굴품 / đồ tùy thân 소지품 / đồ nhặt được 주운 물건 / đồ ăn trộm 훔친 물건 / ăn cắp đồ của cửa hàng 상점의 물건을 훔치다 / đồ gì vậy? 무슨 물건이에요? 2. 세간 ¶ đồ làm bếp 부엌 세간 3.기구 ¶ đồ xay thịt 고기 다지는 기구

đồ[2] 1 -놈, -자, -쟁이 ¶ đồ ăn trộm 도둑놈 / đồ ăn chặn 횡령자 / đồ keo kiệt 깍쟁이 / nó là đồ bất hiếu 그는 불효자였다
2. 물건 ¶ đồ ăn mày 거지 같은 물건

đồ án 도안 ¶ giấy làm đồ án 도안용지 / đồ án hóa 도안화하다 / làm đồ án 도안을 작성하다

đồ biểu 도표 ¶ đồ biểu bách phân 백분도표

đồ bơi 수영복 ¶ mặc đồ bơi 수영복을 입다

đồ chơi 장난감 ¶ cầm đồ chơi chơi 장난감을 가지고 놀다

đồ cổ 골동품 ¶ đồ cổ giả 가짜 골동품 / cửa hàng đồ cổ 골동품점 / người kinh doanh đồ cổ 골동품상 / người sưu tập đồ cổ 골동품 수집가 / người yêu thích đồ cổ 골동품 애호가

đồ dùng 세간 ¶ đồ dùng nhà bếp 부엌 세간

đồ đạc 물품

đồ đựng 용기 ¶ đồ đựng bằng nhựa 플라스틱 용기

đồ giả 가짜 ¶ đá quý này là đồ thật hay đồ giả? 이 보석은 진찌냐 가짜냐? #반 đồ thật

đồ giả cổ 가짜 골동품

đồ giặt 빨래 ¶ sọt đựng đồ giặt 빨래 바구니 / vắt đồ giặt một lần thôi 빨래를 한 번만 짜라

đồ gốm 도자기

đồ keo kiệt 구두쇠, 깍쟁이

¶ nó là đồ keo kiệt 그는 구두쇠다 / người đó nổi tiếng là đồ keo kiệt 그 사람은 구두쇠로 유명하다 / xài tiền như cái đồ keo kiệt 깍쟁이처럼 돈을 쓰다

đồ nghề (전문용) 도구, 공구

đồ nhắm 안주 ¶ gắp đồ nhắm 안주를 집다

đồ nội thất 가구 ¶ xe tải chất đầy ắp đồ nội thất 가구를 가득 실은 트럭

đồ phủi bụi 먼지떨이

đồ tây 양복(洋服) ¶ tiệm đồ tây 양복점 / vải may đồ tây 양복감 / tủ đồ tây 양복장(欌) / thợ may đồ tây 양복장이(만드는 사람) / người sính đồ tây 양복쟁이 / người mặc đồ tây 양복을 입은 사람 / bộ đồ tây vừa thân mình 몸에 맞는 양복 / đo may một bộ đồ tây 양복을 한 벌 맞추다 / đồ tây hợp với anh hơn 너에게는 양복이 더 잘 어울린다

đồ thật 진짜 ¶ đá quý này là đồ thật hay đồ giả? 이 보석은 진짜냐 가짜냐? #반 đồ giả

đồ tùy thân 소지품

đồ uống 음료, 음료수 đồ uống có sô cô la 초콜릿 음료 / đồ uống có cồn 알코올 음료 / đồ uống không cồn 비알코올성 음료 #동 thức uống

đổ (죄를) 씌우다 ¶ đổ tội cho ai đó 죄를 아무에게 씌우다 / đừng đổ trách nhiệm cho người khác 남에게 책임을 씌우려 들지마라

đổ bê tông 콘크리트를 짓다

đổ bộ 상륙(하다) ¶ cơn bão sẽ đổ bộ vào bờ biển đông 태풍은 동해안에 상륙할 것이다

đỗ¹ 콩
#동 đậu

đỗ² 합격하다 ¶ nó ân hận vì không thi đỗ 그가 시험에 합격하지 못하다니 후회했다
#동 đậu

đỗ đạt (시험에) 학격하다

độ 도 ¶ hai mươi lăm độ 25 도 / nhiệt độ trong bóng râm là 30 độ 음지에서 온도가 30 도이다

độ cảm ứng 감응도

độ cao 높이 ¶ giới hạn về độ cao 높이 제한 / độ cao 20 mét 20 미터 높이 / độ cao của âm thanh 음성의 높이 / độ cao đến mức chóng mặt

어지러운 정도의 높이 độ
cao là 50 mét 높이가 50 미
터이다 / bay ở độ cao chín
ngàn feet 9 천 피트의
높이를 날다 / ở độ cao đó
không khí trở nên loãng 그
높이에서는 공기가 희박해
진다 / độ cao của tháp này
là trên một trăm mét 이 탑
의 높이는 100 미터 이상이다
#동 chiều cao

độ dài 길이 ¶ độ dài các
cạnh và kích thước của các
góc trong như nhau 변의 길
이와 내각의 크기가 모두
같다 / độ dài là bao nhiêu?
길이가 얼마입니까? / độ dài
là 5 mét 길이가 5 미터이다
/ độ dài như nhau 길이는
같다 / độ dài na ná nhau cả
길이는 모두 비슷비슷하다
#동 chiều dài

độ rộng 너비, 넓이 ¶ độ
rộng của sân đó 그 마당의
넓이
#동 chiều rộng

độc 1. 독- ¶ sâu độc 독충 /
độc dược 독약 2. 독하다

độc đáo 독특하다 ¶ phương
pháp độc đáo 독특한 방법
/ kỹ năng độc đáo 독특한
기능

độc lập 독립 ¶ Cổng độc lập
독립문 / bản tuyên ngôn
độc lập 독립선언서

độc thân 독신
¶ người độc thân 독신자

đôi[1] 1. 켤레 ¶ một đôi giày
구두 한 켤레 / một đôi vớ
양말 한 켤레 2. 양- ¶ đôi
má 양볼 / mẹ âu yếm đôi
má bé 엄마가 아기의 양볼
을 애무했다

đôi[2] 쌍 ¶ một đôi vợ chồng
trẻ 한 쌍의 젊은 부부/
thành đôi 쌍을 이루다 /
hãy cạn ly vì cặp đôi hạnh
phúc này 행복한 이 한 쌍
을 위하여 건배!

đôi[3] (스포츠) 복식 ¶ tennis
đánh đôi 복식 테니스

đôi bên 양측 ¶ điều kiện hợp
đồng có lợi cho cả đôi bên
계약 조건은 양측에 이롭다

đôi khi 때때로, 가끔

đôi ủng 장화 ¶ đôi ủng bằng
nhựa 고무 장화

đối chiếu 대조(하다) ¶ bảng
đối chiếu 대조표 / ngôn
ngữ học đối chiếu 대조언
어학

đối diện 맞은편

đối đãi 대하다 ¶ anh ta đã
đối đãi không tốt với tôi 그

는 나를 나쁘게 대했다

đối đáp 대답(하다)

đối nhân xử thế 대인 ¶ quan hệ đối nhân xử thế 대인 관계

đối phó 대비(하다) ¶ đối phó với biến cố 변고에 대비하다

đối sách 대책, -책 ¶ đối sách chấn hưng 진흥책 / đối sách giải quyết 해결책

đối thủ 상대, 상대자 ¶ đối thủ cạnh tranh 경쟁자(경쟁상대)

đối tượng 대상 ¶ đối tượng so sánh 비교 대상 / cái mà "-(으)시" đề cao thường là đối tượng chủ ngữ "-(으)시" 가 높이는 것은 일반적으로 주어 대상이다

đối ứng 대응하다

đối với 1. –에게, 한테 ¶ tuyên án đối với (ai đó) ...에게 형을 선고하다 / điều đó đã trở thành bài học đối với anh ta 그것은 그에게 교훈이 되었다 / chó là loài vật hữu ích đối với con người 개는 인간에게 유익한 동물이다 2. –에 대하여 ¶ sự tín nhiệm đối với nội các 내각에 대한 신임 / đặc xá đối với

tội phạm chính trị 정치범에 대하여 특사하다

3. –에 ¶ bày tỏ sự tán thành đối với bản dự thảo 의안에 찬성임을 표명하다

4. –에 관해 ¶ tổng thống đã bày tỏ ý kiến đối với vấn đề kinh tế Hàn-Mỹ 대통령께서는 한미간의 경제 문제에 관해 소신을 표명하였다

đối xử 1. 대하다, 취급(하다) ¶ sự đối xử bất công 불공평한 취급 / anh ta đã đối xử lạnh lùng với tôi 그는 나를 냉정하게 대했다

2. 대인 ¶ quyền đối xử 대인권 / quan hệ đối xử 대인 관계

đồi 언덕 ¶ đồi cát 모래 언덕

đổi mới 갱신, 쇄신

đội[1] 1. 팀 ¶ đội trưởng 팀장 /đội chúng ta 우리 팀 / đội bóng đá 축구팀 / đội ta thua rồi 우리 팀이 졌다 / hai đội đã hòa nhau 두 팀이 비겼다 2. –대 ¶ đội bảo vệ 경비대 / đội xe áp tải 수송차대 / đội chữa cháy 소방대 / đội trưởng đội chữa cháy 소방대장 / nhân viên đội chữa cháy 소방대원

đội² 씌우다 ¶ đội mũ cho con ai에게 모자를 씌우다

đội biệt động
별동대(別動隊)

đội ơn 은혜를 입다 ¶ tôi đang đội ơn ơn anh ấy nhiều lắm 나는 그에게 많은 은혜를 입고 있다

đội trưởng 팀장 ¶ đội trưởng đội bóng đá 축구팀 팀장 / đội trưởng đội chữa cháy 소방대장

đồn cảnh sát 경찰서

đồn công an 공안서

đông¹ 붐비다 ¶ rạp hát đông 극장이 붐비다

đông² 동 ¶ miền Đông 동부 / cổng Đông(Dongdaemun) 동대문/ cơn bão sẽ đổ bộ vào đất liền ở bờ biển đông 태풍은 동해안에 상륙할 것이다

Đông³ 겨울
#동 mùa đông

đông bắc 동북, 북동 ¶ gió đông bắc 동북풍(북동풍) / hướng đông bắc 동북향

Đông hải 동해
#동 biển Đông

đông nam 동남, 남동 ¶ áp thấp đang di chuyển về phía

đông nam 저기압이 남동으로 진행하고있다

Đông Dương 인도차이나 (Indochina) ¶ bán đảo Đông Dương 인도차이나 반도

đông lạnh 냉동(하다) ¶ đông lạnh cấp tốc 급속 냉동 / thịt đông lạnh cấp tốc 급속 냉동한 고기

đông y 동의(東醫)

đống 쌓아 올린 더미, 무더기 ¶ đống cát 모래 무더기

đồng¹ 밭 ¶ đồng cỏ 풀밭 / đồng ruộng 논밭

đồng² (베트남 통화 단위) 동 ¶ tổng chi phí xây mới là một trăm tỉ đồng 신축 비용은 총액 천억 동이 된다 / có bất động sản (trị giá) mười tỉ đồng 백억 동의 부동산을 갖고 있다 / số tiền thiệt hại đạt tám mươi triệu đồng 손해 금액은 8 천만 동에 달한다 / một đô la tính ra tiền Việt Nam tương tương 16,000 đồng 1 달러는 베트남 돈으로 치면 약 16.000 동에 상당한다

đồng bằng 델타 ¶ Đồng bằng Nam bộ 남부 델타 / Đồng bằng Bắc bộ 북부 델타 / áp thấp xảy ra ở vùng phụ cận Đồng bằng sông Hồng 홍강 텔타 부근에서 발생한 저기압 / chúng tôi đã cho bọn trẻ lánh nạn xuống Đồng bằng sông Cửu Long 우리는 아이들을 메콩 델타로 피난시켰다

đồng chí 동지(同志), 동무

đồng cỏ 풀밭

đồng dao 동요

đồng đại 공시 ¶ có tính đồng đại 공시적 / ngôn ngữ học đồng đại 공시언어학

đồng hóa 동화(하다) ¶ tác dụng đồng hóa 동화 작용 / tác dụng đồng hóa Cacbon 탄소 동화 작용

đồng hồ 시계 ¶ đồng hồ đeo tay 손목 시계 / đồng hồ treo tường 벽시계 / đồng hồ cho biết giờ giấc 시계가 시각을 알리다

đồng hồ cát 모래시계

đồng hương 동향, 동고향, 같은 고향

đồng lương 임금 ¶ nhận đồng lương ít ỏi 적은 임금을 얻다

đồng môn 동문

đồng nghiệp 동료 ¶ đồng nghiệp trong công ty 회사

동료 / đồng nghiệp lâu năm 오랜 동료

đồng phục 제복, 유니폼 ¶ đồng phục trường 교복 / mặc đồng phục 유니폼을 입다

đồng thau 놋쇠 ¶ bát đồng thau 놋그릇

đồng thời 동시

đồng tiền 돈 ¶ đồng tiền bất chính 부정한 돈 / sức mạnh của đồng tiền mạnh thật 돈의 힘은 강하다

đồng vai phải lứa 같은 또래 ¶ giao tế với người đồng vai phải lứa 같은 또래와 교제하다

động 동굴, 굴

động cơ 엔진(engine), 기관 ¶ động cơ cao tốc 고속기관 / động cơ được bảo dưỡng tốt 엔진은 잘 정비되어 있다 / xe tải dừng ở chính giữa đường vì hỏng động cơ 엔진 고장으로 트럭이 길 한가운데 서 있었다

động tác 동작 ¶ động tác nhanh 동작이 빠르다 / động tác chậm 동작이 느리다

động từ 동사, 동작동사 ¶ động từ chủ động 주동사

Đđ

động vật 동물 ¶ mỡ động vật 동물성 지방 / dầu động vật 동물 기름 / não của động vật 동물의 뇌 / động vật hoang dã 야생 동물 / sự hóa thạch động vật 동물의 화석 / khu bảo tồn động vật hoang dã 야생 동물 보호 지역 / thí nghiệm trên động vật 동물 실험을 하다 / chó là loài động vật hữu ích đối với con người 개는 인간에게 유익한 동물 이다

động thực vật 동식물 ¶ sự bảo vệ động thực vật hoang dã 야생 동식물의 보호

đốt[1] 1. 태우다 ¶ đốt nhang 향을 태우다 / đốt nhà 집을 태우다 2. 터뜨리다 ¶ đốt pháo 폭죽을 터뜨리다

đốt[2] (해부, 동물, 식물) 마디와 마디 사이(의 부분), 절간(節間)

đời[1] 세상 ¶ nhìn vào mặt trái của đời 세상의 암흑면을 보다

đời[2] 1. 일생일생에 한 번만 ¶ chỉ một lần trong đời 2. 평생 ¶ bạn đời 평생의 친구 3. 세상 ¶ đời thay đổi đến chóng mặt 어지럽게 변

해 가는 세상

đời sống 생활 ¶ đời sống của công nhân 근로자의 생활 / cải thiện đời sống 생활을 개선하다

đời tư 사생활 ¶ đừng can thiệp vào đời tư củangười khác 남의 사생활에 간섭하 지 마시오

đợi 기다리다 ¶ đợi bạn 친구를 기다리다 / đợi đến cùng 끝까지 기다리다 / cứ đợi 그냥기다리다 #동 chờ

đờm 가래 ¶ khạc đờm 가래를 뱉다

đơn[1] –서 ¶ đơn đặt hàng 주문서

đơn[2] 1. 단- ¶ từ đơn 단일어 2. (스포츠) 단식 ¶ tennis đánh đơn 단식 테니스

đơn giản 간단하다 ¶ việc đơn giản 간단한 일 / bản đồ đơn giản 간단한 지도 / loại bỏ lề thói đó không đơn giản như thế đâu 그 허례를 폐지하기란 그렇게 간단한 것이 아니다

đơn thuần 단순하다, 순전하 다 ¶ suy nghĩ đơn thuần 단순한 생각 / một cách đơn thuần 단순히 / đó đơn thuần là chuyện hắn bịa ra 그것은 순전히 그가 날조한 이야기이다

đơn thuốc 처방전 ¶ viết đơn thuốc 처방전을 쓰다

đơn vị 단위 ¶ đơn vị cơ bản 기본 단위 / đơn vị điện tử 전자 단위 / đơn vị cấu thành 구성 단위 / đơn vị chiến lược 전략 단위

đơn yêu cầu 요구서

đu đủ 파파야

đủ 충분(하다) ¶ điều kiện cần và đủ 필요충분 조건 / thu nhập đủ 충분한 수입 / cỡ đó là đủ 그만하면 충분하다

đua ngựa 경마

đùa 농락(하다), 놀리다 ¶ đừng đùa giỡn với ái tình 애정을 농락하지 마라

đùa giỡn 놀다 ¶ đùa giỡn trên cát 모래 위에서 놀다

đùa vui (즐겁게) 놀다 ¶ không phải là lúc an nhàn đùa vui 한가하게 놀고 있을 때가 아니다

đũa 젓가락 ¶ đũa gỗ 나무 젓 가락 / ăn bằng đũa 젓가락 으로 먹다 / gắp lên bằng đũa 젓가락으로 집어들다

đun 끓이다 ¶ đun chè 차를 끓이다 / đun nước 물을 끓

이다 / đun nước tắm 목욕 물을 끓이다

đùn đẩy 씌우다 ¶ đừng đùn đẩy trách nhiệm cho người khác 남에게 책임을 씌우려 들지마라

đụn 무더기 ¶ đụn cát 모래 무더기

đúng 맞다 ¶ đúng kích cỡ 사이즈가 맞다 / đúng rồi 맞았다 / dự báo đúng 예보 가 맞다
#반 sai

đúng lúc đó 바로 그때

đúng nghĩa (명사)-답다 ¶ đúng nghĩa đàn ông 남자답 다 / đúng nghĩa phụ nữ 여자답다 / học sinh đúng nghĩa 학생답다 / ông ấy có khí chất anh hùng đúng nghĩa 그는 영웅다운 기질 이 있다

đuôi 꼬리 ¶ đuôi cáo 여우 꼬리

đuổi 쫓다 ¶ đuổi kẻ địch bỏ chạy 달아나는 적을 쫓다

đuổi việc 면직(하다) ¶ người ta đồn ầm lên anh ấy bị đuổi việc 그가 면직당했다는 소 문이 떠들썩하다

đưa[1] 주다 ¶ hãy đưa cái đó mau 그것을 빨리 주세요

đưa[2] 송치하다 ¶ đưa vụ án ra kiểm sát 사건을 검찰에 송치하다

đưa tiễn 배웅하다 ¶ đi đưa tiễn 배웅하러 가다

đưa ra 1. 내다, 제출하다 ¶ đưa ra danh thiếp 명함을 내다 / đưa ra mệnh lệnh 명령을 내다 / đưa cái bàn ra ngoài 책상을 밖으로 내다 / đưa ra chứng cứ 증거를 제출하다 2. 내밀다 ¶ đưa bàn tay ra 손을 내밀다 3. 부치다 ¶ đưa ra bán đấu giá 경매에 부치다

đưa tin 뉴스 방송(하다)

đứa 놈, 애 ¶ đứa đó 그 애 / một đứa như ăn mày 거지 같은 놈

đứa bé 어린 아이, 아이 ¶ đứa bé không có cha 아버지 없는 아이 / đứa bé sơ sinh được ôm trong lòng mẹ 어머니 품에 안긴 갓난아이 / bất cứ đứa bé nào cũng có thể làm được điều đó 어떤 아이라도 그런 것쯤은 할 수 있다

đứa con 아이 ¶ bà ấy có ba đứa con ăn bám 그녀는 매달린 애가 셋이 있다

đứa trẻ (어린) 아이 ¶ đứa trẻ không có cha mẹ 부모 없는 아이 / đứa trẻ bám theo mẹ 어린애가 엄마한테 매달렸다

đức[1] 덕(德) ¶ tích đức 덕을 닦다 / người đức độ 덕이 높은 사람

đức[2] (존대말) 님 ¶ đức Chúa 하느님 / đức Phật 부처님

Đức[3] 독일 ¶ người Đức 독일 사람 / tiếng Đức 독일어 (독어) / đang du học ở Đức 독일 유학중에

đức Chúa 하나님, 신 ¶ đức Chúa toàn năng 전능의 신 / ơn của đức Chúa 하나님의 은혜 / thề với đức Chúa hà나님께 맹세하다

đức Hồng y 주기경(님)

đức Khổng Tử 공자(孔子) ¶ lời dạy của đức Khổng Tử 공자의 가르침

đức Phật 부처님

đức tính 성격, 품성 ¶ đức tính tốt 좋은 성격 / người có đức tính tuyệt vời 품성이 훌륭한 사람

đực 수 ¶ con đực 수컷 / lợn đực 수퇘지 / chó đực 수캐 / mèo đực 수고양이 #반 cái

đứng 서다 ¶ đứng trên bục giảng 교단에 서다 / đứng bảo vệ 경비를 서다 / đứng trực 번서다 / hễ đứng trước mọi người là cô ấy bẽn lẽn 그녀는 사람들 앞에 나서면 수줍어한다 / họ đã đứng vào vạch xuất phát 그들은 출발점에 섰다

đứng dậy 일어서다 ¶ đứng bật dậy 벌떡 일어서다 / đứng dậy một cách khó nhọc 간신히 일어서다 / đứng dậy khỏi chỗ 자리에서 일어서다

đứng lên 일어서다, 일어나다 ¶ đứng lên!(khẩu lệnh) 일어섯! / đứng lên một cách khó nhọc 간신히 일어서다

đứng ra 나서다 ¶ đứng ra bào chữa cho bị cáo 피고의 변호에 나서다

đừng 1. -지 마세요, -지 마라, -지 마 ¶ đừng nói đùa 농담하지 마 / đừng làm như vậy 그렇게 하지 마세요 / đừng sờ bằng tay bẩn 더러운 손으로 만지지 마라 / đừng đùa giỡn với ái tình 애정을 농락하지 마라 / xin đừng bỏ giấy vào bồn cầu 변기에 휴지를 넣지 마

세요 / khuyên đừng hút thuốc 담배를 피우지 말라고 권하다 2. -지 맙시다, -지 말자 ¶ chúng ta đừng đi 우리는 가지 말자

đừng có -지 마, -지 마라 ¶ đừng có định lừa tôi 날 속이려고 하지 마
#동 đừng

đừng lo 걱정하지 마세요, 걱정 마

được[1] 되다, 괜찮다 ¶ không đi cũng được 안 가도 되다 / có lẽ sẽ được thôi 아마 괜찮겠지 / đường xá được mở rộng vì lưu lượng giao thông nhiều 많은 교통량 때문에 도로의 폭을 넓히게 되었다

được[2] (적극적이나 좋은 뜻을 가지는 피동형) 1. -이, -히, -기, -리 ¶ được cạo khảu 깎이다 / cừu được cạo lông 털 깎인 양 / cửa được đóng 문이 닫힙니다 / đứa bé sơ sinh được ôm trong lòng mẹ 어머니 품에 안긴 갓난아이

2. -되다 ¶ được quản lý 관리되다 / được miễn thuế 면세되다 / được cải thiện 개선되다 / được giải phóng

해방되다 / được hàn 용접되다 / đang được bảo quản 보관되어 있다 / được xử lý 처리되다 / đang được bán 판매되고 있다 / được bán hết 매진되다 / đang được bảo tồn tốt 잘 보존되어 있다 / được bổ sung bằng cái mới 새것으로 보충되다 / vườn thú này được quản lý tốt 이 동물원은 관리가 잘 되어 있다 / tình hình thị trường đã được khôi phục 시장 경기가 회복되었다 3. 받다 ¶ người được tín nhiệm 신임 받는 사람 / được bảo hộ 보호를 받다 / được bảo trợ 보조를 받다 / được huấn luyện thực tập 실습 훈련을 받다 / được ưu đãi 우대받다 / được xoa bóp 안마를 받다 / được xoa bóp vai 어깨에 안마를 받다 4. –어/아/여 지다 ¶ nó đã làm hết bài tập được giao 그는 맡겨진 과제를 다 했다

được³ -(으)ㄹ 수 있다 ¶ công việc mà ai cũng làm được 누구나 할 수 있는 일

đương thời 당시(當時) ¶ thủ tướng đương thời 당시의 국무총리 / sinh viên (lúc) đương thời 당시의 대학생 / quyển tiểu thuyết đó rất được mến mộ lúc đương thời 그 소설은 당시에 대단한 인기였다

đường¹ 1. 설탕(雪糖) ¶ nước đường 설탕물 / bột đường (đường nhuyễn) 설탕 가루 / chén đường 설탕 그릇 / món kho với đường 설탕 조림 / ba không: không phẩm màu, không đường, không chất bảo quản 3 무: 무색소, 무설탕, 무방부제 / bỏ đường 설탕을 치다 / bỏ đường vào 설탕을 넣다 / ngâm đường 설탕에 절이다 / áo đường 설탕을 입히다 / chấm đường ăn 설탕을 찍어 먹다 / bỏ đường cho anh nhé? 설탕을 넣어 드릴까요? 3. -당 đường làm từ nho 포도당

đường² 1. 길, 가, 로, 도로 ¶ đường bên cạnh 옆길 / đường Nguyễn Trãi 응웬짜이길/đường Chongno 3ga 종로 3 가 / đường Sejong 세종로 / đường giao thông 교통로 / đường cao tốc 고속도로 / tên cướp trên đường 노상 강도 / đi ra giữa đường 길 가운데로 걸어가다 / bắc cầu làm đường 다리를 놓아 길을 만들다 / xe tải dừng ở chính giữa đường vì hỏng máy 엔진 고장으로 트럭이 길 한가운데에 서 있었다 / tất cả mọi con đường đều dẫn đến La Mã 모든 길은 로마로 통한다 2. 경로 ¶ đường lánh nạn 피난 경로

đường³ 선 ¶ đường thẳng 직선 / kẻ một đường 선을 긋다

đường bộ 도로 ¶ giao thông đường bộ 도로 교통 / bản đồ đường bộ 도로 지도

đường cao tốc 고속도로

đường dây điện 전선

đường giao thông 교통로

đường hàng không 항공로 ¶ giao thông đường hàng không 항공 교통

đường một chiều 일방통행 도로

đường sắt 철도 ¶ đường sắt cao tốc 고속철도 / giao thông đường sắt 철도 교통 / vận chuyển bằng đường sắt 철도로 운송하다 / đường sắt bị phá hủy vì lũ lụt 홍수로 철도가 파괴되었다

đường tắt 지름길 ¶ đi đường tắt 지름길로 가다

đường thẳng 직선 ¶ kẻ đường thẳng 직선을 긋다

đường tiến 진로 ¶ đường tiến của bão 폭풍의 진로

đường xá 도로 ¶ duy tu đường xá 도로 보수를 하다 / đường xá được mở rộng vì lưu lượng giao thông nhiều 많은 교통량 때문에 도로의 폭을 넓히게 되었다

đứt 끊다 ¶ cắn đứt 물어 끊다 / đứt rồi 끊었다

Đyprosi 디스프로슘

E e

e (nguyên âm) Chữ thứ tám trong bảng chữ cái tiếng Việt

em 동생, 아우 ¶ anh chị em 형제자매 / em tôi 우리 동생 / em gái 여동생 / em trai 남동생

em (나이가 나보다 적은 사람에게) 너, 니 ¶ em đi đi 니가 가 / em đi đâu đấy? 니가 어디 가니?

em bé 아기, 애기 ¶ em bé dễ thương quá 애기가 너무 귀엽다

em chồng 시동생, 시누이

em dâu 제수

em gái 여동생

em rể 매부, 매제

em trai 남동생

em vợ 처남

em út 막내 동생

eo 허리 ¶ vòng eo thon thả 날씬한 허리 / eo thon 허리가 가늘다

ép (즙, 기름을) 짜다 ¶ ép nước cam 오렌지의 즙을 짜다 / ép dầu mè 참기름을 짜다

ép 억지로 ...(을) 하게 하다 ¶ ép rượu 술을 억지로 권하다 / ép ăn 억지로 먹이다 / ép kết hôn 억지로 결혼시키다

Eribi 에르븀

Europi 유로퓸

Ê ê

Ê nguyên âm) Chữ thứ chíntrong bảng chữ cái tiếng Việt

ế 돈벌이 안 되는 장사

ế ẩm 장사가 안 되다

ếch 개구리 ¶ ếch xanh 청개구리 / vận động viên bơi ếch 평영 선수 / ếch ngồi đáy giếng 우물 안 개구리

êm 편하다 ¶ ghế êm 편한 의 / giày êm chân 발이 편한 신

êm dịu 부드럽다 ¶ cảm giác êm dịu 감촉이 부드럽다

G g

G (phụ âm) Chữ thứ mười rong bảng chữ cái tiếng Việt(đọc là "gê" hoặc "gờ" khi đánh vần)

ga^1 가스 ¶ nổ ga 가스 폭발 / gas nén 압착 가스 / bồn ga 가스탱크 / bật ga 가스를 켜다

ga^2 역 ¶ ga Sài Gòn 사이공역 / ga Seoul 서울역 / ga cuối 종착역 / ga đi 출발역 / ga đến 도착역 / đón người yêu ở ga 역에서 애인을 마중하다 / tiễn bạn ở ga 역에서 친구를 배웅하다

gà 닭 ¶ gà trống 수탉 / gà mái 암탉 / một cặp gà 닭 한 쌍

gà con 병아리 ¶ chuyên gia phân giống gà con 병아리 감별사 / máy phân giống gà con 병아리 감별기 / gà mái ấp ra gà con 암탉이 병아리를 깐다

Gađôli 가돌리늄

Gali 갈륨

gà mái 암탉 ¶ gà mái ấp ra gà con 암탉이 병아리를 깐다

gà tây 터키, 칠면조

gà trống 수탉

gả (딸에게) 결혼시키다

gạch 벽돌

gai 가시 cây gai ¶ 가시나무 / cây có nhiều gai 가시가 많은 나무

gái 1. 여자 ¶ bạn gái 여자 친구 2. 여 ¶ em gái 여동생 3. 기타 ¶ cháu (nội) gái 손녀 / cháu gái 조카딸(질녀)

gãi 긁다 ¶ gãi chỗ ngứa 가려운 데를 긁다 / gãi đúng chỗ ngứa 가려운 데를 긁어 준다

game 게임 ¶ tuyệt đối cấm chơi game 오락게임절대 금지 / phòng chơi game 오락실

gan 간장, 간

gan dạ 용감하다 ¶ người gan dạ 용감한 사람

ga ra (자동차) 차고, 수리 공장, 정비 공장

gạo 쌀 ¶ bột gạo 쌀가루 /

cửa hàng gạo 쌀가게 / bao
tải gạo 쌀자루

gạo nếp 찹쌀
　#동 nếp

gạt tàn 재떨이

gay go 큰일나다

gắn 부착하다, 붙이다 ¶ anh
ấy gắn các mãnh vỡ vào
nhau 그는 부서진 조각들을
도로 붙였다

gắn kết 맺다 ¶ họ gắn kết
với nhau bằng tình cảm ái
mộ sâu sắc 그들은 깊은
애모의 정으로 맺어져 있다

gắn vào 끼우다 ¶ gắn vào an
bum 앨범에 끼우다

găng tay 장갑 ¶ găng tay
nhựa 고무 장갑 / mang
găng tay 장갑을 끼다 /
mang găng tay để tránh để
lại vân tay 지문을 남기지
않도록 장갑을 끼다

gắp 집다 ¶ gắp đồ nhắm
안주를 집다 / gắp lên 집어
들다 / gắp lên bằng đũa
젓가락으로 집어들다

gặp[1] 만나다 ¶ gặp bão
폭풍을 만나다 / gặp riêng
따로 만나다 / hễ gặp tôi là
cô ấy bẽn lẽn 그녀는 나를
만나면 수줍어한다

gặp[2] 당하다 ¶ gặp bất hạnh

불행을 당하다

gặp ác mộng 악몽에 시달
리다 ¶ đêm qua tôi gặp ác
mộng lúc ngủ 어제 밤에 잘
때 악몽에 시달렸다

gặp gỡ 만남 ¶ cuộc gặp gỡ
hôm nay 오늘의 만남

gặp phải 당하다 ¶ gặp phải
biến cố 변고를 당하다 /
gặp phải bất hạnh 불행을
당하다

gặp mặt 만나다, 보다 ¶
chưa từng gặp mặt cô ấy
그녀를 만난 적이 없다

gặp nạn 재난(災難)을 당하
다

gầm 으르렁거리다 ¶ tiếng
gầm 으르렁거리는 소리 /
sư tử gầm 사자가 으르렁거
리다

gầm 아랫부분 ¶ gầm bàn
책상 아래

gần[1] 1. (거리) 가깝다 ¶ gần
biển 바다에 가깝다 / gần
sông 강에 가깝다 / nhà
(chúng) tôi gần công ty 우리
집은 회사에서 가깝다
2. (시간) 가깝다 ¶ vào một
ngày gần đây 가까운 날에
/ trong tương lai gần 가까운
장래에
　#반 xa

gần[2] 근처 ¶ họ đã lánh nạn sang ngôi trường tiểu học gần đó vì lũ lụt 홍수 때문에 그들은 근처 초등학교 건물로 피난했다

gần gũi (관계) 가깝다 ¶ người bạn gần gũi 가까운 친구 / quan hệ gần gũi 가까운 관계

gần đây 요즘, 요즈음, 요사이, 근래, 최근에 ¶ gần đây bận lắm 요즘 많이 바쁘다

gấp[1] 급하다 ¶ trong lúc gấp 급할 때에는 / việc gấp 급한 일 / có việc gấp 급한 일이 생기다 / không phải việc gấp 급한 일이 아니다

gấp[2] 접다 ¶ gấp quạt 부채를 접다 / gấp dù 우산을 접다 / gấp giấy 종이를 접다

gấp đôi 배, 두 배, 배가 되다 ¶ cái này gấp đôi chiều dài kia 이것은 저 길이의 두 배 이다 / làm như thế tốn gấp đôi chi phí 그렇게 하면 비용이 배가 든다

gấu 곰

gây 미치다, 끼치다, 짓다, 일으키다, 저지르다 ¶ gây ảnh hưởng 영향을 미치다 / gây bận tâm 심려를 끼치다 / gây tội lỗi 죄를 짓다 / gây bạo động 폭동을 일으키다 / gây chứng viêm 염증을 일으키다 / nhiều người không gây tội vì sợ bị trừng phạt 벌이 무서워서 죄를 짓지 않는 자가 많다

gây gổ 싸움, 싸우다 ¶ sự gây gổ giữa anh em với nhau 형제 싸움 / hay gây gổ 잘 싸우다

gây hại 해치다 ¶ gây hại cảnh quan 경관을 해치다

gây ra 짓다 ¶ gây ra tội lỗi 죄를 짓다

gầy 마르다 ¶ người gầy 마른 사람 / gầy đi 말라지다 / người đó gầy như bộ hài cốt 그 사람은 해골처럼 말라 있다

gầy còm 여위다 ¶ khuôn mặt gầy còm 여윈 얼굴 / gầy còm như bộ hài cốt 해골처럼 여위다

ghé qua 들르다 ¶ thỉnh thoảng ghé qua 가끔 들르다 / ghé qua nhà bạn 친구 집에 들르다 / ghé qua Sài Gòn 사이공에 들르다 / ghé qua Seoul 서울에 들르다

ghét 미워하다, 싫어하다 ¶ hành động đáng ghét 미운

짓 / **ghét nhau** 서로 미워
하다

ghế 1. 의자 ¶ **băng ghế** 벤치
/ **ghế dài** 긴 의자 / **ghế êm**
편한 의자 / **đặt ghế ở đó đi**
의자를 그리 놓아라

2. –석 ¶ **ghế** (**dành cho**)
khán giả 관객석 / **ghế dành**
cho nhân chứng 증인석 /
ghế điều khiển 조종석

ghế đá (콘크리트로 만든) 벤
치 ¶ **ghế đá công viên**
공원의 벤치

ghế sa lông 소파

ghi 1. 적다, 기록하다 ¶ **ghi**
địa chỉ 주소를 적다 / **ghi số**
tiền 금액을 적다 / **ghi lại**
적어 놓다 / **ghi bằng tiếng**
Việt 베트남말로 적다 / **ghi**
bằng tiếng Hàn 한국말로
적다 / **ghi bằng bút chì** 연
필로 적다 / **ghi vào sổ tay**
수첩에 적다 / **cô ấy ghi nhật**
ký hằng ngày 그녀는 매일
일기를 적고 있다

2. 기록하다 ¶ **tất cả dữ liệu**
được ghi vào băng lưu vào
thiết bị nhớ 모든 데이터는
테이프에 기록되어 기억장
치에 저장된다

ghi âm 녹음(하다) ¶ **máy ghi**
âm 녹음기 / **băng ghi âm**
녹음 테이프 / **ghi âm vào**
băng 테이프에 녹음하다
#동 thu âm

ghi bàn (경기, 시합) 득점하
다

ghi nhớ 기억하다 ¶ **hãy ghi**
nhớ nhé 기억해 주세요

ghi vào -에 적다 ¶ **ghi vào**
sổ tay 수첩에 적다 / **ghi**
vào vở 공책에 적다 / **ghi**
vào tờ giấy 종이에 적다

ghi ta 기타 ¶ **người chơi ghi**
ta 기타 연주가 / **ghi ta điện**
전기 기타 / **chơi ghi ta hay**
기타를 잘 치다

ghiền -에 중독되다 ¶ **ghiền**
bóng đá 축구에 중독되다 /
ghiền phim 영화에 중독되
다 / **ghiền cà phê** 커피에 중
독되다 / **nó ghiền TV** 그는
텔레비전에 중독되어 있다

gì 1. 무엇 ¶ **tên anh là gì?**
이름이 무엇입니까? / **điều**
kiện là gì? 조건이 무엇이
냐? / **ông sẽ dùng gì ạ?**
무엇을 드시겠습니까?

2. 무슨 **sách gì** 무슨 책 /
hoa gì 무슨 꽃 / **phim gì**
무슨 영화 / **tiền gì** 무슨 돈
/ **việc gì** 무슨 일 / **đồ gì**
무슨 물건 / **vấn đề gì** 무슨
문제

Gg

gì cả 아무...도 (부정문) ¶ không biết gì cả 아무것도 모르다

gỉ 녹 ¶ vết gỉ 녹물 / tẩy gỉ 녹을 벗기다

gỉ sét 녹이 슬다 ¶ sắt dễ gỉ sét 쇄는 녹이 슬기 쉽다

gia 1. –가 ¶ chuyên gia 전문가 nhiếp ảnh gia 사진가 / chiến lược gia 전략가
2. -사 ảo thuật gia 마술사

gia cảnh 가족 형편

gia cầm 가금 ¶ người mua bán gia cầm 가금 상인 / chăn nuôi gia cầm 가금 사육 / người nuôi gia cầm 가금 사육자

gia đình 1. 가족, 집안 ¶ gia đình hạt nhân 핵가족 / gia đình tôi 우리 가족 / lo lắng về gia đình 집안 걱정 / nghĩ về gia đình 가족을 생각하다 / không thể không nghĩ về gia đình 가족를 생각하지 않을 수 없다 / một thành viên của gia đình 가족의 한 사람 / bộ phụ nữ & gia đình 여성가족부
2. 가정 ¶ các gia đình 각 가정 / vườn rau gia đình 가정용 채소밭 / bầu không khí (mang tính chất) gia đình 가정적 분위기 / sự bất hòa trong gia đình 가정 불화 / sự hòa thuận của gia đình 가정의 화합 / gia đình hòa thuận 화합한 가정 / bạo lực trong gia đình 가정내 폭력 / phá hoại gia đình 가정을 파괴하다 / thật không may anh ấy chẳng biết đến sự ấm cúng của một gia đình 그는 불행하게도 가정의 따스함을 모른다

gia nghiệp 가업 ¶ thừa kế gia nghiệp 가업을 물려받다

gia hạn 연장(하다) ¶ gia hạn visa 비자 연장 / gia hạn thời hạn thêm một năm 기간을 1년으로 연장하다

gia nhập 1. 가입(하다)
¶ người gia nhập 가입자 / phí gia nhập 가입비 / xin gia nhập 가입 신청을 하다 / gia nhập Liên Hiệp Quốc 유엔에 가입하다
2. 입회(하다) gia nhập câu lạc bộ 클럽에 입회하다

gia quyến 가권, 권속

gia súc 가축 ¶ xe chở gia súc 가축 차 / thức ăn gia súc 가축 사료 / chăn nuôi gia súc 가축 사육 / thị trường gia súc 가축 시장 /

đàn gia súc 가축의 떼 / nuôi gia súc 가축을 기르다

gia sư 가정 교사

gia tăng 1. 늘다, 증가하다 ¶ gia tăng gấp mười lần 열 배로 늘다
2. 늘이다, 증가시키다 ¶ gia tăng sản xuất 생산을 늘이다 / chúng đang tiếp tục gia tăng binh lực 그들은 계속해 병력을 증가시키고 있다 3. 가하다 ¶ gia tăng áp chế 압제를 가하다 / gia tăng áp lực 압력를 가하다 / gia tăng tốc độ 속력을 가하다

gia tốc 가속(하다) ¶ thiết bị gia tốc 가속기

gia truyền 가전(家傳) ¶ bí quyết gia truyền 가전비방 / bảo vật gia truyền 가전의 보물

gia vị 조미료 ¶ gia vị nhân tạo 인공 조미료

giá[1] 1. 가격 ¶ giá bán lẻ 소매 가격 / giá bán sỉ 도매 가격 / giá trần 한정 가격 / giá cung cấp 공급 가격 / giá quyết toán 결제 가격 / giá cạnh tranh 경쟁 가격 / tôi sẽ để cho anh giá sỉ 도매 가격으로 드리겠습니다
2. 값 ¶ bán xe cũ với giá vừa phải 중고차를 적절한 값으로 팔다 / bán sỉ với giá phân nửa 반값으로 도매하다

giá[2] 콩나물

giá[3] -가 ¶ thập tự giá 십자가 / thập tự giá là biểu tượng của cứu trợ 십자가는 구원의 표상이다

giá bán 판매 가격

giá buốt 춥다 ¶ thời tiết giá buốt 추운 날씨

giá cả 가격, 값 ¶ giá cả cạnh tranh 경쟁 가격 / giá cả bất hợp lý 불합리한 가격

giá CIF 운임 보험료 포함 가격

giá FOB 선적 가격, 보선 인도 가격, 화차 인도 가격

giá hàng 물가, 상품의 가격 ¶ giá hàng bán lẻ 소매 물가 / giá hàng bán sỉ 도매 물가

giá phải chăng 적정 가격

giá trần 한정 가격

giá trị 가치 ¶ thuế giá trị gia tăng 부가 가치세 / hóa đơn thuế giá trị gia tăng(hóa đơn tài chính) 부가 가치세 영수증

giá treo quần áo 옷걸이

già 늙다 ¶ người già 늙은 사람 / trông già trước tuổi 나이보다 늙어 보이다

giả 가짜 ¶ tiền giả 가짜돈 / ngân phiếu giả 가짜 수표 / đá quý giả 가짜 보석 / con dấu giả 가짜 도장 / văn bản giả 가짜 문서 / chứng thư giả 가짜 증서 / đồ cổ giả 가짜 골동품
#동 thật

giả dạng 모양을 모방하다

giả dối 거짓말투성이 ¶ câu chuyện đó đầy giả dối 그 이야기는 거짓말투성이다

giả định 가정(하다) ¶ tiền đề giả định 가정 전제

giai cấp 계급 ¶ giai cấp trí thức 지식 계급

giai đoạn 단계 ¶ giai đoạn chuẩn bị 준비 단계 / giai đoạn đầu 초기 단계 / ở giai đoạn đầu 초기 단계에 있다

giải[1] 풀다 ¶ giải đề toán 수학 문제를 풀다 / giải vây 포위를 풀다

giải[2] 대회 ¶ giải tennis 테니스 대회

giải[3] 상 ¶ giải Nobel 노벨상 / giải Hàn lâm 아카데미상

giải lao 쉬다
¶ giờ giải lao 쉬는 시간

giải nhất 일등

giải nhì 이등, 차점 ¶ người đoạt giải nhì 차점자

giải pháp 1. 해법 ¶ tìm kiếm giải pháp 해법을 찾다
2. 조치 ¶ giải pháp cấp cứu 구급 조치

giải phẫu 해부(하다) ¶ người giải phẫu 해부자 / dụng cụ giải phẫu 해부 용구 / dao giải phẫu 해부도 / sơ đồ giải phẫu 해부도 / bàn giải phẫu 해부대 / phòng giải phẫu 해부실 / quyết định giải phẫu thi thể 시체를 해부하기로 하다

giải phẫu học 해부학 ¶ nhà giải phẫu học 해부학자 / giải phẫu học cục bộ 국부 해부학

giải phóng 해방(하다) ¶ quân giải phóng 해방군 / được giải phóng 해방되다

giải quyết 해결(하다) ¶ đối sách giải quyết 해결책 / điều kiện giải quyết 해결 조건 / không thể giải quyết được 해결할 수 없다

giải tán 해산(하다) ¶ (sự) giải tán quốc hội 국회 해산 / giải tán biểu tình 데모를 해산시키다

giải thể 해체(하다) ¶ giải thể tập đoàn 재벌을 해체하다 / giải thể chính đảng 정당을

해체하다

giải thích 설명(하다)
¶ (sự) giải thích tỉ mỉ 자세한 설명 / (sự) giải thích dài dòng 장황한 설명 / (sự) giải thích ngắn gọn 간결한 설명 / giải thích chính xác 정확히 설명하다 / giải thích rõ ràng 분명히 설명하다

giải thưởng 상 ¶ giải thưởng công lao 공로상

giải tỏa 철거(하다) ¶ tiền bồi thường (di dời) giải tỏa 철거 보상금

giải trí 오락 ¶ nơi giải trí 오락장 / cơ sở giải trí 오락 시설 / chương trình giải trí 오락 프로 / ngành công nghiệp giải trí 오락 산업

giải vây 포위를 풀다

giam cầm 감금(하다)
¶ (sự) giam cầm bất hợp pháp 불법 감금

giam giữ 감금(하다)
¶ người đó đang bị giam giữ trong phòng riêng 그 사람은 독방에 감금되있다

giám định 감정(하다) ¶ nhà giám định 감정사 / giám định bút tích 필적을 감정 하다

giám đốc 사장, 이사 ¶ phó giám đốc 부사장 / ban giám đốc 이사회 / giám đốc đại diện 대표이사 / giám đốc thường trực 상무이사 / giám đốc chuyên trách 전무 이사 / đón giám đốc ở sân bay 공항에서 사장을 마중 하다 / giám đốc công ty Sunny là tiến sĩ Lý Gia Hân 선니회사 사장은 리야헌 박 사입니다

giám sát 감사(하다) ¶ chế độ giám sát 감사 제도 / tiêu chuẩn giám sát 감사 기준

giảm[1] 할인(하다) ¶ tỉ lệ giảm (giá, cước) 할인율 / thông tin giảm giá 할인정보 / mua với mức giảm 10% của giá bán 판매 가격의 10% 할인 으로 사다

giảm[2] 1. 줄다, 감소(하다) ¶ chứng giảm bạch cầu (leukopenia) 백혈구 감소증 2. 줄이다, 인하시키다 ¶ giảm sản xuất 생산을 줄이 다

giảm bớt 줄이다, 완화하다 ¶ giảm bớt áp lực 압력을 완화하다

giảm án 감형하다 ¶ giảm án bằng... -(으)로 감형하다 / tử hình được giảm án thành chung thân 사형이 종신형으로 감안되었다

giảm giá 할인(하다) ¶ phiếu giảm giá 할인권 / thời gian giảm giá 할인 기간 / thông tin giảm giá 할인정보 / tỉ lệ giảm giá 할인율 / giảm giá tập thể 단체 할인 / giảm giá hai mươi phầm trăm 20% 할인하다

gian 1. 간 ¶ gian chùa 절간 2. -관 ¶ gian Hàn Quốc(ở triển lãm) 한국관

gian dối 부정하다, 속임수를 쓰다 ¶ gian dối trong chơi bài 카드놀이에 부정하다 / gian lận trong trò chơi 놀이에서 속임수를 쓰다

gian khổ 간신히 ¶ chiến thắng một cách gian khổ 간신히 이기다 / đào thoát một cách gian khổ 간신히 도망치다

gian lận 사취하다, 협잡하다, 속임수를 쓰다 ¶ gian lận tiền bạc 금전을 사취하다 / gian lận trong cờ bạc 도박에서 협잡하다 / gian lận trong chơi bài 카드놀이에서 속임수를 쓰다

gian phu 간부(姦夫)

gian phụ 간부(姦婦)

gián điệp 간첩, 스파이

gián tiếp 간접 ¶ kinh nghiệm gián tiếp 간접 경험 / thiệt hại gián tiếp 간접 손해 / tân ngữ gián tiếp 간접 목적어 / có tính gián tiếp 간접적인 / nguyên nhân gián tiếp 간접적인 원인 / nhân gián tiếp 간접적인 원인 / một cách gián tiếp 간접적으로
#반 trực tiếp

giản dị 검소하다 ¶ ăn mặc giản dị 검소한 옷차림을 하다

giản đơn 간단하다
#동 đơn giản

giang 펴다 ¶ giang cánh 날개를 펴다 / giang rộng 널리 펴다

giang sơn 강산

Giáng sinh 크리스마스 ¶ thiệp Giáng sinh 크리스마스 카드 / quà Giáng sinh 크리스마스 선물 / đêm Giáng sinh 크리스마스 이브 / kỳ nghỉ Giáng sinh 크리스마스 휴가 / chúc mừng Giáng sinh 크리스마스를 축하합니다 / tặng quà Giáng sinh 크리스마스 선물을 주다
#동 Nô en

giảng 강의(하다) ¶ giảng về

lịch sử Hàn Quốc 한국사 강의 / giảng về lịch sử Việt Nam 베트남사 강의 / giảng bằng tiếng Hàn 한국어로 강의하다

giảng bài 강의(하다) ¶ phương pháp giảng bài 강의 방법

giảng đường 강당 ¶ giảng đường lớn 대강당 / giảng đường đại học 대학 강당

giảng viên(대학) 강사 ¶ nghề giảng viên 강사직 / giảng viên tiếng Hàn 한국어 강사 / giảng viên chính thức 전임 강사 / giảng viên mời giảng(theo giờ) 시간 강사 / giảng viên đại học 대학 강사 / giảng viên của Trường đại học Sunny 선니 대학교 강사

giao 맡기다 ¶ nếu là người đó thì có thể yên tâm mà giao việc 그 사람이면 마음놓고 일을 맡길 수 있다 / tôi đã làm hết bài tập được giao 나는 맡겨진 숙제를 다 했다

giao cấu 교접(하다)

giao dịch 거래(하다) ¶ sự giao dịch bất chính 부정 거래 / (sự) giao dịch bất động sản 부동산 거래 / (sự) giao dịch cổ phiếu 주식 거래 / giao dịch thưa thớt 거래가 한산하다

giao hàng 납품(하다) ¶ phiếu giao hàng 납품서 / người chuyên nghề giao hàng 납품업자

giao hợp 성교(하다), 교접(하다)

giao kết 맺다 ¶ giao kết hợp đồng 계약을 맺다

giao lưu 교류(하다) ¶ giao lưu văn hóa 문화 교류 / Quỹ giao lưu quốc tế Hàn Quốc 한국국제교류재단 / người sáng lập của Quỹ giao lưu quốc tế Sunny là giáo sư Lý Gia Hân 선니국제교류재단의 설립자는 리야헌 교수입니다

giao thông 교통 ¶ sự đình trệ giao thông 교통 정체 / sự ách tắc giao thông 교통 체증 / sự tê liệt giao thông 교통 마비 / cảnh sát giao thông 교통 경찰 / luật lệ giao thông 교통 규칙 / vấn nạn giao thông 교통난 / lưu lượng giao thông 교통량 / phương tiện giao thông 교통 수단 / đường giao thông 교통로 / mạng lưới giao thông 교통망 / vấn đề giao thông 교통 문제 / tai nạn giao thông 교통 사고 / cảnh sát tuần tra giao thông 교통 순경 / đèn tín hiệu giao thông 교통 신호등 / trật tự giao thông 교통 질서 / biển báo giao thông 교통 표지 / tuần lễ an toàn giao thông 교통안전 주간 / người vi phạm về giao thông 교통 위반자 / bộ xây dựng & giao thông 건설교통부 / giao thông tồi tệ 교통이 나쁘다 / giao thông bất tiện 교통이 불편하다

giao thông đường bộ 도로 교통 ¶ cản trở giao thông đường bộ 도로 교통을 방해하다

giao thông đường hàng không 항공 교통

giao thông đường sắt 철도 교통

giao thông hai chiều 양면 교통

giao thông một chiều 일방 교통

giao thừa 올해와 새해 사이의 시각(음력) ¶ đêm giao thừa 섣달그믐날 밤

giao tiếp 커뮤니케이션, 전달, 의사소통

giáo dân (종교) 신자

giáo dục 교육 ¶ giáo dục công dân 공민 교육 / trình độ giáo dục 교육 수준 / chế độ giáo dục 교육 제도 / sự giáo dục âm nhạc 음악 교육 / sở giáo dục 교육청 / bộ giáo dục 교육부 / bộ giáo dục & tài nguyên con người 교육인적자원부 / cải tổ chế độ giáo dục lạc hậu so với thời đại 시대에 뒤진 교육 제도를 개편하다

giáo hoàng 교황 ¶ mũ giáo hoàng 교황관 / chế độ giáo hoàng 교황 제도

giáo huấn 교훈

giáo điều 교조 ¶ chủ nghĩa giáo điều 교조주의 / người theo chủ nghĩa giáo điều 교조주의자

giáo hội 교회 ¶ giáo hội Thiên chúa giáo 천주교 교회

giáo khu (종교) 교구

giáo lý (종교) 교리 ¶ thần học giáo lý 교리 신학

giáo phái (종교) 교파, 종파

giáo phận (종교) 교구

giáo sư 교수 ¶ giáo sư hướng dẫn 지도 교수 / giáo sư chủ nhiệm 주임 교수 / phó giáo sư 부교수 / hiệu trưởng Trường đại học Sunny là giáo sư Lý Gia Hân 선니대학교 총장은 리 야헌 교수입니다 / tôi từng có ý nghĩ sẽ trở thành giáo sư 나는 교수가 될 생각이 었다

giáo trình 교재 ¶ giáo trình tiếng Hàn 한국어 교재 / giáo trình ngữ pháp 문법 교재 / giáo trình môn nghe 듣기 교재 / 말하기 교재 giáo trình môn nói / 쓰기 교재 giáo trình môn viết / 읽기 교재 giáo trình đọc hiểu / giáo trình phụ 부교재

giáo viên 교원, 교사, 선생 ¶ giáo viên chủ nhiệm 주임 교사 / giáo viên tiếng Anh 영어 교사 / giáo viên đến nhà dạy 가정 교사 / giấy chứng nhận tư cách giáo viên 교사 자격증 / lấy giấy chứng nhận tư cách giáo viên 교원 자격증을 따다 / làm giáo viên 선생 노릇을 하다 / tôi từng có ý nghĩ sẽ trở thành giáo viên 나는 선생이 될 생각이었다 / học với ý nghĩ sẽ trở thành giáo viên 선생이 될 생각으로 공 부하다

giáo vụ 커리큘럼 조교, 교육 조교

giàu 1. 부유하다, 돈이 많다 ¶ người giàu 부자 / tầng lớp giàu 부유층
2. 크다 ¶ giàu lòng bao dung 포용력이 크다

giày 구두, 신, 단화, -화 ¶ giày nhựa 고무신 / giày (đánh) tennis 테니스화 / giày thể thao 운동화 / giày êm chân 발이 편한 신 / đôi giày vừa bàn chân 발에 맞 는 구두

giày bốt 장화 ¶ giày bốt bằng cao su 고무 장화

giày cao gót 굽높은 구두, 하이힐

giày dép(총칭) 신발 ¶ người kinh doanh giày dép 신발 장수 / tiệm giày dép 신발 가게

giày tây(서양식) 구두 ¶ một đôi giày tây 구두 한 켤레

giày thể thao 운동화 ¶ giày thể thao vừa bàn chân 발에 맞는 운동화

giặc 적 ¶ quân giặc 적군 /

làm giặc 적으로 만들다

giặc biển 해적

giặt 빨다, 세탁(하다) ¶ máy giặt 세탁기 / tiệm giặt 세탁소 / giặt quần áo 옷을 빨다

giặt giũ 빨래(하다) ¶ việc giặt giũ 빨래질

giấc mơ 꿈 ¶ giấc mơ lạ thường 괴상한 꿈 / đã biến mất như một giấc mơ 꿈처럼 사라졌다

giấc ngủ 잠 ¶ giấc ngủ bình yên 편안한 잠

giấm 초 ¶ giấm ăn 식초

giận 화가 나다, 화를 내다 ¶ anh ấy giận rồi 그는 화가 났다

giật mình 깜짝 놀라다

giây 초 ¶ một phần ngàn giây 1,000 분의 1 초 / mười hai giờ hai mươi lăm phút năm giây 12 시 25 분 5 초입니다

giây phút 순간, 시각

giấy[1] 1. 종이 ¶ giấy màu 색종이 / bìa giấy 종이 표지 / giấy mỏng 얇은 종이 / giấy dày 두꺼운 종이 / một tờ giấy 종이 한 장 / tã giấy dùng một lần 1 회용 종이 기저귀 / ghi vào giấy 종이에 적다 / gói bằng giấy 종이에 싸다 / xé giấy 종이를 찢다 / tái sinh giấy 종이를 재생하다 / gấp giấy 종이를 접다 / xếp hạc bằng giấy 종이로 학을 접다

2. –지 ¶ giấy Cacbon 탄소지 / giấy vệ sinh 휴지 / giấy (dùng để) in 인쇄 용지 / giấy làm đồ án 도안용지

giấy[2] 1. 증명서, 검정서, (학위 없는 과정의) 수료(이수) 증명서, 증권 ¶giấy chứng sinh 출생 증명서 / giấy chứng tử 사망 증명서 / giấy khen 유공증(有功證)

2. –서 ¶ giấy bảo hành 보증서 / giấy khám bệnh 진단서

3. –장 ¶ giấy khen 상장 / giấy giới thiệu 소개장 / giấy ủy quyền 위임장 / nhận được giấy giới thiệu 소개장을 받다

giấy A4 A4 종이

giấy bảo hành 보증서 ¶ giấy bảo hành máy ảnh 카메라의 보증서

giấy chứng minh nhân dân 주민등록증

giấy chứng nhận 증서, 증명서, 자격증 ¶ giấy chứng nhận cư trú 거주 증명서 / giấy chứng nhận tư cách giáo viên 교사 자격증 / **giấy chứng nhận sức khỏe** 건강 증명서 / **giấy chứng nhận năng lực** 적임(適任) 증서, (선원의) 해기(海技) 면허장 / **giấy chứng nhận kết hôn** 혼인 증명서 / **giấy chứng nhận đăng ký người nước ngoài** 외국인등록증 / **giấy chứng nhận xuất xứ(C/O)** (무역품의) 원산지 증명서 / **giấy chứng nhận bảo hiểm** 보험 증서

giấy khen 상장

giấy phép 허가증, 인가증, 면허장 ¶ **giấy phép thành lập pháp nhân** 법인 설립 인가증 / **giấy phép kinh doanh** 영업허가증 / **giấy phép lái xe** 운전면허증 / **giấy phép hành nghề đầu bếp** 요리사 면허증 / **giấy phép hành nghề bác sĩ** 의사 면허증

giấy phép lái xe 운전면허증 ¶ **cấp phát giấy phép lái xe** 운전면허증을 발급하다

giấy phép kinh doanh 영업허가증

giấy than 카본지

giấy tờ 서류, 문서

giấy ủy quyền 위임장

giấy viết thư 편지지 ¶ **một xấp giấy viết thư** 편지지 한 권

giấy vệ sinh 휴지 ¶ **xin đừng bỏ giấy vệ sinh vào bồn cầu** 변기에 휴지를 넣지 마세요

Giecmani 게르마늄

gieo 뿌리다 ¶ **gieo hạt** 씨를 뿌리다

gieo mối (함축성이 있는 말) 씨를 뿌리다 ¶ **gieo mối bất hòa** 불화의 씨를 뿌리다

giếng 우물 ¶ **bơm nước ra làm khô giếng** 물을 퍼내어 우물을 말리다 / **ếch ngồi đáy giếng** 우물 안 개구리

giếng nước 우물
　#동 giếng

giềng 생강
　#동 gừng

giết 죽이다 ¶ **giết người** 사람을 죽이다 / **giết bò** 소를 죽이다 / **bắn giết** 쏘아죽이다 / **giết bằng thuốc độc** 독으로 죽이다 / **giết vi khuẩn** 세균를 죽이다

giết chết 죽여 버리다, 죽이다
　#동 giết

giết người 살인(하다), 사람을 죽이다 ¶ **vụ án giết người** 살인 사건 / chôn vùi sự kiện giết người 살인 사건을 묻어 두다 / kẻ tội phạm giết người đó đã lãnh án tử hình 그 살인범은 사형을 받았다 / đã xảy ra sự kiện giết người 살인 사건이 일어났다 / bắt ai đó do tình nghi giết người 아무를 살인한혐의로 체포하다

gió 바람, -풍 ¶ mưa gió 비바람 / gió đông bắc 동북풍 / gió lạnh 찬바람 / gió mạnh 강한 바람 / 시원한 바람 gió mát / 발코니로 나가 바람을 쐬다 ra ban công hóng gió / cuốn trôi theo ngọn gió 바람이 부는 대로 떠돌다 / cây sậy xào xạc trước gió 갈대가 바람에 와스스하다 / cơn gió bất ngờ có tốc độ 50 mét trên giây đang thổi trong bán kính 100km từ tâm bão 태풍의 중심으로부터 반경 100 km 이내에서는 순간 풍속 50 미터의 돌풍이 불고 있다

gió bắc 북풍
gió đông 동풍
gió mùa 몬순, 계절풍
gió nam 남¶ gió nam thổi 남풍이 불다

gió tây 서풍
gió tây thổi 서풍이 불다
giò 다리
#동 chân
giỏ바구니 ¶ giỏ đựng quần áo 빨래 바구니 / giỏ đi chợ 장바구니

giỏi 1. 잘하다 làm việc giỏi 일을 잘하다 / giỏi tiếng Hàn 한국말을 잘하다 / giỏi tiếng Anh 영어를 잘하다
2. 좋다 ¶ giỏi ăn nói 말솜씨가 좋다

giỏi giang (많이) 잘하다
giọng 1. 소리 ¶ giọng bất bình 불평의 소리
2. 목소리 ¶ giọng rõ ràng 뚜렷한 목소리 / gọi bằng giọng trìu mến 상냥한 목소리로 부르다

giọng điệu 억양, 소리
giọng hát 부르는 소리
giọng nam cao 테노(teno)
giọng nói 목소리
giọng nữ cao 소프라노(soprano)
giọng trầm 베이스, 바스, 저음 ¶ ca sĩ giọng trầm 저음 가수
giống[1] 닮다 ¶ giống cha 아버지를 닮다 / giống mẹ 어머니를 닮다

giống[2] (동물의) 종자 ¶ giống tốt 종자가 좋다

giống[3] 1. 같다 ¶ giống như tranh vẽ 그림 같다
2. 마찬가지 ¶ ắt sẽ giống với —와/과 마찬가지로 확실히 / giống như đã nói ở trước 앞서 말한 것과 마찬가지로 / anh ấy ở trong tình trạng giống như đã chết 그는 죽은 거나 마찬가지 상태이다

giống nhau 서로 같다, 마찬가지 ¶ độ dài giống nhau cả 길이는 다 같다 / cái đó hay cái này đều giống nhau cả 그것이나 이것이나 마찬가지다

giọt 방울 ¶ giọt nước 물방울 / giọt sương ban mai 이른아침 이슬 방울

giờ[1] 시 ¶ một giờ 한 시 / hai giờ chiều 오후 두 시 / gặp nhau lúc bảy giờ tối nhé 저녁 7 시에 만납시다 / bây giờ là mười hai giờ mười lăm phút 지금은 12 시 15 분입니다 / đã mười một giờ rưỡi rồi 벌써 11 시 반이다 / đã xem bản tin 7 giờ qua truyền hình 텔레비전로 7 시 뉴스를 보았다 /

buổi biểu diễn của Bi đã được bế mạc lúc mười giờ đêm 비의 공연은 밤 10 시에 폐막되었다

giờ[2] 시간, 시각 ¶ ba giờ 세 시간 / bảng giờ 시간표 / giờ thể dục 체육 시간 / giờ thực tập 실습 시간 / giờ giải lao 쉬는 시간 / giờ chơi 노는 시간 / bom hẹn giờ 시한 폭탄 / công nhân đã đình công 24 giờ đòi tăng lương 직공들은 노임 인상을 요구하여 24 시간 파업했다

giờ giấc 시각, 시간 ¶ đồng hồ cho biết giờ giấc 시계가 시각을 알리다

giờ học 수업 시간 ¶ vắng mặt trong giờ học 수업 시간에 결석하다

giở 꾀하다 ¶ giở âm mưu 음모를 꾀하다 / giở trò 꾀병 부리다

giở trò 꾀병 부리다 ¶ giở trò nghỉ 꾀병 부려서 쉬다

giới —계 ¶ giới y học 의학계 / giới âm nhạc 음악계 / giới bóng đá 축구계 / giới vô cơ 무기계

giới hạn 제한 ¶ giới hạn về độ cao 높이 제한

giới thiệu 소개(하다) ¶ tự giới thiệu 자기 소개 / người giới thiệu 소개자 / giấy giới thiệu 소개장 / nhận được giấy giới thiệu 소개장을 받다

giới tính 성별 ¶ theo giới tính 성별에 따라 / bất kể tuổi tác, giới tính 나이, 성별에 관계 없이

Giriconi 지르코늄

giun 벌레

giun đất 땅벌레

giúp 돕다 ¶ giúp việc 일을 돕다 / giúp người nghèo 가난한 사람을 돕다 / xin hãy giúp cho 도와 주세요

giúp đỡ 돕다 ¶ sự giúp đỡ 도움 / bất cứ sự giúp đỡ nào cũng tốt hơn không có 어떤 도움이라도 없는 것보다는 낫다
#동 giúp

giữ 1. 소지(하다) ¶ người giữ 소지자 / giữ vũ khí bất hợp pháp 무기 불법 소지 / giữ hộ chiếu 여권을 소지하다
2. 보관(하다) ¶ người giữ 보관인 / nơi giữ 보관소 / nơi giữ đồ xách tay 휴대품 보관소 / giữ hóa đơn 영수증을 보관하다 / đang giữ đồ 물건을 보관하고 있다 / tiếp tân sẽ giữ giúp đồ quý giá 귀중품은 접수계에서 보관합니다

giữ gìn 지키다, 고수하다 ¶ giữ gìn hòa bình 평화를 지키다 / giữ gìn trật tự 질서를 지키다

giữa[1] 1. 가운데 ¶ anh giữa 가운데 형 / đi ra giữa đường 길 가운데로 걸어가다 / cắt ở giữa 가운데를 자르다 2. 중, 한 ¶ vào giữa đêm 한밤중에 / giữa ban ngày 한낮 / vào giữa mùa hè 한여름에

giữa[2] 사이 ¶ ở giữa siêu thị và bệnh viện 백화점과 병원 사이에 있다 / tiệm sách ở giữa ngân hàng và bưu điện 서점은 은행과 우체국 사이에 있다

giữa[3] 간 ¶ giữa anh em với nhau 형제간 / sự bất hòa giữa vợ chồng với nhau 부부간의 불화

giữa kỳ (기간) 중간 ¶ thi giữa kỳ 중간 시험 / báo cáo giữa kỳ 중간 보고

giường 침대 ¶ ra trải giường 침대보 / giường

trên 상단 침대 / giường dưới 하단 침대

gõ kiến 딱따구리

góa 과부가 되게 하다, 홀아 비로 만들다

góc 각 ¶ góc tiếp xúc 접촉각 / góc ngoài 외각 / góc trong 내각

góc đa diện 다면각

góc đường 모퉁이 ¶ góc đường phía trái 오른쪽 모퉁이 / góc đường phía phải 왼쪽 모퉁이 / nhà ở góc đường 모퉁이 집 / tiệm ở góc đường 모퉁이 가게 / quẹo ở góc đường 모퉁이를 돌다 / căn nhà đó ở góc đường 그 집은 모퉁이에 있습니다 / hãy rẽ phải ở góc đường thứ nhất 첫번째 모퉁이를 오른쪽으로 돌아 가세요

góc ngoài 외각

góc trong 내각 ¶ hình tứ giác có độ dài các cạnh và kích thước của các góc trong như nhau là hình vuông 변의 길이와 내각의 크기가 모두 같은 사각형은 정사각형이다

gói¹ 싸다, 포장하다 ¶ gói đồ bằng giấy báo 물건을 신문

지로 싸다 / gói cơm hộp 도시락을 싸다 / gói lại cho anh nhé? 싸 드릴까요? / gói bằng giấy 종이에 싸다 / món quà được gói trong miếng giấy đẹp 선물은 예쁜 종이에 싸여 있었다

gói² 갑, 자루 ¶ một gói thuốc lá 담배 한 갑 / gói đậu 콩자루 / bỏ vào gói 자루에 넣다

gọi 부르다 ¶ gọi bạn 친구를 부르다 / gọi bác sĩ 의사를 부르다 / báo hiệu gọi tàu cứu trợ 구조선을 부르는 신호를 하다 / gọi bằng giọng trìu mến 상냥한 목소 리로 부르다

gọi điện 전화하다 ¶ chút nữa tôi sẽ gọi điện lại 이따가 다시 전화하겠어

gọi điện thoại 전화를 걸다, 전화를 하다 ¶ gọi điện thoại cho bạn 친구에게 전 화하다 / gọi điện thoại cho cảnh sát 경찰에게 전화하다

gom 모으다 ¶ gom tiền 돈을 모으다 / anh ta đã gom tiền bằng thủ đoạn bất chính 그는 부정한 수단으로 돈을 모았다

gọn gàng 간결하다 ¶ câu

văn gọn gàng 간결한 문장

gọn lỏn 아주 간결하다

góp sức 힘을 내 주다

góp ý 의견을 말하다, 의견을 알리다

gót 굽 ¶ giày cao gót 굽이 높은 구두 / giày gót thấp 굽이 낮은 구두

gọt 까다, 벗기다 ¶ gọt quýt 귤을 까다 / gọt vỏ táo 사과 껍질을 까다 / trước tiên hãy gọt vỏ khoai tây 우선 감자 껍질을 까주세요 / gọt vỏ trái cây 과일의 껍질을 벗기다

gỗ 나무 ¶ đũa gỗ 나무 젓가락 / xẻ gỗ 나무를 쪼개다

gốc[1] 뿌리 ¶ gốc cột 기둥 뿌리 / gốc lưỡi 혀뿌리

gốc[2] 원- ¶ cư dân gốc Bắc Mỹ 북아메리카 원주민

gốc cột 기둥뿌리

gốc lưỡi 혀뿌리

gối[1] 1. 베개 ¶ kê gối 베개를 베다 2. 베다 ¶ gối tay 팔베개를 베다

gối[2] 무릎 ¶ quỳ gối 무릎을 꿇다 / bắt quỳ gối 무릎을 꿇리다

gỡ 1. 떼다, 떼어내다 ¶ tháo gỡ áp phích 포스터를 떼어내다 2. 벗다 ¶ gỡ miếng bịt mặt 복면을 벗다

gửi 보내다, 부치다 ¶ gửi thư 편지를 보내다 / gửi quà 선물을 보내다 / gửi đi in 인쇄에 부치다

gửi 맡기다 ¶ hãy gửi áo choàng ở đây 외투는 여기에다 맡기십시오

gừng 생강 #동 giềng

gương 거울 ¶ hình bóng của mình trong gương 거울에 비친 자기 모습

H h

H (phụ âm) Chữ thứ mười một trong bảng chữ cái tiếng Việt(đọc là "hát" hoặc "hờ" khi đánh vần)

há 벌리다 ¶ há miệng 입을 벌리다 / há miệng to 입을 크게 벌리다

Hà Lan 네덜란드 ¶ người Hà Lan 네덜란드 사람

Hà Nội 하노이 ¶ đặc trưng của Hà Nội 하노이의 특징 / ghé qua Hà Nội 하노이에 들르다 / Hà Nội là thủ đô của Việt Nam 하노이는 베트남의 수도이다

hạ 내리다 ¶ hạ tỉ lệ 비율을 내리다 / hạ cờ 기를 내리다

hạ cánh 착륙(하다) ¶ nơi hạ cánh 착륙장 / địa điểm hạ cánh 착륙 지점 / thiết bị hạ cánh 착륙 장치 / thiết bị chỉ dẫn hạ cánh 착륙 지시기 / cất cánh và hạ cánh 이륙과 착륙 / chiếc máy bay đó đã hạ cánh khẩn cấp xuống Sân bay Quốc tế Tân Sơn Nhất 그 비행기는 떤선녓 국제 공항에 긴급 착륙했다 #반 cất cánh

hạ tầng 하부 ¶ cấu trúc hạ tầng 하부 구조

hạc 학, 두루미 ¶ xếp hạc bằng giấy 종이로 학을 접다 #동 con hạc

hạc giấy 종이학

Hafni 하프늄

hai 1. 둘, 두 ¶ hai người 두 사람 / hai con 두 마리 / hai chiếc xe buýt버스 두 대 / tướng hai sao 별이 둘인 장군 / thiếu tướng hai sao 별이 둘인 소장 / chia làm hai 둘로 나누다 / dang hai cánh tay 두 팔을 벌리다 / hai người đã tranh cãi dữ dội 둘은 심한 언쟁을 했다 / trong số họ bao gồm hai nam 그들 속에는 남자가 둘 포함되어 있었다 / hai đội đã hòa nhau 두 팀이 비겼다 2. 이 ¶ hai ngày 2 일(동안) / ngày hai 2 일 / hai tuần이주 / hai tháng 이개월 / mười chia năm là(bằng) hai 10 나누기 5 는 2이다 / giảm giá hai mươi phầm trăm 20% 할인하다 / lương năm người đó là hai mươi bốn nghìn đô la 그 사람은 연봉이 24.000 달러 이다 / một người đóng hai vai 1인 2역을 하다 3. 양 ¶ hai cực 양극 / hai má 양볼 4. 쌍- ¶ hai mí 쌍꺼풀 / có hai mí 쌍꺼풀 지다

hai bên 양측 ¶ điều kiện này có lợi cho cả đôi bên 이 조건은 양측에 이롭다

hai chấm 쌍점, 콜론

hai cực 양극

hai mí 쌍꺼풀 ¶ có hai mí 쌍꺼풀 지다

hai ngày (동안) 이틀, 2일

hai nước 양국

hai phía 양측 ¶ điều kiện hợp đồng có lợi cho cả hai phía 계약 조건은 양측에 이롭다

hái 따다 ¶ hái hoa 꽃을 따다 / hái lá dâu 뽕잎을 따다

hài cốt 해골 ¶ hài cốt của địch 적의 해골 / gầy còm như hài cốt 해골처럼 여위다 #동 bộ hài cốt

hài hòa 어울리다 ¶ sự phối hợp đó thật hài hòa 그

배합은 잘 어울린다

hài hước 유머 ¶ tiểu thuyết hài hước 유머 소설 / nhà văn hài hước 유머 작가 / sự hài hước tinh tế 세련된 유머

hài kịch 희극

hài lòng 마음에 들다 ¶ tôi hài lòng căn phòng này 이 방이 마음에 듭니다

hải âu 갈매기

hải dương 해양 ¶ hải dương học 해양학 / nhà hải dương học 해양학자

hải ngoại 해외 ¶ chi nhánh hải ngoại 해외 지점 / du học nhiều năm ở hải ngoại 다년간 해외에서 유학하다

Hải Phòng 하이퐁 ¶ cảng Hải Phòng 하이퐁항

hải quan 세관 ¶ nhân viên hải quan 세관원 / pháp quy hải quan 세관 법규 / thủ tục hải quan 세관 수속 / phí hải quan 세관 수수료 / tờ khai hải quan 세관 신고서

hải sản 해산, 해산물

hại 1. 해- ¶ sâu có hại 해충 2. 해롭게 하다, 해롭다

ham 욕심을 부리다, 좋아하다

hãm hiếp 강간(하다) ¶ tên tội phạm hãm hiếp 강간범 / tội hãm hiếp 강간죄 / bị hãm hiếp 강간당하다

Hanbok 한복 ¶ Âu phục hợp với bạn hơn là Hanbok 너에게는 한복보다 양복이 더 잘 어울린다

Hangeul 한글 ¶ Ngày Hangeul (ngày 9 tháng 10) 한글날 / phép chính tả Hangeul 한글 맞춤법 #동 chữ Hàn

Hangul 한글 l

Hán tự 한자 #동 chữ Hán

hàn[1] 용접(하다) ¶ máy hàn 용접기 / thợ hàn 용접공 / que hàn 용접봉 / được hàn 용접되다

Hàn[2] 한- ¶ bán đảo Hàn 한반도 / tiếng Hàn 한국말 / chữ Hàn 한글 / tổng thống đã bày tỏ ý kiến về vấn đề kinh tế Hàn-Mỹ 대통령께서는 한미간의 경제 문제에 관해 소신을 표명하였다 #동 Hàn Quốc

hàn đới 한대 ¶ cận hàn đới 아한대

Hàn lâm 아카데미 ¶ giải Hàn lâm 아카데미상

Hàn Quốc 한국 ¶ người Hàn Quốc 한국인(한국 사람) / tiếng Hàn Quốc 한국말 / âm nhạc Hàn Quốc 한국 음악 / gian Hàn Quốc(ở triển lãm) 한국관 / người dân Hàn Quốc 한국 국민 / kiểu Hàn Quốc 한국식 / món ăn Hàn Quốc 한국 요리 / ngân hàng Hàn Quốc 한국 은행 / Hiệp hội bóng bàn Hàn Quốc 한국탁구협회 / bản đồ Hàn Quốc 한국 지도 / nội chiến Hàn Quốc(1950-1953) 한국 전쟁 / chính phủ Hàn Quốc 한국 정부 / máy vi tính do Hàn Quốc chế tạo 한국제의 컴퓨터 / rành về (sự tình) Hàn Quốc 한국 사정에 밝다 / bỡ ngỡ với mọi thứ ở Hàn Quốc 한국 사정에 서투르다 / Xơ-un là thủ đô của Hàn Quốc 서울은 한국의 수도이다 / một đô la tính ra tiền Hàn Quốc tương tương 950 won 1 달러는 한국 돈으로 치면 약 950 원에 상당한다

Hàn ngữ 한국어 ¶ giáo trình Hàn ngữ 한국어 교재 / trường Hàn ngữ 한국어 학원 / trường Hàn ngữ Sunny

선니한국어학당
#동 tiếng Hàn

Hàn Quốc hóa 한국화(하다)

Hàn Quốc học 한국학 ¶ khoa Hàn Quốc học 한국학과

hàn the 붕사(硼砂)

hàn thực 한식(寒食)

hạn1 기한 ¶ hợp đồng đã hết hạn 계약이 만기가 되었다 / đã quá hạn thanh toán 지불 기한이 지났다
#동 kỳ hạn

hạn² 가뭄, 가물 ¶ bị hạn 가물다
#동 hạn hán

hạn chế 제한(하다) ¶ chủ trương hạn chế sinh đẻ 산아 제한을 주장하다

hạn định 한정(하다) ¶ từ hạn định 한정사 / được hạn định 한정되다

hạn độ 한도 ¶ hạn độ tối thiểu 최소 한도 / hạn độ tối đa 최대 한도

hạn hán 가물, 가뭄 ¶ thiệt hại do hạn hán 가물의 피해 / hạn hán kéo dài 오랜 가물

hang động 동굴 ¶ người sống trong hang động 동굴에 사는 사람

hàng¹ 1.상품 ¶ mã hàng 상품코드 / tên hàng 상품명
2. 제품 ¶ hàng Hàn Quốc 한국 제품 / hàng Nhật 일본 제품
3. 물품 ¶ hàng đánh thuế 과세물품 / số tiền hàng miễn thuế 면세물품가액
4. −품 ¶ hàng thủ công 수공품 / hàng cao cấp 고급품 / hàng xa xỉ 사치품 / hàng khuyến mãi 경품 / hàng miễn thuế 면세품 / hàng nhập khẩu 수입품 / hàng nhập khẩu miễn thuế 면세 수입품 / hàng buôn lậu 밀수품 / hàng cấm 금수품 / hết hàng 품절 / áo tông màu đó bây giờ hết hàng rồi 그 색상의 옷은 지금 품절입니다
5. 문건 ¶ hàng này tốt 이 물건이 좋다

hàng² 상, 가게
¶ hàng rau 야채상

hàng cấm 금지품, 금수품, 금제품 ¶ buôn lậu hàng cấm 금수품을 밀수하다 / dược phẩm này là hàng cấm bán 이 약품은 판매금지품이다

hàng chục 수십 ¶ hàng chục người 수십 명 / suốt

hàng chục năm 수십 년간

hàng chục ngàn 수만
　#동 hàng chục nghìn

hàng chục nghìn 수만
　#동 hàng vạn

hàng chục triệu 수천만

hàng giờ 시간마다

hàng hải 1. 항해(하다) ¶ bản đồ hàng hải 항해도 / tàu hàng hải 항해선 2. 해양 ¶ cường quốc hàng hải 해양국 / đại học hàng hải 해양대학 / bộ thủy sản & hàng hải 해양수산부

hàng hóa 1. 물품, 상품 ¶ hàng hóa chịu thuế 과세물품 2. 화물 ¶ vận chuyển hàng hóa 화물 운송 / bốc dỡ hàng hóa từ tàu 배에서 화물을 부리다

hàng không 항공대한항공 ¶ Hàng không Đại Hàn(Korean Air) /베트남항공 Hàng không Việt Nam / Hàng không Anh Quốc (British Airways, BA) 영국항공

hàng không mẫu hạm 항공모함

hàng khuyến mãi 경품

hàng loạt 일련, 시리즈 ¶ hàng loạt sự kiện 일련의 사건

hàng năm 1. 해마다, 매년 ¶ mỗi năm một lần 매년 한 번 2. 연차, 연차의 ¶ báo cáo hàng năm 연차 보고

hàng ngàn 수천
　#동 hàng nghìn

hàng ngày 날마다, 매일 ¶ cô ấy viết nhật ký hàng ngày 그녀는 매일 일기를 적고 있다

hàng nghìn 수천 ¶ hàng nghìn người 수천 명

hàng nhập khẩu 수입품
　#반 hàng xuất khẩu

hàng rào 울타리 ¶ bao bọc bằng hàng rào 울타리로 둘러싸다

hàng rong 거리 장사

hàng tháng 달마다, 매달

hàng tỉ 수십억

hàng trăm 수백
　¶ hàng trăm người 수백 명

hàng trăm ngàn 수십만
　#동 hàng trăm nghìn

hàng trăm nghìn 수십만

hàng trăm triệu 수억

hàng triệu 수백만

hàng tuần 주마다, 매주

hàng vạn 수만
　#동 hàng chục nghìn

hàng xa xỉ 사치품 ¶ phong

trào bài xích hàng xa xỉ 사치품 배척 운동

hàng xóm 이웃 ¶ nhà hàng xóm 이웃집 이웃 / người hàng xóm 이웃 사람 #동 láng giềng

hàng xuất khẩu 수출품 #반 hàng nhập khẩu

hãng 회사, 상사

hãng hàng không 항공사

hãng phim 영화사

hãng tàu 조선 회사

hãng xưởng 공장, 회사와 공장

hanh 건조하다 ¶ thời tiết hanh khô 날씨가 건조하다

hành 파 ¶ củ hành 양파

hành chính 행정 ¶ sự cải cách hành chính 행정 개혁 / cơ cấu hành chính 행정 기구 / bộ hành chính tự trị 행정자치부 / bộ hành chính tự trị 행정자치부

hành động 1. 행동(하다) ¶ hành động đáng khâm phục 탄복할 만한 행동 / hành động nhanh 행동이 빠르다 / hành động theo bản năng 본능에 따라서 행동하다 / ân hận về hành động ngốc nghếch của mình 자신의 어리석은 행동을 후회하다

2. 행위 ¶ hành động anh hùng 영웅적 행위 / hành động dũng cảm 용감한 행위
3. 짓(하다) ¶ hành động đáng ghét 미운 짓 / hành động bất chính 부정한 짓을 하다 / hành động bất hợp pháp 불법한 짓을 하다

hành khách 승객, 여객 ¶ vận chuyển hành khách 여객 운송

hành kinh 월경이 있다 ¶ ngày hành kinh 생리날 / đang bị hành kinh 월경 중이다

hành lá 파, 파 잎

hành lý 짐, 수화물 ¶ hành lý nặng 짐이 무겁다

hành nghề 직업에 종사하다

hành tây 양파 #동 củ hành

hành trình 행정, 여정 ¶ hành trình của một ngày 하루의 여정

hành vi 행위 ¶ hành vi phản bội 배신 행위 / hành vi bạo lực 폭력 행위 / hành vi bất hợp pháp 불법 행위 / 금수 와 같은 행위 hành vi như loài cầm thú / ông ấy đã bị bãi miễn vì hành vi bất chính 그분은 부정행위로 파면 당했다

hạnh kiểm 품행, 도덕

hạnh phúc 행보(하다) ¶ yếu tố hạnh phúc 행복의 요인 / chìm đắm trong hạnh phúc 행복에 젖다 / hãy cạn ly vì cặp đôi hạnh phúc này 행복한 이 한 쌍을 위하여 건배!

hao 많이 소비하다 ¶ xe này rất hao xăng 이 차는 휘발유를 엄청 소비한다

hào phóng 돈을 잘 쓰다

hát[1] 노래하다, 노래를 부르다 ¶ hát quốc ca 국가를 부르다 / hãy hát đi 노래를 부르세요

hát[2] 재생 ¶ máy hát băng stereo 스테레오 테이프 재생 장치

hạt[1] 씨 ¶ hạt nho 포도씨 / hạt bí 호박씨 / gieo hạt 씨를 뿌리다

hạt[2] 1. 알 ¶ hạt cát 모래알 2. (곡류) 쌀 ¶ hạt lúa mì 밀쌀

hạt dẻ 밤

hạt điều 캐슈 열매

hạt giống(식물의) 종자

hạt nhân 핵 ¶ hạt nhân nguyên tử 원자핵 / vũ khí hạt nhân 핵무기 / vụ nổ hạt nhân 핵 폭발 / gia đình hạt nhân 핵가족

hạt tiêu 호추

hay[1] 잘, 능란하게, 익숙하게 ¶ chơi đàn piano hay 피아노를 잘 치다 / nó chơi bóng đá hay lắm 그는 축구를 잘 한다

hay[2] 1. 곧잘, 잘 ¶ hay cười 잘 웃다 / hay gây gỗ 잘 싸우다 / tính khí hay bực dọc dù là chuyện nhỏ vặt 사소한 일에도 짜증을 잘 내는 성질
2. 자주 ¶ hay thay đổi ý kiến 의견을 자주 바꾸다 / bồn cầu hay bị nghẽn 변기가 자주 막히다

hay[3] 1. 좋다 ¶ bầu không khí đó hay lắm 그 분위기가 좋다 2. 아름답다
¶ âm hay 아름다운 음

hay không 1.(으)ㄴ/는/(으)ㄹ지 (모르다) ¶ không biết có tốt hay không 좋은지 모르겠다
2. -(으)ㄹ까 말까 ¶ băn khoăn có nên đi hay không 갈까 말까 망설이다

hãy 1. (명령형) -(으)십시오, -(으)세요, -너라, -거라 ¶ hãy cẩn thận 조심하십시오 / hãy rửa mặt đi 세수하세요 /

bất kỳ ai hãy đến đây 누구든지 오너라 / ăn tối rồi hãy đi 저녁 먹고 가지 그래 / không phải là chuyện gì to tác nên anh hãy an tâm 대단한 일이 아니니 마음놓으십시오 / hãy an tâm về điểm đó 그 점에 대해서는 마음놓으십시오 / anh hãy đi trước đi 당신은 먼저 가십시오 / báo hiệu cho ai đó hãy tiến lên trước 아무에게 앞으로 나아가라고 신호하다 / hãy rẽ phải ở góc đường thứ nhất 첫번째 모퉁이를 오른쪽으로 돌아가세요 / hãy bắt tay khép lại quá khứ 과거는 씻어버리고 악수를 하여라 / nếu có thời gian thì hãy liên lạc nhé 시간이 있으면 연락하세요 2. -(으)ㅂ시다, -자 ¶ hãy sử dụng nhà vệ sinh một cách sạch sẽ 화장실을 깨끗이 사용합시다 3. 기타 경우 hãy cạn ly vì sức khỏe 건강을 위하여 건배! / hãy cạn ly vì cặp đôi hạnh phúc này 행복한 이 한 쌍을 위하여 건배!

hãy ... giúp -어/아/여 주십시오, -어/아/여 주세요 ¶ xin hãy giúp cho 도와 주십시오 / hãy hướng dẫn giúp 안내해 주세요 / hãy bóc giúp vỏ khoai tây 감자 껍질을 까주세요 / xin hãy thông dịch giúp 통역해 주십시오 / hãy làm giúp việc đó 그 일을 해 주세요 / hãy cắt giúp với chiều dài cỡ này 이 정도 길이로 잘라 주세요

hãy ... hộ -어/아/여 주십시오, -어/아/여 주세요¶ xin hãy nói hộ 말해 주십시오
#동 hãy ... giúp

Hắc hải 흑해
#동 biển Đen

hắn (별로 안 좋은 뜻으로 쓰임) 그가, 그 애 ¶ hắn là kẻ bất hiếu 그는 불효자 였다 / hắn đã trộm tiền của mẹ 그는 어머니의 돈을 훔쳤다 / tôi đã đấu khẩu với anh ta 나는 그와 말다툼했다 / hắn đã ăn chặn toàn bộ lợi nhuận 그는 이익을 전부 착복했다 / bạn đã bị hắn lừa rồi 넌 그에게 속았어 / hắn đã lừa dối tôi 그는 나를 속였다 / hắn đã bẹo má chú bé 그는 소년의 뺨을 꼬집었다 / vì ăn quá nhiều nên hắn đã trở nên béo phì 과식

때문에 그는 비만해졌다
#동 nó

hắn ta (별로 안 좋은 뜻으로 쓰임) 그가 ¶ hắn ta đã ăn chặn số tiền thu được 그는 수금한 돈을 착복했다 / hắn ta đã ăn chặn tiền quỹ công ty 그는 회사 기금을 횡령했다 / hắn ta đã lấy thông tin đó bằng thủ đoạn bất hợp pháp 그는 불법한 수단으로 그 정보를 입수했다
#동 hắn

hăng say 열성, 열성적이다

hằng ngày 날마다
#동 hàng ngày

hắt hơi 재채기(하다) ¶ hắt hơi một tràng 연달아 재채기하다

hâm mộ 인기 ¶ được hâm mộ nhiều 인기가 많다

hầm 지하 ¶ tầng hầm 지하층 / tầng hầm thứ nhất 지하 1층 / tầng hầm thứ hai 지하 2층

hầm 덥다, 무덥다

hân hạnh 반갑다 ¶ hân hạnh được gặp 만나뵙게 되어서 반갑습니다

hấp dẫn 매력, 매력적인 ¶ người phụ nữ hấp dẫn 매력적인 여자 / không hấp dẫn 매력이 없다 / cảm nhận sự hấp dẫn 매력을 느끼다

hầu hết 대부분, 거의, 거의 모두 다

hầu như 거의 ¶ bơi lội làm cho hầu như toàn bộ cơ bắp của toàn thân vận động 수영은 거의 모든 전신 근육을 움직이게 한다

hậu kỳ 후기 ¶ vào hậu kỳ thế kỷ mười lăm 15 세기 후기에

Heli 헬륨

hè 여름 ¶ nghỉ hè 여름 방학 / bài tập (nghỉ) hè 여름 방학 과제
#동 mùa hè

hẹn 약속 ¶ có hẹn 약속이 있다 / hủy bỏ cuộc hẹn 약속을 취소하다 / nếu không có hẹn thì đến nhé 약속이 없으면 오세요

heo 돼지
#동 lợn

hẹp 좁다 ¶ căn nhà hẹp 좁은 집 / chê phòng hẹp 방이 좁은 것을 흠잡다 / chiều ngang của sân rất hẹp 마당의 넓이가 아주 좁다
#반 rộng

hẹp ơi là hẹp 좁디좁다

hét 외치다, 큰 소리를 내다 ¶ tiếng hét 외치는 소리 / hét

phản đối 반대를 외치다

hề 어릿광대, 익살꾼, 개그맨

hễ (습관적으로) -(으)면 ¶ hễ gặp tôi là cô ấy bẽn lẽn 그녀는 나를 만나면 수줍어한다 / hễ đứng trước mọi người là cô ấy bẽn lẽn 그녀는 사람들 앞에 나서면 수줍어한다

hệ số 계수 ¶ hệ số biến đổi 변화 계수 / hệ số kết hợp 결합 계수

hệ thống 계통, 체계 ¶ hệ thống âm thanh 음성 체계 / hệ thống thuế bất công 불공평한 세제(稅制)

hết[1] 다, 모두 다 ¶ cà phê đã được bán hết rồi 커피는 다 팔렸습니다 / bị hết hàng 품절이 되다 / bắn hết đạn 탄알을 다 쏘다 / nó đã làm hết bài tập được giao 그는 맡겨진 숙제를 다 했다

hết[2] 1. 없어지다, 떨어지다 ¶ hết pin rồi 배터리가 떨어졌다 / bắn cho hết đạn 탄알을 다 쏘아 없애다
2. 끝나다 ¶ hợp đồng đã hết hạn 계약이 만기가 되었다

hết[3] (병이) 낫다 ¶ bệnh không hết 병이 낫지 않다

#동 khỏi

hết hạn 만기 ¶ hối phiếu hết hạn 만기 어음 / ngày hết hạn 만기일 / hợp đồng đã hết hạn 계약이 만기가 되었다

hết hàng 품절, 매진 ¶ bị hết hàng 품절이 되다 / túi xách tông màu đó bây giờ hết hàng rồi 그 색상의 가방은 지금 품절입니다

hết lòng 마음껏 ¶ hết lòng phụng dưỡng cha mẹ 부모를 마음껏 섬기다

hết mình 정성껏 ¶ họ đã tiếp đãi chúng tôi hết mình 그들은 우리를 정성껏 대접했다

hết sức[1] 힘껏 ¶ kéo hết sức 힘껏 당기다

hết sức[2] 대단히, 몹시, 굉장히 ¶ hết sức nghèo khó 대단히 빈한하다

hết ý 잘 되다, 최고

hiếm 드물다 ¶ cực kỳ hiếm 극히 드물다

hiếm có 드물다 ¶ món đồ hiếm có 드문 물건

hiếm hoi (아주) 드물다 ¶ 드문 기회 cơ hội hiếm hoi

hiếm muộn 아이를 낳지 못하다, 아이가 없다

hiên 베란다

hiến pháp 헌법 ¶ hiến pháp bảo đảm sự tự do ngôn luận 헌법은 언론의 자유를 보장하고 있다

hiến thân 헌신(하다) ¶ ông ấy đã hiến thân vì khoa học 그는 과학을 위해서 헌신했다

hiền 착하다
¶ người hiền 착한 사람

hiền lành 착하고 좋다

hiển nhiên 분명히 ¶ hiển nhiên không có 분명히 없다

hiện diện 출석하다, 나오다, 계시다, 있다 ¶ hiện diện tại cuộc họp 회의에 출석하다

hiện đại 현대 ¶ văn học hiện đại 현대 문학

hiện giờ 이제, 현재, 지금 ¶ hiện giờ là lúc nóng đỉnh điểm 지금이 한창 더울 때다 / thuyền trưởng báo hiệu cho tàu cứu hộ rằng tàu mình hiện giờ đã thoát khỏi nguy hiểm 선장은 구명정에 본선은 이제 위험을 벗어났다고 신호했다

hiện hành 현행 ¶ phép chính tả hiện hành 현행 맞춤법

hiện lên 보이다 ¶ trên khuôn mặt của cô ấy hiện lên vẻ bối rối 그녀의 얼굴엔 당황하는 기색이 보였다

hiện nay 현재, 지금

hiện tại 현재 ¶ thì hiện tại 현재 시제

hiện thực 현실(하다) ¶ tính hiện thực 현실성 / chủ nghĩa hiện thực 현실주의 / hiện thực hóa 현실화(하다)

hiện trường 현장 ¶ hiện trường khai quật 발굴 현장 / bê tông trộn tại hiện trường 현장 배합 콘크리트

hiện tượng 현상 ¶ hiện tượng xã hội 사회 현상 / hiện tượng tự nhiên 자연 현상 / hiện tượng vật lý 물리 현상 / hiện tượng tâm linh 심령 현상 / hiện tượng kỳ lạ 이상한 현상 / hiện tượng nhất thời 일시적 현상 / hiện tượng sinh lý 생리적 현상

hiếp dâm 강간(하다) ¶ tội phạm hiếp dâm 강간범 / tội hiếp tâm 강간죄 / bị hiếp dâm 강간당하다

hiệp định 협정 ¶ hiệp định đình chiến 정전 협정 / Hiệp định thương mại tự do Bắc Mỹ 북아메리카 자유 무역 협정

Hh

hiệp hội 협회, 협의회 ¶ Hiệp hội bóng bàn Hàn Quốc 한국탁구협회 / Hiệp hội bóng chuyền Hàn Quốc 대한배구협회

hiệp ước 협약 ¶ hiệp ước thông thương 통상 협약

hiếu học 공부를 좋아하다

hiểu 이해하다 ¶ hiểu âm nhạc 음악을 이해하다

hiểu lầm 오해(하다) ¶ sự hiểu lầm nghiêm trọng 심한 오해

hiệu 가게, -집, -국, -점 ¶ hiệu bánh 빵집 / hiệu thuốc 약국 / hiệu sách 서점

hiệu 호 ¶ tác gia hiệu là Trùng Quang 호가 중광인 작가 #동 tên hiệu

hiệu phó 부총장, 부교장

hiệu quả 효과 ¶ có hiệu quả 효과가 있다 / không có hiệu quả 효과가 없다 / có tính hiệu quả 효과적 / một cách hiệu quả 효과적으로

hiệu sách 서점

hiệu thuốc 약국

hiệu trưởng 총장, 교장 ¶ hiệu trưởng Trường đại học Sunny là giáo sư Lý Gia Hân 선니대학교 총장은 리야헌 교수입니다

hình[1] 사진 ¶ thợ chụp hình 사진사 / máy chụp hình 사진기 / tiệm chụp hình 사진관 / khung hình 사진틀 / an bum hình 사진첩 / hình thôi môi của con gái 딸의 첫돌 사진 / chụp hình 사진을 찍다 / hình của bạn gái tôi đây 내 여자 친구의 사진은 여기(에) 있다 #동 ảnh

hình[2] –형 ¶ hình đa giác 다각형 / hình tam giác 삼각형 / hình tứ giác 사각형

hình ảnh 1. 영상, 사진 ¶ phóng viên hình ảnh 사진기자 2. 모습 ¶ hình ảnh đẹp của các con tàu ra vào cảng 항구를 드나드는 배들의 멋있는 모습

hình cầu 구형, 구면 ¶ bản đồ hình cầu(quả địa cầu) 구면(球面) 지도

hình chữ nhật 직사각형, 긴 네모

hình dáng (사람의) 모습 ¶ hãy tả hình dáng của người đàn ông đó cho tôi 그 남자의 모습을 내게 말해 주세요

hình dạng 모양 ¶ hình dạng bán đảo 반도 모양 / Hàn Quốc là một bán đảo có hình dạng con hổ 한국은 호랑이 모양의 반도이다

hình dung 형용(하다) ¶ không thể hình dung nổi 형용할 수 없다

hình dung từ 형용사, 상태동사
#동 tính từ

hình như -(으)ㄴ/는/(으)ㄹ 모양이다, -는가 보다, -나 보다 ¶ hình như anh ấy nói tiếng Hàn Quốc 그는 한국말을 하는가 봐요

hình tam giác 삼각형

hình thái 형태 ¶ hình thái học 형태론(형태학) / đặc trưng (mang tính) hình thái 형태적 특성

hình thành 형성(하다), 생성(하다) ¶ sự hình thành nhân cách 인격 형성 / sự hình thành sắc tố 색소 형성 / sự hình thành bạch cầu (leukopoiesis) 백혈구 형성 / quá trình hình thành 생성 과정 / hình thành dư luận 여론을 형성하다 / hình thành áp xe 농양을 형성하다

hình thức 형식 ¶ hình thức thể hiện 표현 형식

hình tròn 원형 ¶ nhà hát hình tròn 원형 극장 / sân khấu hình tròn 원형 무대

hình tứ giác 사각형 ¶ hình tứ giác có độ dài các cạnh và kích thước của các góc trong như nhau là hình vuông 변의 길이와 내각의 크기가 모두 같은 사각형은 정사각형이다

hình vị 형태소

hình vị học 형태소론

hình vuông
정사각형, 바른네모

hít vào 1. 숨을 들이쉬다
2. 들어마시다 ¶ không khí hít vào 들어미신 공기

ho 기침(하다) ¶ cảm ho 기침 감기 / bị ho 기침이 나다

họ[1] 그들 ¶ họ luân phiên kể chuyện 그들은 번갈이 이야기했다 / họ đã đến nhà chúng tôi lánh nạn 그들은 우리 집으로 피난을 왔다 / họ đã lánh nạn sang ngôi trường tiểu học gần đó vì lũ lụt 홍수 때문에 그들은 근처 초등학교 건물로 피난했다 / họ gắn bó với nhau bằng tình cảm ái mộ sâu sắc 그들은 깊은 애모의 정으로 맺어져 있다 / họ đang khổ sở vì vấn đề này 그들은 이

Hh

문제에 시달리고 있다 / sự tranh cãi giữa họ đã dẫn đến ẩu đả 그들의 언쟁은 싸움으로 번졌다 / họ đã tiếp đãi chúng tôi hết mình 그들은 우리를 정성껏 대접했다

họ[2] (보통 복합어를 이루어) 인척 관계의 ¶ anh em họ 사촌 형제

họ hàng 친척 ¶ họ hàng xa 먼 친척
　＃동 bà con

hoa 꽃 ¶ hoa cỏ 풀꽃 / hoa sen 연꽃 / hoa hồng 장미꽃 / nụ hoa 꽃봉오리 / hoa gì 무슨 꽃 / một bông hoa 꽃 한 송이 / hoa loại này 이런 종류의 꽃 / hái hoa 꽃을 따다 / nụ hoa nở ra 꽃봉오리가 부풀다 / hoa táo bắt đầu nở 사과꽃이 피기 시작했다

hoa anh đào 벚꽃

hoa cẩm chướng 카네이션

hoa bách hợp 백합

hoa cúc 국화

hoa đào 벚꽃

hoa hậu 미스 ¶ cô ấy là người đoạt giải á hậu trong cuộc thi hoa hậu Việt Nam năm 2008 그녀는 2008 년 미스 베트남 대회에서 차점

자였다

hoa hậu hoàn vũ 미스월드

hoa hồng 장미꽃, 장이 ¶ hoa hồng mới nở 갓 핀 장미 / cô ấy thích hoa hồng 그녀는 장미를 좋아한다

hoa hướng dương 해바라기

Hoa kiều 화교

Hoa Kỳ 미국
　＃동 Mỹ

hoa lan 난초의 꽃

hoa lơ 콜리플라워, 꽃양배추

hoa mai 매화, 매화꽃

hoa mimosa 미모사 꽃

hoa quả 과일
　＃동 trái cây

hoa sen 연꽃

hoa tai 귀고리

hóa[1] -화(하다) ¶ Hàn Quốc hóa 한국화 / Âu hóa 서구화(하다) / chuyên môn hóa 전문화(하다) / anh hùng hóa 영웅화하다 / đồ án hóa 도안화(하다) / hiện thực hóa 현실화(하다)

hóa[2] 화학 ¶ bộ đề hóa 화학 문제집
　＃동 hóa học

hóa đá 화석이 되다
　＃동 hóa thạch

hóa chất 화학 물질, 화학물

hóa đơn 영수증 ¶ hóa đơn thường 일반 영수증 / hóa đơn thuế giá trị gia tăng(hóa đơn tài chính) 부가 가치세 영수증

hóa học 화학 ¶ nguyên tố hóa học 화학 원소 / phòng thí nghiệm hóa học 화학 실험실 / hóa học vô cơ 유기 화학 / chất hóa học vô cơ 유기 화학물

hóa thạch 화석 ¶ sự hóa thạch động vật 동물의 화석 / sự hóa thạch thực vật 식물의 화석 / bị hóa thạch 화석이 되다

hòa 1. 동점 2. 비기다 ¶ hòa trong thi đấu 시합에 비기다 / hai đội đã hòa nhau 두 팀이 비겼다

hòa bình 평화 ¶ biểu tượng của hòa bình 평화의 상징 / sự bảo đảm hòa bình 평화의 보장 / giữ gìn hòa bình 평화를 지키다 / mong muốn khôi phục hòa bình 평화의 회복을 바라다 / chúng tôi ao ước có hòa bình 우리는 평화를 열망한다 / chim bồ câu là biểu tượng của hòa bình 비둘기는 평화의 상징이다

hòa hợp 화합(하다) ¶ sự hòa hợp âm dương 음양의 화합 / sự hòa hợp và đoàn kết của người dân 국민의 화합과 단결

hòa thuận 화합(하다) ¶ sự hòa thuận của gia đình 가정의 화합 / gia đình hòa thuận 화합한 가정 / sống hòa thuận 화합하여 살다

hỏa dược 화약
#동 thuốc súng

hỏa táng 화장(하다) ¶ nơi hỏa táng 화장터 / hỏa táng bằng điện 전기 화장

họa 그림을 그리다

họa sĩ 화가 ¶ họa sĩ vẽ tranh sơn dầu 유화가 / họa sĩ vẽ tranh tĩnh vật 정물화가 / họa sĩ trường phái trừu tượng 추상파 화가

hoài 늘, 자주(반복적으로) ¶ ăn hoài 자주 먹다 / ngáp hoài! 하품을 자주 하는군요

hoan hô 환호(하다) ¶ đáp lại sự hoan hô 환호에 답하다

hoan nghênh 환영(하다) ¶ sự hoan nghênh nhiệt liệt 열렬한 환영 / xin chân thành hoan nghênh 진심으로 환영합니다

hoàn cảnh 형편 ¶ hoàn

Hh

cảnh khó khăn 형편이 어렵다 / hoàn cảnh dư dả 형편이 넉넉하다

hoàn công 준공(하다) ¶ lễ hoàn công 준공식 / ngày hoàn công 준공 일자

hoàn hảo 완벽하다

hoàn thành 완성(하다)¶ hãy hoàn thành câu 문장을 완성하세요

hoàn thuế 관세 환불, 관세를 환불하다

hoàn toàn 1. 완전(하다) ¶ phá hủy hoàn toàn 완전히 파괴하다 / hoàn toàn phá hủy cả một ngôi làng 한 마을을 완전히 파괴하다 2. 순전하다 ¶ điều đó hoàn toàn là chuyện hắn bịa ra 그것은 순전히 그가 날조한 이야기이다

hoàn trả 환불(하다) ¶ hoàn trả toàn bộ số tiền 전액 환불 / số tiền hoàn trả 환불금 / yêu cầu trả tiền 환불을 요구하다

hoang dã 황야, 야생 ¶ khu bảo tồn động vật hoang dã 야생 동물 보호 지역 / sự bảo vệ động thực vật hoang dã 야생 동식물의 보호

hoang vắng 황량하다 ¶ bãi đất hoang vắng 황량한 벌판

Hoàng hải 황해

hoàng yến 카나리아 ¶ màu hoàng yến 카나리아 빛

hoành hành 1. 맹위를 떨치다 ¶ cơn bão hoành hành 태풍이 맹위를 떨치다 2. 유행하다, 돌다 ¶ dịch bệnh đang hoành hành 역병이 유행하고 있다 / cảm cúm đang hoành hành 독감이 돌고 있다

hoàng hôn 황혼 ¶ mỗi khi hoàng hôn buông xuống 황혼이 깃들 때마다

hoàng tử 왕자 ¶ hoàng tử bình dị 평민적인 왕자

hoạt động 활동 ¶ hoạt động câu lạc bộ 클럽 활동 / hoạt động phá hoại 파괴 활동 / hoạt động do thám 첩보 활동

hoặc 1. -(이)나 ¶ cà phê hoặc trà 커피나 차 / cái này hoặc cái đó 이것이나 그것 2. –거나 ¶ cuối tuần thường đọc sách hay xem phim 주말에 보통 책을 읽거나 영화를 본다

hóc môn 호르몬

học[1] 공부(하다), 배우다

¶ học bù 보충 수업 / bạn học 펜팔(학우) / cho học bù 수업을 보충시키다 / học (múa) ba lê 발레를 배우다 / học nhạc 음악을 배우다 / học chuyên ngành 전공하다 / học cẩu thả 공부를 소홀히 하다 / học chăm chỉ 열심히 공부하다 / từ bỏ việc học 공부를 그만두다 / chị học tiếng Hàn được bao lâu rồi? 한국어를 공부한 지 얼마나 됩니까?

-học2 -학 ¶ Hàn Quốc học 한국학 / Việt Nam học 베트남학 / vật lý học 물리학 / hóa học 화학 / sinh vật học 생물학 / khảo cổ học 고고학 / thần kinh học 신경학 / 회계학 kế toán học / hình thái học 형태학 / loại hình học 유형학 / siêu hình học 형이상학 / hải dương học 해양학 / vũ trụ học 우주학

học bổng 장학금 ¶ sinh viên nhận học bổng 장학생

học chuyên ngành 전공하다 ¶ học chuyên ngành văn học 문학을 전공하다

học giả 학자 ¶ lương tâm của một học giả 학자로서의

양심

học hành 공부하다

học lực 학력 ¶ học lực ở trình độ tốt nghiệp trung học phổ thông 고등학교 졸업 정도의 학력

học phí 학비, 등록금 ¶ tăng học phí trung học phổ thông ba phần trăm 고교 등록금 3% 인상

học sinh 학생 ¶ học sinh bãi khóa 휴학생

học tập 학습하다, 공부하다 ¶ học tập chăm chỉ 열심히 공부하다

học thuật 학술 ¶ hội thảo học thuật 학술대회

học thuyết 학설 ¶ chứng minh học thuyết 학설을 증명하다 / trong học thuyết của ông ấy có mấy điểm bất hợp lý 그의 학설에는 불합리한 점이 몇 가지 있다

học vấn 학문 ¶ trình độ học vấn 학문적 수준

học vị 학위 ¶ học vị tiến sĩ 박사 학위 / học vị thạc sĩ 석사 학위 / học vị cử nhân 학사 학위

hỏi 묻다, 질문하다의향를 묻다 ¶ hỏi ý hướng / hãy hỏi đi 질문하세요

Hh

hỏi thăm 알아보다 ¶ hỏi thăm đường 길을 알아보다

hòm phiếu 투표함

Honmi 홀믐

hòn đá 바위 ¶ con hổ đang nấp sau hòn đá 호랑이가 바위 뒤에 숨어 있다

hòn đảo 섬 ¶ hòn đảo vô danh 무명의 섬

hóng 쐬다 ¶ hóng gió 바람을 쐬다 / ra ban công hóng gió mát 발코니로 나가 시원한 바람을 쐬다

hỏng 고장 ¶ bị hỏng 고장나다 / xe tải dừng ở chính giữa đường vì hỏng máy 엔진 고장으로 트럭이 길 한가운데에 서 있었다

họng 인후, 인두 ¶ viêm họng 인후염, 인두염

họp 모임, 모임을 가지다 ¶ có họp 모임이 있다 / dự họp 모임에 참석하다 / đi họp 모임에 나가다

họp mặt 만남, 모임 ¶ họp mặt bạn bè 가족끼리의 모임

hót (새가) 울다 ¶ chim hót 새가 울다

hô hấp 호흡(하다) ¶ hô hấp nhân tạo 인공호흡 / hô hấp sâu 심호흡하다

hồ 1. 호수 ¶ hồ nhân tạo 인공적으로 만든 호수 / nơi này không có hồ 이 곳은 호수가 없다 2. –호 ¶ hồ Hoàn Kiếm 환끼엠호(還劍湖) / hồ Động Đình 동정호(둥팅호, 洞庭湖)

hồ bơi 수영장

hồ nước 호수

hồ sơ 서류

hồ tiêu 호추

hổ 호랑이 ¶ hình dạng của con hổ 호랑이의 모양 / hổ gầm 호랑이가 으르렁거리다 #동 con hổ

hổ giấy 종이호랑이

hổ thẹn 부끄럽다 ¶ hổ thẹn với lương tâm 양심에 부끄럽다 / không hổ thẹn lương tâm 양심에 부끄럽지 않다

hỗ trợ 1. 보조(하다) ¶ người hỗ trợ 보조자 / chức năng hỗ trợ 보조 기능 / nhân viên hỗ trợ 보조원 / chiến hạm hỗ trợ 보조함 / động cơ hỗ trợ 보조 기관 (엔진) / biện pháp hỗ trợ 보조적인 수단 / bồn nhiên liệu hỗ trợ của máy bay 비행기의 보조 연료 탱크 / với tư cách hỗ trợ 보조로서 / hỗ trợ sinh hoạt phí 생활비를 보조하다

/ anh ấy đang sống nhờ vào sự hỗ trợ của thành phố 그는 시 보조로 생활을 하고 있다 2. 후원(하다) ¶ quân hỗ trợ 후원군 / không có hỗ trợ 후원없는 / dưới sự hỗ trợ của... -의 후원하에 / có sự hỗ trợ của nhân dân 국민의 후원이 있다 / hỗ trợ về mặt kinh tế 경제적으로 후원하다 / mong hỗ trợ 후원을 바랍니다 3. 지원(하다), 원조(하다) ¶ hỗ trợ cho ứng cử viên 후보자를 지원하다 / phụ thuộc vào sự hỗ trợ của người khác 타인의 원조에 의존하다

hộ chiếu 여권 ¶ cấp phát hộ chiếu 여권을 발급하다 / giữ hộ chiếu 여권을 소지하다

hộ tống 호송(하다) ¶ xe hộ tống 호송차 / tàu hộ tống 호송선 / dưới sự hộ tống 호송하에 / hộ tống bằng tàu hộ tống 호송선으로 호송하다

hộc 덱(deck) ¶ hộc băng 테이프덱 (tape deck)

hối cải 반성(하다)

hối hận 후회(後悔)하다 ¶ anh ấy hối hận về tội lỗi 그는 죄를 후회한다 / tôi hối hận mình đã làm như thế 그런 짓을 한 것을 후회한다 / tôi hối hận mình đã lười biếng 게을렀던 것을 후회한다 / hối hận về hành động ngốc nghếch của mình 자신의 어리석은 행동을 후회하다 / nó hối hận vì không thi đậu 그가 시험에 합격하지 못하다니 후회했다

hối phiếu 어음 ¶ hối phiếu hết hạn 만기 어음

hồi1 때 ¶ hồi đó 그 때 / hồi nhỏ 어렸을 때
#동 khi, lúc

hồi² 소리의 음향 같은 것 ¶ gióng hồi chuông cảnh tỉnh 경종을 올리다

hồi âm 회신 ¶ cảm ơn anh(chị) đã hồi âm sớm 빨리 회신을 보내 주셔서 고맙습니다

hồi đó 그 때, 그 당시 ¶ hồi đó không có máy bay 당시에는 비행기 같은 것은 없었다 / hồi đó cô ấy còn là học sinh 그 당시 그녀는 아직 학생이었다

Hồi giáo 회교, 이슬람교 ¶

quốc gia Hồi giáo 회교국 / tín đồ Hồi giáo 회교도(이슬람 교도) / luật Hồi giáo 이슬람법 / thánh đường Hồi giáo 이슬람 성원 / nhà thờ Hồi giáo 회교 사원 / Liên minh Hồi giáo 회교 연맹 / thế giới Hồi giáo 이슬람 세계 #동 đạo Hồi

hồi nhỏ 어렸을 때, 어린 시절

hồi phục 회복(回復, 恢復)하다 ¶ sức hồi phục 회복력 / để hồi phục sức khỏe 건강 회복을 위해 / tình hình thị trường đã hồi phục 시장 경기가 회복되었다 / có dấu hiệu hồi phục kinh tế 경기 회복의 징후가 있다 / nền kinh tế của nước ta đang hồi phục 우리 나라의 경제는 회복되어 가고 있다

hồi sức 회복(하다) ¶ phòng hồi sức 회복실

hội 1. 모임, 협회 ¶ Hội hữu nghị Hàn-Việt(KOVIFA)한-베친선협회 / Hội những người yêu Việt Nam (Vesamo) 베사모(베트남 사랑 모임) / Hội thanh niên Cơ đốc giáo(YMCA) 기독교 천녕회

2. –회 ¶ hội phụ huynh 학부모회 / hội thương binh 상이군인회

Hội chữ thập đỏ 적십자사 ¶ Hội chữ thập đỏ Hàn Quốc(KNRC)대한 적십자사 / Hội chữ thập đỏ Việt Nam 베트남 적십자사

hội đàm 회담 ¶ hội đàm cấp đại sứ 대사급 회담 / hội đàm cấp bộ trưởng 장관급 회담 / hội đàm đình chiến 정전 회담

hội đồng 회의, 평의회, 위원회 ¶ hội đồng biên soạn quốc sử 국사 편찬 위원회

hội họa 회화(繪畵)

hội nghị 회의 ¶ hội nghị cán bộ 간부 회의 / báo cáo hội nghị 회의 보고를 하다

hội phí 회비 ¶ hội phí câu lạc bộ 클럽 회비 / thu hội phí 회비를 걷다

hội thảo 토론회, 대회, 회의 ¶ hội thảo học thuật 학술 대회 / hội thảo chuyên đề 세미나

hội thương binh 상이군인회

hội trường 회장 ¶ hội trường triển lãm 박람회장 / hội trường ở đâu? 회장은 어디있습니까?

hội viên 회원 ¶ hội viên câu lạc bộ 클럽 회원

hôm kia 그저께 ¶ tối hôm kia 그저께 저녁 / vào chiều ngày hôm kia 그저께 오후에

hôm nay 오늘 ¶ sáng sớm hôm nay 오늘 아침 / tối hôm nay 오늘 저녁 / cuộc họp hôm nay 오늘의 모임 / hôm nay cũng sẽ nóng 오늘도 덥겠다 / hôm nay chính là sinh nhật của tôi 오늘이 바로 내 생일이다 / / (tôi) sẽ ở nhà cả ngày hôm nay 오늘 하루종일 집에 있을 거예요 / cả ngày hôm nay không ăn gì cả 오늘 하루종일 아무것도 안 먹었다 / hôm nay tôi đã ăn trưa cùng với bạn đồng hương 오늘 고향 친구와 함께 점심을 먹었다 / tối hôm nay ăn ngoài nhé? 오늘 저녁에 외식을 할까? / chiều hôm nay quân đội nhân dân anh dũng của chúng ta đã chiếm lĩnh Đà Nẵng 우리 영용한 인민 군대는 오늘 오후 다낭을 점령했습니다

hôm nọ 저날, 그날

hôm qua 어제 ¶ tối hôm qua 어제 저녁 / đêm hôm qua ngủ ngon chứ? 어제 밤에 잘 잤어? / đêm hôm qua tôi gặp ác mộng lúc ngủ 어제 밤에 잘 때 악몽에 시달렸다

hôm sau 다음 날 ¶ vào tối hôm sau 다음 날 저녁에

hôn 뽀뽀(하다), 키스(하다) ¶ hôn lên má 볼에 뽀뽀를 하다

hôn lễ 혼례 ¶ tham dự hôn lễ 혼례에 참석하다

hôn nhân 혼인, 결혼 ¶ cuộc hôn nhân bất hạnh 불행한 결혼

hỗn loạn 1. 혼란 ¶ trong sự hỗn loạn của chiến bại 패전의 혼란 속에서
2. 혼란스럽다 ¶ thời kỳ hỗn loạn trong lịch sử châu Âu 유럽사에서 혼란스러웠던 시기

hồng[1] 분홍색의

hồng[2] 감
　#동 quả hồng

hồng[3] 장미 ¶ bông hồng 장미꽃 / một bông hồng 장미 한 송이 / hồng thơm 향기로운 장미
　#동 hoa hồng

Hồng hải 홍해

Hh

#동 biển Đỏ

hồng thập tự 적십자

#동 chữ thập đỏ

hộp 상자, 박스

¶ hộp bánh 과자 상자

hộp đựng 용기 ¶ hộp đựng bằng nhựa 플라스틱 용기

hộp quẹt 라이터

#동 bật lửa

hơi 좀 ¶ 좀 작다 hơi nhỏ / 좀 크다 hơi lớn / 좀 많다 hơi nhiều / 좀 적다 hơi ít

hơi ẩm 습기 ¶ nhiều hơi ẩm 습기가 많다 / có hơi ẩm 습기가 있다

hơi nước 증기

¶ống hơi nước 증기관

hơn 1. (비교급을 나타냄) 보다 더, 더 ¶ phức tạp hơn 더 복잡하다 / quan trọng hơn 더 중요하다 / trông già hơn tuổi đời 나이보다 늙어 보이다 / Âu phục hợp với bạn hơn là Hanbok 너에게 는 한복보다 양복이 더 잘 어울린다 / bất cứ sự giúp đỡ nào cũng tốt hơn không có 어떤 도움이라도 없는 것보다는 낫다

2. 낫다 ¶ sống trong nỗi khổ thế này thà chết đi còn hơn 이런 고통 속에서 사느

니 차라리 죽는 편이 낫다

hơn cả 무엇보다도 ¶ quan trọng hơn cả 무엇보다도 중요하다

hơn hết 무엇보다도 ¶ xem trọng sức khỏe hơn hết 무엇보다도 건강을 중시하 다

hơn nữa 또는, 게다가

hợp[1] 맞다 ¶ hợp quy cách 규격에 맞다 / hợp với điều kiện 조건에 맞다 / hợp với ký hiệu 기호에 맞다 / hợp kích cỡ 사이즈가 맞다

hợp[2] 어울리다 ¶ Âu phục hợp với bạn hơn là Hanbok 너에게는 한복보다 양복이 더 잘 어울린다

hợp chất 화합물 ¶ hợp chất Cacbon 탄소 화합물 / 수 소와 탄소의 화합물 hợp chất giữa Hyđrô và Cacbon

hợp đồng 계약(하다)

¶ bản hợp đồng 계약서 / hợp đồng bảo hiểm 보험 계약 / hợp đồng đảm bảo 보증 계약 / hợp đồng xếp hàng 선적 계약 / hợp đồng béo bở 이문이 큰 계약 / giao kết hợp đồng 계약을 맺다 / ký kết hợp đồng 계약을 체결하다 / hợp đồng đã hết hạn 계약이 만기가 되었다 / kỳ hạn của hợp đồng này là một năm 이 계약의 기한은 1 년간이다 / điều kiện hợp đồng có lợi cho cả đôi bên 계약 조건은 양측에 이롭다

hợp tác 합작(하다) ¶ người hợp tác 합작자 / sự hợp tác đầu tư 합작 투자

hợp tấu 합주(하다) ¶ bản hợp tấu 합주곡 / soạn bản hợp tấu piano 피아노 협주을 작곡하다

hợp thành 합성(하다) ¶ từ hợp thành 합성어

hớt tóc 이발(하다) ¶ thợ hớt tóc 이발사

hủ 독 ¶ hủ kimchi 김칫독 / chôn hủ kimchi 김칫독을 묻다

huân chương 훈장 ¶ nhận huân chương vì công lao 공로로 훈장을 받다

huấn luyện 훈련(하다) ¶ (sự) huấn luyện phòng cháy 방화 훈련 / được huấn luyện thực tập 실습 훈련을 받다

hun khói 훈제 ¶ cá hồi xông khói 훈제 연어

hung tin 나쁜 소식 ¶ báo hung tin 나쁜 소식을 알리다

hùng mạnh 강하다 ¶ đất nước hùng mạnh 강한 나라

hùng vĩ 웅대하다 ¶ cảnh hùng vĩ 웅대한 경치 / cảnh ngọn núi An pơ hùng vĩ 알프스의 경치는 웅대하다

Hùng vương 雄王 (베트남 민족의 시조)

hút 피우다 ¶ hút thuốc 담배를 피우다 / khuyên đừng hút thuốc 담배를 피우지 말라고 권하다

hụt 놓치다 ¶ hụt bóng 공을 놓치다 / bắt hụt cá 물고기를 놓치다

hủy bỏ 취소(하다) ¶ hủy bỏ cuộc hẹn 약속을 취소하다 / hủy bỏ đính hôn 약혼을 취소하다

hủy diệt 인멸(하다) ¶ hủy diệt chứng tích 증적을 인멸하다

huyền thoại 전설의, 전설적 ¶ nhà leo núi huyền thoại 전설의 산악인 / nhân vật huyền thoại 전설적 인물 / ông ấy quả là một nhân vật huyền thoại 그는 전설적 인물에 불과하다

huyện (행정 단위) 현

huyết áp 혈압 ¶ huyết áp bình thường 정상 혈압 / huyết áp cao 고혈압 / huyết áp thấp 저혈압

hư 고장 ¶ bị hư 고장나다 / xe tải dừng ở chính giữa đường vì hư máy 엔진 고장으로 트럭이 길 한가운데에 서 있었다

hứa 약속하다 ¶ hãy hứa sẽ không nói bí mật cho bất kỳ ai 아무에게도 비밀을 말하지 않겠다고 약속해 주세요

hứng 신이 나다

hứng chịu 받다 ¶ hứng chịu áp lực 압력을 받다

hừng đông 동틀녘, 일출

hương 향 ¶ mùi hương 향내(향기) / thắp hương 향을 피우다

hương liệu 향류 ¶ hương liệu nhân tạo 인공 향류

hương thơm 향기, 향내 ¶ hương thơm đã bay mất 향내가 날아 버렸다

hương vị 향미

hướng 방향, -향 ¶ hướng đông bắc 동북향

hướng dẫn 안내(하다) ¶ hãy hướng dẫn giúp 안내해 주세요

hướng dẫn viên 안내원

hướng dương 해바라기

hươu 사슴

hươu cao cổ 기린

hữu cơ 유기(有機) ¶ hóa học hữu cơ 유기 화학 / ba dơ hữu cơ 유기 염기

hữu hạn 유한 ¶ số hữu hạn 유한수 / công ty (trách nhiệm) hữu hạn 유한 회사

hữu hảo 우호 ¶ quan hệ hữu hảo 우호 관계

hữu hiệu 유효(하다) ¶ sử dụng thời gian một cách hữu hiệu 시간을 유효하게 쓰다

hữu ích 유익(하다) ¶ kinh nghiệm hữu ích 유익한 경험 / lời khuyên hữu ích 유익한 충고 / bài học hữu ích 유익한 교훈 / chó là loài vật hữu ích đối với con người 개는 인간에게 유익한 동물이다

hữu nghị 우호, 친선 ¶ Hội hữu nghị Hàn-Việt(KOVIFA) 한-베친선협회

Hyđrô 수소 ¶ bom hyđrô 수소 폭탄 / 수소와 탄소의 화합물 hợp chất giữa Hyđrô và Cacbon

Hy Lạp 그리스 ¶ người Hy Lạp 그리스 사람

hy hữu 희유하다 ¶ sự kiện
hy hữu 희유한 사건
hy sinh 희생(하다)
¶ người hy sinh 희생자
hy vọng 희망 ¶ không có hy
vọng 희망이 없다

Hh

I i

I (nguyên âm) Chữ thứ mười hai trong bảng chữ cái tiếng Việt(còn gọi là "i ngắn")

ích kỷ 이기 ¶ lòng ích kỷ 이기심 / có tính ích kỷ 이기적인

ích lợi 이익 ¶ không có ích lợi gì 아무 이익도 없다

im 말없다, 조용하다

im ỉm 아무말도 없다

im lặng 1. 조용하다 ¶ khán giả im lặng 조용한 관중 / trở nên im lặng 조용해지다 2. 조용히, 잠자코 ¶ im lặng mà làm như tôi bảo đi 잠자코 하라는 대로 해라 / hãy giữ im lặng về việc này 이 일에 대해서는 잠자코 있어라

im mồm 닫혀!

in 인쇄(하다) ¶ máy in 인쇄기 / thợ in 인쇄공 / nhà máy in 인쇄 공장 / xưởng in 인쇄소 / giấy (dùng để) in 인쇄 용지 / nghề in 인쇄업 / bản in 인쇄판 / mực in 인쇄 잉크 / in màu 색도 인쇄 / cách in ba màu 삼도 인쇄법 / cách in nhiều màu 다색 인쇄법 / gửi đi in 인쇄에 부치다 / đang in 인쇄 중이다 / in rõ 인쇄가 선명하다 / in kém 인쇄가 나쁘다

in ấn 인쇄(하다) ¶ kỹ thuật in ấn 인쇄 기술 / thuật in ấn 인쇄술 / lỗi in ấn 인쇄의 잘못

Incheon 인천 ¶ Vịnh Incheon 인천만 / cảng Incheon 인천항 / sân bay quốc tế Incheon 인천국제공항

Inđi 인듐

inh ỏi 요란하다, 시끄럽다

I-ôt 옥소

Iriđi 이리듐

ít 적다 ¶ khán giả ít 적은 관객 / số (người) ít 수호가 적다 / khác biệt ít 차이가 적다 / ít rừng 숲이 적다 / hơi ít 좀 적다 #반 nhiều

ít hơn 더 적다, 덜 ¶ cái này ít hơn cái kia 이것은 그것보

다 더 적다
ít khi 드물게
ít lâu sau 얼마후에
ít lời 말이 적다, 말이 거의
없다, 조용하다
ít người 1. 사람이 적다
2. 소수 ¶ dân tộc ít người
소수 민족
ít nhất 최소, 가장 적다, 제
일적다 ¶ loại này ít nhất 이
종류는 가장 적다
ít nhiều 다소 ¶ sự an ủi ít
nhiều 다소의 위안 / ít

nhiều được an ủi 다소의
위안이 되다 / ý kiến của
bạn ít nhiều bất hợp lý 너의
의견은 다소 불합리하다
ít nữa 조금 더 ¶ hãy cho
thêm ít nữa 조금 더 주세요
ít ỏi (수량) 조금만 있다
ít ra 적어도 ¶ ít ra phải làm
việc này chứ 적어도 이런
일을 해야 하지요
ít tuổi 나이가 어리다, 나이
가 적다 ¶ người ít tuổi
나이가 적은 사람

Ii

K k

k (phụ âm) Chữ thứ mười ba trong bảng chữ cái tiếng Việt(đọc là "ca" khi đánh vần)

Kali 칼륨

kẻ 긋다, 그리다 ¶ kẻ đường thẳng 선을 긋다

kẻ (보통 안 좋은 뜻으로 쓰임) 1. -자 ¶ kẻ bất hiếu 불효자 / kẻ phản bội 배신자 / kẻ bịa đặt 날조자 / kẻ ám sát 암살자 / kẻ thống trị 통치자 / kẻ áp bức 압박자 / kẻ áp chế 압제자 / kẻ bạo động 폭동자 / kẻ tham ô 횡령자 / kẻ có âm mưu 음모자 / kẻ xâm nhập bất hợp pháp 불법 침입자 / kẻ gây rối an ninh 치안 방해자 2. 놈 ¶ kẻ còn thua cả loài cầm thú 금수만도 못한 놈 3. –한 ¶ kẻ tham lam 탐욕한(漢) 4. -쟁이 kẻ keo kiệt 각쟁이 5. 기타 kẻ địch 적 / kẻ trộm 도둑 / kẻ ăn mày 거지 / kẻ tội phạm giết người đó đã lãnh án tử hình 그 살인범은 사형을 받았다

kẻ ăn mày 거지 ¶ dáng vẻ kẻ ăn mày 거지꼴 / bản tính của kẻ ăn mày 거지 근성 / chết như kẻ ăn mày 거지로 죽다 / trở thành kẻ ăn mày 거지가 되다 / như một kẻ ăn mày 거지같다 / chú chó sủa kẻ ăn mày 개가 거지에게 짖어댔다.

kẻ bàng quan 방관자

kẻ cắp 도둑놈, 도둑

kẻ chiến thắng 전승자

kẻ cướp 강도 ¶ kẻ cướp có vũ trang 무장 강도 / kẻ cướp bịt mặt 복면 강도 / kẻ cướp ngân hàng 은행 강도 / kẻ cướp taxi 택시 강도 / kẻ cướp chặn đường 노상 강도

kẻ dọc (선을) 세로 긋다

kẻ địch 적 ¶ đuổi kẻ địch bỏ chạy 달아나는 적을 쫓다

kẻ giết người 살인자

kẻ keo kiệt 각쟁이 ¶ xài tiền như kẻ keo kiệt 각쟁이처럼 돈을 쓰다

kẻ ngang(선을) 가로 긋다

kẻ ngổn ngáo 엽기적인 놈
kẻ nói dối 거짓말쟁이
kẻ ô vuông 바른네모를 긋다
kẻ sọc 줄무늬를 긋다
kẻ thống trị 통치자
kẻ tình nghi 용의자 ¶ kẻ tình nghi đã được thả 용의자는 석방되었다
kẻ tội phạm 범인 ¶ kẻ tội phạm đang bỏ trốn 도망중인 범인
kẻ trộm 도둑 ¶ kẻ trộm đã bỏ trốn 도둑이 달아났다
kẻ vô danh 무명씨, 무명인
kem 크림 ¶ bánh mì kem 크림빵 / tách kem khỏi sữa 우유에서 크림을 분리하다 / cô ấy xoa kem lên mặt 그녀는 얼굴에 크림을 문질러 바르다
kem chống nắng 선크림
kem đánh răng 치약
kém[1] -보다 못하다 ¶ cái này chất lượng kém hơn cái kia 이것은 그것보다 질이 못하다
kém[2] 나쁘다 ¶ khu vực an ninh kém 치안이 나쁜 지역 / quá kém 너무 나쁘다 / giao thông kém 교통이 나쁘다 / sự phối màu kém 색의 배합이 나쁘다 / chất lượng kém 질이 나쁘다 /

phòng này không khí lưu thông kém 이 방은 공기의 유통이 나쁘다
#반 tốt
kèm theo 달리다 bộ đề kèm theo bài giải 해답이 달린 문제집
kẽm 아연
kén 꼼꼼하게 고르다, 자세히 선택하다
kèn 나팔 ¶ người thổi kèn 나팔수 / tiếng kèn 나팔 소리
kèn ác mô ni ca(harmonica) 하모니카 ¶ thổi kèn ác mô ni ca 하모니카를 불다
keo 풀 ¶ keo đã vón cục 풀이 굳었다
keo kiệt 구두쇠
kéo[1] 가위
kéo[2] 당기다 ¶ kéo hết sức 힘껏 당기다
kéo3 끌다
kéo dài 오래, 오래 끌다 ¶ hạn hán kéo dài 오랜 가물 / bệnh kéo dài 오래 끄는 병
kẻo -지 않도록 ¶ hãy mặc nhiều quần áo vào kẻo bị cảm 감기에 걸리지 않도록 옷을 많이 입으세요
kẹo 사탕 ¶ kẹo bạc hà 박하

사탕 / thích ăn kẹo 사탕 먹기를 좋아하다

kẹo cao su 껌 ¶ nhai kẹo cao su 껌을 씹다

kê 베다 ¶ kê gối 베개를 베다

kế -계 ¶ am pe kế 암페어계

kế cận 옆, 근처

kế hoạch 계획 ¶ kế hoạch năm 연간 계획 / kế hoạch tài chính 재정 계획 / kế hoạch cơ bản 기본 계획 / kế hoạch tổng hợp 종합 계획 / kế hoạch chấn hưng nền kinh tế 경제 진흥 계획 / bộ kế hoạch & đầu tư 계획 투자부 / kế hoạch ám sát 암살 계획 / kế hoạch ban đầu 처음 계획 / từ bỏ kế hoạch 계획을 포기하다 / cô ấy đã thực hiện kế hoạch của mình 그녀는 자기 계획을 실행하였다

kế thừa 계승(하다) ¶ người kế thừa 계승자 / người kế thừa ngai vàng 왕위 계승자

kế tiếp 이어서, 다음에

kế toán 1. 회계 ¶ kế toán học 회계학 / 기초 회계학 kế toán học cơ sở 2. 회계원, 경리 사무원 ¶ nhân viên kế toán 경리 사무원

kế toán trưởng 경리 부장

kế tục 계승(하다) ¶ người kế tục 계승자

kề 옆

kể 애기하다 ¶ kể điều đó đi 그것을 애기해 줘
#동 kể chuyện

kể chuyện 이야기를 하다 ¶ họ luân phiên kể chuyện 그들은 번갈이 이야기했다

kết 1. 맺다 ¶ kết nghĩa 의를 맺다 2. 사귀다 ¶ kết bạn 친구를 사귀다

kết hôn 결혼(하다) ¶ (sự) kết hôn tập thể 집단 결혼 / ép buộc kết hôn 억지로 결혼 시키다 / không có ý nghĩ kết hôn 결혼할 생각은 없다

kết hợp 결합(하다) ¶ lực kết hợp 결합력 / phương thức kết hợp 결합 방식 / hệ số kết hợp 결합 계수

kết luận 결론 ¶ kết luận bất hợp lý 불합리한 결론

kết nghĩa[1] 1. 의를 맺다 ¶ kết nghĩa anh em 형제의 의를 맺다
2. 결연, 결연을 맺다 ¶ kết nghĩa chị em 자매 결연을 맺다

kết nghĩa[2] 자매 (관계) ¶ quan hệ kết nghĩa 자매 관계 / thành phố kết nghĩa

자매 도시 / **trường kết nghĩa** 자매 학교

kết quả 결과 ¶ **kết quả bỏ phiếu** 투표의 결과 / **kết quả kiểm phiếu** 개표 결과 / **kết quả bất mãn** 불만스러운 결과 / **kết quả kiểm tra AIDS của anh ấy âm tính** 그의 에이즈 검사 결과는 음성이었다

kết toán 결산(하다) ¶ **bản kết toán** 결산서 / **ngày kết toán** 결산일 / **kỳ hạn kết toán** 결산기 / **số (tiền) kết toán** 결산액 / **vào kết toán** 결산 기입 / **báo cáo kết toán** 결산 보고(하다) / **kết toán quý đầu 1/4** 분기 결산 / **kết toán nửa kỳ** 반기 결산 / **kết toán nửa kỳ đầu** 전반기 결산 / **kết toán nửa kỳ sau** 후반기 결산 / **kết toán doanh số bán ra** 매출을 결산하다 / **kết toán của công ty chúng tôi là vào tháng 6 và tháng 12** 본사의 결산은 6월과 12월에 있다

kết thúc 끝나다 ¶ **kết thúc một cách bi kịch** 비극적으로 끝나다 / **kế hoạch đã kết thúc bằng thất bại** 계획은 실패로 끝났다 / **phẫu thuật trong thoáng chốc đã kết thúc** 수술은 삽시간에 끝났다

kêu[1] 부르다

#동 gọi

kêu[2] (동물) 울다

¶ **cáo kêu** 여우가 울다

khá 상당히, 꽤, 제법 ¶ **Sunny khá thông thạo ngoại ngữ** 선니 씨가 외국어에 상당히 능통한다

khá lên 좋아지다 ¶ **sức khỏe của người đó đang dần khá lên** 그 사람의 건강은 차츰 좋아지고 있다

khá nhiều 상당히 많다

khả năng 1. 능력 ¶ **có khả năng** 능력이 있다 / **không có khả năng** 능력이 없다 2. -력 ¶ **khả năng sáng tác** 창작력 / **khả năng tập trung** 집중력 / **khả năng nhớ** 기억력 / **khả năng cạnh tranh** 경쟁력 / **khả năng sát khuẩn** 살균력 / **khả năng thể hiện** 표현력 / **khả năng bao dung** 포용력 / **khả năng bùng nổ** 폭발력 / **khả năng tưởng tượng mạnh** 강한 상상력 / **nó khiếu khả năng tập trung** 그는 집중력

이 부족하다

khả quan 전망이 있다

khác 다르다 ¶ người khác 다른 사람 / không có phương pháp khác 다른 방법이 없다 / chuyển sang vị trí khác 다른 위치로 바꾸다 / di chuyển sang nhà khác 다른 집으로 이전하다

khác biệt 차이 ¶ sự khác biệt về chính kiến 정견의 차이 / sự khác biệt giữa nguyên âm và phụ âm 모음과 자음의 차이 / sự khác biệt về bản chất 본질적인 차이 / xuất hiện sự khác biệt 차이가 나다 / khác biệt nhiều 차이가 많다 / khác biệt ít 차이가 적다

khác thường 이상하다 ¶ cái đó thật là khác thường 그것은 참 이상하다

khạc 뱉다 ¶ khạc đờm 가래를 뱉다 / khạc nước bọt 침을 뱉다

khách 손, 손님, -객 ¶ khách đi nghỉ mát 피서객 / đang khổ sở vì nhiều khách viếng thăm 많은 방문객 때문에 시달리고 있다 / tôi là người khách đến đầu tiên 내가 첫번째로 도착한 손님이다

khách quan 객관 ¶ có tính khách quan 객관적 / quan điểm khách quan 객관적 관점 / một cách khách quan 객관적으로

khách sạn 호텔 ¶ khách sạn cao cấp 고급 호텔 / khách sạn bờ sông 강가의 호텔

khai mạc 개막(하다) ¶ lễ khai mạc 개막식 / ngày khai mạc 개막일 / thời gian khai mạc 개막 시간

khai phá 개발(하다) ¶ chưa khai phá 미개발 / tài nguyên chưa khai phá 미개발 자원

khai quật 발굴(하다) ¶ đồ khai quật 발굴품 / nơi khai quật 발굴지 / người khai quật 발굴자 / hiện trường khai quật 발굴 현장 / khai quật đô thị cổ đại 고대 도시를 발굴하다

khai thác (자원을) 개발하다, 활용하다, 이용하다 ¶ khai thác tài nguyên 자원을 개발하다

khai thông 개통(하다), 타개 (하다) ¶ khai thông cục diện bế tắc 정돈된 국면을 타개하다

khai trương 개업(하다) ¶ làm lễ khai trương 개업식을 올리다

khai trường 개학(하다) ¶ ngày khai trường 개학날

khái niệm 개념 ¶ khái niệm phổ biến 보편 개념 / khái niệm phức hợp 복합 개념 / khái niệm cụ thể 구체적 개념

khái quát 1. 개괄(하다) ¶ nói khái quát 개괄하여 말하면 / có tính khái quát 개괄적 2. 개관

khải hoàn 개선(하다) ¶ khải hoàn ca 개선가

Khải hoàn môn 개선문

khám 진찰(하다) ¶ được khám 진찰을 받다

khán giả 관객, 입장자 ¶ ghế (dành cho) khán giả 관객석 / khán giả xem phim 영화 관객 / khán giả xem thi đấu bóng đá 축구 시합의 관객 / khán giả ít 적은 관객 / rạp hát thưa thớt khán giả 관객이 적은 극장 / rất nhiều khán giả 관객이 대단히 많다 / khán giả đầy ắp hội trường nhiệt liệt vỗ tay 장내를 가득 메운 관객이 열광적으로 박수했다

kháng chiến 항전(하다) ¶ kháng chiến chống Mỹ 대미 항전 / kháng chiến chống Nhật 대일 항전

kháng cự 저항(하다) ¶ sự kháng cự ngoan cường đối với... -에 대한 완강한 저항

khánh thành 개관(하다), 낙성 (하다), 개관(하다), 준공 (하다), 개통(하다) ¶ lễ khánh thành 낙성식(제막식) / cử hành lễ khánh thành 개관식을 거행하다 / đã làm lễ khánh thành vào ngày 18 tháng 9 năm nay 금년 9월 18 일에 낙성식을 올렸

khảo cổ 고고 ¶ nghiên cứu khảo cổ 고고적 연구

khảo cổ học 고고학 ¶ nhà khảo cổ học 고고학자

khát 목이 마르다

khát vọng 갈망(하다) ¶ khát vọng thống nhất nam bắc 남북 통일을 갈망하다

khay 쟁반

khắc (나무, 돌 등을) 새기다, 조각하다 ¶ khắc con dấu 도장을 새기다 / khắc tên 이름을 새기다

khắc nghiệt 열악하다 ¶ môi trường khắc nghiệt 열악한 환경 / trưởng thành trong

một môi trường khắc nghiệt 열악한 환경에서 성장하다

khắc phục 극복(하다) ¶ khắc phục trở ngại 장애을 극복하다 / khắc phục nguy cơ 위기를 극복하다

khăn 수건 ¶ vắt khăn ướt 젖은 수건을 짜다 / che mặt bằng khăn 수건으로 얼굴을 가리다

khăn ăn (식탁용) 냅킨

khăn bàn 식탁보

khăn lau 걸레 ¶ lau bằng khăn lau 걸레로 닦다

khăn quàng cổ 목도리, 두건, 머플러

khăn tay 손수건 ¶ vẫy khăn tay 손수건을 흔들다 che mặt bằng khăn tay 손수건으로 얼굴을 가리다

khẳng định 긍정(하다) ¶ câu khẳng định 긍정문 / khẳng định sự thật 사실을 긍정하다

khắp cả nước 전국으로

khâm phục 탄복(하다) ¶ hành động đáng khâm phục 탄복할 만한 행동

khâu 바느질하다, 꿰매다, 깁다 ¶ lấy việc khâu vá làm kế sinh nhai 바느질로 생계를 꾸리다

khẩn cấp 긴급(하다) ¶ chiếc máy bay đó đã đáp khẩn cấp xuống Sân bay Quốc tế Tân Sơn Nhất 그 비행기는 떤선녓 국제 공항에 긴급 착륙했다

khẩu phần 인분 ¶ khẩu phần một người 1 인분 / khẩu phần hai người 2 인분

khẩu vị 입맛

khẽ 조용하게 ¶ khẽ đi vào 조용하게 들어가다

khen 칭찬(하다) ¶ giấy khen(bằng khen) 상장 / anh ấy đã khen tôi 그는 나를 칭찬했다

khen ngợi 칭찬하다 ¶ người đáng khen ngợi 칭찬할 만한 사람 / được khen ngợi 칭찬받다

khéo 숙련되다, 능숙하다, 솜씨 좋다 ¶ khéo điều khiển bóng 공을 잘 다루다

khéo léo 교모하다, 잘 만들어지다 ¶ tác phẩm khéo léo 잘 만들어진 작품

khép lại 씻어버리다 ¶ khép lại quá khứ 과거를 씻어버리다 / hãy bắt tay khép lại quá khứ 과거는 씻어버리고 악수를 하여라

khi 1.시 ¶ khi sử dụng phòng máy tính 컴퓨터실 이용시

2.때 ¶ khi đó 그 때 / bất cứ khi nào 아무때나 3.(으)ㄹ 때 ¶ Người đó đã đến đây khi bạn vắng mặt 니가 없을 때 그 사람은 여기에 왔다.

khi đó 그 당시, 그 때 ¶ khi đó không có máy bay 당시에는 비행기 같은 것은 없었다 / khi đó cô ấy còn là học sinh 그 당시 그녀는 아직 학생이었다

khi nào 언제 ¶ bạn đến Hà Nội khi nào? 하노이엔 언제 왔나? / anh bị bệnh từ khi nào? 언제부터 병이 났습니까? / không biết khi nào cô ấy đến 그녀가 언제 올지 모르겠다 / anh hãy đến bất cứ khi nào vào ngày tình hình cho phép 언제라도 형편이 닿는 날에 오십시오 #동 bao giờ

khí[1] 가스

khí[2] 공기 ¶ khí nén 압착 공기 / ống khí nén 압착 공기관 / máy nén khí 공기 압축기 / không khí chứa một lượng lớn khí axit cacbonic 다량의 탄산가스를 포함한 공기

khí chất 기질 ¶ khí chất dũng cảm 용감한 기질 / ông ấy có khí chất anh hùng đúng nghĩa 그는 영웅다운 기질이 있다

khí hậu 기후 ¶ khí hậu ẩm ướt 습윤한 기후 / khí hậu ôn hòa 온화한 기후

khí hy đrô 수소

khí nê ông 네온

khí ni tơ 질소

khí ô xi 산소

khí quản 기도

khí quyển 대기권 ¶ áp suất khí quyển 대기대기의 압력 / ô xi trong khí quyển 대기 중의 산소

khí sắc 기색 ¶ khí sắc buồn 슬픈 기색 / trên khuôn mặt của cô ấy hiện lên khí sắc bối rối 그녀의 얼굴엔 당황하는 기색이 보였다

khí tượng 기상 ¶ đài khí tượng 기상대 / vệ tinh khí tượng 기상 위성

khỉ 원숭이 ¶ thói bắt chước của loài khỉ 원숭이의 모방하는 버릇

khích lệ 격려(하다) ¶ người khích lệ 격려자 / lời khích lệ 격려의 말 / khích lệ các cầu thủ bóng đá 축구 선수들을 격려하다

khiếm khuyết 결함 ¶ có khiếm khuyết về mặt cấu tạo 구조상 결함이 있다

khiến cho -하게 하다, -시키다 ¶ khiến cho bất lực 무력하게 하다 / khiến cho đầu hàng 항복시키다

khinh suất 경솔하다 ¶ lỗi khinh suất 경솔한 실수 / một cách kinh suất 소홀하게

khít 딱 ¶ vừa khít 딱 맞다

kho 창고 ¶ kho nguyên liệu 재료 창고 / kho của tập đoàn Sunny 선니그룹의 창고 / cải tạo kho thành nhà xưởng 창고를 공장으로 개조하다

khó 어렵다 ¶ cực kỳ khó 극히 어렵다 / sách này khó lắm 이 책이 어렵다 / như thể khó ăn nói lắm vậy 말하기 어려운 듯이 #반 dễ

khó hiểu 난해(하다) ¶ câu văn khó hiểu 난해한 문장

khó khăn (많이) 어렵다 ¶ sự khó khăn 어려움 / sự chọn lựa khó khăn 어려운 선택 / hoàn cảnh khó khăn 형편이 어렵다 / công nghiệp nặng đã trải qua khó khăn trong lúc khủng hoảng năng lượng 중공업은 에너지 위기 동안 어려움을 겪었다

khó nhọc 간신히 ¶ đứng dậy một cách khó nhọc 간신히 일어서다

khó thở 호흡이 어렵다

khoa 1.(대학 내) 과, 학과 ¶ khoa Hàn Quốc học 한국학과 / khoa Việt Nam học 베트남학과 2.(병원) –과 ¶ khoa nội 내과 / khoa ngoại thông thường 일반 외과 / khoa bệnh lý lâm sàn 임상 병리과

khoa học 과학 ¶ lĩnh vực khoa học 과학의 영역 / khoa học kỹ thuật 과학기술 / bộ khoa học kỹ thuật 과학기술부 / thí nghiệm khoa học 과학적 실험 / phương pháp khoa học 과학적 방법 / ứng dụng khoa học vào công nghiệp 과학을 산업에 응용하다 / ứng dụng khoa học vào thực tế 과학을 실지 응용하다 / ông ấy đã hiến thân vì khoa học 그는 과학을 위해서 헌신했다

khoa ngoại 외과

#동 ngoại khoa

khoa nha 치과
#동 nha khoa

khoa nhi 소아과 ¶ bác sĩ
khoa nhi 소아과 의사
#동 nhi khoa

khoa nội 내과 #동 nội khoa

khoa sản 산부인과 ¶ thuộc
khoa sản 산부인과의
#동 sản khoa

khóa[1] 과정 ¶ khóa cơ bản
기본 과정 / khóa lấy bằng
자격증과정

khóa[2] 1. 자물쇠 ¶ mở khóa
자물쇠를 열다 / mở khóa
bằng chìa khóa 열쇠로
자물쇠를 열다
2. 잠그다 ¶ khóa cửa 문을
잠그다 / khóa phòng 방을
잠그다

khoác 입다 ¶ khoác áo
choàng 외투를 입다

khoai lang 고구마

khoai tây 감자 ¶ một bao
khoai tây 한 자루의 감자 /
khoai tây luộc 삶은 감자 /
trước tiên hãy bóc giúp vỏ
khoai tây 우선 감자 껍질을
까주세요

khoai tây rán 감자튀김

khoái 좋아하다 ¶ khoái kem
아이스크림을 좋아하다

#동 thích

khoan 뚫다 ¶ khoan lỗ 구멍
을 뚫다

khoản tiền 금액

khoang 강 ¶ khoang mũi
비강 / khoang miệng 구강

khoáng 광물
¶ chất khoáng 광물질

khoáng thạch 광석 ¶ tách
kim loại khỏi khoáng thạch
광석에서 금속을 추출하다

khoảng 약, 한, 쯤, 정도 ¶
khoảng 20 phút 이십 분쯤 /
khoảng 10 dặm 10 마일
정도 / khoảng 5.000 thính
giả 약 3 천 명의 청중 /
khoảng 800 won 한 8 백 원
/ khoảng 6 giờ 한 6 시쯤

khoảng cách 거리 ¶
khoảng cách bình quân 평
균 거리

khoanh tay 팔짱을 끼다 ¶
khoanh tay bước đi 팔짱을
끼고 걷다 / khoanh tay
bàng quan 수수방관하다

khóc 울다 ¶ tiếng khóc 우는
소리 / khóc vì đau 아파서
울다 / khóc vì vui mừng
기뻐서 울다
#반 cười

khóc lóc 울다 ¶ chỉ biết
khóc lóc 오직 울기만 하다

khóc than 한탄적으로 울다

khỏe 1. 건강하다 ¶ chúc ông(bà) luôn khỏe ạ 늘 건강하시기 바랍니다
2. 힘세다 ¶ khỏe thật! 진짜 힘세다

khỏe mạnh 건전하다, 건강하다 ¶ một tinh thần lành mạnh trong một cơ thể khỏe mạnh 건전한 신체에 건전한 정신이 깃든다

khói 연기 ¶ khói thuốc lá 담배 연기 / khói đen 검은 연기 / khói dày đặc trong phòng 방안에 연기가 자욱하다

khỏi[1] (병이) 낫다 ¶ bệnh không khỏi hẳn 잘 낫지 않는 병

khỏi[2] –에서 ¶ đứng dậy khỏi chỗ 자리에서 일어서다 / biến mất khỏi màn hình 화면에서 사라지다 / biến mất khỏi thế gian này 이 세상에서 사라지다 / tách kem khỏi sữa 우유에서 크림을 분리하다 / tách kim loại khỏi khoáng thạch 광석에서 금속을 추출하다

khỏi lo 걱정 마, 걱정하지 마세요

khỏi ngay 바로 나을 것이다

¶ bệnh sẽ khỏi ngay 병이 바로 나을 것이다

khóm 파인애플 ¶ khóm ngọt 단 파인애플
#동 dứa, thơm

khô 1. 마르다 ¶ xi măng khô sẽ vón cục 시멘트는 마르면 굳는다
2. 건- ¶ pin khô 건전지

khô hạn 가물다 ¶ thời tiết lúc này rất khô hạn 이맘때 날씨치고는 매우 가물다

khổ[1] 크기

khổ[2] 1. 고생(하다) ¶ khổ nhiều 많이 고생하다
2. 고민(하다) ¶ nỗi khổ 고민거리

khổ ải 고통 ¶ chịu khổ ải 고통을 받다 / chịu đựng khổ ải 고통을 견디다

khổ nạn 고난 ¶ chịu đựng khổ nạn 고난을 견디다

khổ sở -에 시달리다, (사람)-에게 시달리다 ¶ khổ sở vì cuộc sống 생활에 시달리다 / khổ sở vì bệnh 병에 시달리다 / khổ sở bởi áp lực 압력에 시달리다 / khổ sở vì nợ nần 빚에 시달리다 / khổ sở vì chồng 남편에게 시달리다 / họ đang khổ sở vì vấn đề này 그들은 이 문제

에 시달리고 있다 / đang khổ sở vì nhiều khách viếng thăm 많은 방문객 때문에 시달리고 있다

khôi phục 회복(回復, 恢復) 하다 ¶ sự khôi phục quyền lợi 권리 회복 / khôi phục lãnh thổ quốc gia 국토를 회복하다 / khôi phục trật tự xã hội 사회질서를 회복하다 / mong muốn khôi phục hòa bình 평화의 회복을 바라다 / khôi phục danh dự 명예를 회복하다 / khôi phục niềm tin 신용을 회복하다 / khôi phục sự ổn định của nền kinh tế quốc gia 국가 경제의 안정을 회복하다 / tình hình thị trường đã được khôi phục 시장 경기가 회복되었다 / nền kinh tế của nước ta đang được khôi phục 우리 나라의 경제는 회복되어 가고 있다

khối lượng 부피

khốn khổ -에 시달리다, (사 람)-에게 시달리다 ¶ khốn khổ vì cuộc sống 생활에 시달리다 / khốn khổ vì nợ nần 빚에 시달리다 / khốn khổ vì chồng 남편에게 시달리다

không 1. 안 ¶ không ăn Kimchi 김치를 안 먹다 / không uống rượu 술을 안 마시다 / tôi không bận tâm đến chuyện ăn mặc 나는 옷차림에 신경을 안 쓴다
2. -지 않다 ¶ không yên tâm 마음놓지 않다 / không báo al리지 않다 / không cạo râu 면도를 하지 않다 / ăn mặc không hay 옷차림이 좋지 않다 / nhiều người không gây tội vì sợ bị trừng phạt 벌이 무서워서 죄를 짓지 않는 자가 많다 / ăn cắp ý tưởng của người khác không tốt đâu 남의 아이디 어를 훔치는 것은 좋지 않 다 / không thể không nghĩ về vấn đề đó 그 문제를 생 각하지 않을 수 없다 / tốt hơn không nên nặn mụn 여 드름은 짜지 않는 것이 좋 다 / tôi sẽ không phản bội nàng 나는 그녀를 배신하지 않겠다

3. 못 ¶ oi bức nên không ngủ được 무더워서 잠을 못 자다
4. -지 못하다 ¶ bạn không tin nổi 미덥지 못한 친구 / nó ân hận vì không thi đậu 그가 시험에 합격하지 못하

다니 후회했다 / **băn khoăn không quyết định được** 망설망설 결정을 짓지 못하다 / **vì nghèo khó nên không được đi học** 가난해서 학교에 못 간다 5. **-(으)ㄹ 수 없다 ¶ con dao này quá cùn nên không cắt cà rốt được** 이 칼은 너무 무뎌서 당근을 썰 수가 없다 6. **아니다 ¶ không vô lý** 무리가 아니다 / **loại bỏ lề thói đó không đơn giản như thế đâu** 그 허례를 폐지하란 그렇게 간단한 것이 아니다 7. **불- ¶ không chú ý** 부주의하다 / **chứng cứ không đầy đủ** 불충분한 증거 / **bảo dưỡng không tốt** 정비 불량 / **không công bằng** 불공평 8. **무 ¶ không quan tâm** 무관심(하다) / **vô tâm** 무심(하다) / **có hay không** 유무 9. **없다 ¶ không cần** 필요 없다 / **không bóng láng** 광택 없다 / **không hấp dẫn** 매력이 없다 / **không lẽ nào thất bại** 실패할 리가 없다

không ㅂ니까/습니까?, 어요 /아요/ 여요?, 어/아/여? ¶ **đêm qua ngủ ngon không?** 어제 밤에 잘 잤어?

không ai 아무도 … -지 않다 ¶ **không ai thích (bị) bắt bẻ** 아무도 흠잡히기를 좋아하지 않는다

không bao giờ -(으)ㄴ 적이 없다 ¶ **không bao giờ ăn kimchi** 김치를 먹은 적이 없다

không bén 날카롭지 않다 ¶ **lưỡi dao không bén** 칼날이 날카롭지 않다

không biết 모르다 ¶ **không biết đâu là đâu** 어디가 어딘지 모르다 / **người không biết ai ngoài bản thân mình** 자기밖에 모르는 사람 / **không biết chán** 지루할 줄 모르게 / **không biết tiếng Hàn Quốc** 한국말을 모르다 / **không biết một chữ** 글자 한 자 모르다 / **không biết đến công ơn** 은혜를 모르다 / **chẳng may anh ấy không biết đến sự ấm cúng của một gia đình** 그는 불행하게도 가정의 따스함을 모른다/ **con cái không biết tấm lòng cha mẹ** 부모 마음을 자식은 모른다

không chính đáng 부당

하다 ¶ yêu cầu không chính đáng 부당한 요구

không chú ý 부주의 ¶ (sự) lái xe không chú ý 부주의한 운전 / do không chú ý 부주의로 / tai nạn do sự không chú ý của tài xế 운전사의 부주의로 인한 사고 / lỗi do không chú ý 부주의로 인한 실수

không có 1. 없다 ¶ không có cây cỏ 초목이 없다 / không có tham vọng 욕심이 없다 / không có tính cẩn thận 조심성이 없다 / không có biến động 변동(이) 없는 / không có biến đổi 변화없는 / không có ác ý 악의 없는 / không có tính xã giao 사교성이 없다 vụ án không có cửa bào chữa 변호의 여지가 없는 사건 / người không có tài 재능이 없는 사람 / không có bạn 친구가 없다 / không có phượng pháp nào khác 다른 방법이 없다 / không có tài ăn nói 말솜씨가 없다 / không có chỗ chê 흠잡을 데가 없다 / tim không có gì bất thường 심장에는 별 이상이 없다 / không có ý nghĩ kết hôn 결혼할 생각은 없다 / không có gì phải bi quan 비관할 것 없다 / không có gì là không thể 불가능은 없다 2. –없이 ¶ trải qua mà không có biến cố nào 변고없이 지내다

không có ai 아무도 없다

không có gì cả 아무것도 없다, 조금도 없다 ¶ không có người nào kinh doanh mà chẳng có lời gì cả 조금의 이문도 없이 장사를 하는 사람은 없다

không còn ai 아무도 남지 않았다

không công bằng 불공평(不公平)하다 ¶ làm không công bằng 불공평한 짓을 하다

không ... gì cả 아무것도 안 ..., 아무것도 ... -지 않다 ¶ cả ngày hôm nay không ăn gì cả 오늘 하루종일 아무것도 안 먹었다

không hài lòng 불만(하다) ¶ bày tỏ sự không hài lòng 불만을 표명하다 / thấy không hài lòng 불만스럽게 여기다 / kết quả không hài lòng 불만스러운 결과 / người có điều không hài

lòng 불만이 있는 사람 / thể hiện vẻ không hài lòng 불만의 빛을 나타내다

không gian 공간 ¶ không gian cư trú 거주 공간

không khí[1] 공기 ¶ không khí loãng 희박한 공기 / sự lưu thông không khí 공기의 유통 / bơm không khí 공기 펌프 / không khí trong lành 신선한 공기 / không khí bẩn 더러운 공기 / không khí bị ô nhiễm 오염된 공기 / không khí hít vào 들어마신 공기 / không khí ẩm 축축한 공기 / phòng này không khí lưu thông tốt 이 방은 공기의 유통이 좋다 / không khí chứa một lượng lớn khí axit cacbonic(CO_2) 다량의 탄산 가스를 포함한 공기 / đi nghỉ dưỡng nơi có không khí tốt 공기가 좋은 곳으로 휴양하러 가다

không khí[2] 분위기 ¶ không khí thoải mái 편한 분위기 / không khí ngột ngạt 답답한 분위기 / không khí căng thẳng 기장된 분위기 / không khí lãng mạn 낭만적인 분위기 / không khí (mang tính chất) gia đình 가정적 분위기 / không khí yên tĩnh 조용한 분위기 / không khí thân mật 친밀한 분위기 / không khí (mang tính chất) tôn giáo 종교적인 분위기 / trong không khí tự do 자유로운 분위기 속에서 / tạo nên không khí vui vẻ 즐거운 분위기를 조성하다 / phá vỡ không khí căng thẳng 긴장된 분위기를 깨 뜨리다

không lẽ -는 리가 없다 ¶ không lẽ cô ấy không đến 그녀는 안 오는 리가 없다

không lương thiện (행실이 나 성품) 불량(하다) ¶ thiếu niên không lương thiện 불량 소년 / thiếu nữ không lương thiện 불량 소녀 / thanh niên không lương thiện 불량 청년

không may 불행하게, 불행 하게도 ¶ thật không may anh ấy chẳng biết đến sự ấm cúng của một gia đình 그는 불행하게도 가정의 따 스함을 모른다

không mất tiền 공짜로

không mong đợi 기대하지 않다

không ngờ 몰라보게

không ngớt 끊임없다 ¶ sự bất bình không ngớt của anh ta bực mình quá đi 그의 끊임없는 불평은 짜증스럽다
#동 không ngừng

không ngừng 끊임없다 ¶ không ngừng phát triển 끊임없이 발전하다

không phải (là) 아니다 ¶ không phải việc gấp 급한 일이 아니다 / không phải ai cũng có thể trở thành anh hùng 누구나 다 영웅이 될 수 있는 것은 아니다 / anh ta không phải là đồ ác nhân như tin đồn 그는 소문만큼의 악인은 아니다 / không phải là lúc chơi đùa an nhàn 한가하게 놀고 있을 때가아니다

không sao 괜찮다, 문제가 없다

không thể 1. 불가능 ¶ không có gì là không thể 불가능은 없다
2. -(으)ㄹ 수 없다 ¶ ấn tượng không thể quên 잊을 수 없는 인상 / không thể ứng dụng được 응용할 수 없다 / không thể nói được 말할 수 없다 / không thể cam chịu được 참을 수 없다 / điểm đó không thể đảm bảo 그 점은 좀 장담할 수 없다 / thực phẩm này không thể bảo quản trong thời gian dài 이 식품은 장기간 보존할 수 없다 / không thể không nghĩ về vấn đề đó 그 문제를 생각하지 않을 수 없다 / mày đã bội ước nhiều lần nên không thể tin được nữa 너는 벌써 여러 번이나 배약했으니 다시 믿을 수 없다
3. 못, -지 못하다 ¶ thế nào tôi cũng không thể đảm bảo được 나는 어떻다고도 장담 못 하겠다

khổng lồ 거대(하다) ¶ phân tử khổng lồ 거대 분자 / tế bào khổng lồ 거대 세포 / tòa nhà khổng lồ 거대한 건물 / quái vật biển khổng lồ 거대한 바다의 괴물

Khổng Tử 공자 ¶ lời dạy của Khổng Tử 공자의 가르침

khờ 어리석다 ¶ khờ quá, uống đến bất tỉnh nhân sự 인사불성이 되도록 마시니, 어리석다

khởi công 착공(하다)

¶ ngày khởi công 착공 일자 / lễ khởi công 착공식 / tổ chức lễ khởi công 착공식을 올리다

khởi đầu 시작, 처음 ¶ khởi đầu với khí thế tốt 기세 좋게 시작하다 / khởi đầu quan trọng 처음이 중요하다 / vạn sự khởi đầu nan 모든 일은 처음이 어렵다

khởi điểm 기점

khởi hành 출발(하다), 떠나다 ¶ ga khởi hành 출발역 / trước khi khởi hành 출발 전에 / khởi hành trước khi mặt trời mọc 해가 뜨기 전에 떠나다 / tôi đề nghị khởi hành sớm 일찍 출발할 것을 제안합니다

khớp 이음매, 조인트

khớp xương 관절

khu bảo tồn 보호 지역 ¶ khu bảo tồn động vật hoang dã 야생 동물 보호 지역

khu công nghiệp 공단, 공업단지

khu tập thể (공무원이 사는) 아파트

khu vực 1. 구역, 지역, 지대, 지구 ¶ khu vực cung cấp 공급 구역 / khu vực cấm ra vào 출입 금지 구역 / khu

vực cư trú 거주 지역 / khu vực an toàn 안전 지대 / khu vực áp thấp 저기압 지대 / khu vực ngập lụt 침수 지구 / khu vực cây bụi 관목 지대 / doanh số bán hàng của các khu vực 각 지역의 판매액 / khu vực an ninh kém 치안이 나쁜 지역 / khu vực này an ninh tốt 이 지역은 치안이 좋다 2. 전선 ¶ khu vực ấm áp 온난 전선

khu vườn 뜰 ¶ khu vườn phía sau 뒷 뜰 / trồng cây trong khu vườn 뜰에 나무를 심다

khuếch trương 확장(하다) ¶ khuếch trương sự nghiệp 사업을 확장하다

khung 틀, 테두리 ¶ khung cửa sổ 창틀 / khung ảnh 사진틀

khung cảnh 경치, 광경

khủng hoảng 위기 ¶ công nghiệp nặng đã trải qua khó khăn trong lúc khủng hoảng năng lượng 중공업은 에너지 위기 동안 어려움을 겪었다

khuôn mặt 얼굴 ¶ khuôn mặt tròn 둥근 얼굴 / khuôn

mặt bầu bĩnh 오동통한 얼굴 / khuôn mặt gầy còm 여윈 얼굴 / khuôn mặt có nếp nhăn 주름 잡힌 얼굴 / khuôn mặt xa lạ 낯선 얼굴 / khuôn mặt bình thường 평범한 얼굴 / khuôn mặt như quả bí 호박 같은 얼굴 / khuôn mặt được cạo râu sạch sẽ 깨끗이 면도한 얼굴 / trên khuôn mặt của cô ấy hiện lên vẻ bối rối 그녀의 얼굴엔 당황하는 기색이 보였다 / chàng thương yêu âu yếm khuôn mặt nàng 그는 그녀의 얼굴을 사랑스러운 듯이 애무했다

khuya 밤 사이, 밤새도록 ¶ học bài đến khuya 밤새도록 공부하다

khuyên 권하다, 충고하다, 조언하다¶lời khuyên hữu ích 유익한 충고 / khuyên cẩn thận 조심하도록 충고하다 / khuyên đừng hút thuốc 담배를 피우지 말라고 권하다

khuyến khích 격려하다 ¶ khuyến khích nỗ lực hơn nữa 더욱 노력하도록 격려하다

khuyến mãi 판촉, 판매촉진

¶ hàng khuyến mãi 경품

khuyết điểm 결점 ¶ đầy khuyết điểm 결점투성이의 / sửa chữa khuyết điểm 결점을 고치다 / người đó đầy khuyết điểm 그 사람은 결점투성이다

khứ hồi 왕복 ¶ vé xe khứ hồi 왕복 차표 / vé máy bay khứ hồi 왕복 항공권

ki lô mét 킬로미터 ¶ cơn gió bất ngờ có tốc độ 50 mét trên giây đang thổi trong bán kính 100km từ tâm bão 태풍의 중심으로부터 반경 100 km 이내에서는 순간 풍속 50 미터의 돌풍이 불고 있다

ki lô mét vuông 평방 킬로미터

kia 저 ¶ người kia là ai vậy? 저 사람은 누구입니까? / bác sĩ kia có nhiều bệnh nhân 저 의사는 환자가 많다 / cái này gấp đôi chiều dài kia 이것은 저 길이의 두 배이다

kia kìa 저기 있다, 저기 왔다

kích cỡ 사이즈, 크기 ¶ phù hợp kích cỡ 사이즈가 맞다 / đo kích cỡ 사이즈를 재다

kích thước 크기 ¶ kích

thước của bàn 책상의 크기 / hình tứ giác có độ dài các cạnh và kích thước của các góc trong như nhau là hình vuông 변의 길이와 내각의 크기가 모두 같은 사각형은 정사각형이다

kịch 1. 연극 ¶ dân ghiền kịch 연극광 / vở kịch non nớt 유치한 연극
2. 극 ¶ kịch mặt nạ 가면극 / vở kịch mới 신극/ diễn vở kịch mới 신극을 상연하다

kịch nói 연극
#동 kịch

kiêm 겸 ¶ thủ tướng kiêm bộ trưởng ngoại giao 총리 겸 외교부 장관 / phòng khách kiêm phòng ngủ 거실 겸 침실

kiếm[1] 검 ¶ rút kiếm 검을 뽑다

kiếm[2] 찾다 ¶ kiếm túi xách 가방을 찾다 / kiếm bút chì 연필을 찾다
#동 tìm

kiếm củi 땔나무를 하다, 나무를 찾다

kiếm thuật 검술

kiểm 체크하다 ¶ kiểm hành lý 짐을 체크하다

kiểm phiếu 개표(하다) ¶ tỉ lệ kiểm phiếu 개표율 / kết quả kiểm phiếu 개표 결과 / báo cáo nhanh việc kiểm phiếu 개표 속보 / quan sát viên kiểm phiếu 개표 참관인

kiểm toán 감사

kiểm tra[1] 검사(하다) ¶ (sự) kiểm tra đặc biệt 특별 검사 / (sự) kiểm tra thành phần 성분 검사 / kiểm tra vi khuẩn 세균 검사를 하다 / kết quả kiểm tra AIDS của anh ta âm tính 그의 에이즈 검사 결과는 음성이었다

kiểm tra[2] 시험, 고사 ¶ thi giữa kỳ 중간 시험 / thi cuối kỳ 기말 고사

kiên cố 견고하다 ¶ trận địa kiên cố 견고한 진지 / tòa nhà kiên cố 견고한 건물

kiên cường 건강하다

kiên trì 인내(하다) ¶ sức kiên trì 인내력

kiến 개미 ¶ kiến có cánh 날개 개미

kiến thức 지식 ¶ kiến thức chuyên môn 전문 지식 / mở rộng kiến thức 지식을 넓히다

kiến trúc 건축 ¶ kiến trúc Phật giáo 불교 건축

kiến trúc sư 건축사 ¶ tôi

từng có ý nghĩ sẽ trở thành kiến trúc sư 나는 건축사가 될 생각이었다 / học với ý nghĩ sẽ trở thành kiến trúc sư 건축사가 될 생각으로 공부하다

kiêng 다이어트 ¶ ăn kiêng 규정식

kiết hung họa phúc 길흉화복 ¶ bói kiết hung họa phúc 길흉화복을 점치다

kiệt sức 지쳐버리다

kiệt tác 걸작 ¶ kiệt tác bất hủ 불후의 걸작

kiêu ngạo 교기를 부리다

kiều bào 교포, 교민 ¶ kiều bào hải ngoại 해외 교포 / kiều bào ở Nhật 재일 교포 / kiều bào ở Mỹ 재미 교포 / tạp chí của kiều bào 교민 잡지

kiều dân 교민

kiểu –식 ¶ kiểu Hàn Quốc 한국식 / kiểu phương Tây 서양식 / kiểu bán tự động 반자동식 / thang máy kiểu tự động 자동식 엘리베이터

kim[1] 바을

Kim[2] 김

kimchi 김치 ¶ kimchi làm từ bắp cải 배추 김치 / muối kimchi 김치를 담그다 / chôn hủ kimchi 김칫독을 묻다

kim cương 다이아몬드, 금강석 ¶ núi Kim Cương (Geumgang-san) 금강산

kim khí điện máy 전기제품, 전자제품

kim loại 금속 ¶ tách kim loại khỏi khoáng thạch 광석에서 금속을 추출하다

kim ngạch 금액 ¶ kim ngạch xuất khẩu 수출 금액

kim quất 금귤

kìm 못뽑이, 니퍼

kinh doanh 장사(하다), 판매 (하다), 영업(하다) ¶ sự mở rộng kinh doanh 판매 확장 / kinh doanh lẻ 소매 판매 / giấy phép kinh doanh 영업 허가증 / kinh doanh sỉ 도매상을 하다 / cản trở kinh doanh 영업을 방해하다 / đình chỉ kinh doanh 영업을 정지하다 / dạy bí quyết kinh doanh 장사의 비결을 가르치다 / không có người nào kinh doanh mà chẳng có lời gì cả 조금의 이문도 없이 장사를 하는 사람은 없다

kinh đô 경도(京都)

kinh khủng 가공하다, 무시무

시하다

kinh nghiệm 경험 ¶ kinh nghiệm gián tiếp 간접 경험 / kinh nghiệm trực tiếp 직접 경험 / kinh nghiệm thuần túy 순수 경험 / kinh nghiệm hữu ích 유익한 경험 / mở rộng kinh nghiệm 경험을 넓히다

kinh phí 경비 ¶ kinh phí chế tạo 제조 경비 / vấn đề kinh phí 경비 문제 / tiết kiệm kinh phí 경비를 절약하다 / cô ấy đã thực hiện kế hoạch của mình mà không quan tâm đến kinh phí 그녀는 경비에 개의치 않고 자기 계획을 실행하였다

kinh qua 경과하다, 지나다

kinh tế 경제 ¶ bộ tài chính kinh tế 재정 경제부 / (sự) phục hưng kinh tế 경제 부흥 / kế hoạch chấn hưng nền kinh tế 경제 진흥 계획 / cộng đồng kinh tế châu Âu(EEC)유럽 경제 공동체 / có tính kinh tế 경제적 / áp lực kinh tế 경제적 압력 / triển vọng kinh tế sang năm 내년도의 경제 전망 / khôi phục sự ổn định của nền kinh tế quốc gia 국가 경제의 안정을 회복하다 / nền kinh tế của nước ta đang hồi phục 우리 나라의 경제는 회복되어 가고 있다 / tổng thống đã bày tỏ ý kiến về vấn đề kinh tế Hàn-Mỹ 대통령께서는 한미간의 경제 문제에 관해 소신을 표명하였다

kinh tế học 경제학

kinh thánh 성경

kính^1 거울 ¶ bề mặt của tấm kính 거울의 표면

kính^2 안경 ¶ kính viễn thị 원시경 / kính cận thị 근시경 / đeo kính 안경을 쓰다

kính mến (편지를 쓸 때)경애 (하다) ¶ cô Sunny kính mến 경애하는 선니 씨

kinh thư 올림, 드림

kính yêu 경애하다

kịp (시간에) 대다 ¶ không kịp chuyến xe lửa 기차 시간에 대지 못하다

Kripton 크립톤

ký 서명하다, 사인하다 ¶ hãy ký vào đây 여기에 사인하세요

ký hiệu 기호 ¶ ký hiệu nguyên tố 원소 기호 / biểu thị bằng ký hiệu 기호로 표시한다

ký kết 체결(하다) ¶ ký kết hợp đồng 계약을 체결하다

ký sinh trùng 기생충

ký sự 기사 ¶ ký sự bịa đặt 날조 기사

ký tên 서명(하다), 사인(하다) ¶ hãy ký tên 서명해 주세요

ký túc xá 기숙사, 학사 ¶ ký túc xá của Trường đại học Sunny 선니대학교의 기숙사

ký ức 추억 ký ức ngày xưa 예날 추억

kỳ 이상하다 ¶ cái này kỳ quá 이것은 이상하다

kỳ hạn 1. 기한, -기 ¶ kỳ hạn kết toán 결산기 / kỳ hạn nộp 납부 기한 / kỳ hạn lưu hành 유통 기한 / kỳ hạn nộp báo cáo 보고서 제출 기한 / kỳ hạn thanh toán của công trái 공채의 지불 기한 / kỳ hạn thanh toán đã qua 지불 기한이 지났다 / kỳ hạn của hợp đồng này là một năm 이 계약의 기한은 1 년간이다 / kỳ hạn lưu hành của sản phẩm này đã qua 이 제품은 유통 기한이 지났다 2. 기간 ¶ gia hạn kỳ hạn thêm một năm 기간을 1 년으로 연장하다

kỳ họp (정기적) 회의, 모임 ¶ kỳ họp quốc hội 국회 회의

kỳ lạ 이상하다 ¶ hiện tượng kỳ lạ 이상한 현상 / xảy ra vụ án kỳ lạ 이상한 사건이 일어나다

kỳ nghỉ 1. 휴가 ¶ kỳ nghỉ Giáng sinh 크리스마스 휴가 / kỳ nghỉ ở nước ngoài 해외에서의 휴가 2. 방학 ¶ kỳ nghỉ hè 여름 방학 / kỳ nghỉ đông 겨울 방학

kỳ quan 기관 ¶ kỳ quan thế giới 천하의 기관

kỳ thi tuyển sinh 입학 시험, 입시 ¶ trường đại học đã niêm yết danh sách thí sinh đậu kỳ thi tuyển sinh 대학교는 입시 합격자 명단을 게시했다

kỷ luật 기율 ¶ kỷ luật lỏng lẻo 기율이 문란하다

kỷ lục 기록 ¶ sách kỷ lục 기록집 / sách kỷ lục Guinness 기네스북

kỷ niệm 기념 ¶ ngày kỷ niệm 기념일 / ngày kỷ niệm sáng lập 창립기념일

kỹ 자세히 ¶ làm kỹ 자세히
하다

kỹ càng 꼼꼼하다 ¶ một
cách kỹ càng 꼼꼼히 / làm
việc kỹ càng 일을 꼼꼼히
하다
#동 kỹ lưỡng

kỹ lưỡng 꼼꼼하다 ¶ người
kỹ lưỡng 꼼꼼쟁이 / tính kỹ
lưỡng 꼼꼼한 성격 / một
cách kỹ lưỡng 꼼꼼히 / làm
việc kỹ lưỡng 일을 꼼꼼히
하다 #동 kỹ càng

kỹ năng 기능 ¶ kỹ năng độc
đáo 독특한 기능

kỹ sư 기사 ¶ tôi từng có ý
nghĩ sẽ trở thành kỹ sư
나는 기사가 될 생각이었다
/ học với ý nghĩ sẽ trở thành
kỹ sư 기사가 될 생각으로
công bố hạ다

kỹ thuật 1. 기술 ¶ cách
mạng kỹ thuật 기술 혁명 /
chuyên gia kỹ thuật 기술자
/ cố vấn kỹ thuật 기술 고문
/ trình độ kỹ thuật 기술 수준
/ cải tiến kỹ thuật 기술적
개선 / kỹ thuật tối tân
최신의 기술 / kỹ thuật chẩn
đoán 진단 기술 / kỹ thuật
chuyên môn 전문 기술 / kỹ
thuật viễn thông 통신 기술
/ kỹ thuật vô tuyến 무선
기술 / bộ khoa học kỹ thuật
과학기술부 / các chuyên gia
kỹ thuật đang lắp cái gì đó ở
bên ngoài 기술자들이 밖에
서 무언가를 설치하고 있다
2.-술 thuật châm cứu 침구술

kỵ sĩ 기사 ¶ kỵ sĩ bịt mặt
복면의 기사

ㄴ I

l (phụ âm) Chữ thứ mười bốn trong bảng chữ cái tiếng Việt(đọc là "en-lờ" hoặc "lờ" khi đánh vần)

La Mã 로마(Roma) ¶ đế quốc La Mã thần thánh 신성 로마 제국 / tất cả mọi con đường đều dẫn đến La Mã 모든 길은 로마로 통한다

lá 잎 ¶ lá thông 솔잎 / lá sen 연잎 / lá trầu 구장 잎 / hái lá dâu 뽕잎을 따다

lá phiếu (개개의) 표, 투표 용지
#동 phiếu bầu

lá thư 편지 #동 bức thư

là[1] 이다 ¶ người kia là ai vậy? 저 사람은 누구입니까? / anh tôi là nhân viên công ty 우리 형은 회사원이다 / chính là cái đó 바로 그것입니다 / không biết đâu là đâu 어디가 어딘지 모르다 / nếu là người đó thì có thể yên tâm mà giao việc 그 사람이면 마음놓고 일을 맡길 수 있다 / tôi đảm bảo đó là sự thật 나는 그것이 사실임을 장담한다 / độ cao của tháp này là trên một trăm mét 이 탑의 높이는 100 미터 이상이다 / kỳ hạn của hợp đồng này là một năm 이 계약의 기한은 1 년 간이다 / nhiệt độ trong bóng râm là 30 độ 음지에서 온도가 30 도이다 / rõ ràng ăn quá nhiều là nguyên nhân chính của béo phì 과식은 분명히 비만의 원인이다

là[2] 다림질(하다) ¶ là bằng bàn là 다리미로 다림질하다

lạ 이상하다

lạ thường 이상하다, 괴상하다 ¶ hiện tượng lạ thường 이상한 현상 / giấc mơ lạ thường 괴상한 꿈

lạc[1] (길을) 잃다 ¶lạc đường 길을 잃다

lạc[2] 땅콩
#동 đậu phụng

lạc đà 낙타

lạc hậu 낙후(하다), 뒤디다 ¶ cải tổ chế độ giáo dục lạc hậu so với thời đại 시대에 뒤진 교육 제도를 개편하다

lạc rang (말리는 식) 볶은 땅콩

lai lịch 경력 ¶ công bố lai lịch ứng cử viên 후보자 경력 공보

lái xe 1.운전(하다) ¶ (sự) lái xe an toàn 안전 운전 / (sự) lái xe thận trọng 신중한 운전 / (sự) lái xe không chú ý 부주의한 운전 / lái xe cẩu thả 난폭 운전을 하다 2. 운전사, 운전 기사 #동 tài xế

lãi 이자 ¶ bất đắc dĩ nên anh ấy đành vay tiền có lãi 부득이해서 그는 이잣 돈을 빌렸다

lại 다시 ¶ nhập lại 다시 입력하다 / lưu lại dữ liệu 데이터를 다시 저장하다 / phải bắt đầu lại từ đầu 처음부터 다시 시작해야합니다 / chút nữa tôi sẽ gọi điện lại 이따가 다시전화하겠어

làm[1] 하다 ¶ làm cẩu thả 소홀히 하다 / làm tùy tiện 함부로 하다 / làm (việc) nương rẫy 밭일을 하다 /

công việc mà ai cũng có thể làm được 누구나 할 수 있는 일 / im lặng mà làm như tôi bảo đi 잠자코 하라는 대로 해라 / tôi ân hận đã làm như thế 그런 짓을 한 것을 후회한다 / tôi quyết không làm chuyện đó 그런 일을 결코 하지 않겠다 / cô ấy đã làm hết bài tập được giao 그녀는 맡겨진 숙제를 다 했다 / ngày mai tôi sẽ làm 나는 내일 하겠다 / làm như thế tốn gấp đôi chi phí 그렇게 하면 비용이 배가 든다 / vì nóng nên làm việc vất vả 더워서 일하기가 힘들다

làm[2] 1.만들다 ¶ nhẫn làm bằng bạc 은으로 만든 반지 / làm (bằng) biểu đồ 그래프로 만들다 / chỉ làm để bán 단지 팔기 위해 만들다 / bắc cầu làm đường 다리를 놓아 길을 만들다

2. –제 ¶ làm bằng bạc 은제(의)

làm[3] 1. 짓다, 건조하다 ¶ làm nhà 집을 짓다 / chim làm tổ 새가 집을 지었다 / nhện giăng tơ làm ổ 거미가 집을 짓다 2. 작성하다, 짓다책을

짓다 ¶ làm sách / 시를 짓다 làm thơ / 작문을 짓다 làm bài luận / làm báo cáo 보고서를 작성하다 / làm đồ án 도안을 작성하다 3. 짓다, 재배하다, 경작하다 ¶ làm nương, làm rẫy 밭을 짓다 / làm nông 농사를 짓다 / làm lúa 벼농사를 짓다

làm[4] (식을) 올리다 ¶ đã làm lễ khánh thành vào ngày 2 tháng 10 năm 2003 2003 년 10 월 2 일에 낙성식을 올렸다

làm[5] 노릇을 하다 ¶ làm bác sĩ 의사 노릇을 하다 / làm giáo viên 선생 노릇을 하다

làm[6] 담그다 ¶ làm kimchi 김치를 담그다 / làm mắm 젓갈을 담그다 / làm nước tương bằng đậu nành 콩으로 간장을 담근다

làm[7] 1. –시키다 ¶ làm căng thẳng 긴장시키다 2.-게 하다 ¶ làm tối 어둡게 하다 / làm chán 지루하게 하다 / làm bối rối 당황케 하다 / làm bùng cháy 타오르게 하다 / làm bùng nổ 폭발시키다 / làm bực bội 짜증이 나게 하다

làm ăn[1] 영업(하다), 장사(하다) ¶ anh ấy làm ăn riêng với bố 그는 아버지와 따로 영업을 하고 있다 / không có người nào làm ăn mà chẳng có lời gì cả 조금의 이익도 없이 장사를 하는 사람은 없다

làm ăn[2] 만들어서 먹다

làm bán 제조 판매(하다), 만들고 팔다 cô ấy (đang) làm bánh bán 그녀는 빵을 제조 판매하고 있다

làm bàn 공을 넣다

làm cho 1. -게 하다 ¶ làm cho mạnh mẽ 강하게 하다 / làm cho loãng 희박하게 하다 / làm cho ăn khớp 맞물리게 하다 / làm cho bất lực 무력하게 하다 / làm cho có thai 배게 하다 / làm cho đạt đến đỉnh điểm 클라이맥스에 달하게 하다 / bơi lội làm cho hầu như toàn bộ cơ bắp của toàn thân vận động 수영은 거의 모든 전신 근육을 움직이게 한다 2. -시키다 làm cho đầu hàng 항복시키다

làm chứng 증인으로 나서다 ¶ cho (ai đó) đứng ra làm chứng 증인으로 세우다

làm hại 해치다 ¶ gây hại

cảnh quan 경관을 해치다

làm khô 말리다 ¶ bơm nước
ra làm khô giếng 물을 퍼내
어 우물을 말리다

làm lúa 벼농사를 짓다

làm nông 농사를 짓다

làm nương 밭을 짓다

làm phước 덕을 행하다

làm quà 선물로 하다

làm quen 익히다 ¶ làm
quen chính tả 맞춤법을 익
히다

làm ra vẻ (으)ㄴ/는 체하다
,(으)ㄴ/는 척하다 ¶ ông ấy
làm ra vẻ uyên bác 그는
박학한 체한다

làm rẫy 밭을 짓다

làm rơi 놓치다 ¶ làm rơi
chén 그릇을 놓치다

làm sao 어떻게 ¶ họ đang
nhịn đói chết dần chết mòn
thì làm sao (chúng ta) có thể
bàng quan được chứ?
그들이 굶어 죽어가고 있는
데 어떻게 방관할 수 있는
가?

làm trái 거역하다 ¶ làm trái
lời bố mẹ 부모 말을
거역하다

làm tròn -을/를 다하다 ¶ làm
tròn bổn phận 본분을 다
하다 / làm tròn trách nhiệm

책임을 다하다 / làm tròn sứ
mệnh 사명을 다 하
다 / làm tròn nghĩa vụ
의무를 다하다

làm việc 일하다, 근무하다 ¶
làm việc một cách cần mẫn
일을 근면하게 하다 / làm
việc kỹ lưỡng 일을 꼼꼼히
하다 / làm việc cẩu thả 근
무를 소홀히 하다 / anh ấy
làm việc ở bộ phận quản lý
bán hàng 그는 판매 관리
부에서 근무한다 / vì nóng
nên làm việc vất vả 더
워서 일하기가 힘들다 / anh
ấy làm việc vào ban ngày và
đi học vào ban đêm 그는
낮에는 일하고 밤에는 학교
에 다닌다 / người đó chỉ
làm việc vì tiền 그 사람은
오로지 돈을 위해 일한다

lạm phát 인플레이션
(inflation),통화팽창 ¶ chính
sách lạm phát tiền tệ 통화
팽창 정책 / lạm phát tài
chính 재정 인플레이션

lan 목란

Lantan 란타늄

làn 바구니 ¶ bày trái cây ra
làn 바구니에 과일을 담다

lang thang 돌아다니다, 방
랑하다

láng giềng 이웃 ¶ người láng giềng 이웃 사람 / nhà láng giềng 이웃집 / đa số dân tị nạn đã lánh nạn sang quốc gia láng giềng 다수의 피난민이 이웃나라로 피난하였다

làng 마을 ¶ bản làng 산골 마을 / thiếu nữ của làng 마을의 소녀 / phá hủy cả một ngôi làng 한 마을을 완전히 파괴하다

lãng mạn 낭만 ¶ chủ nghĩa lãng mạn 낭만주의 / bầu không khí lãng mạn 낭만적인 분위기

lánh nạn 피난(避難)하다 ¶ dân lánh nạn 피난민 / đường lánh nạn 피난 경로 / lệnh lánh nạn 피난 명령 / họ đã đến nhà chúng tôi lánh nạn 그들은 우리 집으로 피난을 왔다 / chúng tôi đã cho bọn trẻ lánh nạn xuống quê 우리는 아이들을 시골로 피난시켰다 / họ đã lánh nạn sang ngôi trường tiểu học gần đó vì lũ lụt 홍수 때문에 그들은 근처 초등학교 건물로 피난했다 / đa số dân tị nạn đã lánh nạn sang quốc gia láng giềng 다수의 피난민이 이웃나라로 피난했다

lánh xa 멀리하다 ¶ lánh xa mọi người 사람을 멀리하다 / lánh xa bạn xấu 나쁜 친구를 멀리하다

lành (상처가) 낫다 ¶ vết thương đã lành 상처가 나았다

lành mạnh 건전하다 ¶ một tinh thần lành mạnh trong một cơ thể khỏe mạnh 건전한 신체에 건전한 정신이 깃든다

lãnh[1] (봉급을) 타다 ¶ lãnh lương tháng 월급을 타다

lãnh[2] 받다 ¶ kẻ tội phạm giết người đó đã lãnh án tử hình 그 살인범은 사형을 받았다

lãnh đạo 지도(하다) ¶ nhà lãnh đạo 지도자

lãnh sự 영사 ¶ cấp lãnh sự 영사급 / nhân vật cấp lãnh sự 영사급의 인물

lãnh sự quán 영사관

lãnh thổ 영토, 국토 ¶ khôi phục lãnh thổ quốc gia 국토를 회복하다

lạnh 1. 춥다 ¶ cái lạnh 추위 / mùa đông rất lạnh 몹시 추운 겨울 / trở nên lạnh 추워지다 / lạnh quá 너무

춥다 / lạnh chết đi được 추위 죽겠다 / cảm nhận cái lạnh 추위를 느끼다 / càng ngày càng lạnh 나날이 추워지다 / run vì lạnh 추워서 떨다

2. 차다, 한랭하다 ¶ nước lạnh 찬물 / gió lạnh 찬바람 / trở nên lạnh 차지다 / bàn tay của người đó lúc nào cũng thấy lạnh 그 사람의 손은 언제나 차게 느껴진다

#반 nóng

lạnh buốt 훨씬 춥다

lạnh lẽo 차갑다 ¶ thời tiết lạnh lẽo 차가운 날씨

lạnh lùng 냉정하다, 차갑다, 차디차다 ¶ người lạnh lùng 차디찬 사람 / ngước nhìn với ánh mắt lạnh lùng 차가운 눈으로 쳐다보다 / anh ta đã đối xử lạnh lùng với tôi 그는 나를 냉정하게 대했다

lao 결핵(병) ¶ cô ấy đã bị lao 그녀는 결핵에 걸렸다

#동 bệnh lao

lao công 노공(勞工)

lao động 1. 노동(하다) ¶ Ngày quốc tế lao động 노동절 / người lao động 노동자 / sức lao động 노동력 / lao động thể xác 육체노동 / lao động tinh thần 정신노동 / người lao động thể xác 육체노동자 / người lao động tinh thần 정신노동자 / cải thiện điều kiện lao động 노동 조건의 개선 2. 노동자, 근로자, 노공 lao động nước ngoài nhập cảnh bất hợp pháp 불법 입국 외국인 근로자

lao phổi 폐결핵 ¶ bệnh nhân lao phổi 폐결핵 환자 / chết do lao phổi 폐결핵으로 죽다 / bị lao phổi 폐결핵을 앓다 / anh ấy đã bị lao phổi 그는 폐결핵에 걸렸다

#동 bệnh lao phổi

lao tù 감옥

Lào 라오스 ¶ người Lào 라오스 사람

Lão Tử 노자

lát nữa 이따가, 조금 이따가, 조금 후에 ¶ lát nữa tôi sẽ gọi lại 이따가 다시 전화하겠어

lạt 싱겁다 ¶ canh lạt 국이 싱겁다

#동 nhạt

lau 닦다 ¶ lau bàn ăn 식탁을 닦다

lăng 능, -릉 ¶ lăng vua 왕릉

lắng nghe 귀를 기울이다, 듣다 ¶ chăm chỉ lắng nghe 열심히 듣다 / lắng nghe ý kiến của chuyên gia 전문가의 의견을 듣다

lắng xuống 잠잠하다 ¶ cơn bão lắng xuống 폭풍이 잠잠해졌다

lẳng lặng 아무 말 않고, 묵묵히, 조용히, 고요하게, 잠자코 ¶ lẳng lặng bỏ đi 잠자코 가버리다

lặng 지다 ¶ mặt trời lặn 해가 지다 / mỗi khi mặt trời lặn 해가 질 때마다

lặng lẽ 음침하다, 조용하다, 고요하다, 잠자코 ¶ anh ấy luôn lặng lẽ 그는 항시 음침하다 / lặng lẽ đứng đó 잠자코 서 있다 / sống (một cách) lặng lẽ 조용히 살다

lắp ráp 조립(하다) ¶ nhà máy lắp ráp 조립 공장 / lắp ráp xe hơi 자동차를 조립하다

lâm sàn 임상 ¶ bệnh lý lâm sàn 임상 병리 / khoa bệnh lý lâm sàn 임상 병리과

lâm sản 임산물

lầm 오해하다, 잘못 이해하다

lần 1.번 ¶ ba lần 세 번 / một hai lần 한두 번 / nhiều lần(lắm lần) 여러 번 / một lần nữa 한 번 더 / lần trước 지난 번 / lần này 이번 / lần sau 다음 번 / một lần trong đời 일생에 한 번만 / chỉ một lần trong đời / con người chỉ chết một lần 사람은 한 번 죽는다 / vắt đồ giặt một lần thôi 빨래를 한 번만 짜라 / mày đã bội ước nhiều lần nên không thể tin được nữa 너는벌써 여러 번이나 배약했으니 다시 믿을 수 없다 2. 배 ¶ gia tăng gấp mười lần 열 배로 늘다

lần cuối cùng 마지막 ¶ đây là lần đầu tiên và cũng là lần cuối cùng 이것이 처음이자 마지막이다

lần đầu 처음, 첫 번째 ¶ hân hạnh được gặp lần đầu 처음 뵙겠습니다

lần đầu tiên 1. 첫번째 2. 처음 ¶ lần đầu tiên trong đời 생전 처음으로 / lần đầu tiên tôi đến đây 저는 이곳이 처음입니다 / đây là lần đầu tiên và cũng là lần cuối cùng 이것이 처음이자 마지막이다

lần lượt 순서대로

lần thứ -번째

lần thứ ba 세 번째

lần thứ bảy 일곱 번째

lần thứ chín 아홉 번째

lần thứ hai 두 번째

lần thứ mười 열 번째

lần thứ năm 다섯 번째

lần thứ nhất 첫 번째

lần thứ sáu 여섯 번째

lần thứ tám 여덟 번째

lần thứ tư 네 번째

lẫn 섞다

lẫn nhau 서로 ¶ ghét lẫn nhau 서로 미워하다 / bánh răng ăn khớp lẫn nhau 기어가 서로 맞물려 있다

lao phổi 폐결핵 ¶ bệnh nhân lao phổi 폐결핵 환자 / bị lao phổi 폐결핵에 걸리다

lau 닦다 ¶ lau bằng giẻ lau 걸레로 닦다

lấp lánh 반짝인다 ¶ sao lấp lánh 별이 반짝인다

lập 세우다, 설립하다 ¶ lập trường đại học dân lập 사립 대학교를 세우다 / lập trường mới 새 학교를 설립하다 / lập công 공로를 세우다 / lập cơ cấu mới 새 기구를 설립하다

lập công 공로를 세우다

lập gia đình 결혼하다 ¶ không có ý nghĩ lập gia đình 결혼할 생각은 없다 #동 kết hôn

lập kỷ lục 기록을 세우다

lập pháp 입법 ¶ hội đồng lập pháp 입법 회의

lập trường 입장

lật tẩy 뒤엎다 ¶ lật tẩy âm mưu 음모를 뒤엎다

lâu 오래 ¶ đồng nghiệp lâu năm 오랜 동료 / bạn quen lâu 오랜 친구 / đã chờ lâu 오래 기다렸다 / ngâm lâu quần áo trong nước 옷을 물에 오래 담그다

lâu dài 장기, 오래 ¶ cầm quyền lâu dài bởi một người 한 사람에 의한 장기 집권 / phục vụ lâu dài trong quân đội 군에 오래 복무하다

lâu năm 다년, 다년간

lấy¹ 1. 가지다 ¶ lấy đi 가지고 가다 / lấy tiền bỏ trốn 돈을 가지고 도망하다 2. 잡아두다 ¶ lấy chỗ 자리를 잡아두다

lấy² 채취(하다) ¶ lấy vân tay 지문을 채취하다

lấy³ 입수하다 ¶ nó đã lấy thông tin đó bằng thủ đoạn bất hợp pháp 그는 불법한 수단으로 그 정보를 입수

했다

lấy chồng 시집가다

lấy ra 꺼내다, 내다 ¶ lấy từ bao ra 자루에서 꺼내다 / lấy thư từ túi ra 주머니에서 편지를 꺼내다

lấy vợ 장가가다

lẽ -(으)ㄹ 리가 없다/있다 ¶ không lẽ nào thất bại 실패할 리가 없다

lẹ 빠르다, 빨리 ¶ lẹ lên 빨리요 / chạy lẹ 빨리 달리다
#동 nhanh

leo (나무를) 기어오르다 ¶ leo cây 나무를 기어오르다

leo núi 등산(하다) ¶ ba lô dùng để leo núi 등산용 배낭 / vận động viên leo núi 등산 선수 / nhà leo núi huyền thoại 전설의 산악인 / tôi từng có ý nghĩ sẽ trở thành vận động viên leo núi 나는 등산 선수가 될 생각이었다

lê (과일) 배 ¶ hai quả lê 배 두 개 / chia nửa quả lê 배를 반으로 나누다

lễ -식 ¶ lễ khai mạc 개막식 / lễ bế mạc 폐막식 / lễ khởi công 착공식 / lễ hoàn công 준공식 / lễ khánh thành

개관식 / lễ khai trương 개업식 / lễ cưới 결혼식 / lễ đính hôn của cô Sunny và anh Peter 선니 씨와 피터 씨의 약혼식

lễ chào mừng 환영회, 축전

lễ chia tay 환송회

lễ cưới 결혼식 ¶lễ cưới tập thể 집단 결혼식

lễ đón 환영회

lễ Giáng sinh 크리스마스 #동 Nô en

lễ hoàn công 준공식 ¶ lễ hoàn công cầu Mỹ Thuận 미투언대교의 준공식

lễ khai trương 개업식¶ làm lễ khai trương 개업식을 올리다

lễ khánh thành 낙성식, 개관식, 준공식, 개통식, 제막식 ¶ cử hành lễ khánh thành 개관식을 거행하다 / đã làm lễ khánh thành vào ngày 18 tháng 9 năm nay 금년 9 월 18 일에 낙성식을 올렸다

lễ khởi công 착공식 ¶ lễ khởi công cầu Cần Thơ 껀터대교의 착공식 / tổ chức lễ khởi công 착공식을 올리다

lễ Phật 불공드리다 ¶ đi lễ Phật 불공드리러 가다 / đi chùa lễ Phật 절에 불공드리러 가다

lễ phép 예의바르다, 예의바르게

lễ Phục sinh 부활절 ¶ quả trứng(gà) của lễ Phục sinh 부활절의 갈걀 / cầu nguyện lễ Phục sinh 부활절 예배 / đêm trước của lễ Phục sinh 부활절 전야

lễ tang 상례, 장례식

lễ tết 명절

lễ tân 리셉션

lễ tiễn 환송회

lễ vật 예물 ¶ tặng lễ vật 예물을 주다

lên[1] 1. 오르다 ¶ lên thang 사닥다리을 오르다 / lên trên 위로 오르다 / nhảy lên xe buýt đang chạy 가고 있는 버스에 뛰어오르다/ dần dần leo lên vị trí cao 차차 높은 위치로 올라가다 2. 올리다 ¶ lên danh mục 목록에 올리다 / kéo cờ lên 기를 올리다 #반 xuống

lên[2] –에 ¶ hôn lên má 볼에 뽀뽀를 하다 / dán nhãn lên chai 병에 라벨을 붙이다

lên bắc 복사(하다) ¶ cơn bão đi lên phía bắc 태풍이 북상하다

lên cân 살찌다 ¶ dạo này tôi đã lên cân 나는 요즘 살쪘다 #동 tăng ký

lên đường 떠나다, 출발하다

lên men 발효(하다) ¶ vi khuẩn lên men 발효균 / cách lên men 발효법 / tác dụng lên men 발효 작용

lệnh 1. 명령, 지령 ¶ lệnh ngừng bãi công 파업 중지 명령 / ra lệnh bãi công 파업 지령을 내리다 2. -령 lệnh cấm ¶ 금지령 / lệnh ân xá 사면령 / lệnh đặc xá 특사령

lều 천막, 텐트

lì xì 세뱃돈

lịch 달력

lịch đại 통시 ¶ có tính lịch đại 통시적 / ngôn ngữ học lịch đại 통시언어학

lịch lãm 얌전하다, 훌륭하다 ăn mặc lịch lãm ¶ 옷차림이 훌륭하다

lịch sử 역사, -사 ¶ lịch sử Việt Nam 베트남 역사 / bài giảng về lịch sử Việt Nam 베트남 역사 강의

베트남사 강의 / bản đồ lịch sử 역사 지도 / biểu đồ lịch sử 역사 도표 / lịch sử âm nhạc 음악사 / ngôn ngữ học lịch sử 역사언어학 / bối cảnh lịch sử 역사적 배경 / (sự) bảo tồn di tích lịch sử 사적의 보존 / thời kỳ rối ren trong lịch sử châu Âu 유럽사에서 혼란스러웠던 시기

lịch sử Hàn Quốc 한국사 ¶ chuyên ngành lịch sử Hàn Quốc 한국사 전공

lịch sự 1. 예의 바르다 2. 얌전하다 ¶ ăn mặc lịch sự 옷차림이 얌전하다

liếm 핥다 ¶ liếm đĩa 접시를 핥다 / chó liếm bàn chân 개가 발을 핥다

liên doanh 공동 사업, 합작 ¶ công ty liên doanh 합작 회사

liên đoàn 연맹 ¶ Liên đoàn bóng đá thế giới(FIFA) 국제축구연맹

liên hệ 연락하다 ¶ xin hãy liên hệ giúp 연락해 주세요

liên hiệp 연합(하다) ¶ liên hiệp tác chiến 연합 작전

Liên Hiệp Quốc 유엔(U.N.) ¶ tổng thư ký Liên Hiệp Quốc 유엔 사무총장 / gia nhập Liên Hiệp Quốc 유엔에 가입하다

Liên Hợp Quốc 유엔(U.N.) #동 Liên Hiệp Quốc

liên kết 연결(하다) ¶ thanh liên kết 연결봉 / thiết bị liên kết 연결장치

liên lạc 연락(하다) ¶ đang giữ liên lạc bằng vô tuyến 무선으로 연락을 취하고 있다 / nếu có thời gian thì hãy liên lạc nhé 시간이 있으면 연락하세요

liên minh 연맹 ¶ Liên minh Hồi giáo 회교 연맹

liên quan 1. 연관, 관련하다 2. 관계하다 ¶ liên quan đến âm mưu 음모에 관계하다

liên tục 연속(하다), 계속(하다) ¶ (sự) liên tục gặp bất hạnh 불행의 연속 / bắn năm phát liên tục 계속해서 5 발을 쏘다 / chúng đang liên tục gia tăng binh lực 그들은 계속해 병력을 증가시키고 있다

Liên Xô 소련

liền[1] 이어지다

liền[2] 바로 ¶ liền sau 바로 뒤에

liệu pháp 요법 ¶ liệu pháp suối khoáng 광천 요법 / liệu pháp xoa bóp 안마 요법

linh hồn 영혼 ¶ sự bất diệt của linh hồn 영혼의 불멸

lính 1. 부대 ¶ lính địch 적의 부대 2. –병 ¶ lính bảo vệ 경비병

Lithi 리튬
 ¶ pin Lithi 리튬 전지

lĩnh vực 영역 ¶ lĩnh vực khoa học 과학의 영역

lo 마련하다 ¶ lo cho ai đó chỗ ăn ở 아무에게 숙소를 마련해 주다

lo 걱정하다, 근심하다
 ¶ đừng lo về việc đó 그일로 걱정하지 마라

lo lắng 걱정하다 ¶ lo lắng về tiền bạc 돈 걱정 / lo lắng về gia đình 집안 걱정 / ân cần lo lắng 은근히 걱정하다

lo ngại 염려하다, 걱정하다

lò xo 용수철, 스프링 ¶ cân lò xo 용수철 저울

lọ 병 ¶ lọ hoa 꽃병 / lọ mứt 잼병 / lọ nước hoa 향수병

loa 스피커, 확성기

loài –류 ¶ loài cá sấu 악어류 / loài chim 조류

loài cáo 여우 ¶ săn bắn loài cáo 여우 사냥

loài cầm thú 금수(禽獸) ¶ 금수 같다 như loài cầm thú / 금수만도 못한 놈 kẻ còn thua cả loài cầm thú / 금수와 같은 행위 hành vi như loài cầm thú

loài chim 조류 ¶ loài chim được bảo vệ 보호조(鳥)

loài kiến 개미 ¶ loài kiến có cánh 날개 개미

loại 종류 ¶ hoa loại này 이런 종류의 꽃 / chia theo loại 종류별로 나누다

loại bỏ 폐지하다 ¶ luật này đã bị loại bỏ cách đây một tháng 이 법률은 1 달 전에 폐지되었다 / tử hình phải được loại bỏ 사형은 폐지되어야한다 / loại bỏ lề thói đó không đơn giản như thế đâu 그 허례를 폐지하기란 그렇게 간단한 것이 아니다

loại hình 유형 ¶ loại hình học 유형학 / có tính loại hình 유형적 / những cái đó được phân (loại) thành hai loại hình 그것들은 두 가지 유형으로 분류된다

loại lớn 대형 ¶ máy cày loại lớn 대형 트랙터

loại nhỏ 소형 ¶ bóng đèn loại nhỏ 소형 전구

loại từ 분류사

loạn 난립(하다), 난리가 되다 ¶ ngăn ngừa nạn loạn ứng cử viên 후보자의 난립을 방지하다

loãng (액체 농도, 기체) 희박하다 ¶ không khí loãng 희박한 공기 / làm loãng 희박하게 하다 / ở độ cao đó không khí trở nên loãng 그 높이에서는 공기가 희박해진다

lọc 여과(하다) ¶ máy lọc 여과기 / máy lọc nén 압착 여과기

lõi –심 ¶ lõi bút chì 연필심

lon 캔 ¶ lon bia 맥주 캔

long cung 용궁

lòng[1] 품 ¶ ôm vào lòng 품에 안다 / đứa bé sơ sinh được ôm trong lòng mẹ 어머니 품에 안긴 갓난아이

lòng[2] 1. 마음, -심 ¶ lòng thơ dại 순진한 마음 / lòng ích kỷ 이기심 / với lòng biết ơn 감사하는 마음으로 / vừa lòng 마음에 맞다 / lòng bình yên 마음이편안하다 / con cái không hiểu lòng cha mẹ 부모 마음을 자식은 모른다 2. 심장,가슴 ¶ lòng nàng đầy trông mong 그녀는 기대에가슴이 부풀었다 / Sunny đầy trông mong được chuyển sang nhà mới 선니가 새 집으로 이사하는 기대에 부풀다

lòng tham 욕심, 탐욕 ¶ người mù quáng trước lòng tham 욕심에 눈먼 사람

lòng yêu nước 애국심

lỏng lẻo 문란하다 ¶ kỷ luật lỏng lẽo 기율이 문란하다

lỗ[1] 1. 구멍 ¶ khoan lỗ 구멍을 뚫다 2. –구 ¶ lỗ niệu đạo 요도구

lỗ[2] 손해를 보다

lôi 당기다 ¶ lôi dây thừng 밧줄을 당기다
    #동 kéo

lối 서법, 무드(mood)
    #동 thức

lối ra vào 출입구

lỗi 잘못, 실수 ¶ lỗi in 인쇄의 잘못

lội 수영하다
    #동 bơi

lông 털 lông cáo 여우털

lông lá 털이 많은

lông mày 눈썹

lông mi 속눈썹

lốp 타이어

lột 벗다 ¶ lột mặt nạ 가면을 벗다 / lột vỏ chuối 바나나 껍질을 벗기가

lỡ 놓치다 ¶ lỡ chuyến xe lửa 기차를 놓치다

lời[1] 말 ¶ lời cảm ơn 고마운 말씀 / lời cảm tạ 감사의 말 / lời khích lệ 격려의 말 / lời bắt chước 흉내말 / vâng lời bố mẹ 부모 말을 따르다 / làm trái lời bố mẹ 부모 말을 거역하다 / không có mảy may một chút ác ý nào trong lời anh ta nói cả 그가 한 말에는 조금도 악의가 없었다 / tôi không có lời nào đặc biệt để nói 나는 특별히 할 말이 없다

lời[2] 이득이 있다, 이문이 있다 ¶ bán có lời 이득을 보고 팔다 / lời to 이문이 크다 / còn lời 이문이 남다 / không có người nào buôn bán mà chẳng có lời gì cả 조금의 이문도 없이 장사를 하는 사람은 없다

lời dạy 가르치는 말, 가르침 ¶ lời dạy của đức Khổng Tử 공자의 가르침

lời đáp 답 ¶ đã biết được lời đáp 이미 답을 알고 있다

lời nói 말 ¶ tôi đã cảm động trước lời nói của cô ấy 그녀의 말에 감동했다 / lời nói của bạn bất hợp lý 네 말은 불합리하다

lời khuyên 충고하는 말, 충고 ¶ lời khuyên hữu ích 유익한 충고

lời tiên tri 예언

lợi 치조, 잇몸 ¶ viêm lợi 치조염 / âm lợi 치조음

lợi hại 이해(利害)

lợi ích 이익 ¶ sự phân phối lợi ích 이익 분배 / lợi ích song phương 쌍방의 이익 / lợi ích vô hình 무형 이익

lợi nhuận 이윤, 이익 ¶ bán có lợi nhuận 이득을 보고 팔다 / nó đã ăn chặn toàn bộ lợi nhuận 그는 이익을 전부 착복했다

lớn 1.크다 ¶ tổn thất lớn 큰 손실 / chai miệng lớn 주둥이가 큰 병 / công suất lớn 출력이 크다 / hơi lớn 좀 크다 / quá lớn 너무 크다 / có một cái bàn lớn ở chính giữa phòng 방의 한가운데에 큰 테이블이 있다 / tôi chưa bao giờ đến một thành phố lớn như thế này 이렇게 큰 도시에 와본 적이 없었어요 2. 크게 ¶ há miệng lớn

입을 크게 벌리다
3. 대- ¶ giảng đường lớn 대강당 / công viên lớn 대공원 / sự cải cách lớn 대개혁 / biến động lớn 대변동
#동 to

lớn lao 거대하다, 훨씬 크다 ¶ nỗi bất hạnh lớn lao 아주 큰 불행

lớn lên 자라다, 자라나다 ¶ lớn lên trong bản 산골에서 자라나다

lợn 돼지 ¶ thịt lợn 돼지 고기 / lợn con 새끼 돼지 / chuồng lợn 돼지우리 / lợn đực 수퇘지 / bắt lợn(làm thịt) 돼지를 잡다 / nuôi lợn béo tốt 돼지를 비육하다

lớp (학급) 반 ¶ lớp tôi 우리 반 / lớp phó 부반장 / lớp trưởng 반장 lớp trưởng của lớp tôi là Lý Gia Hân 우리 반 반장은 리야헌 씨입니다

lớp học 교실 ¶ lớp học ồn 시끄러운 교실 / lớp học ở đâu? 교실이 어디예요?

lớp phó 부반장

lớp trưởng 반장

lũ -배 ¶ lũ bạo lực 폭력배

lũ 홍수

lũ lụt 홍수 ¶ đường sắt bị phá hủy vì lũ lụt 홍수로 철도가 파괴되었다 / họ đã lánh nạn sang ngôi trường tiểu học gần đó vì lũ lụt 홍수 때문에 그들은 근처 초등학교 건물로 피난했다

lúa 벼 ¶ ruộng lúa 벼논 / làm lúa 벼농사를 짓다

lúa mạch 보리 ¶ bánh mì (làm từ) lúa mạch 보리빵 / lúa mì và lúa mạch 밀보리

lúa mì 밀 ¶ cánh đồng lúa mì 밀밭 / hạt lúa mì 밀쌀 / bội thu lúa mì 밀풍작 / thất thu lúa mì 밀흉작

lùa 몰다

lụa 실크, 명주 ¶ nhung lụa 명주 벨벳

luân chuyển 회전(하다) ¶ vốn luân chuyển 회전 자본

luân lý 윤리 ¶ luân lý thực tiễn 실천 윤리

luân phiên 번갈아 ¶ họ luân phiên kể chuyện 그들은 번갈이 이야기했다

luận –론 ¶ nhận thức luận 인식론 / phương pháp luận 방법론 / duy tâm luận 유심론 / nhà duy tâm luận 유심론자 / duy tâm luận siêu hình 형이상학적 유심론

luận án (박사) 논문 ¶ luận án tiến sĩ 박사 논문

luận văn (학사, 석사) 논문 ¶ luận văn cử nhân 학사 논문 / luận văn thạc sĩ 석사 논문 / luận văn non nớt 유치한 논문

luật 1. 법 ¶ luật cấm 금지법 / luật Hồi giáo 이슬람법 / luật duy trì an ninh 치안 유지법 / luật đăng ký bất động sản 부동산 등기법 / luật phòng cháy chữa cháy 소방법 / luật phòng chống mại dâm 매춘 방지법 2. 법률 ¶ luật này đã bị loại bỏ cách đây 5 năm 이 법률은 5 년 전에 폐지되었다

luật lệ 규칙 ¶ luật lệ giao thông 교통 규칙

luật pháp 법률 ¶ về mặt luật pháp 법률상

luật sư 변호사 ¶ luật sư của bị cáo 피고 변호인 / luật sư ác đức 악덕 변호사 / tôi từng có ý nghĩ sẽ trở thành luật sư 나는 변호사가 될 생각이었다 / học với ý nghĩ sẽ trở thành luật sư 변호사가 될 생각으로 공부하다

luật sư bào chữa 변호사

#동 luật sư

lúc[1] 1.때 ¶ lúc đó 그 때 / lúc này 이 때 2.-(으)ㄹ 때 ¶ trong lúc gấp 급할 때에는 / vào lúc còn thức 깨어 있을 때에는 / bây giờ là lúc nóng đỉnh điểm 지금이 한창 더울 때다 / đêm hôm qua tôi gặp ác mộng lúc ngủ 어제 밤에 잘 때 악몽에 시달렸다 / không phải là lúc chơi đùa an nhàn 한가하게 놀고 있을 때가 아니다 / người đó lúc còn trẻ ăn chơi lắm 그 사람은 젊었을 때 놀아먹었다

lúc[2] (시간) –에 ¶ chúng ta tập trung lúc hai giờ nhé 우리는 2 시에 모읍시다 / buổi biểu diễn của Bi đã được bế mạc lúc mười giờ đêm 비의 공연은 밤 10 시에 폐막되었다

lúc ban đầu 처음에 ¶ lúc ban đầu công ty đó có quy mô rất nhỏ 그 회사는 처음에는 아주 작은 규모였다.

lúc đầu 처음(에) ¶ lúc đầu đều như thế cả 처음엔 다 그럼 법이지

lúc đó 그때, 그 당시 ¶ chính

vào lúc đó 바로 그때에 / lúc đó cô ấy còn là học sinh 그 당시 그녀는 아직 학생이었다

lúc đương thời 당시(當時), 그 당시 ¶ sinh viên lúc đương thời 당시의 대학생 / quyển tiểu thuyết đó rất được mến mộ lúc đương thời 그 소설은 당시에 대단한 인기였다

lúc nào cũng 언제나 ¶ bàn tay của người đó lúc nào cũng thấy lạnh 그 사람의 손은 언제나 차게 느껴진다

lúc này 이맘때 ¶ thời tiết lúc này rất khô hạn 이맘때 날씨치고는 매우 가물다

lục 육(六), 륙

lục tuần 환갑, 60 세 ¶ tiệc lục tuần 회갑환갑 잔치 / chúc mừng lục tuần 회갑축하 / năm nay ba tôi đã đón lục tuần 아버님은 올해 환갑을 맞으셨다

lui tới 드나들다, 방문하다 ¶ lui tới tửu quán 술집에 드나들다

lùi 뒤로 가다, 뒤로 움직이다

lùn 키가 작다 ¶ người lùn 키가 작은 사람

lủng củng (문장) 서투르다 ¶ câu văn lủng củng 서투른 문장

luộc 삶다 ¶ khoai tây luộc 삶은 감자 / bóc trứng luộc 삶은 달걀을 까다 / luộc trong nồi 솥에 삶다

luôn 1. 항상, 항시 ¶ anh ấy luôn lặng lẽ 그는 항시 음침하다 2. 늘, 언제나 ¶ chúc ông(bà) luôn mạnh khỏe 늘 건강하시기 바랍니다 / anh ấy luôn phấn đấu để đứng trước người khác trong lớp 그는 학급에서 남보다 앞서려고 언제나 노력하고 있다

luôn luôn 언제나, 항상, 늘

luồng khí 기류

Luteti 루테튬

lụt lội 홍수가 나다

luyện tập 연습(하다) ¶ luyện tập phát âm 발음 연습 / luyện tập mẫu câu 문형 연습 / luyện tập phòng cháy chữa cháy 소방 연습

lữ khách 나그네 ¶ lữ khách cô đơn 외로운 나그네

lừa[1] 당나귀

lừa[2] 속이다 ¶ dễ lừa 속이기 쉽다 / người dễ lừa

속이기 쉬운 사람 / bị lừa 속다 / lừa người 사람을 속이다 / lừa người khác lấy tiền 남을 속여 돈을 빼았다 / đừng có định lừa tôi 날 속이려고 하지 마 / bạn đã bị hắn lừa rồi 넌 그에게 속았어

lừa dối 속이다 ¶ lừa dối chính mình 자기 자신을 속이다 / nó đã lừa dối tôi 그는 나를 속였다

lừa gạt 속임수를 쓰다, 사취하다, 협잡하다 ¶ bị lừa gạt 속임수에 넘어가다 / lừa gạt trong chơi bài 카드 놀이에서 속임수를 쓰다 / chúng ta bị lừa rồi 우리는 속임수에 빠졌다 / lừa gạt tiền bạc 금전을 사취하다 / lừa gạc trong cờ bạc 도박에서 협잡하다

lửa 불 ¶ tắt lửa 불을 끄다

lựa 고르다, 선택하다 ¶ đây là cái tôi lựa 이것은 내가 고른 것이다 / lựa đá trong gạo 쌀에서 돌을 고르다 #동 chọn

lửa 불 ¶ cột lửa 불기둥 / bắc ấm lên lửa 주전자를 불에 엊어 놓다 / bất chấp nước lửa 물불을 가리지 않다

lực –력 ¶ lực điện tử 전자력 / lực căng 장력 / lực kết hợp 결합력

lực căng 장력 ¶ lực căng bề mặt 표면 장력

lực lượng 역량 ¶ theo lực lượng 역량에 따라

lưng 등 ¶ đau lưng 등의 아픔(요통) / vỗ (vào, lên) lưng 등을 치다 / ngứa lưng 등이 가렵다

lược 빗

lưới 그물, 네트 ¶ lưới đánh cá 어망

lười 게으르다 ¶ người lười 나태한 사람 / trở nên lười 게을러지다

lười biếng 게으르다, 나태하다 ¶ thói lười biếng 나태한 버릇 / tính lười biếng 게으른 품성 / tôi ân hận mình đã lười biếng 게을렀던 것을 후회한다

lưỡi[1] 혀 ¶ đầu lưỡi 혀끝 / mặt lưỡi 혓바닥(설면) / gốc lưỡi 혀뿌리 / lưỡi trước 전설 / lưỡi sau 후설

lưỡi[2] 날 ¶ lưỡi dao 칼날 / lưỡi cưa 톱날

lưỡi con 목젖

lưỡi dao 칼날 ¶ lưỡi dao cùn 칼날이 무디다 / lưỡi

dao này rất bén 이 칼의 날은 매우 날카롭다

lưỡi lam 면도날

lưỡi sau 후설

lưỡi trước 전설

lượm 줍다 ¶ đồ lượm được 주운 물건 / lượm nón 모자를 줍다

lươn 뱀장어 ¶ lươn nướng 뱀장어 구이

lương 임금, 노임, 봉급 ¶ lương năm 연봉 / lương tháng 월급 / lương thực chất 실질 임금 / yêu cầu tăng lương 임금 인상 요구 / nhận lương 임금을 얻다 / không trả lương 봉급을 갚지 않다 / công nhân viên đã đình công 48 giờ đòi tăng lương 직공들은 노임 인상을 요구하여 48 시간 파업했다

lương bổng 봉급, 임금 ¶ sự bất bình đẳng về tiền lương 임금의 불평등

lương năm 연봉 ¶ nhận lương năm 연봉을 받다 / lương năm người đó là hai mươi bốn nghìn đô la 그 사람은 연봉이 24.000 달러이다

lương tâm 양심 ¶ sự tự do của lương tâm 양심의 자유 / có tính lương tâm 양심적 / thương nhân có lương tâm 양심적인 상인 / lương tâm của một học giả 학자로서의 양심 / về mặt lương tâm 양심적으로 / quay lưng với lương tâm 양심을 등지다 / hổ thẹn với lương tâm 양심에 부끄럽다 / không hổ thẹn lương tâm 양심에 부끄럽지 않다 / có lương tâm với mọi người 누구에게나 양심은 있다

lương tháng 월급 ¶ lãnh lương tháng 월급을 타다 / nhận lương tháng 월급을 받다 / lương tháng của người này là hai nghìn năm trăm đô la 이 사람의 월급이 2.500 달러이다

lương thực 양식, 식량 ¶ phân phối lương thực 양식을 분배하다 / bổ sung lương thực 식량을 보충하다

lượng 1. 양 ¶ lượng nhiều 양이 많다 2. -량 lượng mưa 강우량 / lượng bất biến 불변량 / lượng bao gồm 포함량

lượng lớn 대량, 다량 ¶

không khí chứa một lượng lớn khí axit cacbonic 다량의 탄산가스를 포함한 공기

lượng mưa 강우량 ¶ lượng mưa bình quân một tháng 한 달의 평균 강수량

lượng tử 양자(量子)

lướt 스치다 ¶ chim bay lướt qua mặt nước 새가 수면을 스쳐 날아갔다 / cô ấy đi lướt qua cạnh tôi 그녀는 내 옆을 스쳐 갔다

lược bỏ 생략하다 ¶ lược bỏ nghi thức 의식을 생략하다

lưu 저장(하다) ¶ lưu lại dữ liệu 데이터를 다시 저장하다 / tất cả dữ liệu được lưu vào thiết bị nhớ 모든 데이터는 기억 장치에 저장된다

lưu động 유동(하다) ¶ vốn lưu động 유동 자본

lưu hành 유통(하다) ¶ kỳ hạn lưu hành 유통 기한 / cơ cấu lưu hành 유통 기구 / cho lưu hành đồng tiền mới 새로운 화폐를 유통시키다 / kỳ hạn lưu hành của sản phẩm này đã qua 이 제품은 유통 기한이 지났다

lưu huỳnh 유황

lưu lượng 유량, -량 ¶ lưu lượng giao thông 교통량 / đường xá được mở rộng vì lưu lượng giao thông nhiều 많은 교통량 때문에 도로의 폭을 넓히게 되었다

lưu niệm 기념(하다) ¶ chụp hình lưu niệm 기념 시진을 찍다

lưu thông 유통(하다) ¶ cơ cấu lưu thông 유통 기구 / sự lưu thông tiền tệ 화폐의 유통 / sự lưu thông không khí 공기의 유통 / phòng này không khí lưu thông tốt 이 방은 공기의 유통이 좋다

lưu ý 유의(하다) ¶ những vấn đề cần lưu ý khi sử dụng phòng máy tính 컴퓨터실 이용시 유의사항

lựu 석류

ly 잔 ¶ một ly cà phê 커피 한 잔

ly biệt 이별(하다) ¶ rượu ly biệt 이별주 / nỗi buồn ly biệt 이별의 슬픔 / nói lời ly biệt 이별를 고하다
#동 biệt ly

lý 물리학 ¶ bộ đề lý 물리학 문제집
#동 vật lý

lý do 이유 ¶ lý do tồn tại 존재 이유

lý luận 이론 ¶ áp dụng lý
luận vào thực tế 이론을
실제에 적용하다

lý thuyết 이론 ¶ lý luận về
âm nhạc 음악이론 / lý
thuyết và thực tiễn âm nhạc
음악의 이론과 실제

M m

M (phụ âm) Chữ thứ mười lăm trong bảng chữ cái tiếng Việt(đọc là "em-mờ" hoặc "mờ" khi đánh vần)

ma 악마, 귀신

Magiê 마그네슘

ma thuật 마술(魔術) ¶ dùng ma thuật 마술을 쓰다

ma túy 먀약 ¶ nghiện ma túy 마약에 중독되다 / nó đang bị nghiện ma túy 그는 마약에 중독되어 있다

ma xát 마찰(하다) ¶ sự ma sát bề mặt 표면 마찰

má[1] 볼, 뺨 ¶ má đỏ 붉은 볼 / đôi má 양볼 / hôn lên má 볼에 뽀뽀를 하다 / nó đã bẹo má chú bé 그는 소년의 뺨을 꼬집었다 / mẹ âu yếm đôi má bé 엄마가 아기의 양볼을 애무하다

má[2] 어머니, 엄마 ¶ má tôi 우리 어머니

\#동 mẹ

mà 1.(으)ㄴ/는/(으)ㄹ ¶ người mà tôi yêu 내가 사랑하는 사람

2. –고 ¶ nếu là người đó thì có thể yên tâm mà giao việc 그 사람이면 마음놓고 일을 맡길 수 있다

mã 코드 ¶ mật mã 비밀 번호 / mã hàng 상품코드 / mã vạch 바코드

mã hàng 상품코드

Mã Lai 말레이시아 ¶ người Mã Lai 말레이시아 사람

mã số 번호, 코드 ¶ mã số doanh nghiệp 사업자번호 / mã số bí mật 비밀 번호 / mã số đăng ký 등록 번호

mã vạch 바코드(bar code)

mạ 도금(하다) ¶ mạ bạc 은도금하다

mai 내일 ¶ hai giờ chiều mai 내일 오후 2시

\#동 ngày mai

mái[1] 지붕

mái[2] 암- ¶ gà mái 암탉 / gà mái ấp ra gà con 암탉이

병아리를 깐다

#반 trống

máy hiên 베란다

mài 갈다 ¶ mài dao 칼을 갈다 / mài dao cạo 면도칼을 갈다 / mài bén 날카롭게 갈다

mãi mãi 영원히

mại dâm 매춘 ¶ luật phòng chống mại dâm 매춘 방지법

màn ảnh 스크린

màn đêm 밤, 밤의 어둠 ¶ trong bóng tối của màn đêm 밤의 어둠 속에서

màn hình 화면 ¶ biến mất khỏi màn hình 화면에서 사라지다

mãn hạn 만기, 만기가 되다 ¶ ngày mãn hạn 만기일 / đã mãn hạn hợp đồng 계약이 만기가 되었다 #동 hết hạn

mang[1] 가지다 ¶ mang đi 가지고 가다

mang[2] 끼다 ¶ mang găng tay 장갑을 끼다 / mang găng tay để tránh để lại vân tay 지문을 남기지 않도록 장갑을 끼다

Mangan 망간

mang bầu 임신하다, 배다, 잉태하다 ¶ đang mang bầu 임신 중에 / cô ấy mang bầu ba tháng 그녀는 임신 3개월이다 #동 mang thai

mang đến 가져오다 ¶ mang đến sự biến động 변동을 가져오다

mang lại 주다, 가져오다 ¶ mang lại cảm giác 느낌을 주다 / mang lại sự an ủi 위안을 주다 / mang lại ảnh hưởng 영향을 주다 / mang lại ấn tượng 인상을 주다 / mang lại ấn tượng xấu 나쁜 인상을 주다

mang ơn 은혜를 입다 ¶ tôi đang mang ơn ông ấy nhiều lắm 나는 그에게 많은 은혜를 입고 있다

mang thai 임신하다, 배다, 잉태하다 ¶ làm cho mang thai 배게 하다 / thời gian mang thai 임신 기간 / thời kỳ có thể mang thai 임신 가능 기간 / phụ nữ mang thai 임신한 여자 / đang mang thai 임신 중에 #동 mang bầu

mang tính -적, -적인, -적이다 ¶ mang tính loại hình 유형적 / đặc trưng mang tính cú pháp 통사적 특성 #동 có tính

màng 모기장

màng trinh 처녀막

mạng[1] 망 ¶ mạng internet 인터넷망 / mạng viễn thông 통신망

mạng[2] 생명 ¶ ông Lee là ân nhân cứu mạng của tôi đó 이 선생님은 내 생명의은인 이십니다

mạng lưới –망 ¶ mạng lưới chi nhánh 지점망 / mạng lưới bán hàng 판매망 / mạng lưới bao vây 포위망 / mạng lưới giao thông 교통망 / mạng lưới đường cao tốc 고속도로망 / mạng lưới do thám 첩보망

mảnh đất 땅, -지 ¶ mãnh đất bồi dưỡng 배양지

mãnh thú 맹수 ¶ săn mãnh thú 맹수를 사냥하다

mạnh 1. 강하다 ¶ rượu mạnh 강한 술 / ngọn gió mạnh 강한 바람 / sức tưởng tượng mạnh 강한 상상력 / làm cho mạnh 강하게 하다 / sức mạnh của đồng tiền mạnh thật 돈의 힘은 강하다 2. 세다

¶ đẩy mạnh 세게 밀다 / nhéo mạnh 세게 꼬집다 / sức mạnh 힘이 세다 #반 yếu

mạnh mẽ 힘차다, 강하다 ¶ bút pháp mạnh mẽ 힘찬 필법 / ấn tượng mạnh mẽ 강한 인상 / ý chí mạnh mẽ 강한 의지 / chủ trương mạnh mẽ 강한 주장 / một cách mạnh mẽ 강하게 / làm cho mạnh mẽ 강하게 하다 / xuất hiện một cách mạnh mẽ 강하게 나오다 / trở nên mạnh mẽ 강해지다

mạnh khỏe 건강하다 ¶ chúc ông(bà) luôn mạnh khỏe 늘 건강하시기 바랍니다

Mạnh Tử 맹자

mạo hiểm 모험(하다) ¶ có tính mạo hiểm 모험적 / một cách mạo hiểm 모험적으로

ma-ra-tông 마라톤 ¶ vận động viên ma-ra-tông 마라톤 선수 / tôi từng có ý nghĩ sẽ trở thành vận động viên ma-ra-tông 나는 마라톤 선수가 될 생각이었다

mát 시원하다 ¶ hóng gió mát 시원한 바람을 쐬다

mát mẻ 시원하다 ¶ thời tiết mát mẻ 시원한 날씨
#동 mát

mát rượi 아주 시원하다

mát xa 안마(하다) ¶ máy mát xa 안마기 / thợ mát xa 안마사 / liệu pháp mát xa 안마 요법 / được mát xa 안마를 받다 / được mát xa vai 어깨에 안마를 받다

mau 빠르다
#동 nhanh

mau chóng 빨리

máu 피 ¶ ra máu 피가 나다 / bê bết máu 피투성이의

máu me 피투성이 ¶ trở nên bê bết máu me 피투성이가 되다

màu 1. 색, 색깔, 빛깔, 컬러 ¶ màu nho 포도색 / màu sô cô la 초콜릿색 / màu không biến đổi 불변색 / giấy màu 색종이 / bút chì màu 색연필 / bóng đèn màu sữa 젖빛 전구 / in màu 색도인쇄 / cách in ba màu 삼도인쇄법 / cách in nhiều màu 다색인 쇄법 / ba cuộn phim màu 컬러 필름 3 통 / sự phối màu 색의 배합 / sự phối màu kém 색의 배합이 나쁘다 2. 빛 ¶ màu cá 모래빛

màu bạc 은색, 은빛 ¶ xe hơi màu bạc 은색의 자동차 / màu trắng bạc 은백

màu bạch kim 백금색

màu cam 오렌지색

màu đen 검은색

màu đỏ 적색, 빨간색

màu đỏ tía 자주색

màu hoàng kim 황금색

màu hoàng yến 카나리아 빛

màu hồng 분홍색

màu lục 녹색

màu nâu 갈색

màu sắc 색깔

màu sô cô la 초콜릿색

màu tím 보라색

màu trắng 흰색, 흰빛, 백색

màu trắng bạc 은백색 ¶ xe máy màu trắng bạc 은백색 의 오토바이

màu vàng 노란색

màu xám 회색

màu xanh 청색

màu xanh lá cây 초록색

màu xanh da trời 하늘빛

màu xanh dương 파란색, 푸른색

may[1] 재봉(하다) ¶ thợ may 재봉사(재단사) / dàn máy may 재봉틀 / may áo sơ mi 셔츠를 재봉하여 만들다

Mm

may[2] 다행하다, 다행하게도

may mắn 다행하게도, 다행
하다

máy 1. 기계 ¶ dầu máy 기계
유 / máy bán tự động 반자
동식 기계 / người máy 로
봇 2. 엔진(engine) ¶ xe tải
dừng ở chính giữa đường vì
hỏng máy 엔진 고장으로
트럭이 길 한가운데에 서
있었다 3. -기 ¶ máy in
프린터 / máy in(ở nhà máy)
인쇄기 / máy ảnh 사진기 /
máy đo âm hưởng 음향기 /
máy đo âm lượng 음량
측정기 / máy nén khí 공기
압축기 / máy lọc nén 압착
여과기 / quạt máy 선풍기 /
máy mát xa 안마기

máy ảnh 사진기, 카메라 ¶
máy ảnh kỹ thuật số 디지털
카메라(디카)

máy bay 비행기 ¶ máy bay
tự điều khiển 자동 조종
비행기 / cánh máy bay
비행기 날개 / đi máy bay
비행기를 타다 / bồn nhiên
liệu hỗ trợ của máy bay
비행기의 보조 연료 탱크 /
máy bay của chúng ta đã
bay phía trên dãy An-
pơ(Alps) 우리 비행기는 알
프스 상공을 날았다 / máy
bay đã bay ở độ cao 5.000
feet 비행기는 5,000 피트
고도로 날고 있었다 / chiếc
máy bay đó đã đáp khẩn cấp
xuống Sân bay Quốc tế Tân
Sơn Nhất 그 비행기는 떤선
넛 국제 공항에 긴급 착륙
했다

máy bay do thám 첩보기

máy biến thế 변압기

máy bộ đàm 휴대용 무선
전화기, 워키토키(walkie
-talkie)

máy cày 트랙터 ¶ máy cày
loại lớn 대형 트랙터

máy điều hòa nhiệt độ
에어컨 ¶ có máy điều hòa
nhiệt độ sẽ tốthơn 에어컨이
있으면 더 낫겠어요
#동 máy lạnh

máy ghi âm 녹금기

máy gia tốc 가속기

máy giặt 세탁기

máy hàn 용접기

máy hát 재생 장치 ¶ máy
hát băng stereo 스테레오
테이프 재생 장치

máy kéo 트랙터 ¶ máy kéo
dùng để canh tác 경작용

트랙터
máy khâu 재봉틀
máy lạnh 에어컨
#동 máy điều hòa nhiệt độ
máy may 재봉틀
máy móc 기계
máy tính 1. 계산기 2. 컴퓨터
¶ máy tính xách tay 노트북
#동 máy vi tính
máy trộn 서(mixer) ¶ y trộn
bê tông 콘크리트 믹서
máy vi tính 컴퓨터 ¶ máy vi
tính do Hàn Quốc chế tạo
한국제의 컴퓨터
mày (낮춤말) 너 ¶ mày đã
bội ước nhiều lần nên không
thể tin được nữa 너는 벌써
여러 번이나 배약했으니 다
시 믿을 수 없다
mảy may 조금도 (없다) ¶
không có mảy may một chút
ác ý nào trong lời anh ta nói
cả 그가 한 말에는 조금도
악의가 없었다
mắc[1] 걸리다 ¶ mắc bẫy 함정
에 걸리다 / mắc bệnh sốt
rét 말라리아에 걸리다 / nó
đã mắc bệnh lao 그는 결핵
에 걸렸다
mắc[2] (해먹을) 달다 ¶ mắc
võng 해먹을 달다
mặc 입다 ¶ sinh viên mặc

đồng phục 교복을 입은
대학생 / võ sĩ mặc áo giáp
갑옷을 입은 무사 / mặc
váy 치마를 입다 / mặc Âu
phục 양복을 입다 / mặc
đồng phục 유니폼을 입다 /
ăn mặc đẹp 옷을 잘 입다 /
đang mặc 입고 있다 / mặc
thử áo khoác 외투를 입어
보다 / mặc áo 웃옷을 입다
/ đang mặc áo choàng 외투
를 입고 있다
mặc cả 흥정(하다) ¶ sự mặc
cả chính trị 정치적 흥정
mắm 젓, 젓갈 ¶ mắm
tôm(để nguyên con tôm)
새우젓 / làm mắm tôm 새우
젓을 담다 / làm mắm 젓갈
을 담그다
măng cụt 망고스틴
măng tô 망토
mắng 야단치다
mắt 1. 눈 ¶ mắt trái 왼 눈 /
mắt phải 오른 눈 / mí mắt
눈꺼풀 / mắt tròn 동그란 눈
/ đau mắt 눈이 아프다 /
bác sĩ chuyên khoa mắt
안과 전문 의사 / nhấp nháy
mắt 눈을 깜박거리다 / cát
vào mắt 눈에 모래가 들어
가다 / dụi mắt 눈을 비비다
/ cô nàng dụi mắt rồi ngáp

Mm

그녀는 눈을 비비고 하품했 다 / ánh mắt của anh ta bùng lên sự phẫn nộ 그의 눈은 분노로 타올랐다 / ngước nhìn với ánh mắt lạnh lùng 차가운 눈으로 쳐 다보다 / cái đó biến mất ngay chính trước mắt tôi 그것이 바로 내 눈 앞에서 사라졌다 2 .–안 ¶ mắt viễn thị 원시안 / mắt cận thị 근시안 / người có mắt bị cận thị 근시안의 사람

mắt cá 발목

mắt kính 안경 ¶ đeo mắt kính 안경을 쓰다

mặt[1] 1. 얼굴 ¶ mặt tròn 둥근 얼굴 / rửa mặt 세수하다 / che mặt bằng khăn tay 손수건으로 얼굴을 가리다 / cô ấy xoa kem lên mặt 그녀는 얼굴에 크림을 문질 러 바르다 2.낯

mặt[2] –면 ¶ mặt tiếp xúc 접촉 면 / mặt lưỡi 설면(혓바닥)

mặt đất 지면

mặt khác 한편

mặt lưỡi 혓바닥, 설면

mặt nạ 탈, 가면, 복면 ¶ múa mặt nạ 탈춤 / kịch mặt nạ 가면극 / lột mặt nạ 가면을 벗다 / đeo mặt nạ 가면을 쓰다

mặt nước 수면 ¶ chim bay lướt qua mặt nước 새가 수면을 스쳐 날아갔다

mặt trái 암흑면 ¶ nhìn mặt trái của đời 세상의 암흑면 을 보다

mặt trăng 달나라, 달 ¶ mặt trăng xuất hiện 달이 돋는다 / mặt trăng quay quanh trái đất 달은 지구의 주위를 운 행한다

#동 trăng

mặt trời 태양, 해 ¶ mặt trời mọc 해돋이 / ánh mặt trời 태양 빛 / pin mặt trời 태양 전지 / mỗi khi mặt trời lặn 해가 질 때마다 / khởi hành trước khi mặt trời mọc 해가 뜨기 전에 떠나다

mâm 쟁반

mâm cỗ 파티, 잔치

mập 뚱뚱하다, 살찌다 ¶ trở nên mập 뚱뚱해지다 / dạo này cô ấy mập ra 그녀는 요새 살쪘다

#동 béo

mất[1] 잃다 ¶ mất ví 지갑을 잃다 / mất dũng khí 용기를 잃다

mất[2] 1. (죽어서 이별하다) 여의다 mất bố mẹ 부모를 여의다 / mất cha 아버지를 여의다 / mất mẹ lúc còn trẻ 어려서 어머니를 여의다 / mất con trai 아들을 여의다 2. 돌아가다 ông đã mất rồi 할아버지가 돌아가셨다 #동 qua đời

mất[3] -어/아/여 버리다 ¶ mùi thơm đã bay mất 향내가 날아 버렸다

mất sức 힘들다

mật 꿀 ¶ ong mật 꿀벌 / mật ong 벌꿀로 / tẩm mật ong 벌꿀로 담그다

mật độ 밀도 ¶ mật độ dân số 인구 밀도

mật gấu 곰 쓸개

mật mã 비밀 번호

mật thiết 밀접(하다) ¶ quan hệ mật thiết 밀접한 관계

mẩu 조각 ¶ một mẩu bánh mì 빵 한 조각

mẫu 견본, 샘플, 표본, 시료

mẫu câu 문형 ¶ luyện tập mẫu câu 문형 연습 / mẫu câu cơ bản 기본 문형

mẫu đơn (신청서) 양식

mẫu giáo 유치원

mẫu quốc 모국(母國)

mẫu thời trang 패션 ¶ mẫu thời trang mới nhất 최신 패션

mậu dịch 무역 ¶ sự bảo hộ mậu dịch 보호 무역 / chủ nghĩa mậu dịch bảo hộ 보호 무역주의 / nâng cao tường rào bảo hộ mậu dịch 보호무역주의의 벽을 높이다 / mậu dịch bị đình trệ vì chiến tranh 전쟁 때문에 무역이 정체되어 버렸다

mây 구름 ¶ mây trôi 뜬구름

mấy 몇 ¶ mấy ngày vừa qua 지난 며칠 / bạn mấy tuổi 몇 살이에요? / bạn có mấy anh em? 형제가 몇이 되느냐? / trong học thuyết của ông ấy có mấy điểm bất hợp lý 그의 학설에는 불합리한 점이 몇 가지 있다

mấy hôm 며칠

mấy hôm sau 며칠 후에

mè 깨 ¶ mè đen 검은 깨 #동 vừng

mẹ 어머니, 엄마, 어미 mẹ ruột 친 어머니 / mẹ tôi 우리 어머니 / ngày cha mẹ(ngày 8 tháng 5, ở Hàn Quốc) 어버이날 / sữa mẹ 어머니 젖 / trẻ sơ sinh được ôm trong lòng mẹ 어머니 품에 안긴 갓난아이

Mm

/ mất mẹ lúc còn trẻ 어려서 어머니를 여의다 / mẹ âu yếm đôi má bé 엄마가 아기의 양볼을 애무하다 / chim mẹ ấp trứng 어미 새가 알을 까다(품다) / thất bại là mẹ thành công 실패는 성공의 어머니이다
#동 má

men 효소 ¶ lên men 발효(하다) / vi khuẩn lên men 발효균 / cách lên men 발효법 / tác dụng lên men 발효 작용

mèo 고양이 ¶ mèo cái 암고양이 / mèo đực 수고양이

mét 미터 ¶ độ cao 20 mét 20 미터 높이 / độ cao là 5 mét 높이가 5 미터이다 / bay ở độ cao chín ngàn mét 9 천 미터의 높이를 날다 / độ cao của tháp này là trên một trăm mét 이 탑의 높이는 100 미터이상이다

mét khối 3 제곱 미터

mét vuông 제곱 미터, 평방 미터

mê 훨씬 좋아하다, 너무 좋아하다

mê hoặc 미혹하다 ¶ cảnh tỉnh người bị mê hoặc 미혹한 사람을 경성하다

mềm 1. 부드럽다 ¶ không mềm 부드럽지 않다 / trở nên mềm 부드러워지다
2. 연하다 ¶ thịt mềm 연한 고기

mềm mại (느낌) 부드럽다 ¶ bàn tay mềm mại 부드러운 손 / cảm giác mềm mại 감촉이 부드럽다

mến 좋아하다 ¶ cô ấy mến người đó 그녀는 그 사람을 좋아하다

mến mộ 인기 ¶ được mến mộ nhiều 인기가 많다

mệnh lệnh 명령(하다) ¶ câu mệnh lệnh 명령문 / mệnh lệnh phải được chấp hành nghiêm chỉnh 명령은 엄중히 지켜지지 않으면 안 된다

mệt 힘들다, 피곤하다

mệt mõi 피곤(하다) ¶ sự mệt mõi cơ bắp 근육 피로 / cảm giác mệt mõi 피곤한 느낌

mi li mét 밀리미터

mí 꺼풀 ¶ mí mắt 눈꺼풀 / hai mí 쌍꺼풀 / có hai mí 쌍꺼풀 지다

mì¹ 면류, 국수

mì² 밀 ¶ bột mì 밀가루
#동 lúa mì

mì chính (화학) 조미료 (monosodium gluatamate) #동 bột ngọt

miền 지역, 지대

miền Bắc 북부, 북쪽 #동 Bắc bộ

miền Đông 동부 ¶ bến xe miền Đông 동부 터미널

miền Nam 남부, 남쪽 #동 Nam bộ

miền núi 산골

miền quê 시골 ¶ cảnh vật miền quê 시골 경치 / chúng tôi đã cho bọn trẻ lánh nạn xuống miền quê 우리는 아이들을 시골로 피난시켰다 / trải qua phần lớn cuộc đời ở miền quê 인생의 대부분을 시골에서 보내다

miền Tây 서부 ¶ miền Tây Nam bộ 서남부 / bến xe miền Tây 서부 터미널

miền Trung 중부 ¶ các địa phương miền Trung 중부 지방

miễn 면제(하다) ¶ được miễn 면제되다

miễn dịch 면역(하다) ¶ miễn dịch học 면역학

miễn thuế 면세(하다) ¶ cửa hàng miễn thuế 면세점 / hàng miễn thuế 면세품 / danh mục miễn thuế 면세표 / thu nhập miễn thuế 면세 소득 / thời gian miễn thuế 면세 기간 / hàng nhập khẩu miễn thuế 면세 수입품 / được miễn thuế 면세되다 / số tiền hàng miễn thuế 면세물품가액

miếng 점, 조각 ¶ một miếng thịt 고기 한 점 / một miếng bánh mì 빵 한 조각

miếng kính 거울 ¶ bề mặt của miếng kính 거울의 표면

miếng lót 깔개

miệng[1] 1.입 ¶ vừa miệng 입에 맞다 / che miệng 입을 가리다 / che miệng bằng tay 손으로 입을 가리다 2.구두 ¶ báo cáo miệng 구두에 의한 보고

miệng[2] 주둥이 ¶ miệng ấm 주전자 주둥이 / chai miệng to 주둥이가 큰 병

miêu tả 묘사(하다) ¶ (sự) miêu tả bề ngoài 외면 묘사 / miêu tả cuộc sống 생활을 묘사하다

mỉm cười 미소를 짓다

mình[1] 몸 ¶ ngâm mình trong bồn tắm 욕조에 몸을 담그다

#동 thân mình

mình[2] 자신 ¶ người không biết ai ngoài bản thân mình 자기밖에 모르는 사람 / ân hận về hành động ngốc nghếch của mình 자신의 어리석은 행동을 후회하다 / cô ấy đã thực hiện kế hoạch của mình 그녀는 자기 계획을 실행하였다

mít 잭프루트

mít tinh 미팅

Molypđen 몰리브덴

mỏ 광산, 광업소, 탄갱, 탄광

mỏ neo 닻

móc 걸이 ¶ móc treo áo choàng 외투 걸이

móc áo 옷걸이

móc ra 꺼내다 ¶ móc thư từ túi ra 주머니에서 편지를 꺼내다

móc túi 소매치기 ¶ coi chừng bị móc túi 소매치기 조심 / bị móc túi 소매치기를 당하다

mọc[1] 나다 ¶ đất cỏ mọc 풀이 난 땅 / mọc răng 이가 나다

mọc[2] (해, 달이) 돋다, 뜨다 ¶ mặt trời mọc 해가 돋는다 / mỗi khi mặt trời mọc 해가 돋을 때마다 / khởi hành trước khi mặt trời mọc 해가 뜨기 전에 떠나다

mọc lên 떠오르다

mọc răng 이가 나다

mọi 모든, 모두 다 ¶ tất cả mọi con đường đều dẫn đến La Mã 모든 길은 로마로 통한다 / bao gồm mọi chi phí 모든 비용을 포함하다

mọi cái 모든 것

mọi người 사람들, 모두, 다들 ¶ xa lánh mọi người 사람을 멀리하다 / có lương tâm với mọi người 누구에게나 양심은 있다 / bắt tay với mọi người 모두와 악수를 나누다 / mọi người đi cả rồi à? 다들 갔니? bị mọi người bài xích 모두에게 배척당하다 / mọi người đang ao ước sự xuất hiện của nhà lãnh đạo vĩ đại 사람들은 위대한 지도자의 출현을 갈망하고 있다 / hễ đứng trước mọi người là cô ấy bẽn lẽn 그녀는 사람들 앞에 나서면 수줍어한다 / phân bổ cổ phần cho mọi người 주식을 사람들에게 배당하다

món 요리 ¶ món thịt 고기

요리 / **món cà ri** 카레 요리 / **món cay** 매운 요리

món ăn 음식, 요리 ¶ **món ăn Việt Nam** 한국 음식 / **món ăn Hàn Quốc** 한국 요리 / **món rau** 야채 요리 / **món rau trộn** 야채 샐러드 / **món ăn ngon** 맛있는 음식 / **món ăn nhạt** 싱거운 음식 / **món ăn béo** 기름기 많은 음식 / **bày món ăn ra đĩa** 음식을 접시에 담다 / **món ăn đó cay** 그 음식이 맵다 / **thưởng thức món ăn** 음식을 즐겨 먹다

món đồ 물건 ¶ **món đồ hiếm có** 드문 물건 / **món đồ quý** 귀한 물건 / **món đồ đó quý lắm** 그 물건은 귀하다 / **món đồ gì vậy?** 무슨 물건이에요?

món kho 조림 ¶ **món kho với đường** 설탕 조림

món quà 선물 ¶ **món quà cảm ơn** 고마운 설물

món tráng miệng 후식, 디저트

mong 바라다, 기대하다

mong đợi 기대(하다) ¶ **cô nàng lòng đầy mong đợi** 그녀는 기대에 가슴이 부풀었다 / **Sunny đầy mong đợi được chuyển sang nhà mới** 선니가 새집으로 이사하는 기대에 부풀다

mong muốn 1. 원하다, -고 싶다 ¶ **mong muốn được du học** 유학가기를 원하다 2. 바라다 ¶ **mong muốn khôi phục hòa bình** 평화의 회복을 바라다

móng 톱 ¶ **móng chân** 발톱 / **móng tay** 손톱

móng chân 발톱 ¶ **móng chân út** 새끼발톱

móng tay 손톱 ¶ **móng tay út** 새끼손톱

mỏng 얇다 ¶ **vải mỏng** 얇은 옷감 / **giấy mỏng** 얇은 종이

mô đen 모델

mô phỏng 모방(하다) ¶ **mô phỏng bút tích** 필적을 모방하다

mồ 무덤

mồ côi ¶ **trẻ mồ côi** 부모가 없는, 부모 중 한쪽이 없는 고아

mồ hôi 땀 ¶ **đầy mồ hôi** 땀투성이의

mổ 해부(하다), 수술(하다) ¶ **dao mổ** 해부도 / **bàn mổ** 해부대 / **phòng mổ** 해부실

mộ 무덤

mô 입술 ¶ **âm môi** 입술 소리

/ môi dày 두툼한 입술 / môi mỏng 얇은 입술

môi trên 윗입술

môi dưới 아랫입술

môi giới 중개(하다) ¶ người làm nghề môi giới bất động sản 부동산 중개업자

môi trường 환경 ¶ sự phá hoại môi trường 환경 파괴 / bộ môi trường 환경부 / Bộ trưởng Bộ môi trường 환경부 장관 / môi trường khắc nghiệt 열악한 환경 / trưởng thành trong một môi trường khắc nghiệt 열악한 환경에서 성장하다

mồi¹ (낚시) 미끼

mồi² 안주 ¶ gắp mồi 안주를 집다

mỗi 1. 마다 ¶ mỗi người 사람마다 / mỗi trường 학교마다 / mỗi khi 때마다 / mỗi tối 저녁마다 2. 매 ¶ mỗi ngày 매일 3. 각 ¶ mỗi cá nhân 각 개인

mỗi giây 초마다

mỗi giờ 시간마다

mỗi khi 때마다 ¶ mỗi khi mặt trời lặn 해가 질 때마다

mỗi lúc 때마다 ¶ mỗi lúc hoàng hôn buông xuống 황혼이 깃들 때마다
#동 mỗi khi

mỗi mình 혼자, 혼자서

mỗi năm 해마다, 매년

mỗi ngày 날마다, 매일 ¶ mỗi ngày cô ấy đều viết nhật ký 그녀는 매일 일기를 적고 있다

mỗi phút 분마다

mỗi tháng 달마다, 매달

mỗi tuần 주마다, 매주

mồm 입
#동 miệng

môn 1. 과목 ¶ môn chuyên ngành 전문 과목 / môn cơ bản 기본 과목 2. 종목 ¶ môn thi đấu chính 주요 경기 종목

mông 엉덩이

mồng 초 ¶ mồng một 초하루 / mồng hai 초이틀 / mồng năm tháng giêng âm lịch 음력 정월 초닷새

một 1. 하나, 한 ¶ một cá nhân 한 개인 / một bản nhạc 음악 한 곡 / một tờ giấy 종이 한 장 / một đôi giày 구두 한 켤레 / một đôi vớ 양말 한 켤레 / một đôi vợ chồng trẻ 한 쌍의 젊은 부부 / một miếng thịt 고기

한 점 / một ổ bánh mì 빵 한 덩어리 / một chùm nho 포도 한 송이 / một bao thuốc lá 담배 한 갑 / một bao diêm 성냥 한 갑 / bao tải gạo 쌀자루 / bao đậu 콩자루 / một bao khoai tây 한 자루의 감자 / một bao bột mì 밀가루 한 부대 / một thành viên của gia đình 가족의 한 사람 / đã mười một giờ rưỡi rồi 벌써 11시 반이다 / không biết một chữ 글자 한 자 모르다

2. 일 ¶một đô la 1 달러 / một nghìn won (일) 천 원 / một ngày 1 일(동안) / ngày một 1 일 / một phần tư 4 분의 1 / tỉ lệ một chọi ba 3 대 1 의 비율 / bản đồ một phần năm trăm 오백분의 일 지도 / báo trước một tuần 일주일 전에 알리다 / nghỉ dưỡng một năm trời do bệnh 병으로 일 년간 휴양하다 / một người đóng hai vai 1 인 2역을 하다

một cách -(부사형 어미) 1.-히 ¶ một cách đặc biệt 특별히 / một cách bình đẳng 평등히 / một cách an nhàn 한가히 / một cách nhanh chóng 급속히 / một cách ân cần 은근히 / một cách cẩu thả 소홀히 / đứng lên một cách khó nhọc 간신히 일어서다 / bảo vệ một cách nghiêm ngặt 경비를 엄중히 하다 / làm việc mộ cách kỹ lưỡng 일을 꼼꼼히 하다 2. -이 ¶ một cách sạch sẽ 깨끗이 / hãy sử dụng nhà vệ sinh một cách sạch sẽ 화장실을 깨끗이 사용합시다 3. -게 ¶ một cách an toàn 안전하게 / một cách bất công 불공평하게 / một cách rõ ràng 분명하게 / một cách thiết thực 절실하게 / một cách bình thản 편안하게 / một cách mạnh mẽ 강하게 / xuất hiện một cách mạnh mẽ 강하게 나오다 / sử dụng thời gian một cách hữu hiệu 시간을 유효하게 쓰다 4. -적으로 ¶ một cách trực tiếp 직접적으로 / một cách gián tiếp 간접적으로 / một cách cụ thể 구체적으로 / một cách chủ quan 주관적으로 / một cách căn bản 근본적으로 / một cách nhân tạo 인공작으로 / một cách bất hợp pháp 불법으로 /

một cách công khai 공개적으로 / **một cách ẩn dụ** 은유적으로 / **kết thúc một cách bi kịch** 비극적으로 끝나다 5. -(으)로 ¶ **một cách chân thành** 진심으로 / **một cách chân thực** 진실로

một cây 명수(名手) ¶ **một cây nói dối** 거짓말의 명수

một chút 조금, 좀

một đôi 한 쌍, 한 켤레

một hôm 어느 날

một hơi 한숨에

một loại nào đó 모종 ¶ **một loại vai trò nào đó** 모종의 역할 / **một loại biến đổi nào đó xảy ra** 모종의 변화가 일어나다

một mặt 한편

một mình 혼자, 단신 ¶ **cô độc một mình** 고독단신

một ngày (동안) 하루, 1 일 ¶ **hành trình của một ngày** 하루의 여정

một phần 부분적, 부분 ¶ **phủ định một phần** 부분부정

một số 몇몇

một tí 조금, 좀 이따가

mo[1] 매실

mo[2] 꿈을 꾸다 ¶ **đêm qua đã nằm mơ** 어제 밤에 꿈을 꾸었다

mơ hồ 모호(하다) ¶ **câu văn mơ hồ** 모호한 문장

mơ ước 꿈 ¶ **mơ ước của bạn là gì?** 꿈이 뭐예요?

mở[1] 열다 ¶ **mở cửa** 문을 열다 / **mở khóa** 자물쇠를 열다 / **mở khóa bằng chìa khóa** 열쇠로 자물쇠를 열다

mở[2] 펴다 ¶ **mở sách** 책을 펴다 / **mở cờ** 기를 펴다

mở[3] 뜯다 ¶ **mở phong bì** 봉투를 뜯다

mở[4] 켜다 ¶ **mở âm thanh nổi với âm lượng tối đa** 음량을 최대로 하여 스테레오를 켜다

mở[5] 풀다 ¶ **mở dây nịt** 허리띠를 풀다

mở cửa 개관(하다) ¶ **số khách vào cổng ngày đầu tiên mở cửa** 개관 첫날의 입장객 수 / **mở cửa từ 8 giờ sáng đến 5 giờ chiều (thông báo)** 오전 8 시에서 오후 5 시까지 개관함 / **mở cửa lúc 9 giờ** 9 시에 개관한다

mở đường 길을 만들다

mở rộng 1. 확장(하다) ¶ **(sự) mở rộng kinh doanh**

판매 확장

2. 넓히다 ¶ mở rộng căn nhà 집을 넓히다 / mở rộng tri thức 지식을 넓히다 / mở rộng thế lực 세력을 넓히다 / mở rộng kinh nghiệm 경험을 넓히다 / mở rộng sự nghiệp 사업을 넓히다 / đường xá được mở rộng vì lưu lượng giao thông nhiều 많은 교통량 때문에 도로의 폭을 넓히게 되었다

mở tỉ số 첫 골, 첫 득점 획득

mở tiệc 파티를 열다 ¶ mở tiệc chia tay 송별회를 열다

mỡ 지방, 기름기 ¶ mỡ động vật 동물성 지방 / mỡ thực vật 식물성 지방

mới[1] 1. 신 ¶ nội các mới 신내각 / chính quyền mới 신정권 / chính sách mới 신정책 / người phụ nữ mới 신여성 / vũ khí mới 신무기 / thời trang mới 신유행 / thời trang mới nhất 최신 패션 / thuộc phát minh mới 신발명의 / vở kịch mới 신극 / diễn vở kịch mới 신극을 상연하다

2. 새 ¶ năm mới 새해 / cơ cấu mới 새 기구 / buổi bình minh của thời đại mới 새 시대의 여명기 / tặng quà năm mới 새해 선물을 주다 / cần pin mới 새 배터리가 필요하다 / thành lập trường học mới 새 학교를 설립하다 / được bổ sung bằng cái mới 새것으로 보충되다 / năm mới chúc anh(chị) nhận được nhiều phúc lành 새해 복 많이 받으십시오 / Sunny đầy trông mong được chuyển sang nhà mới 선니가 새 집으로 이사하는 기대에 부풀다 3. 새롭다 ¶ tin mới 새로운 소식 / thế hệ mới 새로운 세대 4. 새로 ¶ tòa nhà cao tầng mới xây 새로 지은 고층 건물 / sắm quần áo mới 옷을 새로 장만하다

mới[2] 방금 ¶ mới đi về 방금 갔다 왔어요

mới[3] 갓 ¶ hoa hồng mới nở 갓 핀 장미

mới đây 지금 막, 방금 ¶ theo bản tin mới đây 방금 들어온 뉴스에 의하면

mới nhất 최신 ¶ thời trang mới nhất 최신 패션

mời[1] 초청하다, 초대하다 ¶

thư mời 초청장 / mời ăn tối 저녁 식사에 초대하다

mời[2] -(으)시지요, -(으)십시오 ¶ mời bà dùng thêm 더 드시지요 / mời ông đi trước 먼저 가시지요

mù 눈멀다

¶ người mù 맹인(盲人)

mù quáng 눈멀다 ¶ tình yêu mùa quáng 눈먼 사랑 / người mù quáng trước lòng tham 욕심에 눈먼 사람 / nó đã mù quáng trước tình yêu 그는 사랑에 눈멀었다

mũ 모자, -모, -관 ¶ mũ giáo hoàng 교황관 / mũ chữa cháy 소방모 / nhặt mũ 모자를 줍다

mua 사다 ¶ mua đồ nội thất 가구를 사다 / mua vải 천을 사다 / mua sỉ 도매로 사다 / mua với mức giảm 10% của giá bán 판매 가격의 10% 할인으로 사다 / đây là cái tôi mua 이것은 내가 산 것이다

mua bán 매매(하다) ¶ mua bán bất động sản 부동산을 매매하다 / mua bán cổ phiếu 주식을 매매하다

mua sắm 쇼핑(하다) ¶ nơi mua sắm bất tiện 쇼핑하기에 불편한 장소

múa 춤, 춤을 추다 ¶ múa mặt nạ 탈춤 / bài hát và điệu múa 노래와 춤

mùa 1. 계절 ¶ gió mùa 계절풍(몬순) 2. -철 ¶ mùa săn bắn 사냥철 / mùa tham quan 관광철

mùa cưới 결혼식의 집중 시기

mùa đông 겨울 ¶ mùa đông rất lạnh 몹시 추운 겨울 / mùa đông ảm đạm 음산한 겨울 / mùa đông ấm áp 따뜻한 겨울 / nơi này vào mùa đông cũng ấm áp 이곳은 겨울에도 온난하다

mùa hè 여름 ¶ vào giữa mùa hè 한여름에 / mùa hè năm nay 올해 여름

mùa săn bắn 사냥철

mùa tham quan 관광철

mùa thu 가을 ¶ thời tiết mùa thu dễ chịu 상쾌한 가을 날씨

mùa trái cây 과일철

mùa xuân 봄 ¶ cái lạnh của mùa xuân 봄추위

mục 항목

mục đích 목적 ¶ mục đích

chính 주요 목적 / mục đích nhất định 일정한 목적 / thích hợp với mục đích 목적에 적합하다

mục lục 목록

mục sư (기독교) 목사(님)

mục tiêu 1. 목표 ¶ mục tiêu chiến lược 전략 목표 2. 과녁 trúng ngay chính giữa mục tiêu 과녁 한가운데를 맞히다

mùi 냄새, -내 ¶ mùi hương 향내 / ngửi mùi 냄새를 맡아보다

mùi hôi 악취

mùi thơm 향내, 향기 ¶ mùi thơm đã bay mất 향내가 날아 버렸다

mũi 코 ¶ cảm sổ mũi 코감기 / bị cảm sổ mũi 코감기에 걸리다 / nhột mũi 코가 간지럽다

mũi tên 화살 ¶ bắn chim bằng mũi tên 화살로 새를 쏘다

mụn 여드름 ¶ nặn mụn 여드름을 짜다 / tốt hơn không nên nặn mụn 여드름은 짜지 않는 것이 좋다

mụn nhọt 부스럼 ¶ mụn nhọt nhỏ 뾰루지, 뾰루지 /nổi mụn nhọt nhỏ 뾰루지가

나다

mùng[1] 모기장

mùng[2] 초 ¶ mồng một 초하루 / mồng hai 초이틀

muối[1] 1. 소금 ¶ bỏ muối vào 소금을 넣다 / muối thịt bằng muối 고기를 소금에 절이다 / muối cá bằng muối 생선을 소금에 절이다 2. 염 ¶ muối (có tính) ba dơ 염기성 염 / muối để trên bàn ăn 식탁염

muối[2] 1. 담그다 ¶ muối kimchi 김치를 담그다 / muối mắm 젓갈을 담그다 2. 절이다 ¶ muối thịt 고기를 절이다 / muối cá bằng muối 생선을 소금에 절이다

muôn thuở 영원히

muốn 1. 원하다, -고 싶다 ¶ tôi muốn đề nghị can ly 건배를 제의하고 싶습니다 / nó muốn học tiếng Hàn 그는 한국어 배우기를 원해요 2. –(으)려고 하다 ¶ muốn ngã 넘어지려고 하다

muốn biết 궁금하다, 알고 싶다 ¶ tôi muốn biết cô ấy sẽ tiếp nhận tin đó như thế này 그녀가 그 소식을 어떻게 받아들일지가 궁금하다

muốn ói 토할 것 같다

muộn 늦다 ¶ muộn quá rồi 너무 늦었다 / không muộn 늦지 않다 / ăn sáng muộn 늦은 아침을 먹다
#동 trễ

muỗng 숟가락, 술, 스푼 (spoon) ¶ muỗng bạc 은스푼 / ăn bằng muỗng 숟가락으로 먹다
#동 thìa

mưa 1. 비 ¶ mưa gió 비바람 / trời mưa 비가 오다 / mưa tạnh rồi 비가 그쳤다 2. 강우 / lượng mưa 강우량 / mưa nhân tạo 인공 강우

mưa phùn 가랑비

mửa 토하다
#동 nôn

mức¹ 잼 ¶ bánh mì trét mức 잼 바른 빵

mức² –율 ¶ mức giảm (giá, cước) 할인율

mức³ 정도 ¶ tốc độ đến mức chóng mặt 어지러운 정도의 속도 / độ cao đến mức chóng mặt 어지러운 정도의 높이

mức lương 봉급 수준

mức sống 생활 수준

mực¹ 잉크 ¶ mực in 인쇄 잉크 / chấm mực (cho bút)

펜에 잉크를 찍다 / viết bằng mực 잉크로 적다

mực² 오징어

mừng 기쁘다 ¶ mừng quá 너무 기쁘다 / khóc vì mừng 기뻐서 울다

mừng tuổi 세배(하다) ¶ tiền mừng tuổi 세뱃돈 / đi mừng tuổi 세배를 가다

mười 1. 열 ¶ mười tuổi 10 살 / mười sinh viên 학생 10 명 / mười cuộn phim màu 컬러 필름 10 통 / gia tăng gấp mười lần 열 배로 늘다 / buổi biểu diễn của Bi đã được bế mạc lúc mười giờ đêm 비의 공연은 밤 10 시에 폐막되었다 / những cái đó được phân thành mười loại 그것들은 열 가지 종류로 분류된다 / đã mười một giờ rưỡi rồi 벌써 11 시 반이다 2. 십 ¶ mười ngày 10 일(동안) / ngày mười 10 일 / tháng mười 10 월 / mười chia năm là(bằng) hai 10 나누기 5 는 2이다 / mười trừ bốn là (bằng) sáu 10 빼기 4 는 6 이다

mười ngày (동안) 열흘, 10 일

mượn 빌리다 ¶ mượn sách

책을 빌리다 / mượn tiền 돈을 빌리다

mứt 잼 ¶ lọ mứt 잼병 / bánh mì phết mức 잼 바른 빵

mưu tính 기도(하다) ¶ mưu tính ám sát 암살을 기도하다 / mưu tính tự sát 자살을 기도하다 / mưu tính sát hại 살해를 기도하다

Mỹ 미국 ¶ đang du học ở Mỹ 미국 유학중에 / tổng thống đã bày tỏ ý kiến về vấn đề kinh tế Hàn-Mỹ 대통령께서는 한미간의 경제 문제에 관해 소신을 표명하였다 #동 nước Mỹ

Mỹ châu 미주(美洲) #동 châu Mỹ

mỹ đức 미덕 ¶ anh ấy đã ví mỹ đức với vàng 그는 미덕을 황금에비유했다

mỹ thuật 미술 ¶ bảo tàng mỹ thuật 미술관 / mỹ thuật tạo hình 조형 미술

Mm

N n

n (phụ âm) Chữ thứ mười sáu trong bảng chữ cái tiếng Việt(đọc là "en-nờ" hoặc "nờ" khi đánh vần)

na (과일) 커스터드

na ná 비슷비슷하다 ¶ độ dài đều na ná nhau cả 길이는 모두 비슷비슷하다

nãi (바나나 따위) 송이 ¶ nãi chuối 바나나 송이 / một nãi chuối 바나나 한 송이

nam[1] 남 ¶ phía Nam 남쪽 / phương nam 남방 / Nam Cực 남극 / cổng Nam (Namdaemun) 남대문 / sự thống nhất nam bắc 남북 통일 / khát vọng thống nhất nam bắc 남북 통일을 갈망하다

nam[2] 1. 남자 ¶ trong số họ bao gồm ba nam 그들 속에는 남자가 셋 포함되어 있었다 / cơn bão sẽ đổ bộ vào bờ biển phía nam 태풍은 남해안에 상륙할 것이다 2. 남 ¶ tỉ lệ nam nữ 남녀 비율

nam bán cầu 남반구

Nam bộ 남부 ¶ Đồng bằng Nam bộ 남부 델타 #동 miền Nam

Nam Cực 남극 ¶ biển Nam Cực 남극해

nam giới 남자, 남성 ¶ bút tích của nam giới 남자의 필적

Nam hải 남해

nam nữ 남녀 ¶ tỉ lệ nam nữ 남녀 비율

nan giải 난해(하다) ¶ vấn đề nan giải 난해한 문제

nan y 불치(不治) ¶ bệnh nan y 불치병 / người mắc bệnh nan y 불치의 병자 / đấu tranh với bệnh nan y 불치병과 싸우다

nạn đói 기아, 아사

nạn lụt 홍수

nàng (귀여운 말) 그녀 ¶ hễ gặp tôi là nàng bẽn lẽn 그녀는 나를 만나면 수줍어한다 / hễ đứng trước mọi người là nàng bẽn lẽn 그녀는 사람들 앞에 나서면

수줍어한다 / tôi sẽ không phản bội nàng 나는 그녀를 배신하지 않겠다

nàng dâu 며느리 ¶ nàng dâu đầu 맏며느리

nào[1] 어느, 어떤 ¶ bất cứ đứa bé nào cũng có thể làm được điều đó 어떤 아이라도 그런 것쯤은 할 수 있다 / bất cứ nghề nào cũng cao quý cả 직업은 어느 것이든 고귀한 것이다 / bất cứ sự giúp đỡ nào cũng tốt hơn không có 어떤 도움이라도 없는 것보다는 낫다

nào[2] 자 ¶ nào, ngủ thôi! 자, 자자!

nào cả …하나도 없다 ¶ không có quyển sách nào cả 책이 하나도 없다

nào đó (상세히 말하지 않고) 어떤, 모- ¶ một người nào đó 어떤 사람(모인) / một nơi nào đó 모지 / một loại vai trò nào đó 모종의 역할 / một loại biến đổi nào đó xảy ra 모종의 변화가 일어나다 / thảo luận vấn đề nào đó 어떤 문제를 토론하다

não 뇌 ¶ não của động vật 동물의 뇌 / công việc động não 뇌를 쓰는 일

#동 bộ não

nát rượu 술주정뱅이의

Natri 나트륨

nay 1. 이제 ¶ đến nay 이제 와서 2. 오늘 ¶ đêm nay chắc sẽ đóng băng 오늘 밤에는 얼음이 얼겠다

này 1. 이 ¶ từ này phát âm thế nào? 이 단어는 어떻게 발음합니까? / rượu này chứa 15% cồn 이 술은 알코올이 15%포함되어있다 / vườn thú này được quản lý tốt 이 동물원은 관리가 잘되어 있다 / áo này đang được bán với giá 30 đô la 이 셔츠는 30달러에 팔리고 있다 / khu vực này an ninh tốt 이 지역은 치안이 좋다 / họ đang khổ sở vì vấn đề này 그들은 이 문제에 시달리고 있다 / nơi này vào mùa đông cũng ấm áp 이곳은 겨울에도 온난하다 / thực phẩm này không thể bảo quản trong thời gian dài 이 식품은 장기간 보존할 수 없다 / lưỡi dao này rất bén 이 칼의 날은 매우 날카롭다 / kỳ hạn của hợp đồng này là một năm 이 계약의 기한은 1년간이다 /

Nn

hãy cạn ly vì cặp đôi hạnh phúc này 행복한 이 한 쌍을 위하여 건배! / chính quyền đang coi trọng sự việc này 당국은 이 사건을 중시하고 있다 / bạn sẽ ủng hộ ai trong trận đấu này? 이 게임에서 너는 누구를 응원할 거니? 2. 이렇다 ¶ hoa loại này 이런 종류의 꽃

năm[1] 1. 다섯 ¶ năm tuổi 5 살 / năm cái 5 개 / có năm chiếc xe 차 다섯 대 있다 / trong số họ bao gồm năm nữ 그들 속에는 여자가 여섯 포함되어 있었다 / bắn năm phát liên tục 계속해서 5 발을 쏘다 / những cái đó được phân (loại) thành năm loại hình 그것들은 다섯 가지 유형으로 분류된다

2. 오 ¶ năm ngày 5 일(동안) / ngày năm 5 일 / tháng năm 5 월 / bản đồ một phần năm trăm 오백분의 일 지도 / mười chia năm là(bằng) hai 10 나누기 5 는 2이다 / tám trừ ba là (bằng) năm 8 빼기 3 은 5 이다 / lương tháng người đó là hai nghìn năm trăm đô la 그 사람은 월급이 2.500 달러이다 / một đô la tính ra tiền Hàn Quốc tương tương 950 won 1 달러는 한국 돈으로 치면 약 950 원에 상당한다

năm[2] 1. 해 ¶ năm nay 올해 / năm qua 지난 해 / năm mới 새해 2. 연 ¶ lương năm 연봉 / bình quân năm 연 평균 / lương năm người đó là hai mươi bốn nghìn đô la 그 사람은 연봉이 24.000 달러이다 3 -년 ¶ năm nghỉ ngơi(của giáo sư) 안식년 / qua một năm 1 년을 통하여 / ba mươi năm đứng trên bục giảng 교단 생활 30 년 / nghỉ dưỡng một năm trời do bệnh 병으로 1 년간 휴양하다 / luật đó đã bị loại bỏ cách đây 4 năm 그 법률은 4 년 전에 폐지되었다 / kỳ hạn của hợp đồng này là một năm 이 계약의 기한은 1 년간이다 / tôi cần tư liệu về tổng doanh số bán hàng theo tháng của các khu vực từ sau năm 2000 2000 년 이후 각 지역의 월별 총판매액 자료가 필요해요

năm[3] 연간, 년도 ¶ kế hoạch năm 연간 계획 / năng lực

sản xuất theo năm 연간 생산 능력 / suốt hàng chục năm 수십 년간 / nhiệt độ bình quân trong năm 연간 평균 온도 / triển vọng kinh tế sang năm 내년도의 경제 전망

năm mới 새해, 신년 ¶ chúc mừng năm mới 신년 축하 / tặng quà năm mới 새해 선물을 주다 / năm mới chúc anh(chị) nhận được nhiều phúc lành 새해 복 많이 받으십시오

năm nay 올해 ¶ mùa hè năm nay 올해 여름

năm ngày (동안) 닷새, 5 일

năm sau 내년

năm tới내년triển vọng kinh tế năm tới 내년도의 경제 전망

nắm 잡다 ¶ nắm chính quyền 정권을 잡다 / đang nắm quyền lực 권력을 잡고 있다 / nắm chứng cứ 증거를 잡다

nắm bắt (기회 같은 것) 잡다 ¶ nắm bắt cơ hội 기회를 잡다 / nắm bắt thời cơ 시기를 잡다

nặn 짜다 ¶ nặn mụn 여드름을 짜다 / tốt hơn không nên nặn mụn 여드름은 짜지 않는 것이 좋다

năng lực 능력 ¶ năng lực quản lý 관리 능력 / năng lực sản xuất theo năm 연간 생산 능력 / kỳ thi năng lực tiếng Hàn 한국어능력시험 / thực sự phát huy năng lực 진짜 능력을 발휘하다

năng lượng 에너지(energy) ¶ công nghiệp nặng đã trải qua khó khăn trong lúc khủng hoảng năng lượng 중공업은 에너지 위기 동안 어려움을 겪었다

nắng 햇빛 ¶ nắng quá 햇빛이 심하다 / thấy nắng 햇빛을 보다 / không thấy ánh nắng mặt trời 햇빛을 보지 못하다 / nắng vào trong phòng 햇빛이 방 안에 들어오다

nặng 1. 무겁다 ¶ phạt nặng 무거운 벌 / hành lý nặng 짐이 무겁다

2. 중- ¶ công nghiệp nặng 중공업 / bệnh nặng 중병 / người bị bệnh nặng 중병 환자 / bị bệnh nặng 중병에 걸리다 / công nghiệp nặng đã trải qua khó khăn trong lúc khủng hoảng năng lượng

Nn

중공업은 에너지 위기 동안 어려움을 겪었다
#동 nhẹ

nắp 뚜껑 ¶ nắp nồi 솥뚜껑 / nắp ấm 주전자 뚜껑

nâng cao 높이다 ¶ nâng cao bức tường bảo hộ mậu dịch 보호무역주의의 벽을 높이다

nấp 숨다 ¶ nấp sau cây 나무 뒤에 숨다 / nấp sau cửa 문 뒤에 숨다 / nấp ở nhà hàng xóm 이웃집에 숨다 / con cáo đang nấp sau hòn đá 여우가 바위 뒤에 숨어 있다 / nấp người bắn súng 몸을 숨기고 총을 쏘다

nâu 갈색의 ¶ than nâu 갈탄

nấu 1. 끓이다 ¶ nấu cháo 죽을 끓이다 / nấu nước 물을 끓이다 / nấu nước tắm 목욕물을 끓이다 / nấu nước bằng ấm 주전자에 물을 끓이다
2. 짓다밥을 짓다 ¶ nấu cơm / nấu thuốc 약을 짓다 / nấu bữa tối 저녁을 짓다

Ném 던지다 ¶ ném bóng 공을 던지다 / ném đá 돌을 던지다

ném búa 해머 ¶ vận động viên ném búa 해머 선수

ném lao 투창, 창던지기, 재블린 ¶ vận động viên ném lao 재블린 선수 / tôi từng có ý nghĩ sẽ trở thành vận động viên ném lao 나는 투창 선수가 될 생각이었다

nén 압착(壓搾)하다, 압착(하다) ¶ gas nén 압착 가스 / khí nén 압착 공기 / ống khí nén 압착 공기관 / thiết bị nén 압착기 / máy nén khí 공기 압축기 / máy lọc nén 압착 여과기

neo 닻

neo đậu (배를) 닻으로 고정시키다

neo thuyền 정박시키다

Neptuni 넵투늄

nét mặt 표정

nên -(으)니까, -(으)니, -어/아/여서 ¶ oi bức nên không ngủ được 무더워서 잠을 못 자다 / không phải là chuyện gì to tác nên anh hãy an tâm 대단한 일이 아니니 마음놓으십시오 / bất đắc dĩ nên anh ấy đành vay tiền có lãi 부득이해서 그는 이잣 돈을 빌렸다 / con dao này quá cùn nên không cắt cà rốt được 이 칼은 너무 무뎌서 당근을 썰 수가 없다

nên -는 것이 좋다 ¶ tốt hơn nên nói thẳng 솔직히 말하는 것이 좋다

nên thơ 시적 ¶ phong cảnh nên thơ 시적 풍경 / vẻ đẹp nên thơ 시적 아름다움

nến 양초

nền 바닥 ¶ nền bê tông 콘크리트 바닥

nền chính trị 정치 ¶ nền chính trị cộng hòa 공화 정치 / nền chính trị áp chế 압제 정치 / nền chính trị bạo lực 폭력 정치

nền kinh tế 경제 ¶ kế hoạch chấn hưng nền kinh tế 경제 진흥 계획 / khôi phục sự ổn định của nền kinh tế quốc gia 국가 경제의 안정을 회복하다 / nền kinh tế của nước ta đang hồi phục 우리 나라의 경제는 회복되어 가고 있다

nền móng 기초 ¶ công trình nền móng bê tông 콘크리트 기초 공사

nền tảng 바탕, 근간 ¶ nền tảng của nền công nghiệp Việt Nam 베트남 산업의 근간

nền văn minh 문명 ¶ cội nguồn của nền văn minh 문

명의 기원

Nêôđim 네오디뮴

Nê ông 네온

nệm 매트리스

nệm vuông 방석

nền tảng 기초 ¶ nền tảng vững chắc 기초가 튼튼하다

nếp 찹쌀 ¶ bột nếp 찹쌀가루

nếp nhăn 주름 ¶ khuôn mặt có nếp nhăn 주름 잡힌 얼굴

nêu (예를) 들다 ¶ nêu ví dụ 예를 들다 / nêu vô số ví dụ 예를 무수히 들다

nếu- (으)면

nếu ... thì ... (만약/만일) - (으)면, ¶ nếu có thời gian thì hãy liên lạc nhé 시간이 있으면 연락하세요 / nếu là người đó thì có thể yên tâm mà giao việc 그 사람이면 마음놓고 일을 맡길 수 있다 / nếu bỏ thịt ra thế này thì ôi mất 고기를 이처럼 내버려 두면 상한다

nếu thế 그러면

nếu vậy 그러면

Nga 러시아 ¶ tiếng Nga 러시아어 / người Nga 러시아 사람 / đang du học ở Nga 러시아 유학중에

ngà ngà 거나하다 ¶ ngà ngà

say 거나하게 취하다

ngã 넘어지다, 쓰러지다 ¶ ngã về trước 앞으로 넘어지다 / ngã về sau 뒤로 넘어지다 / muốn ngã 넘어지려고 하다

ngã chổng vó 벌떡 나자빠지다

Ngã ngửa 나자빠지다, 나가자빠지다 ¶ ngã bật ngửa 벌떡 나자빠지다

ngã sóng xoài 벌렁 나가자빠지다

ngạc 입천장, 구개

ngạc cứng 경구개

ngạc mềm 연구개

ngạc nhiên 놀랍다

ngai vàng 왕위 ¶ người kế thừa ngai vàng 왕위 계승자

ngài 님 ¶ ngài hiệu trưởng 총장님 / ngài chủ tịch 회장님 / ngài giám đốc 사장님

ngàn 천(千) ¶ một ngàn người 천 명 / lương tháng người đó là hai ngàn năm trăm đô la 그 사람은 월급이 2.500 달러이다 #동 nghìn

ngang 가로¶viết ngang 가로 쓰다 #반 dọc

ngành –업 ¶ ngành thủy sản 수산업 / ngành bảo hiểm 보험업

ngành công nghiệp 산업, 공업 ¶ ngành công nghiệp cao su 고무 공업 / ngành công nghiệp giải trí 오락 산업 / bảo hộ ngành công nghiệp trong nước 국내 산업을 보호하다

ngáp 하품(하다) ¶ ngáp hoài! 하품을 자주 하는군요 / cô nàng dụi mắt rồi ngáp 그녀는 눈을 비비고 하품했다

ngay 바로 ¶ ở ngay cạnh 바로 옆에 / cái đó biến mất ngay chính trước mắt tôi 그것이 바로 내 눈 앞에서 사라졌다

ngay cạnh 바로 옆(에) ¶ ở ngay cạnh tôi 바로 내 옆에 있다

ngay giữa 한가운데 ¶ ngay giữa thành phố 도시의 한가운데 / trúng ngay giữa mục tiêu 과녁 한가운데를 맞히다 / có một cái bàn ở ngay giữa phòng 방의 한가운데에 테이블이 있다 / xe tải dừng ở ngay giữa đường vì hỏng máy 엔진 고장으로

트럭이 길 한가운데에 서 있었다

ngày 1. 일 ¶ năm mươi ngày 50 일 / một trăm ngày 백일 / ngày quyết toán 결제일 / ngày kết toán 결산일 / ngày hết hạn 만기일 / ngày khai mạc 개막일 / ngày kỷ niệm sáng lập 창립기념일 / ngày kỷ niệm chiến thắng 전승 기념일 / ngày quốc khánh 국경일 / mỗi ngày 매일/ cả ngày 하루종일 2. 날, 날짜 ¶ ngày đó 그날 / ngày tết 설날 / ngày sinh nhật 생일날 / ngày chủ nhật 일요일날 / ngày nóng 더운 날 / vào một ngày gần đây 가까운 날에 / mấy ngày vừa qua 지난 며칠 / ngày cha mẹ(ngày 8 tháng 5, ở Hàn Quốc) 어버이날 / ngày rằm tháng giêng âm lịch 음력 정월 보름날 / đếm ngày bằng âm lịch 음력으로 날을 / ngày âm u 흐린 날 / ngày đông ảm đạm 찌푸린 겨울날 / ngày ấm áp 따뜻한 날 / chỉ định ngày giờ và nơi chốn 날짜 와 장소를 지정하다 / anh hãy đến bất cứ khi nào vào ngày tình hình cho phép 언제라도 형편이 닿는 날에 오십시오 3. 일자 ¶ ngày khởi công 착공 일자 / ngày hoàn công 준공 일자

ngày ba 3 일, 사흘

ngày bảy 7 일, 이레

ngày bốn 4 일, 나흘

ngày chin 9 일, 아흐레

ngày đầu tiên 첫날 ¶ số khách vào cổng ngày đầu tiên mở cửa 개관 첫날의 입장객 수

ngày hai 2 일, 이틀

ngày kia 그저께

ngày kỷ niệm 기념일 ¶ ngày kỷ niệm chiến thắng 전승 기념일

ngày mai 내일 ¶ chín giờ sáng ngày mai tập trung nhé 내일 오전 9 시에 모읍시다 / ngày mai tôi sẽ làm 나는 내일 하겠다

ngày mốt 모레

ngày một 1 일, 하루

ngày mười 10 일, 열흘

ngày nay 오늘날

ngày năm 5 일, 닷새

ngày sáu 6 일, 엿새

ngày sinh 생일

ngày lễ 공휴일

ngày nghỉ 휴일

ngày sau 앞날 ¶ bi quan về ngày sau 앞날을 비관하다

ngày tám 8일, 여드레

ngày tốt 좋은 날 chọn ngày tốt 좋은 날을 고르다

ngày trước 전날, 옛날

ngày xưa 옛날 ¶ ký ức ngày xưa 예날 추억

ngắm 구경하다

ngăn kéo 서랍

ngăn 막다 ¶ ngăn sông 강을 막다

ngăn ngừa 방지(하다) ¶ ngăn ngừa nạn loạn ứng cử viên 후보자의 난립을 방지하다

ngắn 짧다 ¶ cổ ngắn 짧은 목 / chân ngắn 짧은 다리

ngắn gọn 간결하다 ¶ (sự) giải thích ngắn gọn 간결한 설명

ngâm 담그다 ¶ ngâm lâu quần áo trong nước 옷을 물에 오래 담그다 / ngâm mình trong bồn tắm 욕조에 몸을 담그다 / ngâm bàn chân vào nước nóng 더운 물에 발을 담그다

ngâm 절이다 ¶ ngâm đường 설탕에 절이다 / ngâm bắp cải trong nước muối 배추를 소금물에 절이다 / ngâm dưa chuột trong dấm 오이를 식초에 절이다

ngân (종이) 울리다 ¶ chuông ngân 종이 울리다

ngân hang 은행 ¶ Ngân hàng Hàn Quốc 한국 은행 / tên cướp ngân hàng 은행 강도 / tiệm sách ở giữa ngân hàng và bưu điện 서점은 은행과 우체국 사이에 있다

ngân phiếu 수표 ¶ ngân phiếu giả 가짜 수표

ngân sách 예산 ¶ bản dự toán ngân sách 예산안

ngập lụt 침수(하다) ¶ khu vực ngập lụt 침수 지구 / nhà cửa bị ngập lụt 침수 가옥

ngẫu nhiên 우연하다 ¶ vào một dịp rất ngẫu nhiên 아주 우연한 기회에

ngây thơ 순진하다 ¶ cô gái ngây thơ 순진한 처녀

nghe 듣다 ¶ nghe nhạc 음악을 듣다 / nghe thuyết giáo 설교를 듣다 / đã nghe bản tin 9 giờ qua đài radio 9시 뉴스를 들었다

nghe lời 말을 듣다

nghe nói 듣기로는

nghẽn 막다 ¶ bị nghẽn 막히다 / bồn cầu hay bị nghẽn 변기가 자주 막히다

nghèo 가난하다 ¶ người nghèo 가난한 사람 / giúp người nghèo 가난한 사람을 돕다 / áp bức người nghèo 가난한 사람을 압박하다

nghèo khó 빈한(貧寒)하다 ¶ hết sức nghèo khó 대단히 빈한하다 / được sinh ra trong một gia đình nghèo khó 빈한한 집에서 태어나다 / vì nghèo khó nên không được đi học 빈한해서 학교에 못 간다

nghèo khổ 빈고, 가난하고 고생스럽다 ¶ người chịu sự nghèo khổ 가난에 시달리는 사람

nghèo nàn 빈약하다 ¶ tài nguyên nghèo nàn 자원이 빈약하다

nghề[1] 1. 직업 ¶ đào tạo nghề 직업 교육 / bất cứ nghề nào cũng cao quý cả 직업은 어느 것이든 고귀한 것이다 2. –직 ¶ nghề giáo 교사직 / nghề giảng viên 강사직

nghề[2] –업 ¶ nghề thủ công 수공업 / nghề in 인쇄업 / nghề thú y 수의업 / nghề bán sỉ 도매업 / nghề thủy sản 수산업 / nghề bất động sản 부동산업 / người làm nghề bất động sản 부동산업자 / người làm nghề môi giới bất động sản 부동산 중개업자

nghề nghiệp 직업 ¶ nghề nghiệp chuyên môn 전문적 직업

nghệ nhân 예능인

nghệ sĩ 예술가, 미술가

nghệ thuật[1] 1. 예술 ¶ tài năng nghệ thuật 예술의 재능 / nhà phê bình nghệ thuật 예술 평론가 2. 예능 ¶ chúng tôi đang nỗ lực để bảo tồn nghệ thuật truyền thống 우리는 전통예능 보존을 위해 노력하고 있다

nghệ thuật[2] –술 ¶ nghệ thuật buôn bán 판매술

nghệ thuật tạo hình 조형 예술

nghi ngờ 의심(하다) ¶ người đang bị nghi ngờ 의심을 받고 있는 사람

nghi thức 의식, -식 ¶ nghi thức nhập quan 입관식 / cử hành nghi thức 의식을 거행

Nn

하다 / bỏ bớt nghi thức 의
식을 생략하다

nghi vấn 의문 ¶ câu nghi
vấn 의문문

nghỉ 쉬다, 휴가를 즐기다
¶ giở trò để được nghỉ 꾀병
부려서 쉬다 / nghỉ dưới
bóng cây 나무 그늘에서 쉬
다 / đang nghỉ ở bãi biển
바닷가에서 휴가를 즐기고
있다 /

nghỉ dưỡng 휴양(하다) ¶ đi
nghỉ dưỡng nơi có không
khí tốt 공기가 좋은 곳으로
휴양하러 가다 / nghỉ dưỡng
một năm trời do bệnh 병으
로 일 년간 휴양하다

nghỉ giải lao (수업, 모임)
쉬는 시간

nghỉ hưu 퇴직(하다), 은퇴
(하다) ¶ người nghỉ hưu
퇴직자 / tuổi nghỉ hưu 퇴직
연령

nghỉ mát 피서(하다) ¶ khách
đi nghỉ mát 피서객 / nơi
nghỉ mát 피서지

nghỉ ngơi 안식(하다), 쉬다
¶ năm nghỉ ngơi(của giáo
sư) 안식년 / nghỉ ngơi dưới
bóng mát 응달에서 쉬다

nghĩ 1. 생각하다 ¶ nghĩ về
gia đình 가족을 생각하다 /

không thể không nghĩ về
vấn đề đó 그 문제를 생각
하지 않을 수 없다 2. 생각
이 들다 ¶ nghĩ thấy tội
nghiệp 불쌍한 생각이 들다

nghị sĩ (국회) 의원 ¶ nghị sĩ
quốc hội được bầu ra ở
Seoul 서울에서 선출된 국
회 의원

nghị quyết 의결(하다) ¶ bản
nghị quyết 의결문 / cơ
quan nghị quyết 의결 기관

nghị viện 의원 ¶ chế độ
nghị viện 의원 제도

nghĩa 뜻, 의미

nghĩa bóng 함축성이 있는
의미

nghĩa địa 묘지
#동 nghĩa trang

nghĩa trang 묘지, 총지

nghĩa vụ 의무 ¶ nghĩa vụ
của hai bên 쌍방의 의무 /
làm tròn nghĩa vụ 의무를
다하다

nghiêm 엄하다, 엄중하다 ¶
cha mẹ nghiêm 엄한 부모 /
bảo vệ nghiêm ngặt 경비가
엄중하다

nghiêm chỉnh 엄중(하다) ¶
một cách nghiêm chỉnh
엄중히 / mệnh lệnh phải
được chấp hành nghiêm

chỉnh 명령은 엄중히 지켜
지지 않으면 안 된다
nghiêm ngặt 엄중하다, 엄
중히 ¶ bảo vệ nghiêm ngặt
경비를 엄중히 하다
nghiêm trang 엄숙(하다) ¶
không khí nghiêm trang
엄숙한 분위기
nghiêm trọng 심하다, 심각
하다 ¶ sự hiểu lầm nghiêm
trọng 심한 오해 / tình hình
nghiêm trọng 심각한 상황
nghiêm túc 엄숙(하다) ¶ nói
nghiêm túc 엄숙히 말하다
nghiên cứu 연구(하다) ¶ đề
tài nghiên cứu 연구 제목 /
thành quả nghiên cứu 연구
성과 / tài liệu nghiên cứu
연구 자료 / nghiên cứu
khảo cổ 고고적 연구 / (sự)
nghiên cứu vũ trụ 우주
연구 / nghiên cứu y học 의
학을 연구하다
nghiện (마약, 술에) 중독
되다 ¶ nghiện ma túy
마약에 중독되다 / nghiện
rượu 술에 중독되다
nghiệp dư 아마추어의, 직업
적이 아닌
nghiệp vụ 업무 ¶ quản lý
nghiệp vụ 업무를 관리하다
nghìn 천(千) ¶ một nghìn

đồng 천 동 / lương năm
người đó là hai mươi bốn
nghìn đô la 그 사람은 연봉
이 24.000 달러이다
ngoài 1. 외 ¶ góc ngoài 외각
/ có thai ngoài tử cung 자궁
외 임신 2. 밖 ở ngoài 밖에
있다 / người không biết ai
ngoài bản thân mình 자기밖
에 모르는 사람
#반 trong
ngoài ra 그 밖에, 그 이외
ngoại 외할아버지, 외할머니
ngoại giao 외교 ¶ bộ ngoại
giao 외교부 / Bộ trưởng Bộ
ngoại giao 외교부 장관 /
외교관 quan chức ngoại
giao / ban điều hành ngoại
giao của chính phủ 정부
외교 운영 위원회
ngoại bang 외방, 외국
ngoại hình 외형 ¶cả ngoại
hình lẫn bản chất 외형과
본질 모두
ngoại khoa 외과 ¶ bệnh
viện ngoại khoa 외과병원 /
bác sĩ ngoại khoa 외과
의사
#동 khoa ngoại
ngoại kiều 외국인
ngoại ngữ 외국어
ngoại ô 교외

ngoại tệ 외화

ngoại thành 시외

ngoại thương 대외무역

ngoan (사람이) 다루기 쉬운, (학생) 가르치기 쉬운

ngoan cố 완고(하다)

ngoan cường 완강(하다) ¶ sự kháng cự ngoan cường đối với... -에 대한 완강한 저항

ngoan ngoãn 순종(하다) ¶ ngoan ngoãn với cha mẹ 부모에게 순종하다

ngọc 진주 ¶ ngọc nhân tạo 인공 진주

ngói 기와, 타일 ¶ ngói bằng 평기와

ngon[1] 맛있다, 맛좋다 ¶ món ăn ngon 맛있는 음식 / bữa tiệc ngon 맛좋은 정찬

ngon[2] 잘 (자다) ¶ đêm qua ngủ ngon không? 어제 밤에 잘 잤어?

ngón (손, 발) 가락 ¶ ngón chân 발가락 / ngón tay 손가락

ngón chân 발가락 ¶ ngón chân út 새끼발가락

ngón tay 손가락 ¶ ngón tay út 새끼손가락

ngọn gió 바람 ¶ ngọn gió mạnh 강한 바람

ngọn núi 산 ¶ cảnh ngọn núi 산의 경치 / cảnh ngọn núi hùng vĩ 산의 경치는 웅대하다 / chinh phục ngọn núi 산을 정복하다

ngọt 달다 ¶ vị ngọt 단맛 / có vị ngọt 단맛이 나다

ngô 옥수수 ¶ bánh mì ngô 옥수수빵 / vỏ ngô 옥수수 껍질 / cánh đồng ngô 옥수수밭 / vùng trồng ngô 옥수수 지대 / thân cây ngô 옥수숫대 / trồng ngô 옥수수를 재배하다
   #동 bắp

ngô nghê 어색하다 ¶ câu văn ngô nghê 어색한 문장

ngô rang 팝콘
   #동 bắp rang

ngộ độc 중독 ¶ ngộ độc thực phẩm 식중독 / ngộ độc nha phiến(ma túy) 아편 중독 / ngộ độc cồn 알코올 중독 / cái chết do ngộ độc 중독사 / người bị ngộ độc 중독자 / triệu chứng ngộ độc 중독 증상 / bị ngộ độc 중독되다 / bị ngộ độc cá 생선에 중독되었다

ngộ nghĩnh 기묘한, 괴상한

ngốc 바보 같다, 어리석다 ngốc quá, uống đến bất tỉnh

nhân sự 인사불성이 되도록 마시다니, 어리석다

ngốc nghếch 어리석다 ¶ ân hận về hành động ngốc nghếch của mình 자신의 어리석은 행동을 후회하다

ngôi làng 마을 ¶ phá hủy cả một ngôi làng 한 마을을 완전히 파괴하다

ngôi trường 학교 ¶ họ đã lánh nạn sang ngôi trường tiểu học gần đó vì lũ lụt 홍수 때문에 그들은 근처 초등학교 건물로 피난했다

ngôi vua 왕위 ¶ người kế thừa ngôi vua 왕위 계승자

ngồi 앉다 ¶ ngồi vào chỗ 자리에 앉다 / ngồi bên cạnh 옆에 앉다 / xin mời ngồi 앉으십시오 / đang ngồi ở bàn 탁자에 앉아 있다 / ngồi vào bàn ăn 식탁에 앉다 / người đang ngồi ở bàn ăn 식탁에 앉아 있는 사람 / xin cứ ngồi thoải mái 편히 앉으십시오

ngôn luận 언론 ¶ áp bức sự tự do ngôn luận 언론의 자유를 압박하다 / hiến pháp bảo đảm sự tự do ngôn luận 헌법은 언론의 자유를 보장하고 있다

ngôn ngữ 언어 ¶ năng lực ngôn ngữ 언어능력 / sự bất đồng ngôn ngữ 언어불통

ngôn ngữ học 언어학 ¶ nhà ngôn ngữ học 언어학자 / ngôn ngữ học tâm lý 심리언어학 / ngôn ngữ học xã hội 사회언어학 / ngôn ngữ học so sánh 비교언어학 / ngôn ngữ học đối chiếu 대조 언어학 / ngôn ngữ học ứng dụng 응용언어학 / ngôn ngữ học lịch sử 역사언어학 / ngôn ngữ học lịch đại 통시언어학 / ngôn ngữ học đồng đại 공시언어학 / ngôn ngữ học cấu trúc 구조언어학 / ngôn ngữ học địa lý 지리언어학

ngỗng 거위

ngột ngạt 답답하다 ¶ không khí ngột ngạt 답답한 분위기

ngu (사람, 언동이) 어리석은

ngủ 1. 자다 ¶ giấc ngủ 잠 / giấc ngủ bình yên 편안한 잠 / phải ngủ thôi 자야겠다 / nào, ngủ thôi! 자, 자자! / ngủ ngon nhé 잘 자거라 / đi ngủ đi 가서 자거라 / đêm hôm kia tôi gặp ác mộng lúc ngủ 그저께 밤에

Nn

잘 때 악몽에 시달렸다
2. 잠을 자다 ¶ oi bức nên
không ngủ được 무더워서
잠을 못 자다
ngủ ngon 잘 자다 ¶ ngủ
ngon nhé 잘 자거라 / đêm
qua ngủ ngon không? 어제
밤에 잘 잤어?
ngủ nướng 늦잠을 자다
ngủ trưa 낮잠을 자다
ngũ 오(五) ¶ ngũ hành sơn
오행산
ngũ cốc 1. 오곡 ¶ cơm ngũ
cốc 오곡밥 2.곡식 ¶ tách
hạt ngũ cốc với vỏ 왕겨와
곡식을 분리하다
ngũ hành 오행 ¶ thuyết âm
dương ngũ hành 음양오행설
ngụm 한 입(의 양)
nguội 식다
nguội lạnh 식다 ¶ tình cảm
nguội lạnh 애정이 식다
nguồn 근원, 근본, 출처
¶ nguồn tin 뉴스의 출처
nguồn gốc 기원, 유래
nguy cơ 위기 ¶ khắc phục
nguy cơ 위기를 극복하다
nguy hiểm 위험(하다)
¶ nhận biết nguy hiểm 위험
을 감지하다 / tình huống
nguy hiểm 위험한 상황 /
nhận biết nguy hiểm bởi bản

năng 본능적으로 위험을 감
지하다 / đèn đỏ biểu thị sự
nguy hiểm 빨간 등불은 위
험을 표시한다 / cô ấy đã
cảm nhận được sự nguy
hiểm của sinh mạng 그녀는
생명의 위험을 느꼈다 /
thuyền trưởng báo hiệu cho
tàu cứu hộ rằng tàu mình
hiện giờ đã thoát khỏi nguy
hiểm 선장은 구명정에 본
선은 이제 위험을 벗어났다
고 신호했다
nguy nga 훌륭하다 ¶ dinh
thự nguy nga 훌륭한 저택
nguyên âm 모음 ¶ nguyên
âm cao 고모음 / nguyên
âm cao vừa(thấp vừa) 중모
음 / nguyên âm thấp 저모음
/ nguyên âm tròn môi 원순
모음 / nguyên âm không
tròn môi 평순모음 / sự khác
biệt giữa nguyên âm và phụ
âm 모음과 자음의 차이
nguyên âm đôi 이중모음
nguyên âm đơn 단모음
nguyên cáo (법률) 원고
#동 bị cáo
nguyên chất 순수한, 썩이
지 않으 순전한¶ vàng
nguyên chất 순금
nguyên đán 원단(元旦)¶ tết

nguyên đán 음력설

nguyên liệu 재료 ¶ kho nguyên liệu 재료 창고

nguyên lý 원리 ¶ nguyên lý căn bản 근본 원리

nguyên ngày 하루종일 #동 cả ngày

nguyên nhân 원인 ¶ nguyên nhân trực tiếp 직접적인 원인 / nguyên nhân gián tiếp 간접적인 원인 / nguyên nhân căn bản 근본 원인 / rõ ràng ăn quá nhiều là nguyên nhân chính của béo phì 과식은 분명히 비만의 원인이다

nguyên quán 본관 ¶ ông ấy có nguyên quán Hạc Sơn(鶴山), tỉnh Quảng Đông(廣東) 그분은 본관이 광동성, 학산이다 / nguyên quán của anh ấy là Vĩnh Long(永龍) 그의 본관은 빙롱이다 / nguyên quán của cô ấy là Thanh Hóa(靑化) 그의 본관은 타잉화이다

nguyên thủy 원시, 원초 ¶ bản năng nguyên thủy 원초적 본능

nguyên tố 원소 ¶ nguyên tố hóa học 화학 원소 / ký hiệu nguyên tố 원소 기호 / cấu tạo nguyên tố 원소 구성 / (sự) phân tích nguyên tố 원소 분석 / quy luật chu kỳ của nguyên tố 원소 주기율

nguyên tử 원자 ¶ hạt nhân nguyên tử 원자핵 / bom nguyên tử 원자 폭탄 / vụ nổ nguyên tử 원자 폭발

nguyên văn 원문 ¶ đọc nguyên văn 원문으로 읽다 / xin dẫn nguyên văn ở đây 원문을 여기에 인용한다 / dịch (trung thực) đúng nguyên văn 원문에 충실하게 번역하다

nguyện vọng 소원 ¶ nguyện vọng thiết thực 절실한 소원

nguyệt san 월간지

ngư dân 어민, 어부

ngữ âm 음성학 ¶ ngữ âm tiếng Việt 베트남어 음성학 #동 ngữ âm học

ngữ âm học 음성학 ¶ nhà ngữ âm học 음성학자 / thuộc ngữ âm học 음성학의

ngữ điệu 억양

ngữ nghĩa 의미 ¶ ngữ nghĩa học 의미론 / trường ngữ nghĩa 의미장

ngữ pháp 문법, 말본 ¶ biểu đồ ngữ pháp 문법 도표

ngữ pháp học 문법론

ngứa 가렵다 ¶ ngứa lưng 등이 가렵다 / gãi chỗ ngứa 가]려운 데를 긁다 / gãi đúng chỗ ngứa 가려운 데를 긁어 준다

ngửa (얼굴) 위를 향하다 ¶ bơi ngửa 배영 / vận động viên bơi ngửa 배영 선수

ngựa 말 ¶ đàn ngựa 말 떼 / ngựa bỏ chạy 말이 달아난 다 / cưỡi ngựa 말을 타다 / cưỡi ngựa đi 말을 타고 가다

ngựa vằn 얼룩말

ngực 1. 가슴, 가슴 부분 2. 유방

ngửi (냄새를) 맡다 ¶ ngửi mùi 냄새를 맡아보다

ngừng 1. 세우다, 멈추다, 서 다 ¶ xe tải ngừng ở chính giữa đường vì hỏng máy 엔진 고장으로 트럭이 길 한가운데 서 있었다 2. 정지(하다), 중지(하다) ¶ lệnh ngừng bãi công 파업 중지 명령 / ngừng bãi công 파 업을 중지하다
#동 dừng

ngước nhìn 쳐다보다 ¶ ngước nhìn với ánh mắt lạnh lùng 차가운 눈으로 쳐 다보다

ngược đãi 홀대하다 ¶ ngược đãi cha mẹ 부모를 홀대하다

ngược lại 반대로

ngươi (2 인칭) 너, 니

người[1] 1. 사람 ¶ người Hàn Quốc 한국 사람 / người Việt Nam 베트남 사람 / người bất hạnh 불행한 사람 / người cô đơn 외로운 사람 / người lười biếng 나태한 사람 / người lạnh lùng 차디찬 사람 / người có phong cách 풍격이 있는 사람 / người có tấm lòng nồng hậu 마음이 따뜻하다 사람 / người thuộc dạng béo phì 비만형의 사람 / số người 사람의 수호 / lừa người 사람을 속이다 / chó cắn người 개가 사람을 물 다 / người kia là ai vậy? 저 사람은 누구입니까? / nếu là người đó thì có thể yên tâm mà giao việc 그 사람이면 마음놓고 일을 맡길 수 있 다 / người đó lúc còn trẻ ăn chơi lắm 그 사람은 젊었을 때 놀아 먹었다 / người đó đã tự thú với cảnh sát 그 사람은 경찰에 자수했다 **2.** –자 ¶ người biên tập 편집자 / người thành lập 설립자 / người giàu có 부자 / người hộ tống 호위자 / người phụ trách 담당자 / người quản lý 관리자 / người lao động 노동자 / người lao động thể xác 육체노동자 / người lao động tinh thần 정신노동자 / người bãi công 파업자 / người bị ngộ độc 중독자 / người tham ô 횡령자 / người khai quật 발굴자 / người ăn ngoài 외식자 / người theo chủ nghĩa bi quan 비관론자 / người giữ bản quyền 저작권 소유자 / người vi phạm 위반자 / người ăn chay 채식주의자 / người trồng 재배자 / người cư trú 거주자 / người theo tư tưởng Âu hóa 서구화주의자 **3.** –인 ¶ người cổ đại 고대인 / người bán 판매인 / người bảo quản 보관인 / người quản lý 관리인 / người bàng quan 방관인 / người Việt Nam 베트남인 / người nước ngoài 외국인 / người chỉ định 지정인 / người vô danh 무명인 **4.** –가 ¶ người yêu thích âm nhạc 음악 애호가 / người yêu thích đồ cổ 골동품 애호가 / người sưu tầm tiền cổ 고전 수집가 **5.** –사 ¶ người thông thạo 통사 **6.** –쟁이 ¶ người hay mặc Âu phục 양복쟁이 / người cố chấp 고집쟁이 / người bảnh bao 멋쟁이 / người bắt chước 흉내쟁이 / người kỹ lưỡng 꼼꼼쟁이

người^2 명 ¶ một nghìn người 천 명 / hai người phụ nữ 여자 두 명 / ba người đàn ông 세 명의 남자 / hàng chục người 수십 명

người^3 몸 ¶ nấp người bắn súng 몸을 숨기고 총을 쏘다

\#동 thân mình

người bán 1. 장수 ¶ người bán đậu phụ 두부 장수 / người bán giày dép 신발 장수 2. 상 ¶ người bán rau 야채상

người bán lẻ 소매상

người bán sỉ 도매상

Nn

người bạn 친구 ¶ người bạn gần gũi 가까운 친구 / biết tin đó thông qua người bạn 친구를 통해서 그 소식을 알다

\#동 bạn

người bệnh 병자, 환자

người biên soạn 편찬자 ¶ người biên soạn quyển sách đó là cô Nguyễn Thị Tịnh 그 책의 편찬자가 응웬티띵 씨입니다

người cạnh tranh 경쟁자

người cận thị 근시인 사람 ¶ tôi là người cận thị 나는 근시인 사람입니다

người chỉ định 지정인

người chiếm hữu 점유자

người chiến thắng 전승자

người chinh phục 정복자

người chồng 남편 ¶ người chồng chung thủy 성실한 남편 / khổ sở bởi người chồng xấu 나쁜 남편에게 시달리다

\#동 chồng

người cư trú 거주자 ¶ người cư trú bất hợp pháp 불법 거주자

người dân 국민 ¶ người dân Việt Nam 베트남 국민 / người dân Hàn Quốc 한국 국민 / sự hòa hợp và đoàn kết của người dân 국민의 화합과 단결

người dịch 역자, 번역자, 통역

người dơi 배트맨

người đính hôn 약혼자

người già 노인 ¶ phúc lợi cho người già 노인 복지

người giàu 부자 ¶ ông ấy đã cho con gái đính hôn với một người giàu có 그는 딸을 부자와 약혼시켰다

người giúp việc 가정부, 파출부 ¶ quát người giúp việc 가정부에게 소리지르다

người khác 남, 타인, 다른 사람, 딴 사람 ¶ lừa người khác lấy tiền 남을 속여 돈을 빼앗다 / quản lý tài sản của người khác 남의 재산을 관리하다 / ăn cắp ý tưởng của người khác 남의 아이디어를 훔치다 / sống bằng sự bảo trợ của người khác 남의 보조로 생활하다 / thích bắt bẻ người khác 남의 흠잡기를 좋아하다 / nhéo cánh tay của người khác 남의 팔을 꼬집다 / anh ấy luôn phấn đấu để đứng trên người khác trong lớp 그는 학급에서 남보다 앞서려고 언제나 노력하고 있다 / phụ thuộc vào sự hỗ trợ của người khác 타인의 원조에 의존하다 / đừng can thiệp vào đời tư của người khác 남의 사생활에 간섭하지 마시오

người kinh doanh 1 .–상 ¶ người kinh doanh đồ cổ 골동품상
2. 상인, 장수 ¶ người kinh doanh giày dép 신발 장수

người lái đò 사공, 뱃사공

người làm chứng 증인 ¶ người làm chứng phía bị cáo 피고측 증인 / người làm chứng có thể tin cậy được 신뢰할 수 있는 증인 #동 nhân chứng

người làm nghề -업자 ¶ người làm nghề bất động sản 부동산업자 / người làm nghề môi giới bất động sản 부동산 중개업자

người lao động 노동자, 근로'자 ¶ người lao động nước ngoài nhập cảnh bất hợp pháp 불법 입국 외국인 근로자

người leo núi 산악인

người lớn 어른 ¶ cung kính người lớn 어른을 공경하다

người máy 로봇
#동 rô-bốt

người mẫu 모델 ¶ người mẫu thời trang 패션모델

người mê –광 ¶ người mê ba lê 발레광 / người mê bóng đá 축구광 / người mê kịch nói 연극광

người mù 맹인(盲人), 눈먼 사람

người múa 댄서(dancer) ¶ người múa ba lê 발레 댄서

người nghiện –광 ¶ người nghiện phim 영화광 / người nghiện đọc sách 독서광

người người 사람들, 사람마다

người nhện 스파이더맨

người nuôi 사육자 ¶ người nuôi gia cầm 가금 사육자

người nước ngoài 외국인, 외국사람 ¶ tiếng Việt cho người nước ngoài 외국인을 위한 베트남어

người phân phối 분배자

người phụ nữ 여자, 여성 ¶ người phụ nữ quyến rũ 매력적인 여성 / người phụ nữ thon thả 날씬한 여자

người phụ trách 담당자 ¶ người phụ trách thu chi đã

biển thủ 80.000 đô la tiền ngân hàng 출납 담당자가 은행 돈 8 만 불을 착복했다

người phục vụ 웨이터 ¶ quát người phục vụ 큰소리로 웨이터를 부르다

người quản lý 관리인, 관리자 ¶ người quản lý về an toàn 안전 관리자

người què 절름발이 ¶ thành người què 절름발이가 되다

người quen 아는 사람

người sáng lập 창설자, 설립자 ¶ người sáng lập của Quỹ giao lưu quốc tế Sunny là giáo sư Lý Gia Hân 선니국제교류재단의 설립자는 리야헌 교수입니다

người sở hữu 소유자 ¶ người sở hữu tài sản 재산 소유자

người sưu tầm 수집가 ¶ người sưu tầm tem 우표 수집가 / người sưu tầm đồ cổ 골동품 수집가 / người sưu tầm tiền cổ 고전 수집가

người ta 사람들, 그 사람

người tàn tật 장애인 ¶ chuyên dùng cho người tàn tật 장애인 전용 / thang máy chuyên dùng cho người tan tật 장애인 전용 승강기

người thân 친척

người thượng cổ 상고인

người trồng 재배자 ¶ người trồng nho 포도 재배자

người vi phạm 위반자 ¶ người vi phạm về giao thông 교통 위반자

người viễn thị 원시인 사람

người vô danh 무명인, 무명씨

người vợ 아내 ¶ người vợ chung thủy 성실한 아내 #동 vợ

người yêu 애인 ¶ người yêu của tôi 나의 애인 / người yêu lúc bấy giờ 그때의 애인 / bỏ trốn cùng với người yêu 애인과 함께 달아나다 / đón người yêu ở ga 역에서 애인을 마중하다

người yêu nước 애국자

người yêu thích 애호가 ¶ người yêu thích đồ cổ 골동품 애호가 / người yêu thích âm nhạc 음악 애호가

ngượng nghịu 어색(하다) ¶ câu văn ngượng nghịu 어색한 문장

nha khoa 치과 ¶ bệnh viện nha khoa 치과병원

#동 khoa nha

nha phiến 아편 ¶ chiến tranh nha phiến 아편 전쟁

nha sĩ 치과 의사

nhà[1] 집 ¶ chìa khóa nhà 집 열쇠 / nhà hàng xóm 이웃집 / (việc) bảo dưỡng nhà 집 간수 / nhà ẩm thấp 눅눅한 집 / nhà ở góc đường 모퉁이 집 / căn nhà nhỏ bé 작은 집 / xây nhà 집을 짓다 / đốt nhà 집을 태우다 / ăn ở nhà 집에서 식사하다 / trốn ở nhà hàng xóm 이웃집에 숨다 / căn nhà đó ở góc đường 그 집은 모퉁이에 있습니다 / di chuyển sang nhà khác 다른 집으로 이전하다 / họ đã đến nhà chúng tôi lánh nạn 그들은 우리 집으로 피난을 왔다 / ở tại nhà bạn 친구 집에서 숙박하다 / ăn trưa ở nhà 집에서 점심을 먹다 / Sunny đầy trông mong được chuyển sang nhà mới 선니가 새 집으로 이사하는 기대에 부풀다 / có cây nên nhà được nhiều bóng mát 나무가 있어 집이 응달이 잘 진다 / (tôi) sẽ ở nhà cả ngày hôm nay 오늘 하루종일 집에 있을 거예요

nhà[2] 1. –가 ¶ nhà tư bản 자본가 / nhà chiến lược 전략가 / nhà nhiếp ảnh 사진가 / nhà điêu khắc trên băng 얼음조각가 / nhà phê bình âm nhạc 음악 평론가 / nhà phê bình phim 영화 평론가 / nhà phê bình văn học nghệ thuật 문예 평론가 / nhà phê bình chính trị 정치 평론가

2. –자 ¶ nhà lãnh đạo 지도자 / nhà chế tác 제작자 / nhà vi sinh vật học 미생물학자 / nhà bệnh lý học 병리학자 / nhà hải dương học 해양학자 / nhà vũ trụ học 우주학자

3. –사 ¶ nhà giám định 감정사 / nhà thẩm định bất động sản 부동산 감정사 4. –인 ¶ nhà leo núi 산악인

nhà báo (신문, 잡지) 기자

nhà bếp 부엌 ¶ cửa nhà bếp 부엌문 / sàn nhà bếp 부엌 바닥 / đồ dùng nhà bếp 부엌 세간

nhà chế tác 제작자 ¶ nhà chế tác bản đồ 지도 제작자

nhà chọc trời 마천루, 초고층 빌딩

nhà cửa 가옥, 집안 ¶ nhà cửa bị ngập lụt 침수 가옥 / dọn dẹp nhà cửa 집안을 청소하다 / mua bảo hiểm nhà cửa 가옥을 보험에 들다

nhà ga (철도의) 정거장, 역, 역사(驛舍), 역 건물

nhà giam 교도소, 감방 ¶ bạo động đã xảy ra trong nhà giam 교도소 안에서 폭동이 일어났다

nhà giáo 스승, 선생(님), 교사 ¶ ngày nhà giáo(ở Hàn Quốc là ngày 15 tháng 5, ở Việt Nam là ngày 20 tháng 11) 스승의 날

nhà hang (고급)식당 ¶ ăn tối tại nhà hàng Hàn Quốc 한국식당에서 저녁을 먹다

nhà hát 극장 ¶ nhà hát hình tròn 원형 극장

nhà hộ sinh 산부인과 센터

nhà khách 게스트하우스, 여관

nhà khảo cổ học 고고학자

nhà kho 창고 ¶ cải tạo nhà kho thành nhà xưởng 창고를 공장으로 개조하다 #동 kho

nhà khoa học 과학자

nhà lãnh đạo 지도자 ¶ mọi người đang ao ước sự xuất hiện của nhà lãnh đạo vĩ đại 사람들은 위대한 지도자의 출현을 갈망하고있다

nhà leo núi 산악인 ¶ nhà leo núi huyền thoại 전설의 산악인

nhà máy 공장 ¶ chìa khóa nhà máy 공장 열쇠 / nhà máy lắp ráp 조립 공장 / nhà máy in 인쇄 공장 / thực tập ở nhà máy 공장에서 실습하다 / cải tạo kho thành nhà máy 창고를 공장으로 개조하다

nhà nghề 프로 ¶ bóng đá nhà nghề 프로 축구 / bóng rổ nhà nghề 프로 농구 / bong chày nhà nghề 프로 야구

nhà nhà 집집마다

nhà nước 1. 정부 ¶ nhà nước Việt Nam 베트남 정부 2. 국립 ¶ bệnh viện nhà nước 국립 병원

nhà phân phối 분배자

nhà phê bình 평론가 ¶ nhà phê bình âm nhạc 음악 평론가 / nhà phê bình phim 영화 평론가 / nhà phê bình văn học nghệ thuật 문예 평론가 / nhà phê bình chính trị 정치 평론가

nhà sư 승려

nhà thiết kế 디자이너 ¶ nhà thiết kế thời trang 패션 디자이너

nhà thơ 시인

nhà thờ 1. 교회 ¶ nhà thờ Cơ đốc giáo 기독교 교회 2. 성당 ¶ nhà thờ Thiên chúa giáo 천주교 성당 3. 사원 ¶ nhà thờ Hồi giáo 회교 사원

nhà thương 병원 ¶ nhà thương điên 전광병원 #동 bệnh viện

nhà tôi 우리 집, 내 집

nhà tranh 초가집 (草家—)

nhà trẻ 유치원

nhà trệt 단층집

nhà truyền giáo 선교사 ¶ nhà truyền giáo đạo Cơ đốc 기독교 선교사

nhà tù 감옥, 교도소 ¶ bạo động đã xảy ra trong nhà tù 교도소 안에서 폭동이 일어났다

nhà văn 작가 ¶ nhà văn hài hước 유머 작가 / các nhà văn chủ yếu 주요한 작가 / nhà văn tên tuổi 유명한 작가

nhà vệ sinh 화장실 ¶ hãy sử dụng nhà vệ sinh một cách sạch sẽ 화장실을 깨끗이 사용합시다

nhà xe 차고 ¶ để xe vào nhà xe 차를 차고에 넣어두다

nhà xuất bản 출판사 ¶ nhà xuất bản Sunny 선니출판사 / nhà xuất bản Gia Hân Gia Han 자헌출판사

nhà xưởng 공장 ¶ cải tạo nhà kho thành nhà xưởng 창고를 공장으로 개조하다

nhạc 음악 ¶ nhạc nhẹ 경음악 / đêm nhạc 음악의 밤 / một bản nhạc 음악 한 곡 / thích nhạc 음악을 좋아하다 / học nhạc 음악을 배우다 #동 âm nhạc

nhạc cổ điển 고전 음악

nhạc cụ 악기 ¶ cửa hàng nhạc cụ 악기점 / diễn tấu nhạc cụ 악기를 연주하다 / anh chơi nhạc cụ gì? 무슨 악기를 다루세요?

nhạc cụ dây 현악기

nhạc cụ gõ 타악기

nhạc cụ ống 관악기

nhạc hội 음악회 ¶ vé xem nhạc hội đã được bán sạch 그 음악회 표는 매진되었다

nhạc nhẹ 경음악

nhạc sĩ 음악가, 작곡가

Nn

nhạc viện 음악대학

nhai 씹다 ¶ nhai kẹo cao su 껌을 씹다

nhài (식물) 재스민

nhàm chán 지루하다 ¶ câu chuyện nhàm chán 지루한 이야기 / chuyến du lịch nhàm chán 지루한 여행 / cuộc sống đời thường nhàm chán 지루한 일상 생활 / không biết nhàm chán 지루할 줄 모르게 / làm cho nhàm chán 지루하게 하다

nhàn 틈이 있는, 볼일이 없는, 한가한

nhãn[1] (식물) 용안

nhãn[2] 라벨 ¶ dán nhãn lên chai 병에 라벨을 붙이다

nhãn hiệu 상표, 브랜드

nhang 향 ¶ thắp nhang 향을 피우다 / đốt nhang 향을 태우다

nhanh 1. 빠르다 ¶ nói nhanh 말이 빠르다 / động tác nhanh 동작이 빠르다 / hành động nhanh 행동이 빠르다
2. 빨리 ¶ chạy nhanh 빨리 달리다 / quất bò bắt đi nhanh 소를 매질하여 빨리 가게 하다

nhanh chóng 급속히 ¶ cơn bão phát triển nhanh chóng 태풍이 급속히 발달했다

nhanh nhẹn 팔팔하다, 빠르다 ¶ bước chân nhanh nhẹn 팔팔한 걸음

nhạt 1. 싱겁다 ¶ món ăn nhạt 시거운 음식 / canh nhạt 국이 싱겁다
2. 연하다 ¶ cà phê nhạt 연한 커피

nhau 서로 ¶ ghét nhau 서로 미워하다 / bánh răng ăn khớp nhau 기어가 서로 맞물려 있다

nhảy 뛰다 ¶ nhảy xuống 뛰어내리다 / nhảy lên xe buýt đang chạy 가고 있는 버스에 뛰어오르다

nhảy cao 높이뛰기 ¶ vận động viên nhảy cao 높이뛰기 선수

nhảy mũi 재채기(하다)

nhảy sào 장대높이뛰기(하다)

nhảy xa 멀리뛰기 ¶ vận động viên nhảy xa 멀리뛰기 선수 / tôi từng có ý nghĩ sẽ trở thành vận động viên nhảy xa 나는 멀리뛰기 선수가 될 생각이었다

nhạy bén 예민하다 ¶ cảm giác nhạy bén 예민한 감각

nhắc 생각나게 하다, 상기
시키다

nhắc lại 다시 말하다

nhắc nhở 생각나게 하다,
상기시키다, 일깨우다

nhắm (목표, 과녁) 향하다 ¶
nhắm đích bắn 과녁을 향해
쏘다

nhằm -를/를 위해, -기 위해서
¶ nhằm bảo vệ sinh mạng
và tài sản 생명과 재산을
보호하기 위하여
#동 để

nhắn 전하다 ¶ chắc chắn tôi
sẽ nhắn lại cho anh ấy 그
에게 틀림없이 전화겠습니
다.

nhặt 줍다 ¶ đồ nhặt được
주운 물건 / nhặt mũ 모자를
줍다

nhầm 착각(하 다) ¶ em nhầm
tôi với người khác rồi 너는
나를 딴 사람과 착각하고
있어

nhậm chức
임직(任職) (하 다)

nhân 곱하기 ¶ ba nhân hai là
sáu 3 곱하기 2 는 6 이다 /
bốn nhân năm là hai mươi
4 곱하기 5 는 20 이다

nhân ái 인애(仁愛)

nhân cách 인격 ¶ sự hình

thành nhân cách 인격 형성

nhân chứng 증인 ¶ nhân
chứng và vật chứng 증인과
증거물 / ghế dành cho nhân
chứng 증인석 / nhân chứng
phía bị cáo 피고측 증인 /
nhân chứng còn sống 살아
있는 증인 / nhân chứng
đáng tin cậy 신뢰할 수 있
는 증인 / cho (ai đó) đứng
ra làm nhân chứng 증인으
로 세우다
#동 người làm chứng

nhân dân 국민, 인민quân
đội nhân dân 인민 군대 /
trở thành anh hùng nhân
dân 국민적 영웅이 되다

nhân đạo 인도(人道) ¶ chủ
nghĩa nhân đạo 인도주의 /
người theo chủ nghĩa nhân
đạo 인도주의자

nhân khẩu 식구 ¶ nhà tôi có
sáu nhân khẩu 우리 집은
여섯 식구다

nhân lực 인력 ¶ tài nguyên
nhân lực 인력 자원

nhân sinh 인생 ¶ nhân sinh
quan 인생관 / bi quan về
nhân sinh 인생을 비관하다

nhân sự 인사 ¶ ban nhân
sự 인사과 / quản lý nhân
sự 인사관리

nhân tài 인재 ¶ bồi dưỡng nhân tài 인재를 배양하다

nhân tạo 1. 인조, 인조의 ¶ cao su nhân tạo 인조 고무 2. 인공 ¶ vẻ đẹp nhân tạo 인공미 / mưa nhân tạo 인공 강우 / gia vị nhân tạo 인공 조미료 / thụ thai nhân tạo 인공 수태 / thụ tinh nhân tạo 인공 수정 / ấp nhân tạo 인공 부화 / nuôi dưỡng nhân tạo 인공 배양 / hô hấp nhân tạo 인공호흡 / tim nhân tạo 인공 심장 / bộ não nhân tạo 인공두뇌 / vệ tinh nhân tạo 인공위성 / hương liệu nhân tạo 인공 향류 / ngọc nhân tạo 인공 진주 / bột nêm nhân tạo 인공 조미료 / tự nhiên và nhân tạo 자연과 인공 / thuộc về nhân tạo 인공의 / một cách nhân tạo 인공작 으로 / hồ nhân tạo 인공적 으로 만든 호수

nhân tố 요인, 요소 ¶ nhân tố hạnh phúc 행복의 요인 / nhân tố cơ cở 기초적 요소 / nhân tố chính 주요인

nhân từ 인자(仁慈)하다 ¶ người anh nhân từ 자형

nhân vật 임물 ¶ nhân vật cấp đại sứ 대사급의 인물 / nhân vật cấp bộ trưởng 장관급의 인물 / nhân vật cấp bộ trưởng 장관급의 인물 / nhân vật huyền thoại 전설적 인물 / ông ấy quả là một nhân vật huyền thoại 그는 전설적 인물에 불과하다

nhân viên 1. 직원 ¶ nhân viên công ty 회사원 / nhân viên của tập đoàn Sunny 선희 그룹의 직원 2. –원 ¶ nhân viên bảo vệ 경비원 / nhân viên công ty 회사원 / nhân viên thu tiền 수금원 / nhân viên kế toán 회계원(경리 사무원) / nhân viên đội chữa cháy 소방대 원 / tên nhân viên thu ngân 계산원명

nhân viên bán hang 판매원

nhân viên công ty 회사원 ¶ anh trai tôi là nhân viên công ty 우리 형은 회사원 이다

nhân viên hải quan 세관원

nhân viên hướng dẫn 안내원

nhân viên lễ tân (회의 등의) 접수원, 응접원

nhân viên mới 신입사원 ¶ buổi thuyết trình tuyển dụng nhân viên mới của công ty xây dựng Sunny 선니건설 신입사원 채용 설명회

nhân viên tiếp tân (호텔, 회사 등의) 접수원, 응접원

nhân viên văn phòng 사무실 직원

nhấn mạnh 강조(하다) ¶ nhấn mạnh tầm quan trọng của quốc phòng 국방의 필요성을 강조하다

nhẫn 반지 ¶ nhẫn đính hôn 약혼 반지 / nhẫn làm bằng bạc 은으로 만든 반지

nhận 받다 ¶ nhận thư 편지를 받다 / nhận tiền 돈을 받다 / nhận lương tháng 월급을 받다 / nhận cứu tế 구제를 받다 / nhận huân chương vì công lao 공로로 훈장을 받다

nhận biết 감지하다, 인지하다 ¶ nhận biết nguy hiểm bởi bản năng 본능적으로 위험을 감지하다

nhận diện (얼굴을) 알아보다

nhận được 받다, 얻다 ¶ nhận được bài học 교훈을 얻다 / nhận được sự bảo hộ 보호를 받다 / nhận được sự bảo trợ 보조를 받다 / nhận được bằng khen xuất sắc 우등 상장을 받다 / năm mới chúc anh(chị) nhận được nhiều phúc lành 새해 복 많이 받으십시오

nhận thức 인식하다 ¶ nhận thức luận 인식론 / sự nhận thức về âm thanh 음성 인식

nhấp nháy (눈을) 깜박거리다, 깜작이다 ¶ nhấp nháy mắt 눈을 깜박거리다

nhập 입력하다 ¶ nhập dữ liệu 데이터를 입력하다 / nhập vân tay 지문을 입력하다 / nhập lại 다시 입력하다

nhập cảnh 입국(하다) ¶ (sự) nhập cảnh bất hợp pháp 불법 입국 / lao động nước ngoài nhập cảnh bất hợp pháp 불법 입국 외국인 근로자

nhập học 입학(하다) ¶ tỉ lệ nhập học 입학률

nhập hội 입회(하다)

nhập khẩu 수입(하다) ¶ hàng nhập khẩu 수입품 / hàng nhập khẩu miễn thuế 면세 수입품

nhập lậu 밀수입(하다) ¶ nhập lậu đá quý 보석을

밀수입하다

nhập quan 입관(하다) ¶ nghi thức nhập quan 입관식 / chuẩn bị nhập quan 입관 준비를 하다

nhập viện 입원(하다) ¶ xin nhập viện 입원을 신청하다

nhất 1. 가장, 제일 ¶ anh nhỏ nhất(anh kế mình) 제일 작은 형 / chiếm phần tốt nhất 가장 좋은 몫을 차지 하다 / nơi nào của bụng đau nhất 배의 어디가 가장 아 프십니까? / chọn cái tốt nhất 제일 좋은 것을 고르다

2. -mới nhất 최신 / thời trang mới nhất 최신 패션

nhất 일(一)

nhất định 일정(하다) ¶ mục đích nhất định 일정한 목적 / thu nhập nhất định 일정한 수입

nhất là 특히

nhất quán 일관 ¶ tính nhất quán 일관성 / không có tính nhất quán 일관성이 없다

nhất thiết 반드시, 꼭

nhất thời 일시적 ¶ hiện tượng nhất thời 일시적 현 상

nhất trí 일치하다

Nhật 일본 ¶ đang du học ở Nhật 일본 유학중에 / hàng Nhật bị bài xích 일본 제품 이 배척당했다 #동 Nhật Bản

Nhật Bản 일본 người Nhật Bản 일본 사람 / tiếng Nhật Bản 일본어

nhật báo 일간지

nhật ký 일기 ¶ cô ấy viết nhật ký hằng ngày 그녀는 매일 일기를 적고 있다

nhậu 음주(하다) ¶ bạn nhậu 술친구

nhé[1] -(으)ㄹ까(요)? ¶ tối nay ăn ngoài nhé? 오늘 저녁에 외식을 할까? / bỏ đường vào nhé? 설탕을 넣어 드릴 까요?

nhé[2] (으)세요, 어라/아라/여라, -거라 ¶ ngủ ngon nhé 잘 자거라

nhẹ 1. 가볍다 ¶ phạt nhẹ 가 벼운 벌 / bệnh nhẹ 가벼운 병 / đẩy nhẹ 가볍게 밀다 2. 경- ¶ nhạc nhẹ 경음악 / công nghiệp nhẹ 경공업 / sản phẩm công nghiệp nhẹ 경공업 제품 #반 nặng

nhẹ nhàng 가볍게

nhéo 꼬집다 ¶ nhéo mạnh 세게 꼬집다 / nhéo má cậu

bé 소년의 뺨을 꼬집다 / nhéo (cánh) tay 팔을 꼬집다

\#동 bẹo

nhét vào 끼우다 ¶ nhét vào an bum 앨범에 끼우다

nhện 거미 ¶ nhện giăng tơ làm ổ 거미가 집을 짓다

nhi đồng 아동(兒童)

nhi khoa 소아과 ¶ bệnh viện nhi khoa 소아과 병원

\#동 khoa nhi

nhị 이(二)

nhiễm độc 중독 ¶ (sự) nhiễm độc chì 납 중독 / chứng nhiễm độc thai 임신 중독증 / bị nhiễm độc cồn 알코올 중독에 걸리다

nhiệm kỳ 임기 ¶ mãn nhiệm kỳ 임기 만료

nhiệm vụ 임무 ¶ nhiệm vụ quan trọng 중요 임무

nhiên liệu 연료 ¶ nhiên liệu (dạng) rắn 고체 연료 / bồn nhiên liệu 연료 용기 / bồn nhiên liệu hỗ trợ của máy bay 비행기의 보조 연료 탱크

nhiệt độ 온도 ¶ nhiệt độ thấp 낮은 온도 / nhiệt độ cao 높은 온도 / nhiệt độ sát khuẩn 살균 온도 / nhiệt độ trong phòng 실내 온도 / nhiệt độ bình quân 평균 온도 / nhiệt độ bình quân trong năm 연간 평균 온도 / đo nhiệt độ 온도를 재다 / điều chỉnh nhiệt độ 온도를 조절하다 / biểu thị nhiệt độ 온도를 표시한다 / nhiệt kế biểu thị nhiệt độ 온도계는 온도를 표시한다 / nhiệt độ trong bóng râm là 30 độ 음지에서 온도가 30도이다

nhiệt đới 열대 ¶ cận nhiệt đới 아열대 / bệnh nhiệt đới 열대병

nhiệt kế 온도계 ¶ nhiệt kế biểu thị nhiệt độ 온도계는 온도를 표시한다

nhiệt liệt 열렬하다, 열광하다 ¶ sự hoan nghênh nhiệt liệt 열렬한 환영 / khán giả đầy ắp hội trường nhiệt liệt vỗ tay 장내를 가득 메운 관객이 열광적으로 박수했다

nhiệt tình 열광적인, 열중한, 열렬한

nhiều 1. 많다 ¶ đất nước có nhiều rừng 숲이 많은 나라 / nhiều đảo 섬이 많다 / nhiều tham vọng 욕심이 많다 / hơi nhiều 좀 많다 /

Nn

số (người) nhiều 수호가 많다 / khác biệt nhiều 차이가 많다 / rất nhiều khán giả 관객이 대단히 많다 / đang khổ sở vì nhiều khách viếng thăm 많은 방문객 때문에 시달리고 있다 / tôi đang mang ơn ông ấy nhiều lắm 나는 그에게 많은 은혜를 입고 있다 / bác sĩ kia có nhiều bệnh nhân 저 의사는 환자가 많다 / có nhiều người ăn bám 매달린 식구가 많다 / đường xá được mở rộng vì lưu lượng giao thông nhiều 많은 교통량 때문에 도로의 폭을 넓히게 되었다
2. 많이 ¶ năm mới chúc anh(chị) nhận được nhiều phúc lành 새해 복 많이 받으십시오
3. 대단히 cảm ơn nhiều 대단히 감사합니다
#반 ít

nhiều năm 다년간 ¶ du học nhiều năm ở nước ngoài 다년간 해외에서 유학하다

nhìn 보다 ¶ nhìn vào mặt trái của đời 세상의 암흑면을 보다

nhịn 참다 ¶ không thể nhịn được 참을 수 없는

nhịn đói 굶다 ¶ họ đang nhịn đói chết dần chết mòn thì làm sao (chúng ta) có thể bàng quan được chứ? 그들이 굶어 죽어가고 있는데 어떻게 방관할 수 있는가?

nhịp (음악) 절주(節奏), 리듬

nho 포도 ¶ cây nho 포도나무 / đường (làm từ) nho 포도당 / cánh đồng nho 포도밭 / màu nho 포도색 / hạt nho 포도씨 / (việc) trồng nho 포도 재배 / người trồng nho 포도재배자

/ rượu nho 포도주 / rượu nho trắng 백포도주 / rượu nho đỏ 적포도주 / nước ép nho 포도즙 / một chùm nho 포도 한 송이

nho khô 건포도 ¶ bánh mì nho khô 건포도빵

nho nhỏ 좀 작다

nhỏ[1] 어리다 ¶ mất mẹ lúc còn nhỏ 어려서 어머니를 여의다

nhỏ[2] 1. 작다 ¶ anh nhỏ nhất(anh kế mình) 제일 작은 형 / hơi nhỏ 좀 작다 / quá nhỏ 너무 작다 / công suất nhỏ 출력이 작다

2. 소형 ¶ bóng đèn nhỏ 소형 전구
#반 to, lớn

nhỏ bé (아주) 작다 ¶ căn nhà nhỏ bé 작은 집 / thị trấn nhỏ bé 작은 읍

nhỏ nhặt 사소하다 ¶ tính khí hay bực dọc dù là chuyện nhỏ vặt 사소한 일에도 짜증을 잘 내는 성질

nhỏ ơi là nhỏ 작디 작다

nhóm[1] 1. 그룹, 팀, 단, 대 ¶ nhóm buôn lậu 밀수단 / nhóm ám sát 암살단 / nhóm bạo lực 폭력단 / nhóm ký giả 기자단 / trưởng nhóm 팀장 / nhóm biểu tình 데모대 / nhóm ủng hộ 응원단 2. 집단집단 ¶ nhóm chủng tộc 종족 집단

nhóm[2] –류 ¶ nhóm ba dơ 염기류

nhóm máu 혈액형

nhô ra 돌출하다 ¶ bán đảo nhô ra biển 바다로 돌출한 반도

nhôm 알루미늄

nhổ[1] 뽑다 ¶ nhổ cỏ sân vườn 정원의 풀을 뽑다

nhổ[2] 뱉다 ¶ nhổ nước bọt 침을 뱉다

nhốt -을/를 구류하다, 감금하다, -을/를 수감하다, 구인하다

nhột (몸이) 간지롭다 ¶ nhột mũi 코가 간지롭다 / thôi đi! nhột quá 그만 해라! 간지롭다

nhớ 기억(하다) ¶ khả năng nhớ 기억력 / dung lượng ghi nhớ 기억의 용량 / tất cả dữ liệu được lưu vào thiết bị nhớ 모든 데이터는 기억장치에 저장된다

nhờ[1] 의뢰(하다) ¶ người nhờ bào chữa(khách hàng) 변호 의뢰인 / nhờ bào chữa 변호를 의뢰하다

nhờ[2] 부탁(하다) ¶ nhờ anh dịch giúp 통역 부탁합니다

nhờ[3] 덕택 ¶ sự thành công của người đó là do cần mẫn 그 사람의 성공은 근면 덕택이다

nhỡ 놓치다 ¶ nhỡ tàu hỏa 기차를 놓치다

nhu cầu 필요, 소요, 요구

nhu yếu phẩm 필수품 ¶ nhu yếu phẩm cho cuộc sống 생활 필수품

nhung 벨벳 ¶ nhung lụa 명주 벨벳

nhuộm 물들이다, 염색하다,

착색하다

như[1] 1. 같다 ¶ như tranh 그림 같은 / như ác quỷ 악마 같은 / như băng 얼음 같은 / một kẻ như ăn mày 거지 같은 놈 / như ăn mày 거지같다 금수 같다 / như cầm thú / hành động như loài cầm thú 금수와 같은 행위 / khuôn mặt như quả bí 호박 같은 얼굴 2. 같이 ¶ như đã báo trước 이미 알려 드린 바와 같이 / trăng sáng như ban ngày 달이 낮같이 밝다 3. 마찬가지 ¶ như đã nói ở trước 앞서 말한 것과 마찬가지로 / anh ấy ở trong tình trạng như đã chết 그는 죽은 거나 마찬가지 상태이다

như[2] 1. -처럼 ¶ nơi đẹp như tranh 그림처럼 아름다운 곳 / cô ấy xinh như tranh 그녀는 그림처럼 아름답다 / đã biến mất như một giấc mơ 꿈처럼 사라졌다 / người đó gầy như bộ hài cốt 그 사람은 해골처럼 말라있다 2. (으)ㄴ/는 듯이 ¶ chạy như bay 나는 듯이달려가다

như[3] –만큼 ¶ anh ta không phải là đồ ác nhân như tin đồn 그는 소문만큼의 악인은 아니다

như[4] (명사)-답다 ¶ như học sinh 학생답다 / như đàn ông 남자답다 / như phụ nữ 여자답다 như bố 아버지다운 / không như bố 아버지답지 않은

như nhau 같다 ¶ độ dài như nhau 길이는 같다

như thế 1. 그렇다 ¶ suy nghĩ sai lầm như thế 그러한 잘못된 생각 / tôi ân hận đã làm như thế 그런 짓을 한 것을 후회한다 / tôi quyết không làm chuyện như thế 그런 일을 결코 하지 않겠다 2. 그렇게 ¶ hãy làm như thế 그렇게 하세요 / làm như thế tốn gấp đôi chi phí 그렇게 하면 비용이 배가 든다
\#동 như vậy

như thế này 이렇다 ¶ tôi chưa bao giờ đến một thành phố lớn như thế này 이렇게 큰 도시에 와본 적이 없었어요

như thể -(으)ㄴ/는 듯이 ¶ như thể khó nói lắm vậy 말하기 어려운 듯이

như vậy 1. 그렇다 ¶ trong

trường hợp như vậy 그런 경우에는
2. 그렇게 ¶ đừng làm như vậy 그렇게 하지 마세요 / loại bỏ lề thói đó không đơn giản như thế đâu 그 허례를 폐지하기란 그렇게 간단한 것이 아니다 #동 như thế

nhựa 1. 고무 ¶ ống nhựa 고무관 / banh nhựa 고무공 / giày nhựa 고무신 / con dấu bằng nhựa 고무 도장 / thuyền nhựa 고무 보트 / găng tay nhựa 고무 장갑 / ủng nhựa 고무 장화 / sản phẩm nhựa 고무 베품
2. 플라스틱 ¶ đồ đựng bằng nhựa 플라스틱 용기

nhựa đường 아스팔트(asphalt)

nhức đầu 두통, 머리가 아프다

nhức răng 치통, 이앓이(하다), 이가 아프다 ¶ tôi bị nhức răng 나는 이가 아프다

nhưng 지만, (으)나 ¶ cái đã cũ nhưng còn tốt 오래되었지만 좋은 것

những (복수)-들 ¶ những ai đã đến vậy? 누구누구 왔나? / những công nhân kia

đang lắp cái gì đó ở bên ngoài 그 근로자들이 밖에서 무언가를 설치하고 있다 / những cái đó được phân (loại) thành hai loại hình 그것들은 두 가지 유형으로 분류된다

nhược điểm 단점 ¶ nhiều nhược điểm 단점이 많다

nhường 양보하다 ¶ nhường chỗ 자리를 양보하다

Nicken 니켈

niêm mạc 점막(粘膜) ¶ niêm mạc âm đạo 질의 막

niêm phong 봉하다 ¶ niêm phong phong bì 봉투를 봉하다

niêm yết 게시(揭示)하다 ¶ bảng niêm yết 게시판 / niêm yết "Cấm vào" "입장 사절"의 게시 / bảng niêm yết giờ xe lửa đi đến 열차 발착 게시판 / dán niêm yết 게시를 붙이다 / trường đại học đã niêm yết danh sách thí sinh đậu kỳ thi tuyển sinh 대학교는 입시 합격자 명단을 게시했다

niềm nở 따뜻한, 마음에서 우러난, 진심의, 성심성의의 ¶ (cuộc) đón tiếp niềm nở 따뜻한 환영

Nn

niềm tin 믿음, 신뢰, 신용 ¶ khôi phục niềm tin 신용을 회복하다

niềm vui 기쁨 ¶ chia sẻ niềm vui 기쁨을 나누다

niên đại 연대 ¶ theo trình tự niên đại 연대순으로 / sắp xếp theo niên đại 연대순으로 배열하다

niệu đạo 요도 ¶ ống niệu đạo 요도관 / lỗ niệu đạo 요도구 / viêm niệu đạo 요도염

Niobi 니오븀

Nitơ 질소

Niu Di Lân 뉴질랜드 ¶ đang du học ở Niu Di Lân 뉴질랜드 유학중에

no (배가) 부르다 ¶ no bụng rồi 배가 불렀다
\#반 đói

no nê 잔뜩 ¶ ăn no nê 잔뜩 먹다

nó (별로 안 좋은 뜻으로 쓰임) 그(는, 가), 그 애 ¶ nó là đồ keo kiệt 그는 구두쇠다 / nó đã trộm tiền của tôi 그는 내 돈을 훔쳤다 / nó đã ăn chặn số tiền thu được 그는 수금한 돈을 착복했다 / nó đã tham ô toàn bộ lợi nhuận 그는 이익을 전부 착복했다 / nó đã biển thủ tiền quỹ công ty 그는 회사 기금을 횡령했다 / nó đã biển thủ số tiền công quỹ lớn 그는 거액의 공금을 착복했다 / điều đó hoàn toàn là chuyện nó bịa ra 그것은 순전히 그가 날조한 이야기이다 / nó đang bị nghiện ma túy 그는 마약에 중독되어 있다
\#동 hắn

nọ 저 ¶ luật sư nọ có nhiều khách 저 변호사는 손님이 많다

noãn sào 난소, 알집, 자실
\#동 buồng trứng

nói 말하다, 이야기하다 ¶ nói nghiêm túc 엄숙히 말하다 / nói về cảm nhận 소감을 말하다 / như đã nói ở trước 앞서 말한 것과 마찬가지로 / nói về... -에 관하여 이야기하다 / nói khái quát 개괄하여 말하면 / không thể nói chắc được 확실한 것은 말할 수 없다 / tôi không có điều gì đặc biệt để nói 나는 특별히 할 말이 없다 / hãy hứa sẽ không nói bí mật cho bất kỳ ai 아무에게도 비밀을 말하지 않겠다고

약속해 주세요

nói chậm 말이 느리다

nói chuyện 이야기하다 ¶ họ luân phiên nói chuyện 그들은 번갈이 이야기했다

nói dối 거짓말(하다) ¶ kẻ nói dối 거짓말쟁이

nói đùa 농담하다 ¶ đừng nói đùa 농담하지 마

nói nhanh 말이 빠르다

nói thật 정말, 정말을 말하다

non[1] (동물, 새의) 새끼 ¶ chim non새끼 새

non2 어린, 미숙한

non nớt 유치하다 ¶ luận văn non nớt 유치한 논문 / vở kịch non nớt 유치한 연극

non trẻ 미숙하다, 유치하다 ¶ nền công nghiệp của nước này còn non trẻ 이 나라의 공업은 아직도 유치하다

nón 모자 ¶ nhặt nón 모자를 줍다

nóng 1. 덥다 ¶ cái nóng 더위 / ngày nóng 더운 날 / trở nên nóng 더워지다 / càng ngày càng nóng 나날이 더워지다 / cảm nhận cái nóng 더위를 느끼다 / nóng

chết đi được 더워 죽겠다 / hôm nay cũng sẽ nóng 오늘도 덥겠다 / bây giờ là lúc nóng đỉnh điểm 지금이 한창 더울 때다 / vì nóng nên làm việc vất vả 더워서 일하기가 힘들다 2. 뜨겁다 ¶ canh nóng 뜨거운 국 / tôi thích thức ăn nóng 나는 뜨거운 음식이 좋다
#반 lạnh

nóng bức 무덥다 ¶ thời tiết nóng bức 무더운 날씨 / phòng học này nóng bức 이 교실은 무덥다

nóng nực 무덥다 ¶ nóng nực nên không ngủ được 무더워서 잠을 못 자다
#동 nóng bức

Nô ben 노벨 ¶ giải Nô ben 노벨상

nô đùa 놀다 ¶ nô đùa trên cát 모래 위에서 놀다 / bọn trẻ nô đùa vui vẻ 애들이 즐겁게 놀다

Nô en 크리스마스 ¶ cây thông Nô en 크리스마스 트리 / tặng quà Nô en 크리스마스 선물을 주다
#동 lễ Giáng sinh

nô lệ 노예 ¶ sự bãi bỏ chế độ nô lệ 노예제도의 폐지

nô nức 열광적인, 열중한

nổ 폭발(하다) ¶ vụ nổ nguyên tử 원자 폭발 / vụ nổ hạt nhân 핵 폭발 / nổ ga 가스 폭발

nỗ lực 노력(하다) ¶ nỗ lực của bản thân 자신의 노력 / nỗ lực chăm chỉ 열심히 노력하다 / người nỗ lực chăm chỉ 열심히 노력하는 사람 / chúng tôi đang nỗ lực để bảo tồn nghệ thuật truyền thống 우리는 전통예능 보존을 위해 노력하고 있다

nổ ra 일어나다 ¶ bạo động đã nổ ra 폭동이 일어났다

nối liền 연결하다

nồi 솥 ¶ quai nồi 솥귀 / nắp nồi 솥뚜껑 / đế nồi 솥발 / nồi cơm 밥솥 / bàn chảy cọ rửa nồi 솥솔 / luộc trong nồi 솥에 삶다

nồi áp suất 압력솥(壓力—)

nồi cơm 밥솥 ¶ nồi cơm điện 전기밥솥 / bưng nồi cơm đến đây 밥솥을 가지고 와!

nổi lên 일다 ¶ cơn bão nổi lên 폭풍이 일었다 / bụi nổi lên 먼지가 일다 / làm nổi bụi lên 먼지을 일으키다

nổi tiếng 유명하다, 고명한, 이름난 ¶ nhà văn nổi tiếng 유명한 작가 / người đó nổi tiếng là đồ keo kiệt 그 사람은 구두쇠로 유명하다

nỗi buồn 슬픔 ¶ chia sẻ nỗi buồn 슬픔을 나누다 / chìm đắm trong nỗi buồn 슬픔에 젖다

nỗi khổ 고생, 고통 ¶ sống trong nỗi khổ thế này thà chết đi còn hơn 이런 고통 속에서 사느니 차라리 죽는 편이 낫다

nội các 내각 ¶ nội các mới 신내각 / (sự) cải tổ nội các 내각 개편 / sự tín nhiệm đối với nội các 내각에 대한 신임 / củng cố nội các 내각을 강화하다

nội dung 내용 ¶ nội dung bài giảng 강의 내용 / nội dung không được quy định rõ ràng 내용이 분명하게 규정되지 않다

nội khoa 내과 ¶ bác sĩ nội khoa 내과 의사 / bệnh viện nội khoa 내과 병원 #동 khoa nội

nội quy 교칙 ¶ phạm nội quy trường 교칙을 범하다

nội thành 시내 ¶ xe buýt nội

thành 시내버스

nội thất (건축) 인테리어, 실내 장식

nội trợ 주부

nôn 토하다 ¶ buồn nôn 토할 것 같다 / nôn ra cái đã ăn 먹은 것을 토하다

nông[1] 얕다 ¶ ao nông 얕은 연못 / chỗ nông 얕은 곳 / nước suối nông 얕은 시냇물/ bờ biển nông 얕은 해안

nông[2] 농사 ¶ làm nông 농사를 짓다

nông dân 농민, 농부

nông nghiệp 농업 ¶ bộ nông nghiệp 농업부 / bộ nông nghiệp và phát triển nông thôn 농촌개발-농업부

nông sản 농산물

nông thôn 농촌 ¶ viết tác phẩm với chủ đề cuộc sống nông thôn Việt Nam 베트남의 농촌 새황을 주제로 작품을 쓰다

nồng ấm 따뜻하다 ¶ sự hoan nghênh nồng ấm 따뜻한 환영

nồng độ 농도 ¶ nồng độ cồn trong máu 혈중 알코올 농도 / nồng độ chất lỏng 액체 농도

nồng hậu (마음이) 따뜻하다 ¶ người có tấm lòng nồng hậu 마음이 따뜻하다 사람

nồng nhiệt 열중한

nộp 1. 내다, 제출하다 ¶ kỳ hạn nộp báo cáo 보고서 제출 기한 / nộp đáp án 답안을 내다 / nộp báo cáo 보고서를 제출하다 / nộp bài tập(về nhà) 숙제를 제출하다 / nộp đơn (지)원서를 내다 / nộp đơn xin 신청서를 내다 2. 납부(하다) ¶ kỳ hạn nộp 납부 기한

nộp thuế 납세(하다),납세의 의무 nghĩa vụ nộp thuế

nốt ruồi (피부의) 사마귀

nở[1] 피다 ¶ hoa hồng mới nở 갓 핀 장미 / bắt đầu nở 피기 시작했다 / hoa táo bắt đầu nở 사과꽃이 피기 시작했다

nở[2] 짓다, 드러내다 ¶ nở nụ cười 웃음을 짓다

nở ra 부풀다, 팽창하다 ¶ bánh mì nở ra 빵이 풀다/ nụ hoa nở ra 꽃봉오리가 불풀다

nợ 빚 ¶ trả nợ 빚을 갚다 / không trả nợ 빚을 갚지 않다

nợ nần 빚 ¶ khổ sở vì nợ nần 빚에 시달리다

nơi 1. 곳, 데 ¶ nơi xa 먼 데 / nơi tiện lợi 편리한 곳 / nơi đẹp như tranh 그림처럼 아름다운 곳 / nơi ẩm thấp 축축한 곳 / sống ở nơi ấm áp 온난한 곳에서 살다 / sống ở gần nơi ấy 그 곳 근처에 살다 / nơi này vào mùa đông cũng ấm áp 이곳은 겨울에도 온난하다 / cảnh nơi đó đẹp biết bao 그 곳의 경치가 얼마나 아름다운지 몰라요

2. 장소 ¶ nơi chỉ định 지정 장소 / nơi ẩn náu 잠복 장소 / nơi an toàn 안전한 장소 / nơi tiện lợi 편리한 장소 / nơi mua sắm bất tiện 쇼핑하기에 불편한 장소 / chọn nơi 장소를 선정하다

3. -장 ¶ nơi tắm biển 해수욕장 / nơi tắm suối khoáng 광천욕장 / nơi hạ cánh 착륙장

4. -소 ¶ nơi bảo quản 보관소 / nơi cấp cứu 구급소

5. -지 ¶ nơi cư trú 거주지 / nơi nghỉ mát 피서지 / nơi nghỉ dưỡng 휴양지 / nơi an táng 안장지 / nơi khai quật 발굴지 6. -처 ¶ nơi tị nạn 피난처 7. -터 ¶ nơi hỏa táng 화장터

nơi chốn 장소 ¶ chỉ định ngày giờ và nơi chốn 날짜와 장소를 지정하다

nơi sinh 출생지

nới rộng 넓히다 ¶ nới rộng căn nhà 집을 넓히다 / đường xá được nới rộng vì lưu lượng giao thông nhiều 많은 교통량 때문에 도로의 폭을 넓히게 되었다

nụ 봉오리, 봉 ¶ nụ hoa 꽃봉우리 / nụ sen 연봉

nụ cười 웃음 ¶ nụ cười mỉm 미소 / nở nụ cười 웃음을 짓다

nụ hoa 꽃봉오리 ¶ nụ hoa nở ra 꽃봉오리가 부풀다

núi 1. 산 ¶ đỉnh núi 산꼭대기 / cảnh núi 산의 경치 / người leo núi 산악인 / cảnh ngọn núi hùng vĩ 산의 경치는 웅대하다 / ẩn áu trên núi 산 속에서 잠복하다 / đỉnh núi bị sương mù bao phủ dày đặc 산 곡대기에는 안개가 자욱히 둘러쌓였다

2. -산 ¶ núi Thái Sơn 태산 / núi Tuyết Nhạc(Seoraksan) 설악산 / núi Kim Cương (Geumgang-san) 금강산 / núi Nam (Namsan)

남산

núi rừng 산림 ¶ tạo thành núi rừng 산림을 조성하다

nuôi 1. 기르다, 키우다 ¶ ao nuôi cá 양어지 / nuôi gia súc 가축을 기르다 2. 사육(하다) ¶ nuôi gia súc 가축 사육 / nuôi gia cầm 가금 사육 / người nuôi gia súc 가축 사육자 / người nuôi gia cầm 가금 사육자

nuôi béo tốt 비육(하다) ¶ nuôi lợn béo tốt 돼지를 비육하다

nuôi dưỡng 배양(하다) ¶ nuôi dưỡng nhân tạo 인공 배양

nút bần 코르크마개

nữ 여자, 녀, 여성 ¶ nữ tu viện 수녀원 / cô ấy ao ước trở thành nữ diễn viên 그녀는 여배우가 되기를 열망하고 있었다 / trong số họ bao gồm ba nữ 그들 속에는 여자가 셋 포함되어 있었다

nữ giới 여성

nữ hoàng 여왕 ¶ nữ hoàng Anh 영국 여왕

nửa 반 ¶ chia nửa quả lê 배를 반으로 나누다 / bán sỉ bằng nửa giá 반값으로 도

매하다

nửa đêm 한밤중, 야반

nửa giá 반값

nữ 1. 여자 2. 여, -녀 ¶ nữ sinh 여학생 / tỉ lệ nam nữ 남녀 비율

nữ hoàng 여황

nực 덥다 #동 nóng

nước[1] 1. 물 ¶ dòng nước 물줄기 / tra tấn dưới nước 물고문 / nước suối 샘물 / nước đường 설탕물 / nước sôi 끓는 물 / nước lạnh 찬물 / một bát nước 물 한 그릇 / nấu nước bằng ấm 주전자에 물을 끓이다 / nấu nước tắm 목욕물을 끓이다 / bất chấp nước lửa 물불을 가리지 않다 / pha nước vào rượu uýt-ki 위스키에 물을 타다 / ngâm lâu quần áo trong nước 옷을 물에 오래 담그다 / ngâm bàn chân vào nước nóng 더운 물에 발을 담그다 / bơm nước ra bằng bơm 펌프로 물을 퍼내다 2. 수 ¶ bồn nước 수조(水槽)/ xe bồn chở nước 수조차 / (múa) ba lê dưới nước 수중 발레

nước[2] 주스, 즙 ¶ nước táo

Nn

사과주스 / nước nho 포도즙/ nước chanh 레몬주스 / vắt nước cam 오렌지에서 즙을 짜다

nước³ 1. 나라, 국가 ¶ nước mạnh 강한 나라 / nền kinh tế của nước ta đang hồi phục 우리 나라의 경제는 회복되어 가고 있다
2. 국 ¶ nước cộng hòa 공화국 / nước theo Hồi giáo 회교국 / nước được bảo hộ 보호국

nước Anh 영국

nước Áo 오스트리아

nước Bỉ 벨기에

nước bọt 침
¶ nhổ nước bọt 침을 뱉다

nước cam 오렌지 주스

nước cộng hòa 공화국 ¶ nước Cộng hòa Xã hội Chủ nghĩa Việt Nam 베트남 사회주의 공화국 / nước Cộng hòa Dân chủ Nhân dân Triều Tiên 조선민주인민공화국 / nước Cộng hòa Nhân dân Trung Hoa 중화인민공화국

nước chanh 레몬 주스

nước đá 얼음 ¶ nước bỏ đá 얼음물 / người bán nước đá 얼음장수 / đồ gắp nước đá 얼음집게 / làm lạnh bằng nước đá 얼음으로 차게 하다 / muối cá bằng nước đá 생선을 얼음에 채우다 / tiệm bán nước đá 얼음가게

nước đang phát triển 개발도상국

nước Đức 독일

nước ép 즙, 주스 ¶ nước ép táo 사과 주스 / nước ép nho 포도즙 / nước ép cà rốt 당근 주스

nước hoa 향수 ¶ lọ nước hoa 향수병

nước khoáng 광수, 광천수 ¶ nước khoáng thiên nhiên 천연 광천수

nước máy 수돗물 ¶ vặn vòi nước máy 수도꼭지를 틀다

nước miếng 침
#동 nước bọt

nước Mỹ 미국

nước Nga 러시아

nước ngoài 1. 외국 ¶ người nước ngoài 외국인 / người lao động nước ngoài nhập cảnh bất hợp pháp 불법 입국 외국인 근로자
2. 국외 ¶ bỏ trốn ra nước ngoài 국외로 도망하다
3. 해외 ¶ chi nhánh ở nước ngoài 해외 지점 / bản tin

nước ngoài 해외 뉴스 / du học nhiều năm ở nước ngoài 다년간 해외에서 유학하다 / cô ấy chưa bao giờ đi nước ngoài 그녀는 한 번도 해외에 가지 않았습니다

nước Nhật 일본

nước Pháp 프랑스

nước sôi 끓는 물 ¶ anh ấy đã bị bỏng nước sôi 그는 끓는 물에 데었다

nước sốt 소스(sauce) ¶ chấm thức ăn vào nước sốt 음식을 소스에 찍어 먹다

nước ta 우리 나라 ¶ nền kinh tế của nước ta đang hồi phục 우리 나라의 경제는 회복되어 가고 있다

nước tiên tiến 선진국

nước tương 간장 ¶ làm nước tương bằng đậu colo 간장을 담근다 #동 xì dầu

nước Úc 호주

nước Việt Nam 베트남

nước Ý 이탈리아

nương 밭 ¶ nương rau 야채밭 / làm nương 밭을 짓다

nương rẫy 밭 ¶ việc nương rẫy 밭일 / làm (việc) nương rẫy 밭일을 하다

nướng (석쇠로) 굽다 ¶ thịt dê nướng 염소고기 구이 / nướng thịt 고기를 굽다

Nn

Oo

O nguyên âm) Chữ thứ mười
bảy trong bảng chữ cái tiếng
Việt

oán 원한, 원수 ¶ lấy ơn báo
oán 은혜를 원수로 갚다

óc 뇌

oi 덥다 ¶ oi quá 너무 덥다

oi bức 무덥다 ¶ thời tiết oi
bức 무더운 날씨 / oi bức
nên không ngủ được 무더
워서 잠을 못 자다

ói 토하다 ¶ muốn ói 토할 것
같다
#동 nôn

ong 벌 ¶ ong mật 꿀벌 / mật
ong 벌꿀로 / tẩm mật ong
벌꿀로 담그다

ong chúa 여왕벌

Osimi 오스뮴

Ô ô

ô (nguyên âm) Chữ thứ mười tám trong bảng chữ cái tiếng Việt

ô 우산, 양산(총칭) ¶ gấp ô 우산을 접다 / đang cầm ô 우산을 들고 있다

ô đi mưa 우산

ô đi nắng 양산

Ô-lim-pích 올림픽(Olympic) ¶ Ô-lim-pích quốc tế dành cho người tàn tật 국제 장애자 올림픽 / Ô-lim-pích hiện đại 근대 올림픽 / Ô-lim-pích mùa đông 동계 올림픽 / Ủy ban Ô-lim-pích quốc tế(IOC) 국제 올림픽 위원회 / Ủy ban Ô-lim-pích Hàn Quốc(KOC) 한국 올림픽 위원회 / đại diện Hàn Quốc có mặt ở Ô-lim-pích 한국 대표로서 올림픽에 출장하다 / đoạt huy chương vàng ở Ô-lim-pích 올림픽에서 금메달을 따다 / cờ Ô-lim-pích 올림픽기 / kỷ lục Ô-lim-pích 올림픽 기록 / vận động viên Ô-lim-pích 올림픽 선수 / làng vận động viên Ô-lim-pích 올림픽 선수촌 / ngọn đuốc Ô-lim-pích 올림픽 성화 / Ban tổ chức Ô-lim-pích(O.O.C) 올림픽 조직 위원회 / Ban tổ chức Ô-lim-pích Seoul 서울 올림픽 조직 위원회 / sân vận động chính của Ô-lim-pích 올림픽 주경기장 / bài hát Ô-lim-pích 올림픽 찬가 / hiến chương Ô-lim-pích 올림픽 현장 / hội nghị Ô-lim-pích 올림픽 회의

ô liu 올리브 ¶ dầu ô liu 올리브유

ô nhiễm 오염(하다) ¶ bị ô nhiễm 오염된 / không khí bị ô nhiễm 오염된 공기

ô tô 자동차

ô vuông 네모진 칸

Ôxi 산소 ¶ ô xi trong khí quyển 대기 중의 산소

ổ 덩어리 ¶ một ổ bánh mì 빵 한 덩어리

ổ cắm 콘센트 ¶ cắm phích cắm vào ổ cắm 콘센트에 플러그를 꽂다

ổ cứng di động 이동식 디스크

ổ khóa 자물쇠 ¶ mở khóa bằng chìa khóa 열쇠로 자물쇠를 열다

ốc[1] (동물) 달팽이

ốc[2] 나사못 ¶ vặn ốc 나사못을 틀다

ốc sên (동물) 민 달팽이

ôi[1] 상하다 ¶ thịt ôi rồi 고기가 상했다 / nếu bỏ thịt ra thế này thì ôi mất 고기를 이처럼 내버려두면 상한다

ôi[2] (감탄) 아이고

ôm[1] 안다 ¶ ôm vào lòng 품에 안다 / đứa bé sơ sinh được ôm trong lòng mẹ 어머니 품에 안긴 갓난아이

ôm[2] 품다 ¶ ôm mối hận 원한을 품다 / ôm ấp nỗi niềm ...할 마음을 품다 / ôm nỗi bất mãn 불만을 품다

ốm[1] 병의, 병든, 앓다 ¶ anh ấy bị ốm 그는 병이 났다

ốm[2] 마르다 ¶ người ốm 마른 사람
　　#동 gầy

ốm nhom 여위다 ¶ ốm nhom như hài cốt 해골처럼 여위다

ôn đới 온대 ¶ cận ôn đới 돌아온대

ôn hòa 온화한 khí hậu ôn hòa 온화한 기후

ổn 잘 되다, 잘 있다 ¶ hãy an tâm vì mọi thứ ổn cả 잘 있으니 마음놓으십시오

ổn định 안정(하다) ¶ khôi phục sự ổn định của nền kinh tế quốc gia 국가 경제의 안정을 회복하다

ông[1] 할아버지

ông[2] 선생(님) ¶ ông Lee là ân nhân cứu mạng của tôi đó 이 선생님은 내 생명의 은인이다

ông ấy 그이, 그분 ¶ ông ấy có khí chất anh hùng đúng nghĩa 그는 영웅다운 기질이 있다 / ông ấy là một anh hùng thực sự 그는 진정한 영웅이다 / ông ấy đã cho con gái đính hôn với một người giàu có 그는 딸을 부자와 약혼시켰다 / ông ấy ăn mặc rất cầu kỳ 그는 옷차림에 매우 까다롭다 / tôi đang mang ơn ông ấy nhiều lắm 나는 그에게 많은 은혜를 입고 있다 / trong học thuyết của ông ấy có mấy điểm bất hợp lý 그의 학설에는 불합리한 점이 몇 가지 있다 / ông ấy đã hiến thân vì khoa học 그는 과학을 위해서 헌신했다 / bộ trưởng ủy quyền cho ông ấy làm điều đó 장관은 그에게 그것을 행할 권한을 부여했다/ ông ấy quả là một nhân vật huyền thoại 그는 전설적 인물에 불과하다

ông chồng 남편 ¶ khổ sở bởi ông chồng 남편에게 시달리다

#동 chồng

ông cố 고조부

ông lão 노인, 늙은이 ¶ ông lão cáo già 여우 같은 늙은이

ông ngoại 외할아버지

ông nội 할아버지

ông ta (별로 안 좋은 뜻으로 쓰임) 그 할아버지, 그 남자, 그 ¶ quần chúng bao vây chiếc xe của ông ta 군중이 그의 차를 둘러쌌다 / ông ta là người giàu có 그는 부자다

#동 ông ấy

ông táo 부엌신

ống 1. 파이프, 통, 도관, 호스 ¶ ống nhựa 고무 호스 2. –관 ¶ ống chân không 진공관 / ống hơi nước 증기관 / ống khí nén 압착 공기관 / ống niệu đạo 요도관 / ống phóng tinh 사정관

ống dẫn tinh 수정관

ống dẫn trứng 수란관, 나팔관

ống sáo 피리, 플루트

ống tay áo 소매

ồn 시끄럽다 ¶ tiếng ồn 시끄러운 소리 / lớp học ồn 시끄러운 교실 / ồn quá đi! 시끄러워!

ồn ào 떠들썩하다, 소란하다

ốp (벽돌을) 붙이다

ốp la 오믈렛(omelet)

Ơ ơ

Ơ (nguyên âm) Chữ thứ mười chín trong bảng chữ cái tiếng Việt

ở¹ 1. –에서 ¶ ăn ở nhà 집에서 식사하다 / ăn trưa ở tiệm 식당에서 점심을 먹다 / áp thấp xảy ra ở vùng phụ cận Sài Gòn 사이공 부근에서 발생한 저기압 / sống ở nơi ấm áp 온난한 곳에서 살다 / anh ấy làm việc ở bộ phận quản lý bán hàng 그는 판매 관리부에서 근무한다 / như đã nói ở trước 앞서 말한 것과 마찬가지로 / ẩn áu ở trên núi 산 속에서 잠복하다 / thực tập ở công ty 회사에서 실습하다 2. –에 ¶ ở gần nơi đó 그 근처에 / sống ở đảo 섬에 살다 / sống ở bờ sông 강가에 살다 / vết sưng xuất hiện ở cổ 목에 종기가 났다 / bị bỏng ở tay 손에 화상을 입었다 / đặt cái đó ở đâu? 그것을 어디에 놓을까요? 3. -에다(가) ¶ hãy gửi áo mưa ở đây 비옷은 여기에다 맡기십시오

ở² -에 있다 ¶ ở giai đoạn đầu 초기 단계에 있다 / ở ngay bên cạnh 바로 옆에 있다 / pin ở đâu? 배터리가 어디에 있어요? / ở vào thế bất lợi 불리한 처지에 있다 / ở vào tình trạng đình đốn 정돈 상태에 있다 / ở trong bóng đêm 밤의 어둠 속에 있다 / (tôi) sẽ ở nhà cả ngày hôm nay 오늘 하루종일 집에 있을 거예요

ở³ 숙박하다, 머무르다 ¶ ở tại nhà bạn 친구 집에서 숙박하다

ở bên kia 저쪽에, 저쪽에서, 맞은 편에

ở cạnh 옆에, 옆에서

ở chính giữa 한가운데에 ¶ có một cái bàn lớn ở chính giữa phòng 방의 한가운데에 큰 테이블이 있다 / xe tải dừng ở chính giữa đường vì hỏng máy 엔진 고장으로 트럭이 길 한가운

데 서 있었다 있었다

ở dưới 아래에, 밑에 ¶ ở dưới bàn 책상 아래에 / ở dưới cầu thang 계단 아래에 / ở dưới bàn chân của ai đó 아무의 발 아래에

ở đây 여기 ¶ xin dẫn nguyên văn ở đây 원문을 여기에 인용한다 / hãy gửi áo choàng ở đây 외투는 여기에다 맡기십시오

ở đó 거기, 그리 ¶ đặt ghế ở đó đi 의자를 그리 놓아라

ở gần 근처 ¶ ở gần đây 이 근처에 / sống ở gần nơi ấy 그 곳 근처에 살다

ở giữa 사이에, 가운데 ¶ cắt ở giữa 가운데를 자르다 / tiệm sách ở giữa ngân hàng và bưu điện 서점은 은행과 우체국 사이에 있다

ở lại 머무르다 ¶ ở lại một đêm 하룻밤 머무르다 / ở lại nhà bạn 친구 집에 머무르다

ở ngoài 밖에, 밖에서 ¶ nó đang ở ngoài 그는 밖에 있다

ở sau 뒤에, 뒤에서 ¶ nấp ở sau cây 나무 뒤에 숨다 / nấp ở sau cửa 문 뒤에 숨다 / con cáo ẩn nấp ở sau tảng đá 여우가 바위 뒤에

숨어 있다

ở trên 위에, 위에서, (위쪽) 속에서 ¶ ẩn áu ở trên núi 산 속에서 잠복하다

ở trong 1. 안에, 안에서 ¶ ở trong phòng 방 안에 있다 2. 속에서 ¶ ở trong bóng tối của màn đêm 밤의 어둠 속에서 / ở trong bầu không khí tự do 자유로운 분위기 속에서

ở trước 앞에, 앞에서

ơi 아/야 ¶ Kiên ơi 끼엔아 / Sunny ơi 선니야 / Lan Phương ơi 란프엉아

ơn 은혜 ¶ ban ơn 은혜를 베풀다 / mang ơn 은혜를 입다 / trả ơn 은혜를 갚다 / biết ơn 은혜를 알다 / vô ơn(không biết ơn) 은혜를 모르다 / vong ơn(quên ơn) 은혜를 잊다 / báo ơn cha mẹ 부모의 은혜를 갚다 / báo ơn thầy cô 스승의 은혜를 갚다 / ơn này không biết phải trả thế nào nữa 이 은혜를 어찌 갚아야 할지 모르겠습니다 / tôi đang mang ơn ông ấy nhiều lắm 나는 그에게 많은 은혜를 입고 있다 / tôi quyết không quên ơn của anh 당신의

은혜는 결코 잊지 않겠습니다 / có con mới biết công ơn cha mẹ 자식을 가져봐야 어버이의 은혜를 안다 / lấy ơn báo oán 은혜를 원수로 갚다

ơn Chúa 하나님의 은혜

ơn nghĩa 은의(恩義) ¶ ban ân nghĩa 은의를 베풀다

ớt 고추 ¶ tương ớt 고추장 / ớt này thật là cay 이 고추는 정말 맵다 / bỏ vào tí xíu ớt 고추를 조금 넣다

Pp

p (phụ âm) Chữ thứ hai mươi trong bảng chữ cái tiếng Việt(đọc là "pê" hoặc "pờ" khi đánh vần)

Palađi 팔라듐

pamphơlê 팸플릿 ¶ phát pamphơlê (quyển sách mỏng) cho người tham dự 참석자들 에게 팸플릿을 배포한다

pha[1] 타다 ¶ pha nước vào rượu uýt-ki 위스키에 물을 타다

pha[2] 끓이다 ¶ pha cà phê 커피를 끓이다

pha[3] (물리, 전기) 상 ¶ điện ba pha 상 전기

phá hoại 파괴(하다) ¶ sự phá hoại môi trường 환경 파괴 / hoạt động phá hoại 파괴 활동 / phá hoại có tổ chức 조직적 파괴 / phá hoại gia đình 가정을 파괴하다

phá hủy 파괴(하다) ¶ phá hủy hoàn toàn 완전히 파괴하다 / phá hủy cả một ngôi làng 한 마을을 완전히 파괴하다 / đường sắt bị phá hủy vì lũ lụt 홍수로 철도가 파괴되었다

phá thai 인공 유산, 임신 중절

phá vỡ 1. 깨뜨리다 ¶ phá vỡ bầu không khí 분위기를 깨뜨리다 / phá vỡ quy luật 규률을 깨뜨리다 2. 타개하다 ¶ phá vỡ cục diện đình đốn 정돈된 국면을 타개하다

phai 날다 ¶ màu dễ phai 색이 잘 나는 색깔 / màu của tấm màn đã phai do nắng 햇볕으로 커튼의 색이 날았다 / vải này không phai màu 이 천은 색이 날지 않는다

phai màu 색이 바래다, 색이 날다 ¶ quần jean đã phai màu 색이 난 청바지 / chỗ hứng nắng đã phai màu 햇볕을 쬔 데는 색이 날았

다

phái[1] 보내다 ¶ phái quân đội 군대를 보내다

phái[2] –파 ¶ phái bảo thủ 보수파 / phái tiến bộ 진보파 / phái ấn tượng 인상파

phái sinh 파생(하다) ¶ từ phái sinh 파생어

phải 오른 ¶ mắt phải 오른 눈 / bên phải 오른편 / phía phải 오른쪽 / vặn sang phải 오른쪽으로 틀다 / góc đường phía phải 왼쪽 모퉁이 / hãy rẽ phải ở góc đường thứ nhất 첫번째 모퉁이를 오른쪽으로 돌아 가세요 #반 trái

phải- 어/아/여야 하다 ¶ phải ngủ thôi 자야겠다 / phải bắt đầu lại từ đầu 처음부터 다시 시작해야 합니다 / tử hình phải được loại bỏ 사형은 폐지되어야한다 / chúng đã bàn sẽ phải làm gì sau khi tốt nghiệp 그들은 졸업 후 무엇을 해야 할 것인지를 논했다 / truyền thống tuyệt vời phải được bảo tồn 훌륭한 전통은 보존되어야 한다 / dẫu sao con người cũng phải chết 어차피 인간이 죽어야 한다

phạm (죄, 규칙, 법률을) 범하다 ¶ phạm nội quy trường 교칙을 범하다 / phạm tội 죄를 범하다 / phạm quy tắc 규칙을 범하다/ phạm pháp 법률을 범하다

phạm nhân 범인 ¶ trói phạm nhân 범인을 결박하다

phạm tội 범죄 ¶ chứng tích phạm tội 범죄의 증적 / chứng minh phạm tội 범죄를 증명하다

phạm vi 범위, 폭 ¶ phạm vi biến động 변동폭

phán quyết 판결(하다) ¶ phán quyết bổ sung 보충 판결

phản ánh 반영(하다) ¶ báo chí phản ánh thời cuộc 신문은 시국을 반영한다

phản bội 배신(하다) ¶ kẻ phản bội 배신자 / hành vi phản bội 배신 행위 / phản bội tổ quốc 조국을 배신하다 / tôi sẽ không phản bội cô ấy 나는 그녀를 배신하지 않겠다

phản chiến 반전(하다) ¶ biểu tình phản chiến 반전 데모

phản đối 반대(하다) ¶ hét phản đối 반대를 외치다 / bày tỏ ý phản đối 반대의사를 표명하다 / chúng tôi đã phản đối nhưng nó vẫn coi thường 우리는 반대하였으나 그는 무시했다 / đại bộ phận người dân đã phản đối dự luật đó 국민의 대부분은 그 법안에 반대했다

phản ứng 반응(하다) ¶ phản ứng âm tính 음성 반응 / phản ứng theo chu kỳ 주기 반응 / phản ứng (có tính) ba dơ 염기성 반응 / phản ứng tiếp xúc 접촉 반응 / phản ứng cảm ứng 감응 반응

phanh 브레이크, 제동기, 제동 장치 ¶ đạp phanh 브레이크를 밟다

pháo 폭죽(爆竹) ¶ đốt pháo 폭죽을 터뜨리다

Pháp 프랑스 ¶ người Pháp 프랑스 사람 / tiếng Pháp 불어 / đang du học ở Pháp 프랑스 유학중에

pháp chế 법제, 법사 ¶ ban pháp chế 법사 위원회

pháp danh 계명 ¶ pháp danh của Nguyễn Thị Tịnh là Thanh Tịnh 완씨정씨의 계명이 청정(淸淨)이다

pháp lệnh 법령 ¶ sự vi phạm pháp lệnh 법령 위반

pháp luật 법률 ¶ (sự) áp dụng pháp luật 법률의 적용 / sự tuân thủ pháp luật 법률의 준수 / phạm pháp luật 법률을 범하다 / cấm bằng pháp luật 법률로써 금지하다

pháp quy 법규 ¶ pháp quy hải quan 세관 법규

phát[1] (탄알의 수효) 발 ¶ bách phát bách trúng 백발백중 (百發百中) / bắn năm phát liên tục 계속해서 다섯 발을 쏘다

phát[2] 배포하다 ¶ phát cho thính giả 청중에게 배포하다 / phát quyển sách mỏng cho người tham dự 참석자들에세 팸플릿을 배포하다

phát âm 발음(하다) ¶ luyện tập phát âm 발음 연습 / cơ quan phát âm 발음 기관 / từ điển phát âm 발음 사전 / phát âm rõ ràng 또렷한 발음 / phát âm chính xác 정확한 발음 / phát âm sai 잘못 발음하다 / anh ấy phát âm tốt 그는 발음이 좋다 / cô ấy phát âm dở 그녀는 발음이 나쁘다 / từ này phát âm thế nào? 이 단어는 어떻게 발음합니까?

phát ban 발진(發疹)하다

phát biểu 발표(하다) ¶ phát biểu ý kiến 의견을 발표하다 / phát biểu chính kiến 정견을 발표하다

phát hành 발행(하다) ¶ sự phát hành cổ phiếu 주식의 발행 / đình chỉ phát hành 발행을 정지하다

phát hiện 발현(하다), 발견(하다)được phát hiện 발현되다 / ông ấy đã đạt được danh tiếng bất hủ qua phát hiện này 그는 이 발견으로 불후의 명성을 얻었다

phát huy 1. 발휘(하다) ¶ phát huy năng lực thực sự 진짜 능력을 발휘하다 2. 발달시키다 ¶ phát huy tiềm năng 잠재력을 발달시키다

phát kiến 발견(하다) ¶ phát kiến địa lý 지리적 발견

phát minh 발명(하다) ¶ thiên tài phát minh 발명의 천재 / thuộc phát minh mới 신발명의 / ứng dụng phát minh 발명을 실용화하다

phát phì 뚱뚱해지다

phát ra 내다 ¶ phát ra âm

thanh 소리를 내다

phát sinh 발생(하다) ¶ dịch bệnh đã phát sinh 역병이 발생했다 / áp thấp phát sinh 저기압이 발생하다

phát thanh (라디오) 방송(하다) ¶ đài phát thanh 방송국 / đài phát thanh trung ương 중앙 방송국 / phát thanh vô tuyến 무선 방송

phát triển 1. 발전(하다) ¶ không ngừng phát triển 끊임없이 발전하다 2. 발달(하다) ¶ cơn bão phát triển nhanh chóng 태풍이 급속히 발달했다 / có cơ bắp phát triển tốt 근육이 잘 발달하다

phạt 1. 벌 ¶ tiền phạt 벌금 / phạt nặng 무거운 벌 / phạt nhẹ 가벼운 벌 / bị phạt 벌을 받다 2. 벌을 주다

phẩm chất 품성, 품위 ¶ phẩm chất bẩm sinh 타고난 품성 / phẩm chất anh minh 품성이 영명하다

phân 1. 비료, 거품 ¶ phân vô cơ 무기 비료 / phân hữu cơ 유기 비료 2. (동물의) 똥

phân biệt 구분(하다) ¶ được phân biệt 구분되다 / sách

được phân biệt 책은 구분
되어 있다

phân bổ 할당하다, 분배하다,
배분하다 ¶ phân bổ cổ
phần cho mọi người 주식을
사람들에게 배당하다

phân công (일을) 할당하다,
배당하다 ¶ phân công công
việc cho từng người 각자에
게 작업을 할당하다

phân đạm 유리아(urea)

phân loại 분류(하다) ¶ bảng
phân loại phụ âm 자음
분류표 / những cái đó được
phân loại thành hai loại hình
그것들은 두 가지 유형으로
분류된다

phân nửa 반 ¶ bán sỉ với
giá phân nửa 반값으로
도매하다

phân phát 분배하다, 배분하
다, 배당하다, 벼르다,배포하
다,배급하다 ¶ phân phát
cho thính giả 청중에게
배포하다 / phân phát quyển
sách mỏng cho người tham
dự 참석자들 에게 펨플릿을
배포하다

phân phối (상품 등을) 분배(
하다), 유통시키다, 공급하다
¶ người phân phối 분배자 /
sự phân phối lợi ích 이익

분배 / phân phối lương thực
양식을 분배했다

phân tích 분석(하다) ¶
(sự) phân tích nguyên tố
원소 분석

phân tử 분자 ¶ phân tử
khổng lồ 거대 분자

phấn[1] 1. (화장)분 ¶ phấn
trang điểm 화장분
2. (베이비) 파우더 ¶ phấn
trẻ em 베이비 파우더

phấn[2] 분필(粉筆)

phấn đấu 노력하다, 힘쓰다,
얻으려고 애쓰다 ¶ anh ấy
luôn phấn đấu để đứng trên
người khác trong lớp 그는
학급에서 남보다 앞서려고
언제나 노력하고 있다

phần[1] 몫 ¶ chiếm phần tốt
nhất 가장 좋은 몫을 차지
하다

phần[2] 분 ¶ một phần hai
2분의 1 / ba phần tư 4분의
3 / bản đồ một phần năm
trăm 오백분의 일 지도

phần lớn 대부분 ¶ trải qua
phần lớn cuộc đời ở miền
quê 인생의 대부분을 시골
에서 보내다 / phần lớn
người dân đã phản đối dự
luật đó 국민의 대부분은 그
법안에 반대했다

phần nào 어느 부분

phần nhiều 대부분

  #동 phần lớn

phần trăm 퍼센트, 프로(%)

  ¶ chiếm bốn mươi phần trăm 4 할을 차지하다 / tăng học phí trung học cơ sở ba phần trăm 중학교 등록금 3% 인상 / rượu này chứa hai mươi phần trăm cồn 이 술은 알코올이 20% 포함되어 있다 / giảm giá hai mươi phầm trăm 20% 할인하다

phẫn nộ 분노(하다) ¶ biểu thị sự phẫn nộ cực độ 극도의 분노를 표시한다 / cơn phẫn nộ bộc phát 분노가 폭발하다 / ánh mắt của anh ta bùng lên sự phẫn nộ 그의 눈은 분노로 타올랐다

Phật 부처님 ¶ đi chùa lễ Phật 절에 불공드리러 가다

Phật giáo 불교 ¶ kiến trúc Phật giáo 불교 건축 / văn hóa Phật giáo 불교문화 / văn học Phật giáo 불교문학

  #동 đạo Phật 불교를 믿다

Phật tử 불교도

phẫu thuật 수술(하다) ¶ phẫu thuật trong thoáng chốc đã xong 수술은 삽시간에 끝났다

phẩy 쉼표, 반점

Phecmi 페르퓸

phép[1] 신비한 것, 신성한 것

phép[2] -법 ¶ phép ẩn dụ 은유법 / phép chính tả 맞춤법 / phép biện chứng 변증법 / phép biện chứng duy vật 유물 변증법

phép chia 나누기

phép chính tả 맞춤법 ¶ phép chính tả hiện hành 현행 맞춤법 / phép chính tả tiếng Việt 베트남어 맞춤법 / phép chính tả Hangeul 한글 맞춤법

  #동 chính tả

phép cộng 더하기

phép nhân 곱하기

phép trừ 빼기

phê bình 비평, 평론(評論)하다 ¶ phê bình văn học 문학 평론 / nhà phê bình 평론가 / nhà phê bình âm nhạc 음악 평론가 / nhà phê bình phim 영화 평론가 / nhà phê bình văn học nghệ thuật 문예 평론가 / nhà phê bình chính trị 정치 평론가

phê chuẩn 비준(批准) 하다

¶ không được phê chuẩn 비준이 안 된 / phê chuẩn điều ước 조약을 비준하다

phế binh 폐병(廢兵)

phế phẩm 폐품 ¶ (sự) tái sử dụng phế phẩm 폐품의 재활용

phết 바르다 ¶ bánh mì phết bơ 버터 바른 빵 / bánh mì phết mứt 잼 바른 빵

Phi châu 아프리카(Africa), 아주 (阿洲) #동 châu Phi

phi công (비행기) 조종사

phi cơ 비행기 ¶ phi cơ tự điều khiển 자동 조종 비행기 #동 máy bay

phi trường 비행장, 공항

phí 비용, -비, -료 ¶ sinh hoạt phí 생활비 / án phí 소송 (訴訟) 비용 / phí bào chữa 변호료 / phí bảo tồn 보존비 / phí điều dưỡng 요양비 / phí hải quan 세관 수수료 / phí vận chuyển 운임

phí bảo hiểm 보험료

phí bảo quản 보관료

phí chuyên chở 운임 #동 phí vận chuyển

phí gia nhập 가입비

phí hải quan 세관 수수료

phí vận chuyển 운임 ¶ đã bao gồm phí vận chuyển

(freight prepaid) 운임 포함 #동 phí chuyên chở

phía 쪽, 측 ¶ phía phải 오른쪽 / phía trái 왼쪽 / phía Tây 서쪽 / bà con phía mẹ 어머니쪽의 친척 / nhân chứng phía bị cáo 피고측 증인 / góc đường phía trái 오른쪽 모퉁이 / góc đường phía phải 왼쪽 모퉁이 / áp thấp đang di chuyển về phía đông nam 저기압이 남동쪽 으로 진행하고 있다

phích 보온병 #동 bình thủy

phích cắm 플러그 ¶ cắm phích cắm vào ổ cắm 콘센 트에 플러그를 꽂다

phiên 번 ¶ thay phiên 번을 갈다 / luân phiên 번갈아 / họ luân phiên kể chuyện 그들은 번갈이 이야기했다

phiên âm 표음 문자로 표기 하다 (중국어: pinyin) ¶ ký hiệu phiên âm quốc tế(IPA) 국제음성기호

phiên dịch 통역(하다) ¶ anh ấy là phiên dịch của công ty chúng tôi 그는 우리 회사의 통역이다

phiếu 1. -권 ¶ phiếu giảm giá 할인권 2. -서 phiếu giao

hàng 납품서

phiếu bảo hành 보증서 ¶ phiếu bảo hành máy ảnh 카메라의 보증서

phiếu bầu (개개의) 표, 투표 용지 ¶ đếm phiếu bầu 표수를 세다

phim[1] 필름 ¶ một cuộn phim màu 컬러 필름 1통

phim[2] 영화, 드라마 ¶ áp phích phim 영화 포스터 / khán giả xem phim 영화 관객 / người nghiện phim(dân ghiền phim) 영화 광 / nhà phê bình phim 영화 평론가 / ghiền phim 영화에 중독되다 / phim gì? 무슨 영화이에요? / tối nay đi xem phim nhé? 오늘 저녁에 영 화를 보러 갈까? người nghiện đọc sách 독서광

phim nhựa 영화 ¶ ghiền phim nhựa 영화에 중독되다

phim truyền hình 드라마 (drama) ¶ ghiền phim truyền hình 드라마에 중독되다

Phlo 불소

phó —부 ¶ lớp phó 부반장 / phó tổng thống 부통령 / phó giáo sư 부교수

phó chủ nhiệm 부주임

phó chủ tịch 부회장, 부총재

phó giám đốc 부사장

phó giáo sư 부교수

phó mát 치즈

phó phòng 부과장

phó thủ tướng 부총리, 부수상

phó tổng thống 부통령

phó tư lệnh 부사령관

phó từ 부사

phong bì 봉투(封套) ¶ mở phong bì 봉투를 뜯다 / niêm phong phong bì 봉투 를 봉하다 / bỏ vào phong bì 봉투에 넣다 / viết địa chỉ lên phong bì 봉투에 주소를 쓰다

phong cách 풍격(風格) ¶ người có phong cách 풍격 이 있는 사람 / có phong cách 풍격을 지니다

phong cảnh 풍경 ¶ phong cảnh nên thơ 시적 풍경

phong phú 풍부하다 ¶ tài nguyên phong phú 자원이 풍부하다

phong trào 운동, 풍조 ¶ phong trào cứu quốc 구국 운동 / phong trào bài xích hàng xa xỉ 사치품 배척 운 동 / hiện tại phong trào đang tiến triển 운동은 현재 진행 중이다

phong tục 풍속

phong tục tập quán 풍습, 풍속습과

phóng điện 방전(하다) ¶ sự phóng điện chân không 진공 방전

phóng ra 내쏘다 ¶ phóng ra tinh dịch 정액을 내쏘다

phóng thích (사람, 동물을) 석방하다 ¶ phóng thích tù binh 포로를 석방하다 / kẻ tình nghi đã được phóng thích 용의자는 석방되었다

phóng tinh 사정(하다), 토정 (하다) ¶ ống phóng tinh 사 정관

phóng viên (신문, 잡지,방송) 기자 ¶ phóng viên ảnh 사진 기자

phóng xạ 방사(하다) ¶ tia phóng xạ 방사선 / tính phóng xạ 방사성 / Cacbon có tính phóng xạ 방사성 탄소 / tia phóng xạ cảm ứng 감응 방사선

phòng 1. 방 ¶ chìa khóa phòng 방 열쇠 / phòng trống 빈 방 / phòng tối 어 두운 방 / khóa phòng 방을 잠그다 / dọn phòng 방을 청소하다 / ánh nắng vào trong phòng 햇빛이 방 안에 들어오다 / phòng đầy ắp người 방에는 사람들이 가 득 차 있었다 / có một cái bàn lớn ở chính giữa phòng 방의 한가운데에 큰 테이블이 있다 / phòng này không khí lưu thông tốt 이 방은 공기의 유통이 좋다 / khói dày đặc trong phòng 방안에 연기가 자욱하다 / người đó đang bị giam giữ trong phòng riêng 그 사람은 독방에 감금되있다

2. –실 ¶ phòng học 교실 / phòng máy tính 컴퓨터실 / phòng giải phẫu 해부실 / phòng tắm 샤워실 / phòng may 재봉실 / phòng bảo vệ 경비실 / phòng biên tập 편집실 / phòng thí nghiệm 실험실

phòng ăn 식당

phòng bệnh[1] 병실

phòng bệnh[2] 병의 예방

phòng cháy 방화 ¶ thiết bị phòng cháy 방화 장치 / dụng cụ phòng cháy 방화 용구 / huấn luyện phòng cháy 방화 훈련

phòng cháy chữa cháy 소방(하다) ¶ bơm phòng cháy chữa cháy 소방 펌프

/ (sự) luyện tập phòng cháy chữa cháy 소방 연습 / sở phòng cháy chữa cháy 소방서 / luật phòng cháy chữa cháy 소방법

phòng chống 방지(하다) ¶ luật phòng chống mại dâm 매춘 방지법

phòng chơi game 오락실

phòng đôi 이인용 방, 트윈 룸, 트윈 베드가 있는 방 ¶ họ đã thuê phòng đôi 그들은 2인용 방을 빌렸다.

phòng đơn 1. 일인실, 일인용 방, 싱글 룸 anh ấy đã thuê phòng đơn 그는 1 인용 방을 빌렸다
2. 독방, 혼자 거처하는 방

phòng giặt 세탁실 ¶ chìa khóa phòng giặt 세탁실 열쇠

phòng học 교실 phòng học số mười 10 번 교실 / phòng học này nóng bức 이 교실은 무덥다

phòng hồi sức 회복실

phòng khách 거실 ¶ không có phòng khách 거실이 없다 / phòng khách kiêm phòng ngủ 거실 겸 침실

phòng khám 진찰실 ¶ ở đây có phòng khám 여기에 진찰실이 있다

phòng máy tính 컴퓨터실 ¶ những vấn đề cần lưu ý khi sử dụng phòng máy tính 컴퓨터실 이용시 유의사항

phòng mổ 수술실

phòng ngủ 침실 ¶ phòng khách kiêm phòng ngủ 거실 겸 침실

phòng phẫu thuật 수술실

phòng tắm 욕실 ¶ có phòng tắm 욕실이 있다 / không có phòng tắm 욕실이 없다

phòng tập tạ 체력단련실

phòng tập thể hình 체력단련실

phòng thí nghiệm 실험실 ¶ phòng thí nghiệm vật lý 물리 실험실 / phòng thí nghiệm hóa học 화학 실험실 / thí nghiệm trong phòng thí nghiệm 실험실에서 실험하다

phòng thương mại 상업 회의소

phóng viên 기자

phỏng vấn 인터뷰, 면접

Photpho 인

phô mai 치즈

phố (도시) 거리, -가, -로 ¶ phố Nguyễn Trãi 응웬짜이 로 / phố Sejong 세종로 /

phố Chongno 3ga 종로3가 / con phố u tối 암흑가 / con phố đó vào ban ngày cũng tối tăm 그 거리는 낮에도 어둡다

phố phường 거리와 동, 거리들

phổ biến 1. 보편 ¶ tính phổ biến 보편성 / khái niệm phổ biến 보편 개념 / có tính phổ biến 보편적이다 / chân lý phổ biến 보편적인 진리 2. 유행하다 ¶ dịch bệnh đang phổ biến 역병이 유행하고 있다

phổ thông 보통 ¶ tiếng phổ thông 보통화 / trường trung học phổ thông 고등학교 / trường trung học phổ thông Bình Minh 빙밍고등학교 / trường trung học phổ thông Gia Lai 얄라이고등학교

phối hợp 배합(配合)하다 ¶ sự phối hợp đó thật hài hòa 그 배합은 잘 어울린다

sự phối màu 색의 배합 ¶ sự phối màu kém 색의 배합이 나쁘다

phổi 폐 ¶ ung thư phổi 폐암 / viêm phổi 폐렴 / lao phổi 폐결핵 / bệnh nhân bị bệnh phổi 폐병 환자 / chết do bệnh phổi 폐병으로 죽다 / bị bệnh phổi 폐병을 앓다 / bị viêm phổi 폐렴에 걸리다 / anh ấy đã mắc bệnh phổi 그는 폐병에 걸렸다

phồn vinh 번영 ¶ sự phồn vinh của đất nước 국가의 번영

phồng 붓다, 부풀다 ¶ da thịt phồng lên 살가죽이 부풀다

phở 베트남 쌀국수, 퍼

phơi 말리다 ¶ phơi khô thịt 고기를 말리다

phớt lờ 무시하다 ¶ chúng tôi đã phản đối nhưng nó vẫn phớt lờ mà đi 우리는 반대하였으나 그는 무시하고 나갔다

Phranxi 프란슈

phú gia 부자

phù hợp 1. 어울리다 ¶ Âu phục phù hợp với bạn hơn là Hanbok 너에게는 한복보다 양복이 더 잘 어울린다 2. 맞다, 알맞다 ¶ vai phù hợp 알맞은 역 / phù hợp quy cách 규격에 맞다 / phù hợp điều kiện 조건에 맞다 / phù hợp với ký hiệu 기호에 맞다 / phù hợp kích cỡ 사이즈가 맞다

phù sa (지질) 충적층, 충적토

phù thủy (악령의 힘을 빌려서) 마법사, 마술사

phủ định 부정(하다) ¶ câu phủ định 부정문 / phủ định một phần 부분 부정

phụ[1] 보조(하다) ¶ máy phụ 보조 기관 (엔진) / sổ phụ 보조부(簿) / đường phụ 보조선 / cánh phụ(của máy bay) (비행기의) 보조익(翼)

phụ[2] 부- ¶ thành phần phụ 부성분

phụ âm 자음 bảng phân loại phụ âm 자음 분류표 / phụ âm và nguyên âm 자음과 모음 / sự khác biệt giữa nguyên âm và phụ âm 모음과 자음의 차이

phụ cận 부근, 근처 ¶ áp thấp xảy ra ở vùng phụ cận Sài Gòn 사이공 부근에서 발생한 저기압

phụ huynh 학부모 ¶ hội phụ huynh 학부모회

phụ nữ 1. 여자 ¶ bút tích của phụ nữ 여자의 필적 / người phụ nữ quyến rũ 매력적인 여자 / người phụ nữ thon thả 날씬한 여자 /

phụ nữ mang thai 임신한 여자 / bà ta là một người phụ nữ ác độc 그녀는 악독한 여자이다

2. 여성 ¶ người phụ nữ mới 신여성 / bộ phụ nữ & gia đình 여성가족부

phụ thuộc 의존하다, 의지하다 ¶ phụ thuộc vào sự hỗ trợ của người khác 타인의 원조에 의존하다

phụ trách 담당(하다), 맡다 ¶ người phụ trách 담당자 / phụ trách việc biên tập 편집을 맡다 / phụ trách việc thu chi 출납을 맡아보다 / phụ trách việc bào chữa của (ai đó) ...의 변호를 맡다

phúc 복 ¶ năm mới chúc anh(chị...) nhận được nhiều phúc lành 새해 복 많이 받으십시오

phúc lợi 복지 ¶ phúc lợi xã hội 사회 복지 / phúc lợi cho người già 노인 복지 / chính sách phúc lợi 복지 정책 / chế độ phúc lợi 복지 제도 / bộ y tế & phúc lợi 보건복지부

phục chế 복제(하다) ¶ phục

chế bức tranh 그림을 복제
하다

phục hồi 회복(하다)사 복
하다 quyền lợi 권리 회복

phục hưng 부흥(하다) ¶
(sự) phục hưng kinh tế 경제
부흥 / sự nghiệp phục hưng
부흥 사업 / văn nghệ Phục
Hưng 문예 부흥 / buổi bình
minh của văn nghệ Phục
Hưng 문예 부흥의 여명기

phục vụ 복무(하다) ¶ phục
vụ lâu dài trong quân đội
군에 오래 복무하다

phủi (먼지를) 털다
¶ phủi bụi 먼지를 털다

phụng dưỡng 부양하다,
모시다, 섬기다 ¶ phụng
dưỡng cha mẹ 부모를 부양
하다 / hết lòng phụng
dưỡng cha mẹ 부모를 마음
껏 섬기다

phụng hoàng 불사조

phút 분 ¶ sáu mươi phút
60 분 / bây giờ là mười một
giờ mười phút 지금은 11 시
10 분입니다

phút chốc 순식간, 삽시간 ¶
trong thoáng chốc 삽시간에
/ trong phút chốc tòa nhà đã
bùng cháy 건물은 순식간에

타올랐다

phút giây 분과 초, 삽시간에

phức 복합 ¶ từ phức 복합어
/ danh từ phức 복합 명사

phức hợp 복합(하다) ¶ khái
niệm phức hợp 복합 개념

phức tạp 복잡(하다) ¶ câu
văn phức tạp 복잡한 문장 /
phức tạp hơn 더 복잡하다

phương 방향, 방 ¶ phương
bắc 북방 / phương nam
남방

phương án 1. 방안 ¶
phương án tốt 좋은 방안
2. –안 ¶ phương án thỏa
hiệp 타협안 / phương án
cụ thể 구체안 / phương án
thống nhất chính tả 맞춤법
통일안

phương châm 방침 ¶
phương châm cơ bản 기본
방침

phương diện 방면, -면 ¶
phương diện tài chính
재정면

phương Đông 동양 ¶ kiểu
phương Đông 동양식 / đặc
trưng của văn hóa phương
Đông 동양 문화의 특질
#반 phương Tây

phương ngôn 방언

¶ phương ngôn học 방언학
#동 phương ngữ

phương ngữ 방언

phương pháp 1. 방법 ¶ phương pháp luận 방법론 / phương pháp giảng bài 강의 방법 / phương pháp khoa học 과학적 방법 / phương pháp diễn dịch 연역적 방법 / phương pháp quy nạp 귀납적 방법 / phương pháp an toàn 안전한 방법 / phương pháp chắc chắn 확실한 방법 / phương pháp độc đáo 독특한 방법 / không có phương pháp khác 다른 방법이 없다

2. –법 ¶ phương pháp đề phòng 예방법 / phương pháp tiếp xúc 접촉법 / phương pháp in nhiều màu 다색 인쇄법 / phương pháp cấp cứu 구급법 / phương pháp lên men 발효법

phương sách 방책, -책 ¶ đối sách giải quyết 해결책

phương Tây 서양, 서구 ¶ kiểu phương Tây 서양식 / đặc trưng của văn hóa phương Tây 서양 문화의 특질

#동 phương Đông

phương thức 방식, 수단 ¶ phương thức kết hợp 결합 방식 / phương thức bán hàng 판매 수단

phương tiện 수단 ¶ phương tiện sản xuất 생산 수단 / phương tiện giao thông 교통 수단

phường (행정 단위) 동

piano 피아노 ¶ bản hợp tấu piano 피아노 협주곡 / soạn bản hợp tấu piano 피아노 협주곡을 작곡하다 / chơi đàn piano hay 피아노를 잘 치다

pin 건전지, 배터리 ¶ pin khô 건전지 / pin lithium 리튬 건전지 / pin mặt trời 태양 건전지 / pin dung cho điện thoại cầm tay 휴대폰용 배터리 / xạc pin 건전지를 충전하다 / hết pin rồi 배터리가 떨어졌다 / pin ở đâu? 배터리가 어디에 있어요? / cần pin mới 새 배터리가 필요하다

Plutoni 플루토늄

Poloni 폴로늄

pontoon 배다리

Prazeođim 프라세오디뮴
Prometi 프로메튬
Proto-actini 프로토악티늄
prô-tê-in 단백질
#동 đạm

Q q

q (phụ âm) Chữ thứ hai mươi mốt trong bảng chữ cái tiếng Việt(đọc là "quy" khi đánh vần)

qua[1] 지나다 ¶ năm qua 지난 해 / đi qua 지나가다 / kỳ hạn thanh toán đã qua 지불 기한이 지났다 / kỳ hạn lưu hành của sản phẩm này đã qua 이 제품은 유통 기한이 지났다

qua[2] 건너다 ¶ qua sông 강을 건너다 / qua biển 바다를 건너다 / qua cầu 다리를 건너다 / hãy qua đường sau khi nhìn trái nhìn phải 좌우를 살핀 후 길을 건너라

qua[3] -을/를 통해 ¶ qua đài 라디오를 통해서 / qua con người 사람을 통해서 / qua một năm 1 년을 통하여

qua[4] -(으)로 ¶ qua biểu hiện của tình yêu 사랑의 표시로 / qua biểu hiện cảm tạ 감사의 표시로 / báo qua điện thoại 전화로 알리다 / nghe tin tức qua đài 라디오로 뉴스를 듣다 / đã xem bản tin 7 giờ qua truyền hình 텔레비전로 7 시 뉴스를 보았다 / ông ấy đã đạt được danh tiếng bất hủ qua phát hiện này 그는 이 발견으로 불후의 명성을 얻었다 / có thể biết được qua sắc mặt của bạn 너의 안색으로 알 수 있다

qua đời 돌아가다 ¶ bà đã qua đời 할머니가 돌아가셨다

quá 1. 너무 ¶ lạnh quá 너무 춥다 / quá tốt 너무 좋다 / quá xấu 너무 나쁘다 / quá to 너무 크다 / quá nhỏ 너무 작다 / em bé dễ thương quá 애기가 너무 귀엽다 / con dao này quá cùn nên không cắt cà rốt được 이 칼은 너무 무뎌서 당근을 썰 수가 없다 / đòi hỏi của bạn quá vô lý 네 요청은 너

무 무리였다
2. 과-¶ ăn quá nhiều 과식
하다

quá bán 과반수 ¶ chiếm quá
nửa 과반수를 차지하다

quá hạn 과한, 기한이 지나
다 ¶ đã quá hạn thanh toán
지불 기한이 지났다 / đã
quá hạn lưu hành của sản
phẩm này 이 제품은 유통
기한이 지났다

quá khứ 과거 ¶ thì quá khứ
과거 시제 / chôn vùi quá
khứ 과거를 묻다 / quên đi
quá khứ 과거를 잊다 / bài
học quý giá của quá khứ
과거의 귀중한 교훈 / hãy
bắt tay khép lại quá khứ
과거는 씻어버리고 악수를
하여라

quá mức 지나치게 ¶ xảo
quyệt quá mức 지나치게
교활하다

quá nửa 과반수 ¶ chiếm
quá nửa 과반수를 차지하다

quá trình 과정 ¶ quá trình
hình thành 형성 과정 / quá
trình tăng trưởng 성장 과정
/ quá trình chuyên môn hóa
전문화 과정

quà 선물 ¶ quà đính hôn
약혼 선물 / quà Giáng sinh
크리스마스 선물 / quà cảm
tạ 고마운 선물 / tặng quà
năm mới 새해 선물을 주다
/ tặng quà sinh nhật 생일
선물을 주다

quà tặng 선물
#동 quà

quả 1. 과일
2. (과일) 개 ¶ một quả táo
사과 한 개 / hai quả lê 배
두 개
#동 trái

quả bí 호박 ¶ khuôn mặt
như quả bí 호박 같은 얼굴

quả bom 폭탄 ¶ quả bom
hẹn giờ 시한 폭탄 / quả
bom siêu lớn 초대형 폭탄

quả bóng 공

quả cau 빈랑(檳榔)

quả cầu 구체

quả cầu (배드민턴 등의) 깃
털공, 셔틀콕 ¶ quả cầu lông
배드민턴 깃털공

quả chôm chôm 람부탄

quả chuối 바나나

quả đất 지구
#동 địa cầu

quả hồng 감
¶ một quả hồng 감 한 개

quả lê 배 ¶ hai quả lê 배 두
개 / chia nửa quả lê 배를
반으로 나누다

quả nhiên 과연 ¶ quả nhiên thế ư? 과연 그럴까? / quả nhiên thế đấy! 과연 그렇군!

quả phụ 과부, 미망인

quả táo 사과 ¶ vỏ quả táo 사과 껍질 / ba quả táo 사과 세 개

quả trứng 알 ¶ quả trứng vịt 오리 알 / quả trứng gà 계란(달걀) / quả trứng(gà) của lễ Phục sinh 부활절의 달걀

quạ 까마귀

quai (솥 따위) 손잡이 ¶ quai nồi 솥귀

quai bị 이하선염(耳下腺炎)

quái vật 괴물 ¶ quái vật sông 강의 괴물 / quái vật biển 바다의 괴물 / quái vật biển khổng lồ 거대한 바다의 괴물

quan chức 관공리, 임원, -관 ¶ quan chức ngoại giao 외교관

quan điểm 관점 ¶ quan điểm chủ quan 주관적 관점 / quan điểm khách quan 객관적 관점 / từ quan điểm bảo vệ thiên nhiên 자연 보호의 관점에서

quan hệ 관계 ¶ quan hệ hữu hảo 우호 관계 / quan hệ kết nghĩa 자매 관계 / quan hệ thân thiện 친선 관계 / quan hệ đối nhân xử thế 대인 관계 / quan hệ gần gũi 가까운 관계 / quan hệ mật thiết 밀접한 관계

quan lại 관리

quan liêu 관료적인, 절차가 번잡한

quan niệm 관념(觀念)

quan sát 관찰(하다) ¶ quan sát chuyển động của thiên thể 천체의 움직임을 관찰하다

quan sát viên 참관인 ¶ quan sát viên bỏ phiếu 투표 참관인 / quan sát viên kiểm phiếu 개표 참관인 / danh sách quan sát viên 참관인 명부

quan tài 관(棺), 널 ¶ không có quan tài 관 없는 / cho vào quan tài 관에 넣다 / chuẩn bị cho vào quan tài 관에 넣을 준비를 하다

quan tâm 1. 관심 ¶ biểu thị sự quan tâm 관심을 표시한다 2. 신경 쓰다 ¶ anh ấy không quan tâm đến chuyện ăn mặc 그는 옷차림에 신경을 안 쓴다

quan tòa 재판관, 법관, 판사

quan trọng 중요(하다), 소중(하다) ¶ nhiệm vụ quan trọng 중요 임무 / quan trọng hơn 더 중요하다 / quan trọng hơn cả 무엇보다도 중요하다 / câu nói 'thời gian là vàng' là câu cách ngôn chỉ dạy tầm quan trọng của thời gian '시간은 금이다'라는 말은 시간의 소중함을 가르치는 격언이다

quán bar 술집 ¶ lui tới quán bar 술집에 드나들다

quán ăn 식당 ¶ quán ăn Hàn Quốc 한국식당 / ăn trưa tại quán ăn gần công ty 회사 근처에 있는 식당에서 점심을 먹다

quán nước 다방

quán rượu 술집

quản lý 관리(하다) ¶ quyền quản lý 관리권 / cơ quan quản lý 관리 기관 / năng lực quản lý 관리 능력 / bộ phận quản lý 관리부 / quản lý nhân sự 인사관리 / người quản lý 관리인 / (việc) quản lý thời gian 시간 관리 / quản lý thu chi 출납 관리 / quản lý di sản 유산 관리 / ngành công nghiệp do chính phủ quản lý 정부 관리 산업 / dưới sự quản lý của chính phủ 정부 관리하에 있다 / quản lý nghiệp vụ 업무를 관리하다 / anh ấy làm việc ở bộ phận quản lý bán hàng 그는 판매 관리부에서 근무한다 / quản lý tài sản của người khác 남의 재산을 관리하다 / vườn thú này được quản lý tốt 이 동물원은 관리가 잘 되어 있다

quảng cáo 광고(하다) ¶ áp phích quảng cáo 광고 포스터

quãng đường 도로 거리

quãng trường 광장

quanh 둘러싸다 ¶ tranh cãi quanh chuyện chi trả 지급을 둘러싸고 말다툼을 하다

quanh năm 일년내내

quát 외치다, 큰소리로 부르다, 큰소리를 내다 ¶ quát người phục vụ 큰소리로 웨이터를 부르다 / quát cô gái 소녀에게 야단치다 / quát người giúp việc 가정부에게 소리지르다 / quát bảo ai đó đến ...에게 오라고 소리지르다

quạt 부채 ¶ gấp quạt 부채를 접다

quạt giấy 종이 부채

quạt máy 선풍기

quay[1] 회전하다, 선회(旋回)하다, (...을 축으로) 돌다 ¶ mặt trăng quay quanh trái đất 달은 지구의 주위를 운행한다 / trái đất tự quay trên một trục 지구는 지축을 중심으로 자전한다

quay[2] (고기를) 굽다 ¶ quay thịt 고기를 굽다

quay số (전화) 다이얼을 돌리다, 번호를 돌리다

quay lại 돌아서다 ¶ bỗng nhiên quay lại 갑자기 돌아서다

quay lưng 등지다 ¶ quay lưng với lương tâm 양심을 등지다

quăn 곱슬곱슬한, 고수머리의 ¶/ tóc quăn 고수머리

quặng 광석, 금속

quân 군 ¶ quân địch 적군 / quân bao vây 포위군 / quân dã chiến 야전군 / quân giải phóng 해방군

quân dụng 군용 ¶ ba lô quân dụng 군용 배낭

quân địch 적군 ¶ bắt quân địch 적병을 잡다

quân đội 군대, 군 ¶ quân đội bất lực 무력한 군대 / quân đội nhân dân anh dũng của chúng ta 우리 인민 군대 / phục vụ lâu dài trong quân đội 군에 오래 복무하다

quân phục 군복

quân sự 군사 ¶ có tính quân sự 군사적 / áp lực quân sự 군사적 압력 / củng cố sức mạnh quân sự 군사력을 강화하다

quân thù 적군

quấn 싸다, 감싸다, 포장하다 ¶ quấn bé bằng mền 아기를 담요로 싸다

quần 바지

quần áo 옷 ¶ quần áo cũ 헌옷 / quần áo ướt 젖은 옷 / sắm quần áo mới 새 옷을 장만하다 / diện quần áo 옷을 치레하다 / giặt quần áo 옷을 빨다 / ngâm lâu quần áo trong nước 옷을 물에 오래 담그다 / quần áo bê bết bùn đất 옷이 진흙투성이다

quần bò 청바지 ¶ quần bò của tôi 나의 청바지 #동 quần jean

quần chúng 군중 ¶ quần chúng bao vây chiếc xe của ông ta 군중이 그의 차를

둘러쌌다

quần đảo 군도 ¶ cơn bão đang tiếp cận quần đảo này 태풍이 이 군도에 접근하고 있다

quần jean 청바지 ¶ quần jean bay màu 색이 난 청바지
#동 quần bò

quần soóc 반바지

quần vợt 테니스 ¶ sân quần vợt 테니스 코트 / banh quần vợt 테니스공 / vận động viên quần vợt 테니스 선수 / giải quần vợt 테니스 대회 / chơi quần vợt 테니스를 치다 / tôi từng có ý nghĩ sẽ trở thành vận động viên quần vợt 나는 테니스 선수가 될 생각이었다
#동 tennis

quận (행정 단위) 구

quất[1] 귤 ¶ kim quất 금귤

quất[2] 채찍질하다, 매질하다 ¶ quất bò bắt đi nhanh 소를 매질하여 빨리 가게 하다

quầy bar 술집 ¶ lui tới quầy bar 술집에 드나들다

que 봉 ¶ que hàn 용접봉

què 절름발이의 ¶ người què 절름발이 / thành người què 절름발이가 되다

quen[1] 단골 ¶ khách quen 단골 손님 / bác sĩ quen 단골 의사

quen[2] 알다 ¶ người quen 아는 사람

quen[3] 사귀다 ¶ quen bạn 친구를 사귀다

quen4 익숙하다 ¶ trở nên quen 익숙해지다 / đã trở nên quen với cuộc sống ở Hàn Quốc 한국 생활에 익숙해졌다

quen thuộc 흔하다 ¶ cảnh quen thuộc 흔한 장면

quẹo 돌다 ¶ quẹo ở góc đường 모퉁이를 돌다 / hãy quẹo phải ở góc đường thứ nhất 첫번째 모퉁이를 오른쪽으로 돌아가세요
#동 rẽ

quét 쓸다 ¶ quét bằng chổi 비로 쓸다

quét dọn 비질(하다)

quẹt lửa 라이터
#동 bật lửa

quê[1] 시골 ¶ cảnh quê 시골 경치 / chúng tôi đã cho bọn trẻ lánh nạn xuống quê 우리는 아이들을 시골로 피난시켰다
#동 miền quê

quê[2] 고향 ¶ về quê 교향에

돌아가다 / chủ nhà đi về quê rồi 집주인이 고향에 갔다 / hôm nay tôi đã ăn trưa cùng với bạn cùng quê 오늘 고향 친구와 함께 점심을 먹었다
#동 quê hương

quê hương 고향 ¶ quê hương tôi 우리 고향

quê quán 본관, 고향

quên 잊다 ¶ ấn tượng không thể quên 잊을 수 없는 인상 / quên ơn 은혜를 잊다 / quên đi quá khứ 과거를 잊다

quên ơn 은혜 잊다 ¶ tôi quyết không quên ơn của anh 당신의 은혜는 결코 잊지 않겠습니다

quốc ca 국가(國歌) ¶ diễn tấu quốc ca 국가를 연주하다 / hát quốc ca 국가를 부르다

quốc dân 국민 ¶ sự hòa hợp và đoàn kết của người dân 국민의 화합과 단결

Quốc dân đảng 국민당

quốc doanh 국경 ¶ công ty quốc doanh 국경 회사

quốc gia[1] 1. 국가, 국토, 나라 ¶ tài nguyên quốc gia 국가 자원 / di sản quốc gia

국가 유산 / lợi ích của quốc gia 국가의 이익 / biểu tượng của quốc gia 국가의 상징 / sự phồn vinh của một quốc gia 국가의 번영 / đa số dân tị nạn đã lánh nạn sang quốc gia láng giềng 다수의 피난민이 이웃나라로 피난하였다 / khôi phục lãnh thổ quốc gia 국토를 회복하다

2. –국 ¶ quốc gia cạnh tranh 경쟁국 / quốc gia chiến thắng 전승국 / quốc gia bại trận 패전국 / quốc gia được bảo hộ 보호국 / quốc gia tự chủ 자주국 / quốc gia Hồi giáo 회교국 / quốc gia Thiên chúa giáo 천주교국

quốc gia[2] 국립 ¶ trường đại học quốc gia 국립대학교 / bảo tàng quốc gia 국립박물관 / đoàn (múa) ba lê quốc gia 국립 발레단

quốc giáo 국교(國敎)

quốc hội 국회 ¶ chủ tịch quốc hội 국회 의장 / (sự) giải tán quốc hội 국회 해산 / kỳ họp quốc hội 국회 회의 / nghị sĩ quốc hội 국회의원 / nghị sĩ quốc hội được bầu ra ở Seoul 서울에서 선출된 국회 의원

quốc khánh 국경 ¶ ngày quốc khánh 국경일 / đặc xá ngày quốc khánh 국경일 특사

quốc kỳ 국기 ¶ quốc kỳ Việt Nam 베트남 국기 / quốc kỳ Anh 영국 국기

quốc nội 국내 ¶ bảo hộ ngành công nghiệp quốc nội 국내 산업을 보호하다

quốc phòng 국방 ¶ bộ quốc phòng 국방부 / Bộ trưởng Bộ quốc phòng 국방부 장관 / nhấn mạnh tầm quan trọng của quốc phòng 국방의 필요성을 강조하다

quốc sử 국사 ¶ hội đồng biên soạn quốc sử 국사 편찬 위원회

quốc tế 국제 ¶ Ủy ban ân xá quốc tế 국제 사면 위원회 / tổ chức quốc tế 국제 기구 / chiếc máy bay đó đã đáp khẩn cấp xuống Sân bay Quốc tế Tân Sơn Nhất 그 비행기는 떤선녓 국제 공항에 긴급 착륙했다 / người sáng lập của Quỹ giao lưu quốc tế Sunny là giáo sư Lý Gia Hân 선니국제교류재단

의 설립자는 리야헌 교수입니다

quốc thổ 국토 ¶ khôi phục quốc thổ 국토를 회복하다

quốc tịch 국적

Quốc tử giám 국자감

quốc vụ khanh 국무 차관

quy chế 규제 ¶ đặt thêm quy chế 규제를 가하다

quy định 규정(하다) ¶ quy định đặc biệt 특별 규정 / nội dung không được quy định rõ ràng 내용이 분명하게 규정되지 않다

quy luật 규율, 법칙 ¶ quy luật bất biến 불변의 법칙 / tuân thủ quy luật 규율을 지키다 / phá vỡ quy luật 규율을 깨뜨리다
màu không biến đổi 불변색

quy nạp 귀납 ¶ phương pháp quy nạp 귀납적 방법

quy tắc 규칙 ¶ phạm quy tắc 규칙을 범하다

quy trình 1. 공정 ¶ quy trình chế tạo 제조 공정
2. 과정 ¶ quy trình chuyên môn 전문 과정

quý 귀하다 ¶ món đồ quý 귀한 물건 / món đồ đó quý lắm 그 물건은 귀하다

quý giá 귀중하다 ¶ bài học

quý giá của quá khứ 과거의 귀중한 교훈

quý khách 귀빈

quý vị 여러분

quỷ 귀신

quỹ[1] 재단 ¶ Quỹ giao lưu quốc tế Hàn Quốc 한국국제교류재단 / Quỹ Ford 포드재단 / người sáng lập của Quỹ giao lưu quốc tế Sunny là giáo sư Lý Gia Hân 선니국제교류재단의 설립자는리야헌 교수입니다

quỹ[2] 기금 ¶ quỹ phúc lợi 복리 기금 / hắn đã ăn chặn tiền quỹ công ty 그는 회사 기금을 횡령했다

quyến rũ 매력적인, 사람의 마음을 끄는, 눈에 뜨이는, 흥미를 돋우는, 애교 있는 ¶ người phụ nữ quyến rũ 매력적인 여성

quyền[1] –권 ¶ quyền sở hữu 소유권 / quyền chiếm hữu 점유권 / quyền công dân 공민권 / quyền thống trị 통치권 / quyền tự chủ 자주권 / quyền quản lý 관리권 / quyền bãi miễn 파면권 / quyền đặc xá 특사권 / quyền bãi công 파업권 / quyền bào chữa 변호권 / quyền đối xử đại nhân권 / thực thi quyền bãi công 파업권을 행사하다

quyền[2] 권력, 세력

quyền anh 권투 ¶ vận động viên quyền anh 권투 선수

quyền công dân 공민권

quyền cư trú 거주권 ¶ xâm hại quyền cư trú 거주권을 침해하다

quyền lợi 권리 ¶ (sự) khôi phục quyền lợi 권리 회복 / quyền lợi bình đẳng 평등한 권리 / từ bỏ quyền lợi 권리를 포기하다 / tôn trọng quyền lợi 권리를 존중하다

quyền lực 권력

quyền năng 권능

quyền sở hữu 소유권

quyền ưu đãi 우대권

quyển 권 ¶ một quyển từ điển 사전 한 권 / hai quyển sách 책 두 권 #동 cuốn

quyển sách 책 #동 sách

quyển tập 공책 #동 quyển vở, vở, tập

quyển từ điển 사전 ¶ quyển từ điển đó đang được biên soạn 그 사전은 지금 편찬중에 있다

#동 từ điển

quyển vở 공책

#동 quyển tập, tập

quyết 결코 (...지 않다) ¶ tôi quyết không làm chuyện đó 그런 일을 결코 하지 않겠다 / tôi quyết không quên ơn của anh 당신의 은혜는 결코 잊지 않겠습니다

quyết định[1] 결정(하다) ¶ chứng cứ có tính quyết định 결정적인 증거 / băn khoăn không quyết định được 망설망설 결정을 짓지 못하다 / quyết định của bộ chính trị đã được đưa ra 정치본부의 결정이 내렸다

quyết định[2] -기로 하다 ¶ quyết định giải phẫu thi thể 시체를 해부하기로 하다

quyết đoán 결단(하다) ¶ khả năng quyết đoán 결단력

quyết tâm 결심(하다), 마음 먹다 ¶ anh ấy quyết tâm bỏ rượu 그는 금주하기로 결심했다

quyến toán 결제(하다) ¶ ngày quyết toán 결제일 / giá quyết toán 결제 가격 / số tiền quyết toán 결제금 / quyết toán tiền hàng được giao 납품 대금의 결제

quýt 귤 ¶ quýt vàng(kim quất) 금귤

quỵt (빚, 봉급 등을) 갚지 않다 ¶ quỵt nợ 빚을 갚지 않다 / quỵt lương 봉급을 갚지 않다

Qq

R r

r (phụ âm) Chữ thứ hai mươi hai trong bảng chữ cái tiếng Việt(đọc là "e-rò" hoặc "rò" khi đánh vần)

ra[1] 나다 ¶ ra máu 피가 나다 / thở ra 숨을 내쉬다

ra[2] 1. 나가다, 나오다 ¶ ra đi 나와라 / ra ban công hóng gió mát 발코니로 나가 시원한 바람을 쐬다
2. 나서다 ¶ ra tranh cử 선거에 나서다

ra[3] 침대보 ¶ ra trải giường 침대보

Rađi 라듐

rađiô 라디오 ¶ bật rađiô 라디오를 켜다 / tắt rađiô 라디오를 끄다 / biết qua rađiô 라디오를 통해서 알다 / tăng âm lượng của rađiô 라디오의 음량을 높이다 / nghe tin tức qua rađiô 라디오로 뉴스를 듣다 #동 đài

Rađon 라돈

ra đời 출생(하다) ¶ ra đời trong một gia đình nghèo khó 가난한 가정에 출생하다

ra hiệu 신호하다, 눈짓하다 ¶ anh ấy ra hiệu bảo tôi đừng nói 그는 내게 이야기를 하지 말라고 신호했다 / ra hiệu cho ai đó tiến lên phía trước 아무에게 앞으로 나가라고 신호하다

ra lệnh 명령을 내리다, 지령을 내리다 ¶ ra lệnh đình công 파업 지령을 내리다

ra trường 학교를 졸업하다

ra tù 출옥(하다) ¶ ra tù do được đặc xá 특사로 출옥하다

ra vào 출입(하다), 드나들다 ¶ khu vực cấm ra vào 출입금지 구역 / hình ảnh đẹp của các con tàu ra vào cảng 항구를 드나드는 배들의 멋있는 모습

ra vẻ (으)ㄴ 체하다, (으)ㄴ 척하다 ¶ ra vẻ ta đây 잘난 체하다

rác 쓰레기 ¶ thùng rác 쓰레기통 / sọt rác 휴지통 / vứt rác 쓰레기를 버리다

rách rưới 찢어지다, 꾀죄죄하 ¶ ăn mặc rách rưới 옷차림이 꾀죄죄하다

rải 뿌리다 ¶ rải cát 모래를 뿌리다 / rải hạt 씨를 뿌리다

rán 튀기다 ¶ khoai tây rán 감자튀김
#동 chiên

ràng buộc 결박하다 ¶ ràng buộc chặt 단단히 결박하다 / bị ràng buộc 결박당하다

rành 잘 알다, -에 밝다 ¶ rành về (sự tình) Hàn Quốc 한국 사정에 밝다

rảnh rỗi 한가하다 ¶ người rãnh rỗi 한가한 사람

rạp chiếu bóng 영화관

rạp hát 극장 ¶ rạp hát hình tròn 원형 극장 / rạp hát thưa thớt khán giả 관객이 적은 극장 / rạp hát đông 극장이 붐비다

rạp xiếc 곡마장, 곡예장

rau 야채 ¶ người bán rau(hàng rau) 야채상 / vườn rau 야채밭 / vườn rau gia đình 가정용 채소밭 / món rau 야채 요리 / món rau trộn 야채 샐러드 / súp rau 야채 수프

rau cải 야채(총칭) ¶ rau cải tươi 신선한 야채

rau sống 생채 ¶ món rau sống 생채 요리

rau tươi 생채
#동 rau sống

rắn 뱀 ¶ rượu rắn 사주(뱀술) / rắn bò 뱀이 기다 / rắn cắn 뱀이 물다 / bị rắn cắn chết 뱀에 물려 죽다

rắn chắc 견고한, 튼튼한 ¶ tòa nhà rắn chắc 견고한 건물

rắn rỏi (몸이) 튼튼한 ¶ người có thể trạng rắn rỏi 체격이 단단한 사람

răng 이, 치, 니 ¶ răng trước 앞니 / răng sữa 젖니 / răng cưa 톱니 / tăm xỉa răng 이쑤시개 / kem đánh răng 치약 / bàn chải đánh răng 칫솔 / chứng đau răng 치통(이앓이) / răng sâu 충치 / vết cắn bằng răng 이로 문 흔적 / đau răng 이가 아프다 / mọc răng 이가 나다 / xỉa răng 이를 쑤시다 / bịt răng vàng 이에 금을 씌우다

răng trên 윗니

răng dưới 아랫니
răng sâu 충치
răng sữa 유치 (乳齒)
rằng (이)라고 (하다), ㄴ/는다고 (하다)… ¶ thuyền trưởng báo hiệu cho tàu cứu hộ rằng tàu mình hiện giờ đã thoát khỏi nguy hiểm 선장은 구명정에 본선은 이제 위험을 벗어났다고 신호했다
rậm rạp 우거지다, 무성하다 ¶ cây cỏ rậm rạp 초목이 우거지다 / cỏ rậm rạp trong sân vườn 정원에는 풀이 무성했다
rất 아주, 매우, 대담히 ¶ vào một dịp rất ngẫu nhiên 아주 우연한 기회에 / rất tráng kiện 아주 건장하다 / rất xảo quyệt 매우 교활하다 / sắc mặt rất xanh xao 안색이 아주 창백하다 / lưỡi dao này rất bén 이 칼의 날은 매우 날카롭다 / ông ấy ăn mặc rất cầu kỳ 그는 옷차림에 매우 까다롭다 / rất nhiều khán giả 관객이 대단히 많다 / thời tiết lúc này rất khô hạn 이맘때 날씨치고는 매우 가물다
râu 수염 ¶ cạo râu 수염을 깎다

rẫy 밭 ¶ làm rẫy 밭을 짓다
Reni 레늄
rẻ 1. 싸다 ¶ cái rẻ 싼 것 / đồ rẻ 싼 물건 / trở nên rẻ 싸지다 2. 싸게 ¶ bán rẻ 싸게 팔다
 #반 đắt
rẽ 돌다 ¶ rẽ ở ngã tư 사거리에서 돌다 / hãy rẽ trái ở góc đường thứ nhất 첫번째 모퉁이를 왼쪽으로 돌아가세요
rèm 커튼, 휘장
rét 춥다 ¶ thời tiết rét 추운 날씨
rên 신음하다, 끙끙거리다, 괴로워하다, 번민하다 ¶ tiếng rên 신음 소리
ria mép 코밑수염
riêng[1] 따로 ¶ gặp riêng 따로 만나다 / sống riêng 따로 살다 / anh ấy làm ăn riêng với bố 그는 아버지와 따로 영업을 하고 있다
riêng[2] 단독적, 개인적 ¶ phòng riêng 독방 / người đó đang bị giam giữ trong phòng riêng 그 사람은 독방에 감금되있다
rìu 도끼
Rơđi 로듐
rõ 뚜렷하다, 또렷하다, 선명

하다 ¶ trả lời rõ 뚜렷한 대답 / phát âm rõ 또렷한 발음 / in rõ 인쇄가 선명하다

rõ ràng[1] 1. 명백하다, 명확하다, 분명하다 ¶ chứng cứ rõ ràng 명백한 증거 / nội dung không được quy định rõ ràng 내용이 분명하게 규정되지 않다
2. 뚜렷하다 ¶ giọng nói rõ ràng 뚜렷한 목소리 / sự thật rõ ràng 뚜렷한 사실

rõ ràng[2] 분명히 ¶ giải thích rõ ràng 분명히 설명하다 / rõ ràng ăn quá nhiều là nguyên nhân chính của béo phì 과식은 분명히 비만의 원인이다

róc (껍질을) 벗기다 ¶ róc vỏ 껍질을 벗기다

roi 회초리 ¶ đánh bằng roi 회초리로 때리다

rổ 광주리, 바구니

rối[1] 얽힌, 헝클어진 ¶ chỉ bị rối 실이 얽혔다

rối[2] 꼭두각시, 괴뢰, 작은 인형

rối ren 혼란스럽다 ¶ thời kỳ rối ren trong lịch sử châu Âu 유럽사에서 혼란스러웠던 시기

rồi[1] -었/았/였 ¶ đã trễ rồi 이미 때가 늦었다 / bạn đã bị hắn lừa rồi 넌 그에게 속았어 / nó đã lừa bạn rồi 그는 너를 속였다 / đội (chúng) ta thua rồi 우리 팀이 졌다 / phẫu thuật trong thoáng chốc đã xong rồi 수술은 삽시간에 끝났다 / vụ đó thế nào rồi? 그 건은 어떻게 되었어?

rồi[2] -고 ¶ ăn tối rồi hãy đi 저녁 먹고 가지 그래 / cô nàng dụi mắt rồi ngáp 그녀는 눈을 비비고 하품했다

rồi lại -고 또 … ¶ chịu đựng rồi lại chịu đựng 참고 또 참다

rỗi 한가하다 ¶ thời gian rỗi 한가한 시간

rộn rã 명랑하고 떠들썩하다

rồng 용

rộng 넓다 ¶ căn phòng rộng 넓은 방 / bãi đất rộng 넓은 벌 / chiều ngang của sân vườn rất rộng 정원의 넓이가 아주 넓다
#반 hẹp

rộng lớn 넓고 크다 ¶ cảnh quan rộng lớn 일대 경관

rộng ơi là rộng 넓디넓다

rộng rãi 1. (상당히) 넓다 ¶ căn nhà rộng 넓은 집 2. 널리 có thể ứng dụng rộng

rãi 널리 응용할 수 있는 / ban bố rộng rãi 널리 반포하다

rơi 빠지다, 떨어지다 ¶ rơi vào tình trạng đình đốn 정돈 상태에 빠지다

rời 1. 떠나다 ¶ tàu rời bến 배가 부두를 떠나다 2. 물러나다 ¶ rời bục giảng 교단에서 물러나다

rơm 짚

rùa 거북

Rubiđi 루비듐

run (몸을) 떨다 ¶ run vì lạnh 추워서 떨다 / run vì sợ 무서워서 떨다

rụng (가지, 과일이) 떨어지다 ¶ trái táo rụng từ cây 사과가 나무에서 떨어졌다

ruồi 파리 ¶ đàn ruồi 파리 떼

ruộng 논, 밭 ¶ ruộng lúa 벼논 / đồng ruộng 논밭 / cày ruộng 밭을 갈다

ruột[1] 장 전체 ¶ ruột già 대장 / ruột non 소장

ruột[2] 친- ¶ anh em ruột 친형제 / cha mẹ ruột 친어버이 / chị em ruột 친자매

Ruteni 루테늄

ruy băng (종이, 헝겊, 비닐 등의) 테이프 ¶ một cuộn ruy băng 테이프 한 권

rút 1. 뽑다 ¶ rút kiếm 검을 뽑다 2. 찾다 ¶ rút tiền ở ngân hàng 은행에서 돈을 찾다

rửa 씻다 rửa tay trước khi ăn 먹기 전에 손을 씻다 / rửa tay cái đã 손을 씻고요

rửa mặt 세수(하다) ¶ hãy rửa mặt đi 세수하세요 / rửa mặt cái đã 세수하고요

rừng 1. 숲, 삼림 ¶ rừng thông 솔숲 / đất nước có nhiều rừng 숲이 많은 나라 2. –림 ¶ rừng cây bụi 관목림 / rừng cây cỏ 목초림 / rừng phòng hộ 보호림 / sự bảo vệ rừng 삼림의 보호

rưỡi 반 ¶ một giờ rưỡi 한 시 반입니다 / đã mười giờ rưỡi rồi 벌써 10시 반이다

rường cột (사람) 기둥 ¶ rường cột của đất nước 나라의 기둥

rượu 1. 술 ¶ chai rượu 술병 / rượu mạnh 강한 술 / ép rượu 술을 억지로 권하다 / thỉnh thoảng uống rượu 술을 가끔 마시다 / uống tí xíu rượu 술을 조금 마시다 / nghiện rượu 술에 중독되다 / nó đang bị nghiện rượu 그는 술에 중독되어 있다 /

rượu này chứa 15% cồn 이
술은 알코올이 15% 포함되
어 있다 2. -주 ¶ rượu nho
포도주 / rượu ly biệt 이별주
/ anh ấy quyết tâm bỏ rượu
그는 금주하기로 결심했다
rượu chè (술 마시는 습관을
가리킴) 술 ¶ từ bỏ rượu
chè 술을 그만두다
rượu đế (베트남) 백주
rượu gạo 미주(米酒), 막걸
리

rượu makkolli 막걸리
rượu ngon 미주(美酒)
rượu nho 포도주 ¶ rượu
nho trắng 백포도주 / rượu
nho đỏ 적포도주
rượu rắn 사주, 뱀술
rượu soju 소주
rượu thuốc 약주, 약술
rượu trắng 백주, 백차
rượu uýt-ki 위스키 ¶ pha
nước vào rượu uýt-ki 위스
키에 물을 타다
rượu vang 포도주, 과실주

Rr

S s

s (phụ âm) Chữ thứ hai mươi ba trong bảng chữ cái tiếng Việt(đọc là "ét" hoặc "sờ" khi đánh vần)

sa 빠지다 ¶ sa bẫy 함정에 빠지다

sa lông 소파

sa mạc 사막

sa tanh 새틴, 공단, 견수자

sa thải 해고(하다), 면직(하다) ¶ sự sa thải hàng loạt 집단 해고

sách 1. 책 ¶ bìa sách 책의 표지 / một cuốn sách 책 한 권 / mở sách 책을 펴다 / làm sách 책을 짓다 / sách gì? 무슨 책이에요? / sách được phân biệt 책은 구분되어 있다 / đọc sách bằng ánh đèn đường 가로등 불빛으로 책을 읽다 / bao sách bằng giấy 책을 종이에 싸다 / phát quyển sách mỏng cho người tham dự 참석자들에게 팸플릿을 배포 하다 2. –서 ¶ sách giáo khoa 교과서 / sách y học 의학서

sách giáo khoa 교과서 ¶ một cuốn sách giáo khoa 교과서 한 권 / cải biên sách giáo khoa 교과서를 개편하다

sách lược 책략, -책 ¶ sách lược giải quyết 해결책 / sách lược chấn hưng 진흥책

sách vở 서적 ¶ vô số thư tịch 무수한 서적

sạch 깨끗하다 ¶ nhà sạch 깨끗한 집

sạch sẽ 1. 깨끗하다 ¶ hãy sử dụng nhà vệ sinh một cách sạch sẽ 화장실을 깨끗이 사용합시다 2. 깨끗이 ¶ cạo râu sạch sẽ 깨끗이 면도하다 / khuôn mặt được cạo râu sạch sẽ 깨끗이 면도한 얼굴

sai¹ 틀리다 ¶ dự báo sai rồi 예보가 틀렸다

#동 đúng

sai[2] 잘못 ¶ in sai 인쇄의 잘못 / phát âm sai 잘못 발음하다 / chọn sai 잘못 고르다

sai biệt 차이 ¶ xuất hiện sự sai biệt 차이가 나다 / sai biệt nhiều 차이가 많다 / sai biệt ít 차이가 적다

sai lầm 1. 오차 ¶ sai lầm cá nhân 개인 오차
2. 잘못하다, 잘못되다 ¶ suy nghĩ sai lầm như thế phải bị bài xích 그러한 잘못된 생각은 배척되어야 한다

Sài Gòn 사이공 ¶ ga Sài Gòn 사이공역 / cảng Sài Gòn 사이공항 / đặc trưng của Sài Gòn 사이공의 특징 / ghé qua Sài Gòn 사이공에 들르다 / Sài Gòn và vùng xung quanh 사이공 및 그 주변에

sải cánh 날개를 펴다

Samari 사마륨

sàn 바닥 ¶ sàn nhà bếp 부엌 바닥

sản khoa 산부인과
#동 khoa sản

sản lượng 산출량

sản nghiệp gia đình 가업 ¶ thừa kế sản nghiệp gia đình 가업을 물려받다

sản phẩm 1. 제품 ¶ sản phẩm điện tử 전자 제품 / sản phẩm nhựa 고무 베품 / sản phẩm thép 강철 제품 / sản phẩm làm bằng bạc 은제품 / sản phẩm công nghiệp nhẹ 경공업 제품 / sản phẩm (từ) thịt 고기 제품 / kỳ hạn lưu hành của sản phẩm này đã qua 이 제품은 유통 기한이 지났다
2. 상품 ¶ mã sản phẩm 상품코드 / tên sản phẩm 상품명

sản phụ 산부

sản xuất 생산(하다) ¶ phương tiện sản xuất 생산 수단 / sản xuất trong nước 국내 생산 / sản xuất với số lượng lớn 대량 생산 / năng lực sản xuất theo năm 연간 생산 능력 / ba yếu tố trong sản xuất 생산의 3 요소 / tăng sản xuất 생산을 늘리다 / giảm sản xuất 생산을 줄이다 / cản trở sản xuất 생산을 방해하다

sang (방향) -(으)로 ¶ sang bên cạnh 옆으로 / xe đi sang Mokpo 목포로 가는

차 / vặn sang phải 오른쪽으로 틀다 / vặn sang trái 왼쪽으로 틀다 / chuyển sang vị trí khác 다른 위치로 바꾸다 / di chuyển sang nhà khác 다른 집으로 이전하다 / đa số dân tị nạn đã lánh nạn sang quốc gia láng giềng 다수의 피난민이 이웃나라로 피난하였다 / họ đã lánh nạn sang ngôi trường tiểu học gần đó vì lũ lụt 홍수 때문에 그들은 근처 초등학교 건물로 피난했다 / Sunny đầy trông mong được chuyển sang nhà mới 선니가 새 집으로 이사하는 기대에 부풀다

sang năm 내년 ¶ triển vọng kinh tế sang năm 내년도의 경제 전망

sang trọng 호화롭다 ¶ dinh thự sang trọng 호화로운 저택 / trang phục cô dâu sang trọng 호화로운 신부 의상

sáng 밝다 ¶ trăng sáng như ban ngày 달이 낮같이 밝다 #반 tối

sáng 1. (일출부터 정오까지) 오전 ¶ sáng hôm nay 오늘 오전 / sáng hôm qua anh đã làm gì? 어제 오전에 무엇을 했어요? 2. 아침밥 ¶ ăn sáng muộn 늦은 아침을 먹다

sáng chế 창제(하다) ¶ Hangeul được sáng chế bởi vua Sejong(Thế Tông) 한글은 세종대왕에 의해 창제되었다

sáng lập 창립(하다) ¶ ngày kỷ niệm sáng lập 창립 기념일

sáng tác 창작(하다) ¶ sức sáng tác 창작력 / từ bỏ việc sáng tác 창작을 그만두다

sáng tạo 창조(하다) ¶ tính sáng tạo 창조성 / sức sáng tạo 창조력 / (sự) sáng tạo trời đất 천지 창조 / có tính sáng tạo 창조적

sàng (모래, 석탄 등을) 체질하다, 쳐서 가려내다, 체로 거르다

sành 질그릇 만든 것 ¶ chén sành 질그릇

sao[1] 어떻게 ¶ họ đang nhịn đói chết dần chết mòn sao (chúng ta) có thể bàng quan được chứ? 그들이 굶어 죽어가고 있는데 어떻게 방관할 수 있는가?

sao[2] 1. 별 ¶ sao lấp lánh

별이 반짝인다 / **bầu trời
đầy sao** 하늘에 별이 총총
하다 2. (군 장성의) 별 ¶
tướng hai sao 별이 둘인
장군 / thiếu tướng hai sao
별이 둘인 소장

sao vàng 금성

sáo 피리, 플루트

sào 막대기, 장대

sát (거리) 아주 가깝다, 바로
가깝다, 옆에 있다

sát hại 살해(하다) ¶ mưu
tính sát hại 살해를 기도하
다 / bị sát hại 살해되다 / hai
người bị sát hại nhưng anh
ấy đã thoát được 두 사람은
살해되었지만   그는
탈출했다

sát nhân 살인(하다) ¶ vụ án
sát nhân 살인 사건 / sự
kiện sát nhân đã xảy ra 살
인 사건이 일어났다 / chôn
vùi sự kiện sát nhân 살인
사건을 묻어 두다

sát khuẩn 살균(하다) ¶ chất
sát khuẩn 살균제 / cách sát
khuẩn 살균법 / sức sát
khuẩn 살균력 / thiết bị sát
khuẩn 살균기 / tác dụng sát
khuẩn 살균 작용 / nhiệt độ
sát khuẩn 살균 온도 / thí
nghiệm sát khuẩn 살균

시험 / có tính sát khuẩn
살균성의

sau[1] 1. 후 ¶ cửa sau 후문 /
lưỡi sau 후설 / tái thiết sau
chiến tranh 전쟁 후의 재건
2. 뒤 ¶ bìa sau 뒤 표지 /
bánh sau 뒷바퀴 / vườn
phía sau 뒷 뜰 / ngã về
sau 뒤로 넘어지다 / nấp
sau cây 나무 뒤에 숨다 /
nấp sau cửa 문 뒤에 숨다
/ con cáo đang nấp sau hòn
đá 여우가 바위 뒤에 숨어
있다

sau[2] 1. 다음 ¶ bắt đầu học từ
thứ hai tuần sau 다음 주
월요일부터 수업이 시작한
다 2. (시간) 앞으로 ¶ sau
này đừng làm nữa nhé 앞으
로 하지 마세요 / bi quan về
ngày sau 앞날을 비관하다

sau đó 그 다음에, 그 뒤에

sau khi 1. (명사) 후 ¶ sau
khi tốt nghiệp 졸업 후
2. (동사) -(으)ㄴ 후에 ¶ đã
xem phim sau khi ăn tối
저녁을 먹은 후에 영화를
봤다

sau tiến sĩ 박사학위 취득후
의 ¶ nghiên cứu sau tiến sĩ
박사후 연구

sáu 1. 여섯 ¶ sáu tuổi 6 살 /

sáu cuộn phim màu 컬러 필름 6 통 / trong số họ bao gồm sáu nam 그들 속에는 남자가 여섯 포함되어 있었다 / những cái đó được phân (loại) thành sáu loại hình 그것들은 여섯 가지 유형으로 분류된다 2. 육 sáu ngày 6 일(동안) / ngày sáu 6 일 / tháng sáu 육월 / sáu cộng tám là (bằng) mười bốn 6 더히가 8 은 14 이다 / mười trừ bốn là (bằng) sáu 10 빼기 4 는 6 이다 / tăng học phí trung học phổ thông sáu phần trăm 고교 등록금 6% 인상 / một đô la tính ra tiền Việt Nam tương tương 16,000 đồng 1 달러는 베트남 돈으로 치면 약 1 6 . 0 0 0 동 에 상당한다

sáu ngày (동안) 엿새, 6 일

say 취하다 ¶ ngà ngà say 거나하게 취하다 / anh say rồi 당신은 취했다

sắc 빛 ¶ sắc bạc 은빛 / lóng lánh sắc bạc 은빛으로 빛나는

sắc mặt 안색 ¶ sắc mặt rất xanh xao 안색이 아주 창백하다 / có thể biết được qua sắc mặt của bạn 너의 안색으로 알 수 있다

sắc sảo 세련되다 ¶ câu văn sắc sảo 세련된 문장

sắc tố (생물) 색소 ¶ sắc tố thể 색소체 / tế bào sắc tố 색소 세포 / sự hình thành sắc tố 색소 형성 / chứng thiếu sắc tố(chứng bạch tạng) 색소 결핍증

sắm 사다, 장만하다 ¶ sắm đồ nội thất 가구를 사다 / sắm quần áo mới 새 옷을 장만하다

săn 사냥(하다) ¶ săn mãnh thú 맹수를 사냥하다 / săn thỏ 토끼 사냥하다 / săn voi 코끼리 사냥하다 / đi săn 사냥가다 / đi săn sư tử 사자 사냥가다
#동 săn bắn

săn bắn 사냥, 사냥하기 ¶ săn bắn cáo 여우 사냥 / mùa săn bắn 사냥철

sẵn 이미 준비된

sẵn có 이미 있다

sẵn sàng 준비가 되다 ¶ sẵn sàng cất cánh 이륙 준비가 되다

sắp 곧 ¶ tôi sắp đi du học 유학을 곧 갈 거예요

sắp hàng 줄을 서다

sắp tới 앞으로

sắp xếp 1. 배열(配列, 排列)하다 ¶ sắp xếp theo thứ tự ABC ABC 순으로 배열하다 / sắp xếp theo niên đại 연대순으로 배열하다 2. 싸다 ¶ sắp xếp hành lý cả chưa? 짐을 다 쌌느냐?

sắt 쇄 ¶ sắt gỉ sét rồi 쇄는 녹이 슬었다 / sắt dễ gỉ sét 쇄는 녹이 슬기 쉽다

sâm banh 샴페인

sậm 새- ¶ đen sậm 새까맣다 / xanh lam sậm 새파랗다

sân[1] 마당 ¶ chiều ngang của sân nhà tôi là 10 mét 우리 집 마당의 넓이가 10 미터입니다 / cửa này thông ra sân 이 문은 마당으로 통한다

sân[2] (스포츠) 코트, -장 ¶ sân tennis 테니스 코트 / sân bóng chuyền 배구코트 / sân vận động 운동장 / sân bóng đá 축구장

sân bay 공항 ¶ đón giám đốc ở sân bay 공항에서 사장을 마중하다 / tiễn bạn ở sân bay 공항에서 친구를 배웅하다 / chiếc máy bay đó đã đáp khẩn cấp xuống Sân bay Quốc tế Tân Sơn Nhất 그 비행기는 떤선녓 국제 공항에 긴급 착륙했다

sân khấu 무대 ¶ sân khấu di động 이동 무대 / sân khấu hình tròn 원형 무대

sân vận động 운동장 ¶ sân vận động Sunny 선니 운동장 / sân vận động Dongdaemun 동대문 운동장

sân vườn 정원 ¶ chiều ngang của sân vườn 정원의 넓이 / dạo sân vườn 정원을 산책하다 /nhổ cỏ sân vườn 정원의 풀을 뽑다 / cỏ rậm rạp trong sân vườn 정원에는 풀이 무성했다

sần sùi 꺼칠꺼치칠하다 ¶ cảm giác sần sùi 감촉이 꺼칠꺼치칠하다

sâu[1] 해충, 독충, 기생충 ¶ sâu có hại 해충 / sâu độc 독충

sâu[2] 깊다 ¶ đáy biển sâu 깊은 해저/ con thuyền đó đã chìm xuống đáy biển sâu 그 보트는 깊은 해저로 가라앉았다

sâu đậm 짙다, 깊다 ¶ ấn tượng sâu đậm 인상이 짙다

sâu sắc 깊다 ¶ ấn tượng

sâu sắc 인상이 깊다 / họ gắn kết với nhau bằng tình cảm ái mộ sâu sắc 그들은 깊은 애모의 정으로 맺어져 있다

sầu riêng (과일) 두리안

sấy 말리다 ¶ sấy thịt 고기를 말리다

sẩy thai (자연) 유산(하다) ¶ cô ấy đã bị sẩy thai 그녀는 유산했다

sậy 갈대 ¶ sậy xào xạc trước gió 갈대가 바람에 와스스 하다

Scanđi 스칸듐

sẽ (미래시제) 1. -(으)ㄹ 것이다 ¶ (tôi) sẽ ở nhà cả ngày hôm nay 오늘 하루종일 집에 있을 거예요 / bạn sẽ đi du học à? 유학 갈 거예요? / anh ấy ắt sẽ thành công 그는 꼭 성공할 것이다 / chúng tôi đã bàn sẽ phải làm gì sau khi tốt nghiệp 우리는 졸업 후 무엇을 해야 할 것인지를 논했다 / bạn sẽ ủng hộ ai trong trận đấu này? 이 게임에서 너는 누구를 응원할 거니? 2. -겠 ¶ hôm nay cũng sẽ nóng 오늘도 덥겠다 / ngày mai tôi sẽ làm 나는 내일 하겠다 / (có) máy điều hòa nhiệt độ sẽ tốt hơn 에어컨이 더 낫겠어요 / tôi sẽ không phản bội nàng 나는 그녀를 배신하지 않겠다 / chút nữa tôi sẽ gọi lại 이따가 다시 전화하겠어 3. -(으)ㄹ (명사) ¶ chắc chắn cô ấy sẽ thành công 그녀가 성공할 것은 확실하다 / tôi từng có ý nghĩ sẽ trở thành bác sĩ 나는 의사가 될 생각이었다 / học với ý nghĩ sẽ trở thành giáo viên 선생이 될 생각으로 공부하다

Selen 셀레늄

sen 연 ¶ hoa sen 연꽃 / ao sen 연못 / lá sen 연잎 / ngó sen 연뿌리 / nụ sen 연봉

Seoul 서울 ¶ ga Seoul 서울역 / đặc trưng của Seoul 서울의 특징 / Seoul và vùng xung quanh 서울 및 그 주변에 / ghé qua Seoul 서울에 들르다

sẹo 흉터, (화상·부스럼의) 자국

SIDA 에이즈(AIDS) ¶ kết quả kiểm tra SIDA của anh ta âm tính 그의 에이즈 검사 결과는 음성이었다

sĩ quan 장교

siêu âm 1. (물리) 초음파
2. (의학) 초음파를 이용해 치료(진료)하는 일

siêu hình 형이상학적 ¶ thuyết duy tâm siêu hình 형이상학적 유심론

siêu hình học 형이상학 ¶ nhà siêu hình học 형이상학자

siêu lớn 초대형 ¶ bom siêu lớn 초대형 폭탄

siêu thị 백화점, 슈퍼마켓 ¶ ở giữa siêu thị và bệnh viện 백화점과 병원 사이에 있다

Silicon 실리콘, 규소

sinh 낳다, 출생(하다), 출산(하다) ¶ tỉ lệ sinh 출생률 / được sinh ra 태어나다 / được sinh ra trong một gia đình nghèo khó 빈한한 집에서 태어나다 / cô ấy được sinh ra tại Nông Cống, tỉnh Thanh Hóa vào ngày 18 tháng 9 năm 1979 그녀는 1979년 9월 18일 타잉화성 농꽁에서 출생하였다

sinh con 산아, 아이를 낳다, 새끼를 낳다

sinh đẻ 출산(하다), 산아 ¶ chủ trương hạn chế sinh đẻ 산아 제한을 주장하다

sinh đôi 1. 쌍둥이
2. 쌍둥이로 낳다

sinh động 생생하다 ¶ cảnh sinh động 생생한 장면

sinh hoạt 생활(하다) ¶ sinh hoạt đời thường nhàm chán 지루한 일상 생활 / bảo đảm sinh hoạt 생활을 보장하다 / cải thiện sinh hoạt 생활을 개선하다 / viết tác phẩm với chủ đề sinh hoạt miền quê Việt Nam 베트남의 시골 새황을 주제로 작품을 쓰다

sinh hoạt phí 생활비

sinh học 생물학
\#동 sinh vật học

sinh lý 생리 ¶ thuộc sinh lý 생리적 / (chứng, cơn) đau sinh lý 생리통 / tác dụng sinh lý 생리 작용 / hiện tượng sinh lý 생리적 현상 / đòi hỏi về sinh lý 생리적 요구

sinh lý học 생리학
¶ nhà sinh lý học 생리학자

sinh mạng 생명 ¶ nhằm bảo vệ sinh mạng và tài sản 생명과 재산을 보호하기 위하여 / cô ấy đã cảm nhận được sự nguy hiểm của sinh mạng 그녀는 생명의 위험

을 느꼈다

sinh nhật 생일 ¶ quà sinh nhật 생일 선물/ ngày sinh nhật 생일날 / bánh sinh nhật 생일 케이크 / chúc mừng sinh nhật 생일을 축하합니다 / tặng quà sinh nhật 생일 선물을 주다 / hôm nay chính là sinh nhật của tôi 오늘이 바로 내 생일이다

sinh ra 출산(하다), 출생(하다), 낳다 ¶ được sinh ra 태어나다

sinh thực khí 생식기 ¶ sinh thực khí nam 남성 생식기 / sinh thực khí nữ 여성 생식기

sinh vật 생물

sinh vật học 생물학 ¶ sinh vật học (về) tế bào 세포생물학 / sinh vật học (về) thần kinh 신경 생물학

sinh viên 대학생 ¶ sinh viên nhận học bổng 장학생

so sánh 비교(하다) ¶ ngôn ngữ học so sánh 비교언어학 / nghiên cứu so sánh 비교 연구를 하다

soạn 작곡하다, 작문하다 ¶ soạn bài hợp tấu piano 피아노 협주곡을 작곡하다

soạn thảo 작성(하다) ¶ soạn thảo văn bản 문서를 작성하다

sóc 다람쥐

sói 늑대

solo 솔로 ¶ an bum solo 솔로 앨범

son 립스틱 ¶ thoa son 립스틱을 바르다
#동 son

son môi 립스틱 ¶ son môi tông màu đó bây giờ hết hàng rồi 그 색상의 립스틱은 지금 품절입니다

song phương 쌍방 ¶ lợi ích song phương 쌍방의 이익 / nghĩa vụ song phương 쌍방의 의무

song thân 양친(兩親)

sóng 1. 파도, 물결 ¶ tiếng sóng 파도 소리
2. –파 ¶ sóng điện từ 전자파

sọt 바구니, 광주리 ¶ sọt đựng quần áo 빨래 바구니 / sọt rác 휴지통

Soju 소주

sô 쇼
#동 sô diễn

sô cô la 초콜릿 ¶ đồ uống có sô cô la 초콜릿 음료 / bánh sô cô la 초콜릿 과자 /

màu sô cô la 초콜릿색

sô diễn 쇼 ¶ sô diễn thời trang 패션쇼 / nhiều sô diễn 쇼가 많다

số 1. 번 ¶ xe buýt số 5 오번 버스 / phòng học số 10 십번 교실

2. 번호 ¶ số điện thoại 전화 번호 / số tài khoản 계좌 번호

số 1. 수, 수량 ¶ số hữu hạn 유한수 / số bạch cầu 백혈구수 / số tấn 톤수 / số khách vào cổng ngày đầu tiên mở cửa 개관 첫날의 입장객 수

2. 수효, 수 ¶ số người 사람의 수효 / số vụ tai nạn 사고 건수 / số (người) nhiều 수효가 많다 / số (người) ít 수효가 적다 / số (người) tăng lên 수효가 늘다 / đếm số (người) 수효를 세다 / số (người) chiếm ưu thế 수효가 우세 하다

số liệu 데이터, 자료, 정보

số lượng 수량 ¶ số lượng lớn 대량 / sản xuất với số lượng lớn 대량 생산

số phận 운명, 숙명, 운수 ¶ sự thăng trầm của số phận 운명의 부침

số tiền 1. 금액, -금 ¶ số tiền kết toán 결산액 / số tiền quyết toán 결제금 / số tiền hoàn trả 환불금 / số tiền tương đối lớn 상당한 금액 / ghi số tiền 금액을 적다 / số tiền thiệt hại đạt tám mươi triệu đồng 손해 금액은 8천만 동에 달한다

2. 가액 ¶ số tiền hàng đánh thuế 과세물품가액 / số tiền hàng miễn thuế 면세물품가액

số tiền lớn 거액 ¶ ăn chặn số tiền công quỹ lớn 거액의 공금을 착복하다

số từ 수사

sổ -부 ¶ sổ thu chi 출납부 / sổ điện thoại 전화부 / sổ điểm danh 출석부

sổ mũi 코감기

sổ tay 수첩 ¶ ghi vào sổ tay 수첩에 적다

sôi 끓다 ¶ nước sôi 끓은 물 / nước sôi rồi 물이 끓었다

sôi nổi 활발하다 ¶ sự tranh cãi sôi nổi 활발한 논쟁 / đã có sự bàn bạc sôi nổi về vấn đề này 이 문제에 대해서는 활발한 논의가 있었다 / bàn luận sôi nổi về văn hóa 문화

이야기로 꽃을 피우다

sông 1. 강 ¶ bờ sông 강가 / dòng sông 가줄기 / quái vật sông 강의 괴물 / ngăn sông 강을 막다 / bắc cầu qua sông 강에 다리를 놓다 / gần sông 강에 가깝다 / trôi xuống sông 강을 떠내려가다
2. –강 ¶ sông Mê kông 메콩강 / song Lạc Đông 낙동강

sông Áp Lục 압록강
sông Bến Hải 벤하이강
sông Cửu Long 메콩강
sông Dương Tử 양자강, 양쯔강, 장강
　#동 sông Trường Giang
sông Đại Đông 대동강
sông Hán(Hangang) 한강
sông Hằng
　갠지스강(Ganges)
sông Hoàng Hà 황하
sông Hồng 홍강
sông Lạc Đông 낙동강
sông Trường Giang 장강, 양쯔강
　#동 sông Dương Tử
sống[1] 1. 살다 ¶ nhân chứng còn sống 살아 있는 증인 / người sống trong hang động 동굴에 사는 사람 / sống riêng 따로 살다 / sống hòa thuận 화합하여 살다 / an tâm mà sống 마음놓고 살다 / sống ở đảo 섬에 살다 / sống ở nơi ấm áp 온난한 곳에서 살다 / sống ở gần nơi ấy 그 곳 근처에 살다 / sống ở ven sông 강가에 살다 / sống trong tòa nhà cao tầng 고층 아파트에 살다 / sống trong nỗi khổ thế này thà chết đi còn hơn 이런 고통 속에서 사느니 차라리 죽는 편이 낫다 2. 생활하다 ¶ viết bản thảo sống 원고를 써서 생활하다 / sống một cuộc sống của kẻ ăn mày 거지 생활을 하다 / sống bằng sự bảo trợ của người khác 남의 보조로 생활하다 / / sống cô độc 고독한 생활을 하다

sống[2] 1. 살고 있는 ¶ cá sống 활어 2. (익지 않은) 생 ¶ cao su sống 생고무 / ăn sống cá tươi 생선을 생으로 먹다

sổng 놓치다 ¶ sổng cá 물고기를 놓치다

sốt[1] 열 ¶ bị sốt 열이 나다
　#동 bệnh sốt

sốt[2] 소스(sauce) ¶ sốt cà

chua 토마토 소스 / sốt cà ri 카레 소스 / sốt cay 매운 소스

sốt rét 말라리아 ¶ bị sốt rét 말라리아에 걸리다 #동 bệnh sốt rét

sơ (천주교) 수녀(님) ¶ trở thành sơ 수녀가 되다

sơ đồ -도 ¶ sơ đồ giải phẫu 해부도 / sơ đồ thiết kế 설계도

sơ kỳ 초기 ¶ giai đoạn sơ kỳ 초기 단계 / ở giai đoạn sơ kỳ 초기 단계에 있다

sơ mi 셔츠 ¶ sơ mi dài tay 와이 셔츠 / may áo sơ mi 셔츠를 재봉하여 만들다

sơ sinh 갓난- ¶ trẻ sơ sinh 갓난아이 / trẻ sơ sinh được ôm trong lòng mẹ 어머니 품에 안긴 갓난아이

sợ 1. 무섭다 ¶ cảnh đáng sợ 무서운 장면 / run vì sợ 무서워서 떨다 / nhiều người không gây tội vì sợ bị trừng phạt 벌이 무서워서 죄를 짓지 않는 자가 많다 2. 무서워하다

sở -서, -청 ¶ sở phòng cháy chữa cháy 소방서 / sở giáo dục 교육청

sở hữu 소유(하다), 소지(하다) ¶ người sở hữu 소유자 / quyền sở hữu 소유권 / sự sở hữu vũ khí bất hợp pháp 무기 불법 소지

sở thích 취미 ¶ có sở thích về âm nhạc 음악에 취미가 있다

sở thú 동물원 ¶ sở thú này được quản lý tốt 이 동물원은 관리가 잘 되어 있다

sở trường 장점, 특기

sởi (병리) 홍역, 홍역의 빨간 반점

sợi 섬유 ¶ sợi tái sinh 재생 섬유 / sợi Cacbon 탄소 섬유

sớm 1. 일찍 ¶ người thức dậy sớm 일찍 일어나는 사람 / dậy sớm 일찍 일어나다 / tôi đề nghị khởi hành sớm 일찍 출발할 것을 제안합니다 2. 빨리 cảm ơn anh(chị) đã hồi âm sớm 빨리 회신을 보내 주셔서 고맙습니다

sơn ca 나이팅게일

sơn dầu ¶ 유화 채료, 유성 페인트/ tranh sơn dầu 유화 / họa sĩ vẽ tranh sơn dầu 유화가

sơn mài 래커를 칠하다

stereo 스테레오 ¶ băng

stereo 스테레오 테이프 / **máy hát băng stereo** 스테레오 테이프 재생 장치

Stronti 스트론튬

sủa (개, 여우 등이) 짖다 ¶ **chú chó sủa người ăn mày** 개가 거지에게 짖어댔다

sung sướng 신이 나다

súng[1] (식물) 수련(睡蓮)

súng[2] 총 ¶ **thuốc súng** 화약 / **bắn súng** 총을 쏘다

súng cạc bin 카빈총

súng máy 기계총

súng ngắn 권총 ¶ **đang cầm súng ngắn** 권총을 들고 있다

súng săn 엽총, 사냥총

súng tiểu liên 소총

súng trường 라이플총, 선조총 (旋條銃)

sùng bái 숭배(하다) ¶ **sự sùng bái anh hùng** 영웅 숭배

suối 샘, 시내 ¶ **nước suối** 샘물 / **dòng suối** 샘물 줄기 / **nước suối cạn** 얕은 시냇물

suối khoáng 광천 ¶ **liệu pháp suối khoáng** 광천 요법 / **tắm suối khoáng** 광천욕 / **nơi tắm suối khoáng** 광천욕장

suối nước nóng 온천 ¶

suối nước nóng Bình Châu 빙저우 온천

suốt đêm 온밤

suốt năm 일년내내

suốt ngày 하루종일

suốt tháng 한 달 내내

suốt tuần 일주일 내내

súp 수프(soup) ¶ **súp rau** 야채 수프 / **ăn súp** 수프를 먹다

súp lơ 콜리플라워, 꽃양배추

suy nghĩ 생각(하다) ¶ **suy nghĩ bảo thủ** 보수적인 생각 / **suy nghĩ đơn thuần** 단순한 생각 / **thay đổi suy nghĩ** 생각을 바꾸다 / **suy nghĩ thấy tội nghiệp** 불쌍한 생각이 들다 / **suy nghĩ sai lầm như thế phải bị bài xích** 그러한 잘못된 생각은 배척되어야 한다

suýt 하마타면

sư 스님, 사승

sư phạm 사범 ¶ **đại học sư phạm** 사범대학

sư tử 사자 ¶ **sư tử gầm** 사자가 으르렁거리다 / **đi săn sư tử** 사자 사냥가다

sứ giả 사자(使者)

sứ mệnh 사명 ¶ **làm tròn sứ mệnh** 사명을 다하다

sử dụng 1. 사용하다, 이용하다 ¶ sử dụng cưa 톱을 사용하다 / hãy sử dụng nhà vệ sinh một cách sạch sẽ 화장실을 깨끗이 사용합시다 / địa phương này vẫn còn đang sử dụng âm lịch 이 지방에서는 아직도 음력을 사용하고 있다
2. 쓰다 ¶ sử dụng bộ não 뇌를 쓰다 / sử dụng thời gian một cách hữu hiệu 시간을 유효하게 쓰다

sử học 사학, 역사학

sự khác biệt ¶ 차이 sự khác biệt giữa nguyên âm và phụ âm 모음과 자음의 차이

sự kiện 가건 ¶ hàng loạt sự kiện 일련의 사건 / sự kiện hy hữu 희유한 사건 / sự kiện bi kịch 비극적인 사건 / các sự kiện chủ yếu của tuần này 금주의 주요한 행사 / chôn vùi sự kiện giết người 살인 사건을 묻어 두다 / sự kiện giết người đã xảy ra 살인 사건이 일어났다

sự nghiệp 사업 ¶ sự nghiệp phục hưng 부흥 사업 / mở rộng sự nghiệp 사업을 넓히다 / khuếch trương sự nghiệp 사업을 확장하다

sự thật 사실 ¶ sự thật rõ ràng 뚜렷한 사실 / khẳng định sự thật 사실을 긍정하다 / tôi đảm bảo đó là sự thật 나는 그것이 사실임을 장담한다
#동 sự thực

sự thờ phụng 숭배, 존경

sự thực 사실
#동 sự thật

sự tích 사적(事跡·事迹)

sự tình 사정 ¶ rành về (sự tình) Hàn Quốc 한국 사정에 밝다 / do sự tình bất đắc dĩ 부득이한 사정으로

sự việc 일, 사실, 사건 ¶ sự việc bất ngờ 갑작스러운 일 / báo cho ai đó biết sự việc đã xảy ra 일어난 일을 아무에게 알리다 / đó là sự việc bất đắc dĩ 그것은 부득이한 일이다 / chính quyền đang coi trọng sự việc này 당국은 이 사건을 중시하고 있다

sửa 고치다 ¶ sửa câu 문장을 고치다 / sửa cà vạt 넥타이를 고치다

sửa chữa 교정하다, 고치다 ¶ sửa chữa khuyết điểm 결점을 고치다

sữa 우유, 젖, 유즙 ¶ chai

sữa 젖병 / sữa tiệt trùng 살균 우유 / sữa không béo 탈지 우유 / sữa bò 소젖 / sữa mẹ 어머니 젖 / răng sữa 젖니 / bóng đèn màu sữa 젖빛 전구 / vắt sữa 젖을 짜다 / tách kem khỏi sữa 우유에서 크림을 분리하다

sữa bột 분유, 가루우유

sữa chua 요구르트(yogurt)

sữa tươi 싱싱한 우유, 생우유, 생유

sức 1. 힘 ¶ sức mạnh quá 힘이 세다
2. –력 ¶ sức cạnh tranh 경쟁력 / sức lao động 노동력 / sức ảnh hưởng 영향력 / sức sáng tác 창작력 / sức tưởng tượng 상상력 / sức bùng nổ 폭발력 / sức kiên trì 인내력 / sức sát khuẩn 살균력 / sức biểu hiện 표현력 / người có sức ảnh hưởng 영향력이 있는 사람

sức cạnh tranh 경쟁력

sức khỏe 건강 ¶ (sự) chẩn đoán sức khỏe 건강진단 / hãy cạn ly vì sức khỏe 건강을 위하여 건배! / xem trọng sức khỏe hơn hết 무엇보다도 건강을 중시하다 / sức khỏe của người đó đang dần khá lên 그 사람의 건강은 차츰 좋아지고 있다

sức lao động 노동력 ¶ cung ứng sức lao động 노동력을 제공하다

sức mạnh 1. 힘 ¶ sức mạnh của đồng tiền mạnh thật 돈의 힘은 강하다
2. –력 ¶ sức mạnh tài chính 재정력 / củng cố sức mạnh quân sự 군사력을 강화하다

sức nóng 열 ¶ chịu đựng trước sức nóng 열에 견디다

sức tưởng tượng 상상력 ¶ sức tưởng tượng mạnh 강한 상상력

sưởi 따뜻하게 하다, 쬐다 ¶ sưởi tay trên lửa 손을 불에 쬐어 따뜻하게 하다

sương[1] 이슬 ¶ sương mai 이른아침 이슬 / giọt sương ban mai 이른아침 이슬방울

sương[2] 안개 ¶ sương dày đặc 자욱한 안개 / đỉnh núi bị sương bao phủ dày đặc 산 꼭대기에는 안개가 자욱히 둘러쌓였다

sương mù 농무 ¶ sự cảnh

báo sương mù 농무 경보
sượt 스치다 ¶ viên đạn đi sượt qua bức tường 총알이 벽을 스쳐 갔다
sưu tầm 수집(하다) ¶ sưu tầm tem 우표 수집 / người sưu tầm tem 우표 수집가 / người sưu tầm đồ cổ 골동품 수집가 / người sưu tầm tiền cổ 고전 수집가

Ss

T t

t (phụ âm) Chữ thứ hai mươi bốn trong bảng chữ cái tiếng Việt(đọc là "tê" hoặc "tờ" khi đánh vần)

ta 우리 ¶ đội ta thắng rồi 우리 팀이 이겼다
\#동 chúng ta

tà đạo 이교(異教)

tả[1] 콜레라(cholera)

tả[2] 묘사하다, 기술하다, 말로 설명하다 ¶ tả cuộc sống 생활을 묘사하다 / hãy tả hình dáng của người đàn ông đó 그 남자의 모습을 내게 말해 주세요

tã (아기의) 기저귀 ¶ tã vải 천 기저귀 / tã giấy dùng một lần 1 회용 종이 기저귀 / thay tã của bé 아기의 기저귀를 갈다

tạ ơn 사은(하다) ¶ tiệc tạ ơn 사은회 / tổ chức tiệc tạ ơn 사은회를 개최하다

tác chiến 작전 ¶ liên hiệp tác chiến 연합 작전 / tác chiến bao vây 포위 작전

tác dụng 작용 ¶ tác dụng tiếp xúc 접촉 작용 / tác dụng cảm ứng 감응 작용 / tác dụng dược lý 약리작용 / tác dụng sinh lý 생리 작용 / tác dụng lên men 발효 작용 / tác dụng sát khuẩn 살균 작용 / tác dụng đồng hóa Cacbon 탄소 동화 작용

tác gia 작가 ¶ các tác gia chủ yếu 주요한 작가 / tác gia hài hước 유머 작가 / tác gia vô danh 무명 작가

tác phẩm 작품 ¶ tác phẩm khéo léo 잘 만들어진 작품 / viết tác phẩm với chủ đề sinh hoạt miền quê Việt Nam 베트남의 시골 새황을 주제로 작품을 쓰다

tách[1] 잔 ¶ một tách cà phê 커피 한 잔

tách[2] 분류하다, 골라내다; 추출하다, 분리하여 뽑아내다 ¶ tách kem khỏi sữa 우유에서 크림을 분리하다 /

tách hạt ngũ cốc và vỏ 왕겨와 곡식을 분리하다 / tách kim loại khỏi khoáng thạch 광석에서 금속을 추출하다

Taekwondo 태권도 ¶ võ sư Taekwondo 태권도 사범

tai 귀

tai nạn 사고 ¶ tai nạn giao thông 교통 사고 / số vụ tai nạn 사고 건수

tái 재- ¶ tái sử dụng 재활용 / tái hôn 재혼 / tái sinh 재생 / tái cầm quyền 재집권하다

tái giá 재혼하다
  #동 tái hôn

tái hôn 재혼하다 ¶ người tái hôn 재혼자

tái ngộ 재회(하다)

tái sinh 재생(하다) ¶ sợi tái sinh 재생 섬유 / cao su tái sinh 재생 고무 / tái sinh giấy 종이를 재생하다

tái sử dụng 재활용 ¶ (sự) tái sử dụng phế phẩm 폐품의 재활용

tái thiết 재건(하다) ¶ tái thiết sau chiến tranh 전쟁 후의 재건 / tái thiết Việt Nam 베트남을 재건하다

tài 1. 솜씨 ¶ tài ăn nói 말솜씨 / tài ăn nói giỏi 말솜씨가 좋다 / không có tài ăn nói 말솜씨가 없다 2. 재능 người không có tài 재능이 없는 사람

tài chính 1. 재정 ¶ sức mạnh tài chính 재정력 / phương diện tài chính 재정면 / vấn nạn tài chính 재정난 / vấn đề tài chính 재정 문제 / lạm phát tài chính 재정 인플레이션 / kế hoạch tài chính 재정 계획 / cố vấn tài chính 재정 고문 / bộ tài chính kinh tế 재정 경제부
2. 금융 ¶ thị trường tài chính đang bị đình trệ 금융 시장이 정체되어 있다

tài khoản 계좌, 통장 ¶ số tài khoản 계좌 번호

tài liệu 자료 ¶ tài liệu nghiên cứu 연구 자료 / thu thập tài liệu 자료를 수집하다

tài lực 재력 ¶ người có tài lực 재력이 있는 사람

tài năng 재능 ¶ tài năng nghệ thuật 예술의 재능 / tài năng âm nhạc 음악의 재능 / tài năng thiên phú 천부의 재능

tài nghệ 솜씨

tài nguyên 자원 ¶ tài

nguyên quốc gia 국가 자원 / tài nguyên nhân lực 인력 자원 / tài nguyên con người 인적 자원 / tài nguyên thiên nhiên 천연 자원 / tài nguyên dầu mỏ 석유 자원 / tài nguyên chưa khai thác 미개발 자원 / bộ công nghiệp & tài nguyên 산업자원부 / bộ giáo dục & tài nguyên con người 교육인적자원부 / tài nguyên nghèo nàn 자원이 빈약하다 / tài nguyên phong phú 자원이 풍부하다 / khai thác tài nguyên 자원을 개발하다

tài sản 재산 ¶ tài sản chiếm hữu 점유 재산 / tài sản vô hình 무형 재산 / sự an toàn về sinh mạng và tài sản 생명과 재산의 안전 / tài sản văn hóa vô hình 무형문화재 / nhằm bảo vệ sinh mạng và tài sản 생명과 재산을 보호하기 위하여 / quản lý tài sản của người khác 남의 재산을 관리하다 / tri thức là tài sản vô hình 지식은 무형의 재산이다

tài trợ 보조(하다), (후원하다) ¶ cơ quan tài trợ 보조 기관 / được tài trợ 보조를 받다 / tài trợ sinh hoạt phí 생활비를 보조하다 / tài trợ học phí 학비를 보조하다 / họ đang thực hiện thí nghiệm dưới sự tài trợ của chính phủ 그들은 정부의 보조로 그 실험을 행하고 있다 / nhận được sự tài trợ của chính phủ 정부의 후원을 얻다

tại –에서 ¶ ở tại nhà bạn 친구 집에서 숙박하다 / ăn trưa tại nhà hàng 식당에서 점심을 먹다

tại chỗ 당장 ¶ cái cần ngay tại chỗ 당장에 필요한 것

tại sao 왜 ¶ tại sao không ăn? 왜 안 먹어? / tại sao không đi 왜 안 가세요?

Tali 탈륨

tam 삼(三)

tam giác 삼각 ¶ hình tam giác 삼각형

tám 1. 여덟 ¶ tám trái táo 사과 8 개 / tám sinh viên nam 남학생 8 명 / cô ấy đã bị bắt giữ trong tám ngày 그녀는 8 일동안 구속되었다 / những cái đó được phân thành tám loại 그것들은 여덟 가지 종류로 분류된다

2. 팔 ¶ ngày tám 8 일 / tám ngày 8 일(동안) / qua tám năm 8 년을 통하여 / sáu cộng tám là (bằng) mười bốn 6 더히가 8 은 14 이다 / tám trừ ba là (bằng) năm 8 빼기 3 은 5 이다 / số tiền thiệt hại đạt tám mươi triệu đồng 손해 금액은 8 천만 동에 달한다

tám ngày (동안) 여드레, 8 일

tạm biệt 작별(하다) ¶ chào tạm biệt 작별 인사를 하다

tạm thời 잠시

tan 녹다 ¶ băng tan 얼음이 녹다

Tantali 탄탈

tán 빻다 ¶ tán cái gì đó thành bột ...을/를 가루로 빻다

tán thành 찬성(하다) ¶ bày tỏ sự tán thành đối với bản dự thảo 의안에 찬성임을 표명하다

tàn 꽁초 ¶ tàn thuốc lá 담배 꽁초 / vứt tàn thuốc tùy tiện 담배 꽁초를 함부로 버리다

tang lễ 상례, 장례식

tang vật 증거 물건, 증거 서류

tàng trữ (불법적으로) 가지다, 갖고 있다

tảng 덩이 ¶ tảng băng 얼음덩이

tảng đá 바위 ¶ con cáo nấp sau hòn đá 여우가 바위 뒤에 숨어 있다

tạnh 그치다 ¶ mưa tạnh rồi 비가 그쳤다

tao (1 인칭) 나 ¶ tao không đi 나는 안 가

táo 사과 ¶ một quả táo 사과 한 개 / táo chua 신 사과 / bóc vỏ táo 사과 껍질을 까다 / hoa táo bắt đầu nở 사과꽃이 피기 시작했다 / táo rụng từ cây 사과가 나무에서 떨어졌다
#동 quả táo

tạo 만들다 ¶ tạo bóng mát 응달을 만들다

tạo hình 조형(하다) ¶ mỹ thuật tạo hình 조형 미술

tạo nên 조성하다, 짓다 ¶ tạo nên đặc trưng 특징 짓다 / tạo nên bầu không khí vui vẻ 즐거운 분위기를 조성하다

tạo thành 1. 조성(하다) ¶ tạo thành núi rừng 산림을 조성 하다
2. 이루다 ¶ tạo thành vịnh 만을 이루다

tạp chí 잡지 ¶ tạp chí thời trang 패션 잡지 / tạp chí

chuyên ngành 전문 잡지

tạp dề (요리할 때 사용하는) 냅킨

tát 때리다 ¶ tát vào má 뺨을 때리다

tát 치다, 푸다 ¶ tát ao 못을 치다

tạt sang 들르다 ¶ thỉnh thoảng tạt sang 가끔 들르다

tàu1 1. 배 ¶ tàu ra vào cảng 항구를 드나드는 배들 / tàu chở năm tấn 5 톤을 실은 배 / đi tàu 배를 타다 / tàu rời bến 배가 부두를 떠나다 / tàu chìm 배가 가라앉다 / bốc dỡ hàng hóa từ tàu 배에서 화물을 부리다 / vận chuyển bằng tàu 배로 운송하다 2. -선 ¶ tàu hàng hải 항해선 / tàu được hộ tống 피호송선 / tàu cứu trợ 구조선 / tàu chữa cháy 소방선 / chiếc tàu buôn lậu đó 그 밀수선 / bến tàu 선착장(船着場) / thuyền trưởng báo hiệu cho tàu cứu hộ rằng tàu mình hiện giờ đã thoát khỏi nguy hiểm 선장은 구명정에 본선은 이제 위험을 벗어났다고 신호했다

tàu² 기차
#동 tàu hỏa

tàu điện ngầm 지하철 ¶ đi tàu điện ngầm 지하철을 타다
#동 xe điện ngầm

tàu hỏa 기차, 열차 ¶ bảng thông báo giờ tàu hỏa đi đến 열차 발착 게시판 / không kịp tàu hỏa 기차 시간에 대지 못하다
#동 xe lửa

tàu thủy 배 ¶ tay lái của tàu thủy 배의 타륜

tàu thuyền (총칭) 배, -선, 배들 ¶ tàu thuyền buôn lậu 밀수선 / hình ảnh đẹp của tàu thuyền ra vào cảng 항구를 드나드는 배들의 멋있는 모습

tay¹ 1. 손 ¶ rửa tay trước khi ăn 먹기 전에 손을 씻다 / rửa tay cái đã 손을 씻고요 / đừng sờ bằng tay bẩn 더러운 손으로 만지지 마라 / che mặt bằng tay 손으로 얼굴을 가리다 / vẫy tay 손을 흔들다 / vẫy khăn tay 손수건을 흔들다 / bỏng tay 손을 데다 / bị bỏng ở tay 손에 화상을 입었다 / tay của người đó lúc nào cũng thấy lạnh 그 사람의 손은 언제나 차게 느껴진다 2. 손잡이 ¶ **tay ấm** 주전자 손잡이 3. -수 **tay kèn** 나팔 수

tay² 팔 ¶ **gối tay** 팔베개를 베다
#동 cánh tay

tay cầm 손잡이

tay lái (자동차의) 핸들, (배의) 타륜(舵輪) ¶ **tay lái của xe hơi** 자동차의 핸들 / **tay lái của tàu thủy** 배의 타륜

tắc nghẽn 체증(하다) ¶ **sự tắc nghẽn giao thông** 교통 체증

tắc xi 택시 ¶ **tắc xi trống** 빈 택시 / **tên cướp taxi** 택시 강도 / **đi taxi** 택시를 타다

tăm xỉa răng 이쑤시개

tắm 목욕(하다), 샤워(하다) ¶ **phòng tắm** 샤워실 / **bãi tắm** 해수욕장 / **tắm suối khoáng** 광천욕 / **nơi tắm suối khoáng** 광천욕장 / **nấu nước tắm** 목욕물을 끓이다

tắm biển 해수욕 ¶ **nơi tắm biển** 해수욕장

tằm 누에

tăng 1. 늘다, 인상(하다), 증가(하다) ¶ **chứng tăng bạch cầu(leukocytosis)** 백혈구

증가증 / **số (người) tăng lên** 수호가 늘다 / **yêu cầu tăng lương** 임금 인상 요구 / **tăng học phí trung học phổ thông ba phần trăm** 고교 등록금 3% 인상 / **công nhân viên đã đình công 24 giờ đòi tăng lương** 직공들은 노임 인상을 요구하여 24 시간 파업했다 2. 늘리다, 증가시키다, 올리다 ¶ **tăng sản xuất** 생산을 늘리다 / **tăng tỉ lệ** 비율을 올리다 3. 높이다 ¶ **tăng âm lượng của radio** 라디오의 음량을 높이다

tăng cường 증강하다, 강화하다 ¶ **tăng cường bảo vệ biên giới** 국경의 경비를 강화하다

tăng giảm 가감(하다)

tăng ký 살찌다 ¶ **dạo này nó đã tăng ký** 그는 요새 살쪘다
#동 lên cân

tăng trưởng 성장(하다) ¶ **tỉ lệ tăng trưởng** 성장률 / **yếu tố tăng trưởng** 성장 요인 / **quá trình tăng trưởng** 성장 과정

tặng (선물을) 주다 ¶ **tặng**

quà sinh nhật 생일 선물을 주다 / tặng quà Giáng sinh 크리스마스 선물을 주다 / tặng quà năm mới 새해 선물을 주다
#동 biếu

tặng quà 선물하다, 선물을 주다

tặng phẩm 선물, 선사, 예물

tắt[1] 끄다 ¶ tắt lửa 불을 끄다 / tắt rađiô 라디오를 끄다 / tắt điện 전기를 끄다 / tắt đèn điện 전등을 끄다

tắt[2] 지름길의 ¶ đường tắt 지름길 / đi đường tắt 지름길로 가다

tâm 중심 ¶ tâm chấn 진앙, 진원지 / tâm bão 태풍의 눈

tâm bão 태풍의 중심, 폭풍의 눈 ¶ cơn gió bất ngờ có tốc độ 40 mét trên giây đang thổi trong vòng bán kính 100km từ tâm bão 태풍의 중심으로부터 반경 100 km 이내에서는 순간 풍속 40 미터의 돌풍이 불고 있다

tâm địa 심지 ¶ tâm địa xấu xa 심지가 나쁘다

tâm linh 심령 ¶ hiện tượng tâm linh 심령 현상

tâm lý 심리 ¶ tâm lý học 심리학 / ngôn ngữ học tâm lý 심리언어학 / căng thẳng về mặt tâm lý 심리적 긴장

tâm thần 정신(병) ¶ bệnh nhân tâm thần 정신환자 / bệnh viện tâm thần 정신병원

tâm trạng 기분 ¶ tâm trang tốt 기분이 좋다 / tâm trạng bình thản 느긋한 기분 / tâm trạng trống vắng 심심한 기분

tấm ảnh 사진

tấm hình 사진

tấm kính 거울 ¶ bề mặt của tấm kính 거울의 표면

tấm lòng 마음, 마음씨 ¶ người có tấm lòng nồng hậu 마음이 따뜻하다 사람 / tấm lòng thuần khiết 마음이 순결하다 / con cái không hiểu tấm lòng cha mẹ 부모 마음을 자식은 모른다

tầm quan trọng 필요성, 중요함, 소중함 nhấn mạnh tầm quan trọng của quốc phòng 국방의 필요성을 강조하다/ câu nói 'thời gian là vàng' là câu cách ngôn chỉ dạy tầm quan trọng của thời gian '시간은 금이다'라는 말은 시간의 소중함을 가르치는 격언이다

tầm thường 평범(平凡)하다, 특색 없다 ¶ người tầm thường 평범한 사람 / công việc tầm thường 평범한 일 / ông ấy không phải là một tác gia tầm thường 그는 평범한 작가가 아니다

tẩm (꿀, 설탕) 담그다 ¶ tẩm mật ong 벌꿀로 담그다

tân ngữ 목적어 ¶ tân ngữ trực tiếp 직접 목적어 / tân ngữ gián tiếp 간접 목적어 #동 bổ ngữ

tấn 톤 ¶ số tấn 톤수 / mười lăm tấn than đá 석탄 15 톤 / xe tải mười tấn 10 톤 적재 화차 / tàu chở năm tấn 5 톤을 실은 배

tấn công 공격(하다), 습격(하다) ¶ sự tấn công toàn diện 전면 공격 / (sự) tấn công bao vây 포위 공격 / bất ngờ tấn công 갑자기 공격하다 / bị bão tấn công 태풍의 습격을 받다 / bất lực trước sự tấn công của địch 적의 공격에 무력하다

tận tình 친절하다 ¶ người tận tình 친절한 사람

tầng 층 ¶ tầng hai 2 층 / tầng hầm thứ nhất 지하 1층

tầng lớp 계층, -층 ¶ tầng lớp giàu 부유층

tập 공책 ¶ ghi vào tập 공책에 적다 #동 vở

tập 단련하다, 연습하다 ¶ tập phát âm 발음 연습을 하다 / tập cơ thể 신체를 단련하다

tập ảnh 사진첩 ¶ tôi đã đưa tập ảnh cho cô ấy 그녀에게 사진첩을 주었다

tập bản đồ 지도책

tập đoàn 1. 그룹 ¶ tập đoàn khổng lồ 거대한 그룹 / buổi thuyết trình tuyển dụng của tập đoàn Sunny 선니 그룹의 채용 설명회 / triển lãm đó đã được tổ chức với sự bảo trợ của tập đoàn Gia Hân 그 전람회는 야헌 그룹의 후원으로 개최되었다

2. 재벌 ¶ giải thể tập đoàn 재벌을 해체하다

tập hợp 집합(하다) ¶ tập hợp bộ phận 부분 집합

tập quán 습관 ¶ phong tục tập quán 풍속습관

tập thể 집단 ¶ kết hôn tập thể 집단 결혼 / lễ cưới tập thể 집단 결혼식 / giảm giá

- 424 -

tập thể 단체 할인

tập trung 1. 집중(하다) ¶ khả năng tập trung 집중력 / sự tập trung tinh lực 정력의 집중 / tập trung chú ý 주의를 집중하다 / nó khiếu khả năng tập trung 그는 집중력이 부족하다
2. 모으다 ¶ chúng ta tập trung lúc hai giờ chiều mai nhé 내일 오후 2시에 모읍시다

tập tục 습속 ¶ tập tục cổ đại 고대의 습속

tập tục xấu 악습 ¶ bỏ tập tục xấu 악습을 버리다

tất 양말 ¶ một đôi tất 양말 한 켤레 / mang tất 양말을 신다 / cởi tất ra 양말을 벗다

tất cả 모든 ¶ tất cả những người khác / 다른 모든 사람 / tất cả dữ liệu được lưu vào thiết bị nhớ 모든 데이터는 기억장치에 저장된다 / tất cả mọi con đường đều dẫn đến La Mã 모든 길은 로마로 통한다

tất nhiên 물론 ¶ tất nhiên rồi 물론이지요 / tất nhiên phải đi chứ 물론 가야 하지요

tất niên 연말 ¶ tiệc tất niên 연말 파티

tật nguyền 불구가 된, 절름발이의

tật xấu (나쁜) 버릇 ¶ tật xấu lúc ba tuổi mang theo đến tám mươi(tật xấu khó sửa) 세 살적 버릇이 여든까지 간다

tẩu thoát 도망하다, 도망치다 ¶ tẩu thoát một cách gian khổ 간신히 도망치다

tậu (집을) 장만하다, 사다 ¶ tậu căn nhà 집을 장만하다

tây 서 ¶ phương Tây 서양 / phía Tây 서쪽 / miền Tây Nam bộ 서남부

Tây Ban Nha 스페인, 에스파냐 ¶ tiếng Tây Ban Nha 스페인 말 / người Tây Ban Nha 스페인 사람 / đang du học ở Tây Ban Nha 스페인 유학중에

tây y 서양 의학

tẻ nhạt 지루하다 ¶ câu chuyện tẻ nhạt 지루한 이야기 / chuyến du lịch tẻ nhạt 지루한 여행 / cuộc sống đời thường tẻ nhạt 지루한 일상 생활

Tecbi 테르븀

Techneti 테크네튬

Telua 텔루륨

tem 우표 ¶ sưu tầm tem

우표 수집 / người sưu tầm tem 우표 수집가

tennis 테니스 ¶ vận động viên tennis 테니스 선수 / sân tennis 테니스 코트 / banh (đánh) tennis 테니스 공 / vợt (đánh) tennis 테니스 라켓 / giày (đánh) tennis 테니스화 / trận đấu tennis 테니스 경기 / giải tennis 테니스 대회 / tennis đánh đơn 단식 테니스 / tennis đánh đôi 복식 테니스 / chơi tennis 테니스를 치다 테니스
#동 quần vợt

tê liệt 마비(하다) ¶ sự tê liệt giao thông 교통 마비

tế bào 세포 ¶ tế bào sắc tố 색소 세포 / tế bào khổng lồ 거대 세포 / sinh vật học (về) tế bào 세포생물학

tể tướng 재상 ¶ tể tướng bình dân 평민 재상

tệ hại 너저분하다, 꾀죄죄하다 ¶ ăn mặc tệ hại 옷차림이 꾀죄죄하다 / cô ta ăn mặc tệ hại 저 여자는 옷차림이 너저분하다

tệ nạn (사회) 나쁜 것

tên[1] 1. 이름 ¶ xóa tên 이름을 지우다 / tên bạn là gì? 이름이 무엇입니까? / tên tôi là Lý Gia Hân 제 이름은 리야헌입니다
2. –명 ¶ tên thương hiệu 상호명 / tên nhân viên thu ngân 계산원명 / tên sản phẩm 상품명

tên[2] 화살
#동 mũi tên

tên[3] 1. 놈 ¶ tên trộm 도둑놈 2. 자 ¶ tên tham ô 횡령자 3. –인 ¶ tên tội phạm 범인 4. 기타 ¶ tên địch 적 / tên ăn mày 거지 / tên cướp 강도

tên ăn mày 거지 ¶ dáng vẻ tên ăn mày 거지꼴 / bản tính của tên ăn mày 거지 근성 / một kẻ như tên ăn mày 거지 같은 놈 / chết như tên ăn mày 거지로 죽다 / trở thành tên ăn mày 거지가 되다 / như tên ăn mày 거지같다

tên cướp 강도 ¶ tên cướp ngân hàng 은행 강도 / tên cướp taxi 택시 강도 / tên cướp chặn đường 노상 강도 / tên cướp có vũ trang 무장 강도 / tên cướp bịt mặt 복면 강도

tên địch 적 ¶ đuổi tên địch

bỏ chạy 달아나는 적을 쫓
다

tên hiệu 호 ¶ Han Yong-un(Hàn Long Vân) có tên hiệu là Vạn Hải 한용운은 호가 만해(萬海)다

tên sát nhân 살인자, 살인범

tên thường gọi 속명

tên tội phạm 범인 ¶ tên tội phạm giết người 살인범 / tên tội phạm đang bỏ trốn 도망 중인 범인 / trói tên tội phạm 범인을 결박하다

tên trộm 도둑 ¶ bắt tên trộm 도둑을 잡다 / tên trộm bỏ trốn 도둑이 달아난다 / bàn giao tên trộm cho cảnh sát 도둑을 경찰에 넘기다

tên tuổi 이름난, 이름 있는, 유명한 ¶ nhà văn tên tuổi 유명한 작가

tên tự 자 ¶ Han Yong-un(Hàn Long Vân) có tên tự là Trinh Ngọc 한용운은 자가 정옥(貞玉)이다

tết¹ 엮다 ¶ tết bè 뗏목을 엮다

tết² 설 ¶ ngày tết 설날 / tết âm lịch 음력설

tết âm lịch 음력설

tết dương lịch 양력설

tết nguyên đán 원단 (元旦), 음력설

tết ta 구정

tết tây 신장

tết trung thu 추석, 한가위, 가위

tha hồ 마음대로, 함부로 ¶ tha hồ mà lựa 마음대로 고르다

thà 차라리 ¶ sống trong nỗi khổ thế này là chết đi còn hơn 이런 고통 속에서 사느니 차라리 죽는 편이낫다

thả (사람, 동물을) 석방하다 ¶ thả tù binh 포로를 석방하다 / kẻ tình nghi đã được thả 용의자는 석방되었다

thác 폭포

thạc sĩ 석사 ¶ luận văn thạc sĩ 석사 논문 / học vị thạc sĩ 박사 학위

thạch bản (인쇄, 그림, 기술) 석판

thạch sùng 도마뱀

thai 태아 ¶ phá thai 임신 중절
#동 thai nhi

thai giáo 태교 ¶ người ta nói rằng nghe nhạc cổ điển tốt cho thai giáo 고전 음악을 들으면 태교에 좋다고들 한다

thai nhi 태아

thái 썰다 ¶ thái thịt 고기를 썰다 / thái mỏng 얇게 썰다 / con dao này quá cùn nên không thể thái thịt được 이 칼은 너무 무뎌서 고기를 썰 수가 없다

thái bình 태평

Thái Bình Dương 태평양

thái độ 태도 ¶ thái độ tích cực 적극적인 태도 / với thái độ bài trừ 배타적인 태도를 취하다 / với thái độ bàng quan 방관적인 태도를 취하다

Thái Lan 태국

tham dự 참석(하다) ¶ tham dự hôn lễ 혼례에 참석하다 / tham dự ban điều hành 운영 위원회에 참석하다 / tham dự cuộc họp 모임에 참석하다 / phát quyển sách mỏng cho người tham dự 참석자들에게 팸플릿을 배포하다

tham gia 1. 참가(하다) ¶ người tham gia 참가자 / mong mọi người tham dự đông đủ 많이 참가하시가 바랍니다

2. 가담(하다) ¶ tham gia biểu tình 데모에 가담하다

tham lam 탐욕(貪慾) ¶ kẻ tham lam 탐욕한(漢) / một cách tham lam 탐욕스럽게

tham mưu 참모 ¶ tham mưu cao cấp 고급 참모

tham nhũng 1. 뇌물 수수(授受), 증회 행위, 수회 행위 ¶ tội tham nhũng 증회죄 (수회죄)

2. 증회하다(수회하다)

tham ô 횡령(하다), 착복(하다) ¶ tên tham ô 횡령자 / tội tham ô 횡령죄 / bị bắt vì tội tham ô 횡령죄로 체포되다 / anh ta đã tham ô tiền quỹ công ty 그는 회사 기금을 횡령하였다

tham quan 관광 ¶ mùa tham quan 관광철

tham vọng 1. 욕심, -욕 ¶ tham vọng chinh phục 정복욕 / nhiều tham vọng 욕심이 많다 / không có tham vọng 욕심이 없다

2. 욕심을 부리다

thảm 카펫, 양탄자, 융단, 깔개

than –탄 ¶ than nâu 갈탄 / than nát 분탄

than đá 석탄 ¶ mười lăm tấn than đá 석탄 15 톤

thán phục 탄복하다 ¶ hành động đáng khâm phục

탄복할 만한 행동

thản nhiên 느긋하게

thang 사닥다리 ¶ lên thang 사닥다리을 오르다 / xuống thang 사닥다리를 내리다 / trèo thang 사닥다리를 기어 오르다

thang máy 엘리베이터, 승강기 ¶ thang máy tự động 자동식 엘리베이터 / thang máy chuyên dùng cho người tan tật 장애인 전용 승강기 / đi thang máy 엘리베이터를 타다 / vận hành thang máy 엘리베이터를 조작하다 / đi xuống bằng thang máy 엘리베이터로 내려가다 / đi lên bằng thang máy 엘리베이터로 올라가다

tháng 1. 달 ¶ một tháng 한 달 / tháng sau 다음 달 / lượng mưa bình quân một tháng 한 달의 평균 강수량 2. 월 ¶ tháng tám 8 월 / bình quân tháng 월 평균 / nhận lương tháng 월급을 받다 / cô ấy có thai ba tháng 그녀는 임신 3 개월이다

tháng ba 삼월

tháng bảy 칠월

tháng chạp 섣달 ¶ ngày cuối tháng chạp 섣달 그믐

tháng chín 구월

tháng giêng 정월 ¶ mồng năm tháng giêng âm lịch 음력 정월 초닷새 / ngày rằm tháng giêng âm lịch 음력 정월 보름날 / 음력을 쓰다

tháng hai 이월

tháng một 일월

tháng mười 10 월

tháng mười hai 십이월

tháng mười một 십일월

tháng năm 오월

tháng sáu 육월

tháng tám 팔월

tháng tư 사월

thanh 봉 ¶ thanh Cacbon 탄소봉

thanh điệu 성조

thanh hầu 후두

thanh minh (절기) 청명

thanh môn 성문

thanh niên 청년 ¶ thanh niên bất lương 불량 청년 / Hội thanh niên Cơ đốc giáo(YMCA) 기독교 천녕회

thanh nữ 여자 청년

thanh quản 후두 ¶ nắp thanh quản 후두개

thanh thản 안식(하다) ¶ tìm kiếm sự thanh thản nơi tôn

giáo 종교에 안식처를 구
하다

thanh toán 1. 청산(하다),
결제(하다) ¶ đồng tiền thanh
toán 결제 통화 / số tiền
thanh toán 결제금 / ngày
thanh toán 결제일 / giá
thanh toán 결제 가격 /
thanh toán tiền hàng được
giao 납품 대금의 결제
2. 지불(하다) ¶ kỳ hạn
thanh toán của công trái
공채의 지불 기한 / kỳ hạn
thanh toán đã qua 지불
기한이 지났다

thánh 성인

thánh đường 1. (천주교)
성당 ¶ thánh đường Thiên
chúa giáo 천주교 성당
2. (회교) 성원 ¶ thánh
đường Hồi giáo 이슬람 성
원

thánh lễ 성례

thánh linh 성령 ¶ thánh linh
giáng lâm 성령 강림

thánh nhân 성인

thánh thần 성신(聖神)

thành[1] 1. -이/가 되다 ¶ thành
kẻ ăn mày 거지가 되다 /
thành người què 절름발이
가 되다 2. (으)로 되다 ¶ tử
hình được giảm án thành

chung thân 사형이 종신형
으로 감안되었다

thành[2] 이루다 ¶ thành đôi
쌍을 이루다

thành[3] (으)로 ¶ chia thành
âm tiết 음절로 나누다 /
những cái đó được phân
(loại) thành hai loại hình
그것들은 두 가지 유형으로
분류된다

thành công 성공(하다) ¶
anh ấy ắt sẽ thành công
그는 꼭 성공할 것이다 /
chắc chắn cô ấy sẽ thành
công 그녀가 성공할 것은
확실하다 / cô ấy đã từ bỏ ý
nghĩ thành công 그녀는 성
공을 단념했다 / sự thành
công của người đó là do cần
mẫn 그 사람의 성공은 근
면 덕택이다 / thất bại là mẹ
thành công 실패는 성공의
어머니이다

thạnh đạt 성취하다, 성공하
다

thành hôn 성혼(成婚)

thành lập 설립(하다) ¶ ủy
ban thành lập 설립 위원회
/ người thành lập 설립자 /
thành lập trường học mới
새 학교를 설립하다 / thành
lập công ty thương mại

상사를 설립하다 / **thành lập cơ cấu mới** 새 기구를 설립하다

thành phẩm 완제품 #반 bán thành phẩm

thành phần 성분 ¶ thành phần chính 주요 성분 / thành phần phụ 부성분 / thành phần cốt cán 근간 성분 / (sự) kiểm tra thành phần 성분 검사

thành phố 1. 도시 ¶ thành phố lớn 대도시 / thành phố cảng 항구 도시 / thành phố kết nghĩa 자매 도시 / (các) thành phố chính 주요 도시 / ngay giữa thành phố lớn 대도시의 한가운데 2. 시 ¶ thành phố Hồ Chí Minh 호찌민시

thành ra 되다 ¶ thành ra rác 쓰레기가 되다

thành quả 성과 ¶ thành quả nghiên cứu 연구 성과 / thành quả lao động 노동 성과

thành thạo 능통하다 ¶ thành thạo về ... -에 능통하다 / thành thạo công việc 일에 능통하다

thành tích 성적 ¶ thành tích tốt 좋은 성적 / thành tích kém 나쁜 성적

thành tựu 성취, 업적, 공적, 공로

thành viên 일원, 회원, 위원, 사람 ¶ thành viên ban biên soạn 편찬 위원 / một thành viên của gia đình 가족의 한 사람

tháo 1. 벗다 ¶ tháo miếng bịt mặt 복면을 벗다 2. 풀다 ¶ tháo cà vạt 넥타이를 풀다 / tháo dây nịt 허리띠를 풀다

tháo gỡ 떼다, 떼어내다 ¶ tháo gỡ áp phích 포스터를 떼어내다

thảo cầm viên 식물원, 동물원

thảo luận 토론(하다) ¶ bài thảo luận 토론문 / thảo luận vấn đề nào đó 어떤 문제를 토론하다

thảo mộc (약용) 식물, 목초

thảo nguyên 초원

thạo -에 통달하다, 능숙하다 ¶ thạo việc 일에 통달하다

tháp 탑 ¶ độ cao của tháp này là trên một trăm mét 이 탑의 높이는 100 미터이상이다

tháp tùng 모시러 가다

thay 갈다 ¶ thay tã của bé

아기의 기저귀를 갈다

thay đổi¹ 변하다어지럽게 변해 가는 세상 ¶ thế gian thay đổi đến chóng mặt

thay đổi² 바꾸다 ¶ thay đổi suy nghĩ 생각을 바꾸다 / thay đổi chế độ 제도를 바꾸다 / thay đổi ý kiến 의견을 바꾸다 / hay thay đổi ý kiến 의견을 자주 바꾸다 / thay đổi vị trí 위치를 바꾸다

thay mặt 대신하여, 대표하여 ¶ tôi xin thay mặt công ty phát biểu 회사를 대표하여 발표하겠습니다

thay phiên 번을 갈다 ¶ họ thay phiên nhau làm việc tám tiếng 그들은 여덟 시간마다 번갈아 일한다

thay thế 바꾸다, 갈아넣다 ¶ không thể thay thế được 바꿀 수 없다 / thay thế X bằng Y X를 Y로 바꾸다

thay vào đó 그 대신에

thăm 방문(하다) ¶ thăm bất ngờ 갑자기 바문하다

thăm viếng 방문(하다) ¶ đang khổ sở vì nhiều khách thăm viếng 많은 방문객 때문에 시달리고 있다

thằn lằn 도마뱀붙이, 도마뱀

thăng chức (위치, 지위) 승진(하다) ¶ cho thăng chức 승진시키다

thăng trầm 부침 ¶ sự thăng trầm của cuộc đời 인생의 부침 / sự thăng trầm của vận mệnh 운명의 부침

thắng¹ 이기다 ¶ thắng trong cạnh tranh 경쟁에 이기다 / thắng trong trận chung kết 결승전에서 이기다 / thắng bằng cách bất chính 부정한 방법으로 이기다 / thắng trong bầu cử 선거에 이기다 / thắng chóng vánh 순식간에 이기다 / thắng với tỉ số 3-2 3 대 2로 이기다

thắng² 브레이크, 제동기, 제동 장치 ¶ đạp phanh 브레이크를 밟다 #동 phanh

thắng lợi 승리(하다), 이기다 ¶ chuỗi thắng lợi 연승

thằng 놈 ¶ thằng ăn trộm 도둑놈 / một thằng như ăn mày 거지 같은 놈 / cái thằng còn thua cả loài cầm thú 금수만도 못한 놈

thằng bé 아이 ¶ thằng bé không có cha mẹ 부모 없는 아이

thẳng thắn 솔직하다 ¶ người thẳng thắn 솔직한

사람

thắp 피우다, 태우다 ¶ thắp hương 향을 피우다

thắt 매다 ¶ thắt cà vạt 넥타이를 매다 / thắt dây nịt 허리띠를 매다 / thắt cổ chết 목을 매어 죽다

thắt chặt 졸라매다

thắt lưng 허리띠 ¶ mở thắt lưng 허리띠를 풀다 / thắt chặt thắt lưng 허리띠를 졸라매다
#동 dây nịt

thẩm định 심정(하다), 감정(하다) ¶ nhà thẩm định bất động sản 부동산 감정사

thậm chí 심지어, 까지, 까지도, 조차, 마저 ¶ cô ấy thậm chí đã bán cả nhẫn cưới 그녀는 심지어 결혼반지까지 팔았다

thân[1] 1. 줄기, -대 ¶ thân cây ngô 옥수숫대
2. 몸, 신체 ¶ toàn thân 전신 / (sự) vận động toàn thân 전신 운동

thân[2] 친하다 ¶ bạn thân 친한 친구 / người thân 친한 사람

thân mật 친밀하다 ¶ bầu không khí thân mật 친밀한 분위기

thân mình 몸, 신체 ¶ Âu phục vừa thân mình 몸에 맞는 양복

thân mến 친애하다

thân thiện 친선(하다) ¶ quan hệ thân thiện 친선 관계

thân thiết 친밀(하다) ¶ bạn thân thiết 친밀한 벗

thần 신, 신령

thần học 신학 ¶ thần học giáo lý 교리 신학

thần kinh 신경 ¶ thuộc thần kinh 신경적 / chứng đau dây thần kinh 신경통 / tổ chức thần kinh 신경 조직 / thần kinh học 신경학 / sinh vật học (về) thần kinh 신경 생물학

thần thánh 신성 ¶ đế quốc La Mã thần thánh 신성 로마 제국

thần tốc 신속하다 ¶ cuộc tấn công thần tốc 신속한 공격

thận 신장

thận trọng 신중(하다) ¶ sự chọn lựa thận trọng 신중한 선택 / (sự) lái xe thận trọng 신중한 운전

thấp 1. 저 ¶ huyết áp thấp 저혈압 / giọng thấp 저음 /

nguyên âm thấp 저모음
2. 낮다 ¶ nơi thấp 낮은 곳
/ nhiệt độ thấp 낮은 온도 /
giày gót thấp 굽이 낮은
구두 3. 낮게 bay thấp 낮게
날다
#반 cao

thập 십(十)

thập cẩm 칵테일

thập kỷ 10년간

thập phân (수학) 십분

thập tự 십자(十字) ¶ hồng
thập tự 적십자 / thập tự giá
십자가

thập tự giá 십자가 ¶ thập tự
giá là biểu tượng của cứu
trợ 십자가는 구원의 표상
이다

thất 칠(七)

thất bại 실패(하다), 지다 ¶
kế hoạch đã kết thúc bằng
thất bại 계획은 실패로 끝
났다 / không lẽ nào thất bại
실패할 리가 없다 / thất bại
trong bầu cử 선거에 지다 /
thất bại là mẹ thành công
실패는 성공의 어머니이다

thất nghiệp 실업(하다) ¶
người thất nghiệp 실업자 /
tỉ lệ thất nghiệp 실업률

thất thu 흉작(하다) ¶ thất thu
lúa mì 밀흉작 #동 bội thu

thất thường 안정하지 않다,
안정하지 못하다

thật 참, 진짜 ¶ khỏe thật!
진짜 힘세다 / đá quý này là
đồ thật hay đồ giả? 이
보석은 진찌냐 가짜냐?
#동 giả

thật là 정말, 참 ¶ ớt này thật
là cay 이 고추는 정말 맵다

thật lòng 진심으로 ¶ thật
lòng chúc mừng 진심으로
축학합니다 / thật lòng cảm
ơn 진심으로 감사합니다

thật sự 진짜, 참 ¶ tốt thật
sự 참 좋다 #동 thực sự

thật thà 진실(하다), 성실(
하다) ¶ người thật thà
성실한 사람 / không thật
thà 진실하지 않은

thấy[1] 보다 ¶ thấy ánh nắng
햇빛을 보다 / không thấy
ánh nắng mặt trời 햇빛을
보지 못하다

thấy[2] 1. 여기다 ¶ thấy bất
mãn 불만스럽게 여기다 /
thấy tội nghiệp 불쌍히 여기
다 2. 생각이 들다 ¶ (suy
nghĩ) thấy đáng thương
불쌍한 생각이 들다

thấy[3] 느끼다 ¶ bàn tay của
người đó lúc nào cũng thấy
lạnh 그 사람의 손은 언제

나 차게 느껴진다

thầy 스승, 선생, (남자) 선생 ¶ thầy dạy tiếng Hàn 한국어 선생 / thầy dạy may 재봉 선생 / thầy giỏi 유능한 선생 / đền ơn thầy cô 스승의 은혜를 갚다

thầy bói 점쟁이 ¶ được xem bói bởi thầy bói 점쟁이에게 점을 보다

thầy cô 스승, 선생(님) ¶ ngày thầy cô(ngày 15 tháng 5 ở Hàn Quốc) 스승의 날

thầy giáo (남자) 선생(님), 교사 ¶ thầy giáo nghiêm nghị 엄한 선생 / thầy giáo nhiệt tình 열성적인 선생 / làm thầy giáo 교사를 하다

thầy thuốc 의사(醫師)

thầy tu 수사(님)

theo¹ 1. -에 따라, -에 따라서 ¶ theo yêu cầu 요구에 따라 서 / theo lực lượng 역량에 따라 / hành động theo bản năng 본능에 따라서 행동 하다

2. -을/를 따르다 ¶ theo thuyết (của) Platon 플라톤 의 설을 따르다 / theo bản năng 본능에 따르다 / theo lời cha mẹ 부모 말을 따르 다 / theo thời trang 패션을

따르다

theo² 대로 ¶ theo dự định 예정대로

theo³ -에 의하면 ¶ theo bản tin mới đây 방금 들어온 뉴 스에 의하면

theo⁴ 1. -(으)로 ¶ sắp xếp theo thứ tự ABC ABC 순 으로 배열하다 / sắp xếp theo niên đại 연대순으로 배 열하다

2. 별로 ¶ chia theo loại 종류별로 나누다

theo⁵ (종교를) 믿다 ¶ theo đạo Phật 불교를 믿다

theo tháng 월별 ¶ tôi cần tư liệu về tổng doanh số bán hàng theo tháng của các khu vực từ sau năm 2000 2000 년 이후 각 지역의 월 별 총판매액 자료가 필요해 요

thép 1. 강철 ¶ sản phẩm thép 강철 제품 / bê tông cốt thép 철근 콘크리트

2. -강 ¶ thép Cacbon 탄소강

thế¹ 처지 ¶ ở vào thế bất lợi 불리한 처지에 있다

thế² 그렇다 ¶ quả nhiên thế ư? 과연 그럴까? / quả nhiên thế đấy! 과연 그렇군!

thế[3] (의문문 끝에서 사용하는 종결어미) (스)ㅂ니까?, -어/어/여요?, -나? ¶ những ai đã đến thế ? 누구누구 왔나? / người kia là ai thế? 저 사람은 누구입니까?

thế gian 세상 ¶ thế gian thay đổi đến chóng mặt 어지럽게 변해 가는 세상 / biến mất khỏi thế gian này 이 세상에서 사라지다

thế giới 1. 세계 ¶ bản đồ thế giới 세계 지도 / (chuyến) du lịch vòng quanh thế giới 세계 일주 여행 / thế giới vô hình 무형 세계 / thế giới đạo Hồi 이슬람 세계 / Tổ chức y tế thế giới(WHO) 세계보건기구 / Liên đoàn bóng đá thế giới (FIFA) 국제축구연맹 / bóng đá Cúp thế giới 2010 2010 년(도) 월드컵 축구 / chinh phục thế giới 세계를 정복하다 / vòng quanh thế giới 세계를 일주하다 / bay vòng quanh thế giới 세계 일주 비행을 하다 2. 세상¶ thế giới của bóng tối 어둠의 세상

thế hệ 세대 ¶ thế hệ trẻ 젊은 세대 / thế hệ cũ 낡은 세대 / thế hệ mới 새로운 세대

thế kỷ 세기 ¶ thế kỷ hai mươi mốt 21 세기 / vào hậu kỳ thế kỷ mười lăm 15 세기 후기에

thế lực 세력 ¶ thế lực bảo thủ 보수 세력 / mở rộng thế lực 세력을 넓히다

thế nào 1. 어떻다 ¶ tâm trạng thế nào? 기분이 어때요? / thế nào tôi cũng không đảm bảo được 나는 어떻다고도 장담 못 하겠다 2. 어떻게, 어찌 ¶ từ này phát âm thế nào? 이 단어는 어떻게 발음합니까? / không biết phải trả ơn này thế nào nữa 이 은혜를 어찌 갚아야 할지 모르겠습니다 / vụ đó thế nào rồi? 그 건은 어떻게 되었어?

thế này 1. 이렇다, 이렇게 ¶ vào ban đêm ban hôm thế này 이렇게 늦은 밤에 / cảm thấy thời gian thế này bất tiện 이런 시간이 불편하다고 느낀다 / tôi chưa bao giờ đến một thành phố lớn như thế này 이렇게 큰 도시에 와본 적이 없었어요 / sống trong nỗi khổ thế này thà chết đi còn hơn 이런 고통 속에서 사느니 차라리 죽는 편이 낫다 2. 이처럼 nếu bỏ thịt ra thế này thì ôi mất 고기를 이처럼 내버려 두면 상한다

thế thì 그럼, 그러면

thế vận hội 올림픽 #동 ôlimpích

thề 1. 서약(하다) ¶ người thề 서약자 / thề sẽ giữ bí mật 비밀을 지키겠다고 서약하다 2. 맹세(하다) ¶ thề với Chúa 하나님께 맹세하다

thề thốt 서약하다 ¶ bắt thề thốt 서약시키다

thể -체 ¶ sắc tố thể 색소체 / thủy tinh thể 수정체 / thể đa diện 다면체

thể dục 체육 ¶ giờ thể dục 체육 시간

thể đa diện 다면체

thể hiện 1. 표현(表現)하다 ¶ về mặt thể hiện 표현상의 / có tính thể hiện 표현적인 / sự tự do thể hiện 표현의 자유 / khả năng thể hiện 표현력 / hình thức thể hiện 표현 형식 2. 나타나다, 나타내다 ¶ thể hiện vẻ bất mãn 불만의 빛을 나타내다

thể hình 체격 ¶ thể hình tráng kiện 건장한 체격

thể khí 기체

thể lỏng 액체

thể rắn 고체 ¶ biến thành thể rắn 고체화하다

thể thao 체조, 스포츠

thể trạng 체격 ¶ thể trạng tráng kiện 건장한 체격 / người có thể trạng rắn rỏi 체격이 단단한 사람

thể xác 육체 ¶ lao động thể xác 육체노동 / người lao động thể xác 육체노동자

thêm[1] 더 ¶ thêm tí xíu nữa 조금 더

thêm[2] 가하다 ¶ cải tiến thêm 개선을 가하다

thi 시험, 고사 ¶ thi giữa kỳ 중간 시험 / thi cuối kỳ 기말 고사 / kỳ thi tuyển sinh 입학 시험 / thi cuối kỳ 기말 시험 / kỳ thi năng lực tiếng Hàn 한국어능력시험 / bài giải đề thi 시험 문제의 해답 / đi thi 시험을 보러 가다 / thi đậu 시험에 합격하다 / thi rớt 시험에 떨어지다

thi đấu 시합, 경기 ¶ thi đấu bóng đá 축구 시합 / thi đấu bóng bàn 탁구 시합 / thi đấu điền kinh 육상 경기 /

thi đấu tennis 테니스 경기 / môn thi đấu chính 주요 경기 종목 / khán giả xem thi đấu bóng rổ 농구 시합의 관객 / hòa trong thi đấu 시합에 비기다 / đi xem thi đấu bóng đá 축구 경기를 보러 가다

thi đậu 시험에 합격하다 ¶ nó ân hận vì không thi đậu 그가 시험에 합격하지 못하다니 후회했다 / trường đại học đã niêm yết danh sách thí sinh thi đậu kỳ thi tuyển sinh 대학교는 입시 합격자 명단을 게시했다
#동 thi đỗ

thi đỗ 시험에 합격하다 ¶ nó đã thi đỗ kỳ thi tuyển sinh đại học 그는 대학 입학시험에 합격했다
#동 thi đậu

thi hành 시행(하다) ¶ thời gian thi hành 시행 기간 / đang được thi hành 시행되고 있다

thi rớt 시험에 떨어지다, 시험에 낙제하다 ¶ cô ấy đã thi rớt trong kỳ thi lần này 그녀는 이번 시험에 떨어졌다
#동 thi trượt

thi thể 시체 ¶ chôn thi thể 시체를 묻다 / quyết định giải phẫu thi thể 시체를 해부하기로 하다

thi trượt 시험에 떨어지다, 시험에 낙제하다 ¶ anh ấy đã thi trượt trong kỳ thi cuối kỳ 그는 기말시험에 낙제했다 #동 thi rớt

thí dụ 예, 예문 ¶ thí dụ tốt 좋은 예 / thí dụ tương tự 유사한 예

thí nghiệm 1. 실험(하다) ¶ phòng thí nghiệm 실험실 / thí nghiệm khoa học 과학적 실험 / thí nghiệm vật lý 물리학 실험 / thí nghiệm trong phòng thí nghiệm 실험실에서 실험하다 / thí nghiệm trên động vật 동물 실험을 하다 / bắt tay vào thí nghiệm 실험에 착수하다 / thử thí nghiệm 실험을 시도하다

2. 시험(하다) ¶ thí nghiệm sát khuẩn 살균 시험 / thí nghiệm chất liệu 재료 시험 / thí nghiệm cường độ của chất liệu 재료 강도 시험

thì 시제 ¶ thì quá khứ 과거 시제 / thì hiện tại 현재 시제 / thì tương lai 미래 시제

thì giờ 시간 ¶ có thì giờ 시간이 있다 / không có thì giờ 시간이 없다
　#동 thời gian

thì ra là vậy 그렇군요, 그렇구나

thị giác (물리) 시각

thị lực 시력 ¶ sự kiểm tra thị lực 시력 검사

thị thực 비자 ¶ (sự) gia hạn thị thực 비자 연장

thị trấn 읍 ¶ thị trấn Bình Minh 빈민읍 / thị trấn Chư Sê 즈세읍 / thị trấn nhỏ bé 작은 읍

thị trường 시장(市場) ¶ thị trường bán sỉ 도매 시장 / thị trường gia súc 가축 시장 / tình hình thị trường đã được khôi phục 시장 경기가 회복되었다

thị trưởng 시장(市長) ¶ thị trưởng Seoul 서울 시장 / thị trưởng New York 뉴욕 시장 / thị trưởng Paris 파리 시장

thìa 술, 숟가락
　#동 muỗng

thích 1. 좋아하다 ¶ thích nhạc 음악을 좋아하다 / thích đọc tiểu thuyết 소설 읽기를 좋아하다 / thích bắt bẻ người khác 남의 흠잡기를 좋아하다 / không ai thích (bị) bắt bẻ 아무도 흠잡히기를 좋아하지 않는다 / cô ấy thích hoa hồng 그녀는 장미를 좋아한다
　2. (주어가 1인칭인 경우) -이/가 좋다 ¶ tôi thích thức ăn nóng 나는 뜨거운 음식이 좋다

thích hợp 적합(하다) ¶ thích hợp với mục đích 목적에 적합하다 / thời cơ thích hợp 시기가 적합하다

thiên 천(千)

Thiên chúa giáo 천주교 ¶ thánh đường Thiên chúa giáo 천주교 성당 / quốc gia Thiên chúa giáo 천주교국 / tín đồ Thiên chúa giáo 천주교 신자 / giáo hội Thiên chúa giáo 천주교 성당
　#동 đạo Thiên chúa

thiên đàng 천당
　#동 thiên đường

thiên đường 천당, 천국

thiên hạ 천하 ¶ kỳ quan của thiên hạ 천하의 기관

thiên nhiên 자연 ¶ tài nguyên thiên nhiên 천연자원 / từ quan điểm bảo vệ thiên nhiên 자연 보호의관

점에서

thiên phú 천부 ¶ tài năng thiên phú 천부의 재능

thiên tai 천재

thiên tài 천재 ¶ thiên tài phát minh 발명의 천재

thiên thể 천체 ¶ quan sát chuyển động của thiên thể 천체의 움직임을 관찰하다

thiện 선 ¶ bản tính của con người là thiện 인간의 본성은 선이다

thiện ác 선악

thiện cảm 좋은 감정

thiêng liêng 성스럽다, 신성하다

thiếp 첩 ¶ làm thiếp 첩 노릇을 하다

thiệp 카드 ¶ thiệp chúc mừng 축하 카드 / thiệp Giáng sinh 크리스마스 카드

thiệp cưới 결혼식 초대장

thiệp mời 초청장, 초대장

thiết 석

thiết bị 1. 설비, 장치, 시설 ¶ sự cải tiến thiết bị 설비 개선 / thiết bị điều khiển 조종 장치 / thiết bị hạ cánh 착륙 장치 / thiết bị phòng cháy 방화 장치 / thiết bị cao áp 고압 장치 / thiết bị an toàn 안전 장치 / thiết bị âm thanh 음향 장치 / thiết bị cứu hộ 구호 시설 / tất cả dữ liệu được lưu vào thiết bị nhớ 모든 데이터는 기억 장치에 저장된다

2. –기 ¶ thiết bị gia tốc 가속기 / thiết bị sát khuẩn 살균기 / thiết bị đo âm hưởng 음향기 / thiết bị đo âm lượng 음량 측정기 / thiết bị chỉ dẫn hạ cánh 착륙 지시기

thiết kế 설계(하다) ¶ người thiết kế 설계자 / sơ đồ thiết kế 설계도

thiết lập 설립(하다) ¶ người thiết lập 설립자 / thiết lập cơ cấu mới 새 기구를 설립하다

thiết thực 절실(하다) ¶ nguyện vọng thiết thực 절실한 소원 / một cách thiết thực 절실하게

thiệt hại 1. 손해 ¶ thiệt hại gián tiếp 간접 손해 / thiệt hại trực tiếp 직접 손해 / thiệt hại vô hình 무형의 손해 / bảo đảm không có thiệt hại 손해가 없도록 보장하다 / số tiền thiệt hại đạt tám mươi triệu đồng 손해 금액은 8 천만 동에

달한다

2. 피해 ¶ thiệt hại do bão 폭풍 피해 / thiệt hại do hạn hán 가뭄의 피해

thiêu 화장(하다) ¶ lò thiêu 화장터

thiếu 부족(하다), 모자라다 ¶ sự thiếu vốn 자본의 부족 / nó khiếu khả năng tập trung 그는 집중력이 부족하다

thiếu nhi 어린이, 소아 ¶ vai trẻ em 어린이 역 / (đại) công viên thiếu nhi 어린이 대공원

thiếu niên 소년 ¶ thiếu niên bất lương 불량 소년

thiếu nữ 소녀 ¶ thiếu nữ của làng 마을의 소녀 / thiếu nữ bất lương 불량 소녀

thiếu tướng 소장 ¶ thiếu tướng hai sao 별이 둘인 소장

thiểu số 소수 ¶ dân tộc thiểu số 소수 민족

thính giả 청중 ¶ phát cho thính giả 청중에게 배포 하다

thình lình 갑자기

thỉnh cầu 청구(하다) ¶ thỉnh cầu xác nhận 확인을 청구 하다

thỉnh thoảng 가끔 ¶ thỉnh thoảng đi 가끔 가다 / thỉnh thoảng ghé qua 가끔 들르 다 / thỉnh thoảng uống rượu 술을 가끔 마시다

thịnh vượng 번영(하다)

thịt 1. 고기, 식육 ¶ món thịt 고기 요리 / sản phẩm (từ) thịt 고기 제품 / dao thái thịt 고기칼 / thịt đông lạnh cấp tốc 급속 냉동한 고기 / thịt xay 다진 고기 / dụng cụ xay thịt 고기 다지는 기구 / thịt dai 질긴 고기 / thịt mềm 연한 고기 / một miếng thịt 고기 한 점 / thái thịt 고기를 썰다 / nướng thịt 고기를 굽다 / sấy khô thịt 고기를 말리다 / muối thịt bằng muối 고기를 소금 에 절이다 / thịt ôi rồi 고기가 상했다 / nếu bỏ thịt ra thế này thì ôi mất 고기를 이처 럼 내버려두면 상한다 2.살 da thịt phồng lên 살가죽이 부풀다

thịt ba chỉ 삼겹살

thịt ba rọi 삼겹살
　#동 thịt ba chỉ

thịt bê 송아지고기

thịt bò 쇠고기, 소고기

thịt chim 새고기

thịt cừu 양고기

thịt dê 염소고기 ¶ thịt dê
nướng 염소고기 구이

thịt mỡ 비곗살, 지방이 많은
고기

thịt gà 닭고기

thịt lợn 돼지고기, 돈육

thịt mỡ 비육(肥肉)

thiu (음식) 상하다 ¶ thức ăn
đã bị thiu 음식이 상했다

Thori 토륨

thò ra 내밀다 ¶ thò bàn tay
ra 손을 내밀다

thỏ 토끼 ¶ săn thỏ 토끼
사냥하다

thọ 장수(하다)

thoa 바르다 ¶ thoa son
립스틱을 바르다

thỏa hiệp 타협(하다) ¶
phương án thỏa hiệp 타협
안 / người thỏa hiệp 타협자

thỏa mãn 만족하다 ¶ làm
thỏa mãn 만족시키다 / làm
thỏa mãn bản năng 본능을
만족시키다

thoải mái 편하다 ¶ không
khí thoải mái 편한 분위기 /
cuộc sống thoải mái 편한
살림 / xin cứ ngồi thoải mái
편히 앉으십시오

thoáng chốc 삽시간, 순식
간 ¶ trong thoáng chốc

삽시간에 / phẫu thuật trong
thoáng chốc đã xong 수술
은 삽시간에 끝났다 / trong
thoáng chốc tòa nhà đã
bùng cháy 건물은 순식간에
타올랐다

thoát 달아나다, 도망하다,
탈출하다 ¶ thoát ngục
탈옥하다 / hai người bị sát
hại nhưng anh ấy đã thoát
được 두 사람은 살해되었
지만 그는 탈출했다

thoát khỏi 벗어나다 ¶ thoát
khỏi áp chế 압제를
벗어나다 / thuyền trưởng
báo hiệu cho tàu cứu hộ
rằng tàu mình hiện giờ đã
thoát khỏi nguy hiểm 선장은
구명정에 본선은 이제 위험
을 벗어났다고 신호 했다

thoát nước 배수(하다) ¶
bơm thoát nước 배수 펌프

thoát ra 달아나다, 탈출하다
¶ cô ấy đã thoát ra được
그녀는 탈출했다

thóc 쌀

thói 버릇, 습관 ¶ thói lười
biếng 나태한 버릇 / thói
bắt chước của khỉ 원숭이의
모방하는 버릇 / bỏ thói
버릇을 버리다

thói tật (안 좋은) 버릇 ¶ thói

tật lúc ba tuổi mang theo đến tám mươi(tật xấu khó sửa) 세 살적 버릇이 여든까지 간다

thon 가늘다 ¶ eo thon 허리가 가늘다

thon thả 날씬하다 ¶ người phụ nữ thon thả 날씬한 여자 / vòng eo thon thả 날씬한 허리

thong thả 유유하다 ¶ bước chân thong thả 유유한 걸음

thổ lộ 토로(하다) ¶ thổ lộ sự bất mãn 불만을 토로하다

thôi1 그만하다, 그만두다 ¶ thôi đi! nhột quá 그만 해라! 간지롭다

thôi2 만 ¶ một lần thôi 한 번만 / vắt đồ giặt một lần thôi 빨래를 한 번만 짜라

thối1 나쁜 냄새가 나다

thối2 거스르다 ¶ tiền thối lại 거스름돈

thổi 불다 ¶ thổi kèn ác mô ni ca 하모니카를 불다 / gió nam thổi 남풍이 불다 / cơn gió bất ngờ có tốc độ 40 mét trên giây đang thổi trong vòng bán kính 100km từ tâm bão 태풍의 중심으로부터 반경 100 km 이내에서는 순간 풍속 40 미터의 돌풍

이 불고 있다

thôn 촌 ¶ trưởng thôn 촌장 / sống trong thôn 촌에서 살다

thông 솔 ¶ rừng thông 솔숲 / lá thông 솔잎 / cây thông 소나무

thông 통하다 ¶ cửa này thông ra sân 이 문은 마당으로 통한다

thông báo 통보(하다), 공고(하다), 게시(하다), -보, 알리다 ¶ cơ quan thông báo 통보 기관 / thông báo di chuyển 이전 공고 / bảng thông báo 게시판 / dán thông báo 게시를 붙이다 / thông báo chú ý bão 태풍주의보

thông cảm 이해해 주다

thông cáo 통고(하다), 알림 ¶ bản thông cáo 통고서

thông dịch 통역(하다) ¶ xin hãy thông dịch giúp 통역해 주세요

thông dụng 통용(하다) ¶ từ ngữ thông dụng 통용어

thông hiểu 의사소통

thông minh 총명하다 ¶ người thông minh 총명한 사람

thông qua -을/를 통하다 ¶

thông qua con người 사람을 통해서 / biết tin tức đó thông qua người bạn 친구를 통해서 그 소식을 알다

thông suốt 통달하다

thông tấn xã 통신사 ¶ thông tấn xã Việt Nam 베트남 통신사

thông thạo 능통하다 ¶ người thông thạo 통사 / thông thạo về … -에 능통하다 / thông thạo tiếng Hàn 한국어에 능통하다 / thông thạo tiếng Việt 베트남어에 능통하다 / Sunny khá thông thạo ngoại ngữ 선니 씨가 외국어에 상당히 능통한다

thông thương 통상 ¶ hiệp ước thông thương 통상 협약

thông thường 일반 ¶ có tính thông thường 일반적 / khoa ngoại thông thường 일반 외과

thông tin 정보 ¶ thông tin giảm giá 할인정보 / nó đã lấy thông tin đó bằng thủ đoạn bất hợp pháp 그는 불법한 수단으로 그 정보를 입수했다

thống khổ 고통 ¶ sự thống khổ về mặt tinh thần 정신적 고통 / cam chịu sự thống khổ 고통을 참다 / sống trong nỗi thống khổ thế này thà chết đi còn hơn 이런 고통 속에서 사느니 차라리 죽는 편이 낫다

thống nhất 통일(하다) ¶ phương án thống nhất chính tả 맞춤법 통일안 / sự thống nhất nam bắc 남북 통일 / khát vọng thống nhất nam bắc 남북 통일을 갈망하다

thống trị 통치(하다) ¶ quyền thống trị 통치권 / kẻ thống trị 통치자 / dưới sự thống trị của Anh 영국의 통치하에 있다

thơ 시 ¶ nhà thơ 시인 / 시를 짓다 làm thơ

thơ dại 순진하다 ¶ cô gái thơ dại 순진한 처녀 / lòng thơ dại 순진한 마음

thơ mộng 시적 ¶ phong cảnh thơ mộng 시적 풍경

thờ 숭배하다, 존경하다

thờ cúng 숭배하다 ¶ thờ cúng tổ tiên 조상을 숭배하다

thở 숨쉬다, 호흡하다 ¶ thở ra

숨을 내쉬다 / **thở sâu** 심호흡하다

thở phào 한숨 내다

thợ 1. -사 ¶ thợ chụp ảnh 사진사 / thợ may 재봉사 / thợ cắt tóc 이발사 / thợ xoa bóp 안마사

2. -장이 ¶ thợ may Âu phục 양복장이(만드는 사람)

3. -공 ¶ thợ in 인쇄공 / thợ hàn 용접공

thợ cắt tóc 이발사

thợ chạm khắc 조각가

thợ chụp ảnh 사진사

thợ điện 전기 기사

thợ hàn 용접공

thợ in 인쇄공

thợ làm đầu 미용사, 이발사

thợ may 재봉사, 재단사

thợ máy 기계 기사

thợ mộc 목수, 대목

thời 때 ¶ thời đó 그때 / vào thời ấy 그 당시에는

thời cơ 시기(時機) ¶ nắm bắt thời cơ 시기를 잡다 / bỏ lỡ thời cơ 시기를 놓치다 / thời cơ thích hợp 시기가 적합하다

thời cuộc 시국 ¶ báo chí phản ánh thời cuộc 신문은 시국을 반영한다

thời đại 시대 ¶ thời đại cạnh tranh 경쟁 시대 / yêu cầu của thời đại 시대의 요구 / thời đại tối tăm(Trung Cổ) 암흑시대 / buổi bình minh của thời đại mới 새 시대의 여명기 / cải tổ chế độ giáo dục lạc hậu so với thời đại 시대에 뒤진 교육 제도를 개편하다

thời gian 1. 시간 ¶ thời gian khai mạc 개막 시간 / (việc) quản lý thời gian 시간 관리 / thời gian biểu 시간표 / thời gian cất cánh 이륙 시간 / vào thời gian dự định 예정한 시간에 / cảm thấy thời gian thế này bất tiện 이런 시간이 불편하다고 느낀다 / chỉ là vấn đề thời gian 단지 시간 문제이다 / thời gian là vàng 시간은 금이다 / sử dụng thời gian một cách hữu hiệu 시간을 유효하게 쓰다 / nếu có thời gian thì hãy liên lạc nhé 시간이 있으면 연락하세요 / câu nói 'thời gian là vàng' là câu cách ngôn chỉ dạy tầm quan trọng của thời gian '시간은 금이다'라는 말은 시간의 소중함을 가르치는 격언이다

2. 기간 ¶ thời gian thi hành 시행 기간 / thời gian chuẩn bị 준비 기간 / thời gian giảm giá 할인 기간 / thời gian mang thai 임신 기간 / có thể bảo quản trong thời gian dài 장기간 보존할 수 있다 / thực phẩm này không thể bảo quản trong thời gian dài 이 식품은 장기간 보존할 수 없다

thời hạn 1. 기한 ¶ thời hạn có hiệu lực 유효 기한

2. 기간 ¶ thời hạn miễn thuế 면세 기간 / gia hạn thời hạn thêm một năm 기간을 1년으로 연장하다

thời khóa biểu (학생의) 시간표

thời kỳ 1. 시기 ¶ thời kỳ rối ren trong lịch sử châu Âu 유럽사에서 혼란스러웠던 시기

2. 기간 ¶ thời kỳ mang thai 임신 기간 / thời kỳ có thể mang thai 임신 가능 기간

3. –기 ¶ thời kỳ ấu trùng 유충기

thời sự 시사(時事)

thời tiết 1. 날씨 ¶ thời tiết oi bức 무더운 날씨 / thời tiết ấm áp 따뜻한 날씨 / thời

tiết lạnh lẽo 차가운 날씨 / thời tiết ảm đạm 음산한 날씨 / thời tiết âm u 흐린 날씨 / thời tiết mùa thu dễ chịu 상쾌한 가을 날씨 / thời tiết lúc này rất khô hạn 이맘때 날씨치고는 매우 가물다

2. 일기 ¶ dự báo thời tiết 일기 예보

thời trang 패션, 유행 ¶ sô diễn thời trang 패션쇼 / nhà thiết kế thời trang 패션 디자이너 / người mẫu thời trang 패션모델 / tạp chí thời trang 패션 잡지 / thời trang mới 신유행 / thời trang mới nhất 최신 패션 / theo thời trang 패션을 따르다

thơm[1] 향기롭다 ¶ hồng thơm 향기로운 장미

thơm[2] 파인애플 ¶ thơm này ngon quá 이 파인애플이 맛있다

\#동 dứa, khóm

thu 거두다, 걷다 ¶ thu hội phí 회비를 걷다

thu 가을

\#동 mùa thu

thu âm 레코드, 녹음(하다) ¶ an bum thu âm 레코드 앨

범 / băng thu âm 녹음 테이프 / (sự) thu âm vào băng 테이프 녹음 / thu âm vào băng 테이프에 녹음하다 #동 ghi âm

thu chi 출납¶sổ thu chi 출납부 / (việc) quản lý thu chi 출납 관리 / đảm trách việc thu chi 출납을 맡아보다 / thu chi tiền mặt 현금 출납을 하다 / người phụ trách thu chi đã biển thủ 40.000 đô la tiền ngân hàng 출납 담당자가 은행 돈 4 만 불을 착복했다

thu hoạch 수확(하다) ¶ thu hoạch nhiều 수확이 많다 / thu hoạch ít 수확이 적다

thu hút (주의, 흥미 등을) 끌다, 끌어당기다, (매력 등으로) 유인하다 ¶ thu hút sự chú ý 주의를 끌다

Thuli 툴륨

thu nhập 수입, 소득 ¶ thu nhập miễn thuế 면세 소득 / thu nhập thực chất 실질 소득 / thu nhập từ bất động sản 부동산 소득 / thu nhập đủ 충분한 수입 / thu nhập nhất định 일정한 수입

thu thập 수집하다 ¶ thu thập chứng cứ 증거를 수집하다 / thu thập tài liệu

자료를 수집하다

thu tiền 수금하다 ¶ nhân viên thu tiền 수금원 / đi thu tiền 수금하러 다니다 / nó đã ăn chặn số tiền thu được 그는 수금한 돈을 착복했다

thú 동물

thú vị 재미있다 ¶ bầu không khí thú vị 재미있는 분위기 / không thú vị 재미없다

thú y 수의 ¶ bác sĩ thú y 수의사 / nghề thú y 수의업 / (ngành, môn) thú y học 수의학

thủ công 수공 ¶ nghề thủ công 수공업 / hàng thủ công 수공품

thủ đoạn 수단 ¶ bất chấp thủ đoạn 수단을 가리지 않고 / anh ta đã kiếm tiền bằng thủ đoạn bất chính 그는 부정한 수단으로 돈을 모았다 / nó đã lấy thông tin đó bằng thủ đoạn bất hợp pháp 그는 불법한 수단으로 그 정보를 입수했다

thủ đô 수도 ¶ Xơ-un là thủ đô của Hàn Quốc 서울은 한국의 수도이다 / Hà Nội là thủ đô của Việt Nam 하노이는 베트남의 수도이다

thủ tục 수속 ¶ thủ tục hải

quan 세관 수속 / thủ tục lên máy bay(tàu xe) 탑승 수속

thủ tướng 총리, 수상 ¶ phó thủ tướng 부총리(부수상) / thủ tướng kiêm bộ trưởng ngoại giao 총리 겸 외교부 장관 / bọn chúng mưu tính ám sát thủ tướng 그들은 총리의 암살을 기도했다

thụ lý 수사하다 ¶ cảnh sát đang thụ lý vụ án đó 경찰은 그 사건을 수사 중에 있다

thụ thai 수태(하다) ¶ thụ thai nhân tạo 인공 수태

thụ tinh 수정(하다) ¶ thụ tinh nhân tạo 인공 수정

thua[1] 지다 ¶ thua trong cạnh tranh 경쟁에 지다 / thua trong bầu cử 선거에 지다 / thua trong trận chung kết 결승전에서 지다 / đội (chúng) ta thua rồi 우리 팀이 졌다

thua[2] -만 못하다 ¶ cái thằng còn thua cả loài cầm thú 금수만도 못한 놈

thuần khiết 순결(하다) ¶ tấm lòng thuần khiết 마음이 순결하다

thuần túy 순수(하다) ¶ kinh nghiệm thuần túy 순수 경험

thuận lợi 순조롭다 ¶ tiến triển thuận lợi 순조롭게 진행하다

thuận tay trái 왼손잡이, 왼손잡이의

thuận tiện 편리하다 ¶ giao thông thuận tiện 교통이 편리하다

thuật –술 ¶ thuật châm cứu 침구술 / thuật làm bà đỡ 산파술 / thuật xã giao 사교술

thúc đẩy 증진하다, 촉진하다, 진척시키다, 진행시키다, 활성화시키다

thuê 빌리다 ¶ thuê phòng đơn 1 인용 방을 빌렸다 / họ đã thuê phòng đôi 그들은 2 인용 방을 빌렸다

thuế 세금, -세 ¶ thuế trước bạ 취득세 / thuế chuyển nhượng bất động sản 부동산 양도세 / thuế gia tăng 부가세 / thuế giá trị gia tăng 부가 가치세 / đã bao gồm thuế(duty paid) 세금 포함 / hệ thống thuế bất công 불공평한 세제(稅制) / tổng chi phí xây mới bao gồm thuế là 100 tỉ đồng 신축 비용은 세금을 포함해서 총액 천억 동이 된다

thuế quan 관세 ¶ thuế quan bảo hộ 보호 관세

thuế trước bạ 취득세 ¶ thuế trước bạ bất động sản 부동산 취득세

thuế giá trị gia tăng (VAT) ¶ 부가 가치세 hóa đơn thuế giá trị gia tăng(hóa đơn tài chính) 부가 가치세 영수증

thung lũng 골짜기, 산골짝, 계곡, 산협

thùng 통(桶) ¶ thùng nước 물통 / thùng rượu 술통 / thùng dầu thô 석유통 / cho vào thùng 통에 넣다

thuốc¹ 1. 약 hiệu thuốc 약국 / thuốc cấp cứu 구급약 / thuốc bột 가루약 / thuốc chữa bệnh tim 심장병 약 / thuốc trường sinh bất tử 불사약 / thuốc súng 화약 / rượu thuốc 약주 / nấu thuốc 약을 짓다

2. –제 ¶ thuốc bồi bổ cơ bắp 근육 보강제

thuốc² 담배 ¶ hút thuốc 담배를 피우다
#동 thuốc lá

thuốc cảm 감기약 /uống thuốc cảm 감기약을 먹다

thuốc đánh răng 치약

#동 kem đánh răng

thuốc độc 독약

thuốc lá 담배 ¶ một bao thuốc lá 담배 한 갑 / khói thuốc lá 담배 연기 / hút thuốc lá 담배를 피우다 / khuyên đừng hút thuốc lá 담배를 피우지 말라고 권하다 / vứt tàn thuốc lá tùy tiện 담배 꽁초를 함부로 버리다

thuốc mê 최면약

thuốc nhỏ mắt 안약

thuốc phiện 코카인, 아편

thuốc súng 화약

thuộc-에 속하다

thuộc 1. –의 ¶ thuộc Hàn Quốc 한국의 / thuộc chủng tộc 종족의 / thuộc ấu trùng 유충의 / thuộc bán đảo 반도의 / thuộc chủ đề 주제의 / thuộc phát minh mới 신발명의 / người thuộc dạng béo phì 비만형의 사람

2. –적 ¶ thuộc bản chất 본질적 / thuộc bản năng 본능적 / thuộc sinh lý 생리적 / thuộc cú pháp 통사적 / thuộc thần kinh 신경적

thuộc tính 속성 ¶ thuộc tính bản chất 본질적 속성

thuộc về -의 ¶ thuộc về bệnh

lý học 병리학의 / thuộc về nhân tạo 인공의 / thuộc về bách phân 백분의
#동 thuộc

thuở 때 ¶ thuở ấy 그 때 / thuở nhỏ 어렸을 때

thuở ban đầu 최초에, 처음에, 애초에

thuở đó 그 당시, 그 때 ¶ thuở đó cô ấy còn là học sinh 그 당시 그녀는 아직 학생이었다

thủy cung 수궁, 용궁

thủy điện 수력 전기

thủy ngân 수은

thủy sản 수산, 수산물 ¶ nghề thủy sản 수산업 / bộ thủy sản & hàng hải 해양수산부

thủy thủ 선원, 갑판원, 뱃사람

thủy tinh 수정 ¶ thủy tinh thể 수정체 / đá thủy tinh 수정석

Thụy Điển 스웨덴 ¶ người Thụy Điển 스웨덴 사람

Thụy Sĩ 스위스 ¶ người Thụy Sĩ 스위스 사람 / đang du học ở Thụy Sĩ 스위스 유학중에

thuyền 1. 배, 보트 ¶ thuyền nhựa 고무 보트 / chèo thuyền 배를 젓다 / thuyền rời bến 배가 부두를 떠나다 / neo thuyền 정박시키다 / hình ảnh đẹp của tàu thuyền ra vào cảng 항구를 드나드는 배들의 멋있는 모습
2. -선 ¶ thuyền trưởng 선장 / thuyền hộ tống 호송선 / thuyền bảo vệ 경비정 / thuyền hộ tống bảo vệ 호위선 / bến thuyền 선착장(船着場) / báo hiệu gọi thuyền cứu trợ 구조선을 부르는 신호를 하다

thuyền trưởng 선장 ¶ thuyền trưởng đã báo hiệu cho tàu cứu hộ 선장은 구명정에 신호했다

thuyết 1. 설 (說) ¶ thuyết âm dương ngũ hành 음양오행설 / theo thuyết (của) Platon 플라톤의 설을 따르다
2. -론(論) ¶ thuyết duy tâm 유심론 / thuyết duy tâm siêu hình 형이상학적 유심론

thuyết giáo 설교(하다) ¶ nghe thuyết giáo 설교를 듣다

thuyết minh 설명(하다)

thuyết phục 설득(하다) ¶ tôi đã thuyết phục anh ấy từ bỏ

ý nghĩ 저는 그를 설득해서 단념시켰다

thuyết trình 설명(하다), 발표(하다) ¶ buổi thuyết trình 설명회

thư 1. 편지 ¶ thư cảm tạ 감사 편지 / nhận thư 편지를 받다 / gửi thư cho bạn 친구에게 편지를 보내다 / lấy thư từ túi ra 주머니에서 편지를 내다 / báo bằng thư 편지로 알리다
2. 우편 ¶ thư loại 1(loại 2, loại 3) 제 1 종(2 종, 3 종) 우편 / đưa thư 우편을 배달하다 / chuyển thư 우편을 전송하다

thư bảo đảm 등기우편 ¶ hãy gửi giúp bằng thư bảo đảm 등기우편으로 보내 주세요

thư cảm tạ 감사장 ¶ bức thư cảm tạ 감사 편지

thư ký 비서, 서기 ¶ thư ký của công ty 회사의 비서 / thư ký tòa án 법원 서기

thư mục 목록 ¶ thư mục sách tham khảo 참고 문헌

thư nhanh 속달 우편

thư nước ngoài 외국 우편

thư thường 보통 우편

thư trong nước 국내 우편

thư tịch 서적 ¶ vô số thư tịch 무수한 서적

thư từ 우편, 편지

thư viện 도서관 ¶ thư viện quốc gia 국립 도서관 / thư viện do thành phố lập nên 시립 도서관

thư yêu cầu 요구서

thứ -요일 ¶ thứ hai 월요일 / thứ bảy 토요일 / thứ bảy tuần trước 지난 주 토요일 / ngày mai là thứ tư 내일은 수요일이다

thứ 제-, -번째 ¶ thứ mười lăm 제 15 / người thứ mười hai 12 번째의 사람

thứ ba[1] 1. 제삼 ¶ cấp thứ ba 제 3 급 2. 세 번째, 셋째 thứ ba là cách để thành công 세 번째에는 성공하는 법이다

thứ ba[2] 화요일 ¶ thứ ba tuần này 이번주 화요일

thứ bảy[1] 1. 제칠 ¶ bài thứ bảy 제 7 과
2. 일곱번째 ¶ người thứ bảy 일곱번째의 사람

thứ bảy[2] 토요일 ¶ thứ bảy tuần trước 지난 주 토요일 / ngày mai là thứ bảy 내일은 토요일이다

thứ chin 1. 제구 ¶ bài (giảng) thứ 9 제 9 강

2. 아홉번째

thứ hai1 1. 제이 ¶ chương thứ 2 제 2 강 2. 두번째, 둘째 #동 thứ nhì

thứ hai2 월요일 ¶ thứ hai tuần này 이번 주 월요일 / bắt đầu bãi khóa từ thứ hai tuần sau 다음 주 월요일 부터 휴학이 시작한다

thứ mười 1. 제십 ¶ chương thứ mười 제 10 장 2. 열번째

thứ năm[1] 1. 제오 ¶ bài giảng thứ năm 제 5 강 2. 다섯번째

thứ năm[2] 목요일 ¶ hôm qua là thứ năm 어제는 목요일 이었다

thứ nhất 1. 제일 ¶ chương thứ nhất 제 1 장 2. 첫번째, 첫째 ¶ hãy rẽ phải ở góc đường thứ nhất 첫번째 모퉁이를 오른쪽으로 돌아 가세요

thứ nhì 1. 제이 ¶ bài thứ nhì 제 2 과 2. 두번째, 둘째 #동 thứ hai

thứ sáu[1] 1. 제육 ¶ bài giảng thứ sáu 제 6 강 2. 여섯번째

thứ sáu[2] 금요일 ¶ hôm nay là thứ sáu 오늘은 금요일 이다

thứ tám 1. 제팔 2. 여덟번째

thứ trưởng 차관 ¶ thứ trưởng Bộ quốc phòng 국 방부 차관

thứ tư[1] 1. 제사 2. 네번째, 넷째

thứ tư[2] 수요일 ¶ thứ tư tuần này sẽ đi Phòng quản lý xuất nhập cảnh 이번주 수 요일에 출입국관리사무소에 갈 것이다

thứ tự 순서, -순 ¶ sắp xếp theo thứ tự ABC ABC 순으 로 배열하다

thử 1. 시험(하다), 테스트(하 다) ¶ thử âm thanh 음성 테스트 2. 시도(하다) ¶ thử thí nghiệm 실험을 시도하다

thử thách 도전(하다) ¶ chấp nhận thử thách 도전에 응 하다

thưa[1] 말씀을 드리다

thưa[2] (털이) 드문드문한, 성 긴 ¶ tóc thưa 성긴 머리칼

thưa thớt 한산한, 사람 수가 적은 ¶ rạp hát thưa thớt khán giả 관객이 적은 극장 / dân số thưa thớt 인구가 적다 / giao dịch thưa thớt 거래가 한산하다

thừa kế (재산, 권리 등을) 상속하다, 물려받다 ¶ thừa

kế đất đai 토지를 상속하다
/ thừa kế gia nghiệp 가업을
물려받다

thừa hưởng (육체적, 정신
적 성질 등을) 물려받다, 유
전하다

thừa nhận 1. 승인(하다) ¶
mã số thừa nhận 승인 번
호 2. 인정(하다) ¶ thừa
nhận công lao 공로를 인정
하다

thức[1] 깨다 ¶ thức giấc 잠이
깨다 / vào lúc còn thức
깨어 있을 때에는

thức[2] 서법, 무드(mood) ¶
trần thuật thức 평서법 /
nghi vấn thức 의문법 /
mệnh lệnh thức 명령법 / đề
nghị thức 청유법 / cảm
thán thức 감탄

thức ăn 음식 ¶ thức ăn nhạt
시거운 음식 / bày thức ăn
ra đĩa 음식을 접시에 담다
/ thức ăn đã bị thiu 음식이
상했다 / tôi thích thức ăn
nóng 나는 뜨거운 음식이
좋다 / chấm thức ăn vào
nước sốt ăn 음식을 소스에
찍어 먹다

thức ăn gia súc 가축 사료
thức dậy 일어나다 ¶ người
thức dậy sớm 일찍 일어나

는 사람 / thức dậy sớm vào
sáng sớm 아침 일찍 일어
나다 / đến giờ thức dậy rồi
일어날 시간이다

thức uống 음료 ¶ thức
uống có cồn 알코올 음료 /
đồ uống có sô cô la 초콜릿
음료
#동 đồ uống

thực chất 실질, 실질적 ¶
lương thực chất 실질 임금
/ thu nhập thực chất 실질
소득

thực dân 1. 식민 ¶ chủ
nghĩa thực dân 식민주의
2. 식민지

thực đơn 차림표, 메뉴
thực hành 1. 실행(하다) ¶
về mặt thực hành 실행상
2. 연습(하다)

thực hiện 실현(하다), 실행
(하다) ¶ cô ấy đã thực hiện
kế hoạch của mình 그녀는
자기 계획을 실행하였다

thực phẩm 식품 ¶ thực
phẩm ăn kiêng 다이어트
식품 / ngộ độc thực phẩm
식중독 / thực phẩm này
không thể bảo quản trong
thời gian dài 이 식품은 장
기간 보존할 수 없다

thực quản 식도

thực sự 1. 진짜, 참 ¶ thực sự phát huy năng lực 진짜 능력을 발휘하다
2. 참되다 ¶ người bạn thực sự 참된 친구
3. 진정하다 ¶ ông ấy là một anh hùng thực sự 그는 진정한 영웅이다
#동 thật sự

thực tập 실습(하다) ¶ giờ thực tập 실습 시간 / thực tập sinh 실습생 / thực tập ở công ty 회사에서 실습하다 / thực tập ở văn phòng 사무실에서 실습하다 / thực tập ở nhà máy 공장에서 실습하다 / được huấn luyện thực tập 실습 훈련을 받다

thực tế 실제, 실지 ¶ áp dụng lý luận vào thực tế 이론을 실지에 적용하다 / ứng dụng khoa học vào thực tế 과학을 실지에 응용하다

thực thi 실시하다, 행사하다 ¶ thực thi quyền bãi công 파업권을 행사하다

thực tiễn 실천(하다) ¶ luân lý thực tiễn 실천 윤리

thực vật 식물 ¶ dầu thực vật 식물 기름 / mỡ thực vật 식물성 지방 / sự hóa thạch thực vật 식물의 화석

thước 자 ¶ thước dây 줄자, 테이프

thương 사랑하다, 좋아하다, 귀여워하다, 귀중히 하다 ¶ thương cha mẹ 부모를 사랑하다

thương binh 상이군인 ¶ hội thương binh 상이군인회

thương gia 비즈니스맨

thương hàn (의학) 상한

thương hiệu 상호 ¶ tên thương hiệu 상호명

thương mại 무역 ¶ Hiệp định thương mại tự do Bắc Mỹ 북아메리카 자유 무역 협정 / thành lập công ty thương mại 상사를 설립하다 / thương mại bị đình trệ vì chiến tranh 전쟁 때문에 무역이 정체되어 버렸다

thương nhân 상인, 비즈니스맨 ¶ thương nhân có lương tâm 양심적인 상인 / thương nhân kinh doanh gia cầm 가금 상인

thương yêu 사랑하다, 좋아하다 ¶ thương yêu động vật 동물을 좋아하다

thường[1] 자주 ¶ có thường gặp bạn bè không? 친구를 자주 만나나? bồn cầu

thường bị nghẽn 변기가 자주 막히다

thường[2] 일반 ¶ hóa đơn thường 일반 영수증

thường dân 상민

thường nhật 일상 ¶ sinh hoạt thường nhật 일상 생활 / cuộc sống thường nhật nhàm chán 지루한 일상 생활

thường niên 연차의 ¶ báo cáo thường niên 연차 보고

thường thấy 흔하다 ¶ cảnh thường thấy 흔한 장면

thường trú 상주(하다) ¶ dân số thường trú 상주 인구

thường trực 상임 ¶ ban thường trực 상임 위원회

thường xuyên 자주

thưởng thức (음악, 음식을) 즐기다, 즐겨 먹다 ¶ thưởng thức âm nhạc 음악을 즐기다 / thưởng thức món ăn 음식을 즐겨 먹다

thượng cổ 상고(上古) người thượng cổ 상고인

thượng cờ 기를 올리다

thượng đế 상제, 하느님

thượng giới 상계, 천상계

thượng tầng 상부 ¶ cấu trúc thượng tầng 상부 구조

tí 조금, 좀

tí nữa 좀 이따가

tí xíu 조금 ¶ thêm tí xíu nữa 조금 더 / bỏ vào tí xíu tiêu 후추를 조금 넣다 / bỏ vào tí xíu ớt 고추를 조금 넣다 / uống tí xíu rượu 술을 조금 마시다

tỉ 십억 ¶ tổng chi phí xây mới là mười tỉ đô la 신축 비용은 총액 백억 달러가 된다 / có bất động sản (trị giá) một tỉ won 십억 원의 부동산을 갖고 있다

tỉ lệ 1. 비율 ¶ tỉ lệ nam nữ 남녀 비율 / tỉ lệ cấu thành 구성 비율 / tỉ lệ một chọi ba 3 대 1 의 비율 / tỉ lệ cao 높은 비율 / tăng tỉ lệ 비율을 올리다 / hạ tỉ lệ 비율을 내리다

2. 율 ¶ tỉ lệ giảm giá 할인율 / tỉ lệ an toàn 안전율 / tỉ lệ bách phân 백분율 / tỉ lệ kiểm phiếu 개표율 3. -률 tỉ lệ tăng trưởng 성장률 / tỉ lệ cạnh tranh 경쟁률 / tỉ lệ bao gồm 포함률 / tỉ lệ tử vong 사망률 / tỉ lệ nhập học 입학률 / tỉ lệ có việc làm 취업률 / tỉ lệ sinh 출생률 / tỉ lệ vắng mặt 결석률 /

tỉ lệ có mặt 출석률

tỉ mỉ 자세하다 ¶ (sự) giải thích tỉ mỉ 자세한 설명

tị nạn 피난(하다) ¶ cuộc sống tị nạn 피난살이 / trại tị nạn 피난소 / nơi tị nạn 피난처 / dân tị nạn 피난민 / đa số dân tị nạn đã lánh nạn sang quốc gia láng giềng 다수의 피난민이 이웃나라로 피난하였다

tia –선 ¶ tia âm cực 음극선 / tia X X선 / tia phóng xạ 방사선

tia phóng xạ 방사선 ¶ tia phóng xạ cảm ứng 감응 방사선

tia X X선 ¶ chụp tia X X선 사진을 찍다
\#동 X quang

tỉa 다듬어 내다, 트림하다 ¶ tỉa cành 가지를 쳐내다 / tỉa cành đã chết 죽은 가지를 쳐내다 / tỉa rìa bức ảnh 사진 마구리를 트림하다

tích cực 적극적 ¶ tính tích cực 적극성 / một cách tích cực 적극적으로

tích lũy (돈 등을) (장기간에 걸쳐 조금씩) 모으다, 축적하다; (드물게) 쌓아올리다

tích tắc 찰나, 순식간

tịch thu 몰수하다, 압수하다; 징발하다 ¶ bị tịch thu 몰수된

tiếc 1.섭섭하게 생각하다, 유감으로 생각하다 ¶ tôi tiếc là đành phải làm như thế này 이렇게 할 수 밖에 없어 유감이 2. 유감이다, 섭섭하다 ¶ tiếc là anh ấy không đến được 그가 못 와서 섭섭하다

tiệc 파티, 피로연 ¶ tiệc sinh nhật 생일 파티 / tiệc đính hôn 약혼 피로연 / tiệc chúc mừng 축하 파티 / tiệc tất niên 연말 파티 / tiệc chia tay 고별 파티 / tiệc tối 만찬회 / tiệc tạ ơn 사은회

tiệc chia tay 송별회, 고별 파티 ¶ tổ chức buổi tiệc chia tay 송별회를 열다

tiệc chiêu đãi 초대연

tiệc cưới 결혼식 피로연

tiệc tạ ơn 사은회 ¶ tổ chức tiệc tạ ơn 사은회를 개최하다

tiệc tất niên 연말 파티

tiệc tối 만찬회 ¶ chiêu đãi tiệc tối 만찬회에 초대하다

tiêm 주사(하다) ¶ tiêm cơ bắp 근육 주사 / tiêm Canxi 칼슘 주사 / tiêm thuốc

주사를 맞다

tiêm ngừa 예방 주사

#동 tiêm phòng

tiêm phòng 예방 주사

¶ được tiêm phòng 예방 주사를 맞다

tiêm thuốc 주사를 맞다

tiềm năng 잠재력 ¶ phát huy tiềm năng 잠재력을 발달시키다

tiệm 가게, -점, -관, -소 ¶ tiệm ảnh 사진관 / tiệm Âu phục 양복점 / tiệm gạo 쌀가게 / tiệm giày dép 신발 가게 / tiệm giặt 세탁소 / tiệm ở góc đường 모퉁이 가게 / ra tiệm 가게를 내다

tiệm ăn 식당, 음식점 ¶ ăn trưa tại tiệm ăn Hàn Quốc 한국식당에서 점심을 먹다

tiên tri 예언하다, 예고하다

tiến bộ 진보(하다) ¶ phái tiến bộ 진보파 / chủ nghĩa tiến bộ 진보주의 / người theo chủ nghĩa tiến bộ 진보주의 자

tiến công 진공(하다), 공격(하다)

tiến hành 1. 진행하다 ¶ tiến hành thuận lợi 순조롭게 진행하다

2. 벌이다 ¶ tiến hành bàn bạc sôi nổi 열띤 논의를 벌이다

3. 가하다 ¶ tiến hành tra tấn 고문을 가하다

4. 들어가다 ¶ tiến hành biểu quyết 표결에 들어가다

tiến sĩ 박사 ¶ học vị tiến sĩ 박사 학위 / tiến sĩ y học 의학 박사 / luận án tiến sĩ 박사 논문 / giám đốc công ty Sunny là tiến sĩ Lý Gia Hân 선니회사 사장은 리야 헌 박사입니다

tiến triển 진행(하다) ¶ tiến triển chậm 진행이 느리다 / tiến triển nhanh 진행이 빠르다 / tiến triển đều đặn 착착 진행하다 / tiến triển thuận lợi 순조롭게 진행하다 / đàm phán đang tiến triển 교섭이 진행중이다 / công việc tiến triển nhanh chóng 일의 진행이 신속하다 / hiện tại phong trào đang tiến triển 운동은 현재 진행중이다 / công việc đang tiến triển tốt đẹp 일이 잘 진행되고 있다

tiền 1. 돈 ¶ ví tiền 돈지갑 / tiền cổ 동전 / tiền giả 가짜돈 / tiền thối lại 거스름돈 / có tiền 돈이

있다 / không có tiền 돈이 없다 / nhiều tiền 돈이 많다 / nhận tiền 돈을 받다 / tiền gì? 무슨 돈이에요? / cần chút ít tiền 돈이 조금 필요하다 / trộm tiền bỏ trốn 돈을 훔쳐 달아나다 / lấy tiền bỏ trốn 돈을 가지고 도망하다 / người đó chỉ làm việc vì tiền 그 사람은 오로지 돈을 위해 일한다 / đêm qua tên trộm vào ăn cắp tiền mất rồi 간밤에 도둑이 들어서 돈을 훔쳐 갔다 / nó đã ăn chặn số tiền thu được 그는 수금한 돈을 착복했다 / anh ta đã kiếm tiền bằng thủ đoạn bất chính 그는 부정한 수단으로 돈을 모았다 / bất đắc dĩ nên anh ấy đành vay tiền có lãi 부득이해서 그는 이잣 돈을 빌렸다 / sức mạnh của đồng tiền mạnh thật 돈의 힘은 강하다 / một đô la tính ra tiền Hàn Quốc tương tương 950 won 1 달러는 한국 돈으로 치면 약 950 원에 상당한다 / một đô la tính ra tiền Việt Nam tương tương 16,000 đồng 1 달러는 베트남 돈으로 치면 약 16.000 동에 상당한다

2. -금, -액 ¶ tiền mặt 현금 / tiền bảo hiểm 보험금(액) / tiền bồi dưỡng 사례금 / tiền bồi thường 보상금 / tiền bồi thường (di dời) giải tỏa 철거보상금

3. 통화, -화 ¶ tiền (làm bằng) bạc 은화

tiền bạc 금전, 돈 ¶ gian lận tiền bạc 금전을 사취하다 / bủn xỉn về tiền bạc 돈에 인색하다 / lo lắng về tiền bạc 돈 걱정

tiền cổ 고전 ¶ người sưu tầm tiền cổ 고전 수집가

tiền đề 전제 ¶ tiền đề giả định 가정 전제

tiền lời 이문 ¶ tiền lời nhiều 이문이 크다 / còn tiền lời 이문이 남다 / không có người nào buôn bán mà chẳng có được tiền lời gì cả 조금의 이문도 없이 장사를 하는 사람은 없다

tiền lương 임금 ¶ sự bất bình đẳng về tiền lương 임금의 불평등

tiền mặt 현금 ¶ thu chi tiền mặt 현금 출납을 하다

tiền mừng tuổi 세뱃돈

tiền quỹ 기금 ¶ hắn đã ăn

chặn tiền quỹ công ty 그는 회사 기금을 횡령했다

tiền sảnh 현관, 로비

tiền tệ 1. 통화 ¶ chế độ tiền tệ 통화 제도 / lạm phát tiền tệ 통화 팽창

2. 화폐 ¶ sự lưu thông tiền tệ 화폐의 유통

3. 금융 ¶ thị trường tiền tệ đang bị đình trệ 금융 시장이 정체되어 있다

tiền thối lại 거스름돈

tiễn 배웅(하다) ¶ tiễn cha mẹ ở sân bay 공항에서 부모님을 배웅하다 / tiễn bạn ở ga 역에서 친구를 배웅하다

tiện dụng 사용하기에 편리하다, 쓰기에 편리하다

tiện lợi 편리하다 ¶ nơi tiện lợi 편리한 장소 / không tiện lợi 편리하지 않다 / giao thông tiện lợi 교통이 편리하다

tiện nghi 시설이 충분한, 설비가 충분한, 사용하기 좋은

tiếng¹ 소리, 음성 ¶ tiếng kèn 나팔 소리 / tiếng hét 외치는 소리 / tiếng gầm 으르렁거리는 소리 / tiếng ồn 시끄러운 소리 / tiếng rên 신음 소리 / 새벽을 알리는 절의 종소리 tiếng chuông chùa báo bình minh

tiếng² 언어, -어, 말 ¶ tiếng Việt Nam 베트남말 / tiếng Hàn Quốc 한국어 / tiếng Anh 영어 / 폴란드 인 / tiếng Ba Lan 폴란드 어

tiếng A rập 아랍어, 아라비아어 ¶ ghi bằng tiếng A rập 아랍어로 적다 / dạy tiếng A rập 아라비아어를 가르치다

tiếng Ấn Độ 인도어 ¶ giảng viên tiếng Ấn Độ 인도어 강사

tiếng Anh 영어 ¶ giáo viên tiếng Anh 영어 교사 / giáo trình tiếng Anh 영어 교재 / Sunny thông thạo tiếng Anh 선니 씨가 영어에 능통한다

tiếng Bồ Đào Nha 포르투갈어 ¶ ghi bằng tiếng Bồ Đào Nha 포르투갈어로 적다

tiếng địa phương 방언, 사투리

tiếng động 잡음, 소음, 소리

tiếng Đức 독일어, 독어 ¶ dạy tiếng Đức 독어를 가르치다 / chị học tiếng Đức được bao lâu rồi? 독일어를 공부한 지 얼마나 되었어요?

tiếng gió 바람 소리

tiếng Hàn 한국말, 한국어 ¶ giảng viên tiếng Hàn 한국어 강사 / giáo trình tiếng Hàn 한국어 교재 / cuộc thi năng lực tiếng Hàn 한국어능력시험 / ghi bằng tiếng Hàn 한국말로 적다 / thông thạo tiếng Hàn 한국어에 능통하다

tiếng hét 외치는 소리

tiếng Hoa 중국어 ¶ tiếng Hoa cho người nước ngoài 외국인을 위한 중국어 #동 tiếng Trung Quốc

tiếng Hy Lạp 그리스어

tiếng kèn 나팔 소리

tiếng khóc 울음 소리, 우는 소리

tiếng lạ 이상한 소리

tiếng Nga 러시아어 ¶ giảng viên tiếng Nga 러시아어 강사 / ghi bằng tiếng Nga 러시아어로 적다

tiếng nhạc 음악 소리, 노래 소리

tiếng Nhật 일본어 ¶ giảng viên tiếng Nhật 일봉어 강사 / tiếng Nhật cho người nước ngoài 외국인을 위한 일본어

tiếng nói 말소리

tiếng ồn 소음, 소란, 요란, 시끄러움

tiếng Pháp 프랑스어, 불어 ¶ ghi bằng tiếng Pháp 프랑스어로 적다 / cô ấy khá thông thạo tiếng Pháp 그녀는 불어에 상당히 능통한다

tiếng phổ thông 보통화

tiếng sóng 파도 소리

tiếng Tây Ban Nha 스페인어, 스페인 말 ¶ dạy tiếng Tây Ban Nha 스페인어를 가르치다 / ghi bằng tiếng Tây Ban Nha 스페인어로 적다

tiếng than 한탄 소리

tiếng Trung Quốc 중국어 ¶ giáo trình tiếng Trung Quốc 중국어 교재 / nó đang học tiếng Trung Quốc 그느 중국어를 배우고 있다 / anh ấy thông thạo tiếng Trung Quốc 그는 중국어에 능통한다 #동 tiếng Hoa

tiếng vang 메아리

tiếng Việt 베트남어, 베트남 말 ¶ hội thoại tiếng Việt 베트남어 회화 / phép chính tả tiếng Việt 베트남어 맞춤법 / tiếng Việt cho người nước ngoài 외국인을 위한

베트남어 / giáo trình tiếng Việt dành cho người nước ngoài 외국인을 위한 베트남어 교재 / anh học tiếng Việt được bao lâu rồi? 베트남어를 공부한 지 얼마나 되었어요? / thông thạo tiếng Việt 베트남어에 능통하다

tiếng vọng 반향

tiếng xấu 악명

tiếng Ý 이탈리아어 ¶ giảng viên tiếng Ý 이탈리아어 강사 / ghi bằng tiếng Ý 이탈리아어로 적다 / dạy tiếng Ý 이탈리아어를 가르치다

tiếp 잇다, 계속하다

tiếp cận 접근(하다) ¶ cơn bão đang tiếp cận đảo Phú Quốc 태풍이 푸꾸옥도에 접근하고 있다

tiếp đãi 대접(하다) ¶ sự tiếp đãi trịnh trọng 정중한 대접 / họ đã tiếp đãi chúng tôi hết mình 그들은 우리를 정성껏 대접했다

tiếp tục 계속하다 ¶ tiếp tục tiếp xúc 접촉을 계속하다 / chúng đang tiếp tục gia tăng binh lực 그들은 계속해 병력을 증가시키고 있다

tiếp xúc 접촉(하다) ¶ cách tiếp xúc 접촉법 / góc tiếp xúc 접촉각 / mặt tiếp xúc 접촉면 / phản ứng tiếp xúc 접촉 반응 / tác dụng tiếp xúc 접촉 작용 / tiếp xúc (có tính chất) cá nhân 개인적인 접촉 / tiếp xúc chính thức 공식적인 접촉 / chấm dứt tiếp xúc 접촉을 끊다 / tiếp tục tiếp xúc 접촉을 계속하다

tiết kiệm 절약하다, 아껴 쓰다 ¶ tiết kiệm kinh phí 경비를 절약하다 / tiết kiệm điện 전기를 아껴 쓰다

tiệt trùng 살균(하다) ¶ sữa tiệt trùng 살균 우유

tiêu 후추 ¶ bỏ vào tí xíu tiêu 후추를 조금 넣다

tiêu biểu 대표적 ¶ học sinh tiêu biểu 대표적 학생 / công nhân tiêu biểu 대표적 근로자

tiêu chuẩn 기준 ¶ tiêu chuẩn đánh giá 평가 기준 / tiêu chuẩn giám sát 감사 기준

tiêu diệt 1. 인멸(하다) ¶ tiêu diệt chứng tích 증적을 인멸하다

2. 없애다 ¶ tiêu diệt bè phái

파벌을 없애다

tiêu hủy 인멸(하다) ¶ tiêu hủy chứng cứ 증거를 인멸하다

tiêu khiển 오락 ¶ nơi tiêu khiển 오락장 / chi phí tiêu khiển 오락비 / vật tiêu khiển 오락물

tiêu thụ 소비(하다) ¶ xe này tiêu thụ rất nhiều xăng 이 차는 휘발유를 엄청 소비한다

tiểu 오줌을 싸다, 소변

tiểu âm thần 소음순

tiểu đội 소대

tiểu học 초등(학교) ¶ trường tiểu học 초등학교 / học lực ở trình độ tốt nghiệp tiểu học 초등학교 졸업 정도의 학력 / họ đã lánh nạn sang ngôi trường tiểu học gần đó vì lũ lụt 홍수 때문에 그들은 근처 초등학교 건물로 피난했다

tiểu thuyết 소설 ¶ tiểu thuyết hài hước 유머 소설 / thích đọc tiểu thuyết 소설 읽기를 좋아하다

tiểu thuyết cổ điển 고전 소설

tiểu thuyết hiện đại 현대 소설

tiểu tràng 소장

tim 심장 ¶ tim nhân tạo 인공 심장 / thuốc chữa bệnh tim 심장병 약 / bệnh nhân bị bệnh tim 심장병 환자 / bệnh tim bẩm sinh 선천성 심장병 / bác sĩ chuyên khoa tim 심장 전문 의사 / tim không có gì bất thường 심장에는 별 이상이 없다

tím 보라색의

tìm 찾다 ¶ tìm bút chì 연필을 찾다 / tìm việc 일자리를 찾다 / anh tìm ai? 누구를 찾습니까?

tìm hiểu 알아보다

tìm kiếm 찾다, 구하다 ¶ tìm kiếm giải pháp 해법을 찾다 / tìm kiếm sự an ủi 위안을 찾다 / tìm kiếm sự thanh thản nơi tôn giáo 종교에 안식처를 구하다

tìm thấy 찾았다 ¶ tìm thấy bản đồ Sài Gòn rồi 사이공 지도를 찾았다

tin[1] 믿다 ¶ tin Chúa 하나님을 믿다 / xin hãy tin cho 믿어 주세요 / mày đã bội ước nhiều lần nên không thể tin được nữa 너는 벌써 여러 번이나 배약했으니 다시 믿을 수 없다

tin² 1. 소식 ¶ tin vui 반가운 소식 / hung tin 나쁜 소식 / báo tin vui 반가운 소식을 알리다 / vui mừng sau khi nghe tin đó 그 소식을 듣고 반가웠다 / biết tin đó thông qua em trai 남동생을 통해서 그 소식을 알다 / tôi muốn biết cô ấy sẽ tiếp nhận tin đó như thế này 그녀가 그 소식을 어떻게 받아들일지가 궁금하다
2. 뉴스 ¶ nguồn tin 뉴스의 출처

tin cậy 1. 미덥다 ¶ bạn không đáng tin cậy 미덥지 못한 친구
2. 신뢰하다 ¶ nhân chứng có thể tin cậy được 신뢰할 수 있는 증인

tin đồn 소문 ¶ xác nhận tin đồn 소문을 확인하다

tin học 정보 과학

tin tức 1. 소식 ¶ tin tức tốt lành 좋은 소식 / cho biết tin tức 소식을 알리다 / biết tin tức đó thông qua người bạn 친구를 통해서 그 소식을 알다
2. 뉴스 ¶ nghe tin tức qua đài 라디오로 뉴스를 듣다 / đã xem tin tức 7 giờ qua truyền hình 텔레비전로 7시 뉴스를 보았다

tin tưởng 믿다 ¶ người đáng tin tưởng 믿을 만한 사람

tin vắn 요약된 짤막한 뉴스

tín đồ 신도, 신자, 교도, -도 ¶ tín đồ Phật giáo 불교 신도 / tín đồ Thiên chúa giáo 천주교 신자 / tín đồ Cơ đốc giáo 기독교도 / tín đồ đạo Hồi 이슬람 교도 / tín đồ dị giáo 이교도

tín hiệu 신호 ¶ tín hiệu cấp cứu 구급 신호 / tín hiệu cờ 기신호 / làm tín hiệu cờ 기신호를 하다

tín nhiệm 신임(하다) ¶ sự tín nhiệm đối với nội các 내각에 대한 신임 / người được tín nhiệm 신임 받는 사람

tinh dịch 정액 ¶ phóng ra tinh dịch 정액을 내쏘다

tinh hoa 정화(精華)

tinh hoàn 정소

tinh lực 정력 ¶ sự tập trung tinh lực 정력의 집중

tinh nang 정낭

tinh tế 1. 섬세하다 ¶ cảm giác tinh tế 섬세한 감각 2. 세련되다 sự hài hước tinh tế 세련된 유머

tinh thần 1. 정신 tinh thần công dân 공민 정신 / tinh thần anh dũng 영용 정신 / tinh thần bất khuất 불굴의 정신 / căng thẳng về mặt tinh thần 정신적 긴장 / áp bức về mặt tinh thần 정신적 압박 / lao động tinh thần 정신노동 / người lao động tinh thần 정신노동자 / sự thống khổ về mặt tinh thần 정신적 고통 / một tinh thần lành mạnh trong một cơ thể khỏe mạnh 건전한 신체에 건전한 정신이 깃든다 2. 심 ¶ tinh thần cạnh tranh 경쟁심

tinh trùng 정충, 정자

Titan 티타늄

tính1 계산(하다) ¶ tính tốc độ của ánh sáng 빛의 속도를 계산하다

tính2 1. 품성, 성격 tính lười biếng 게으른 품성 / tính kỹ lưỡng 꼼꼼한 성격 2. -성(性) ¶ âm tính음성 / tính hiện thực 현실성 / tính cần thiết 필요성 / tính cụ thể 구체성 / tính nhất quán 일관성 / tính cẩn thận 조심성 / tính chủ quan 주관성 / tính chân thực 진실성 / tính chu kỳ 주기성 / tính ba dơ 염기성 / tính phổ biến 보편성 / tính bất biến 불변성 / tính xã giao 사교성 / có tính sát khuẩn 살균성의 / có tính cồn 알코올성 / không có tính cồn 비알코올성 / tính an toàn 안전성 / Cacbon có tính phóng xạ 방사성 탄소 / có tính cam chịu 참을성 있다

tính cách 성격 ¶ tính cách của người đó 그 사람의 성격 / tính cách điềm đạm 침착한 성격 / tính cách kỹ lưỡng 꼼꼼한 성격

tính chất -성(性) ¶ tính chất bán đảo 반도성 / tính chất âm dương 음양성 / tính chất bành trướng 팽창성

tính mạng 생명 ¶ sự an toàn về tính mạng và tài sản 생명과 재산의 안전 / anh ấy đã cảm nhận được sự nguy hiểm của tính mạng 그는 생명의 위험을 느꼈다

tính khí 성질 ¶ tính khí hay bực dọc dù là chuyện nhỏ vặt 사소한 일에도 짜증을 잘 내는 성질

tính năng 성능 ¶ tính năng cao 고성능 / bom có tính

năng cao 고성능 폭탄

tính nhất quán 일관성 ¶ không có tính nhất quán 일관성이 없다

tính từ 형용사, 상태동사 #동 hình dung từ

tình bạn 우정

tình báo 1. 스파이, 간첩, 탐정 2. 첩보(하다) ¶ mạng lưới tình báo 첩보망 / hoạt động tình báo 첩보 활동

tình cảm 감정, 정 ¶ có tình cảm 정이 들다 / thể hiện tình cảm 감정을 나타내다 / bị ảnh hưởng bởi tình cảm 감정에 좌우되다 / họ gắn kết với nhau bằng tình cảm ái mộ sâu sắc 그들은 깊은 애모의 정으로 맺어져 있다

tình cảnh 처지 ¶ tình cảnh tội nghiệp 불쌍한 처지

tình cờ 우연하다 ¶ vào một dịp rất ngẫu nhiên 아주 우연한 기회에

tình hình 1. 상황 ¶ tình hình căng thẳng 긴장된 상황 / tình hình nghiêm trọng 심각한 상황 2. 형편 ¶ anh hãy đến bất cứ khi nào vào ngày tình hình cho phép 언제라도 형편이 닿는 날에 오십시오

tình huống 상황 ¶ tình huống nguy hiểm 위험한 상황

tình nghi 혐의(하다), 용의를 두다 ¶ bắt ai đó do tình nghi giết người 아무를 살인 혐의로 체포하다 / kẻ tình nghi đã được thả 용의자는 석방되었다

tình nghĩa 정의(情誼), 우애 ¶ tình nghĩa sâu đậm 깊은 정의 / tình nghĩa anh em 형제의 우애 / tình nghĩa nồng ấm 정의가 두텁다 / anh ấy là người không biết đến tình nghĩa 그는 정의를 모르는 사람이다

tình trạng 상태, 상황 ¶ tình trạng đình đốn 정돈 상태 / rơi vào tình trạng đình đốn 정돈 상태에 빠지다 / anh ấy ở trong tình trạng như đã chết 그는 죽은 거나 마찬가지 상태이다

tình yêu 사랑 ¶ tình yêu mù quáng 눈먼 사랑 / với biểu hiện của tình yêu 사랑의 표시로 / nó đã mù quáng trước tình yêu 그는 사랑에 눈멸었다

tỉnh 1. 성 ¶ tỉnh Vĩnh Long 빙롱성 / tỉnh Gia Lai 얄라

이성 2. 도 ¶ tỉnh Gyeonggi 경기도 / tỉnh Gangwon 강원도

tỉnh thành 성과 시, 도시

tĩnh vật 정물 ¶ tranh tĩnh vật 정물화 / họa sĩ vẽ tranh tĩnh vật 정물화가

to 1. 크다 ¶ chai to 큰 병 / bàn to 큰 탁자 / quá to 너무 크다 / lời to 이문이 크다 2. 크게 ¶ nói to 크게 말하다
#반 nhỏ

to ơi là to 크디크다

to tác 대단하다 ¶ không phải là chuyện gì to tác nên anh hãy an tâm 대단한 일이 아니니 마음놓으십시오

tò mò 호기심이 강한, 알고 싶어하는, 캐기 좋아하는 ¶ tò mò muốn biết 알고 싶다 / tò mò muốn biết cô ấy sẽ tiếp nhận tin đó như thế này 그녀가 그 소식을 어떻게 받아들일지가 궁금하다

tỏ vẻ 표정을 짓다 ¶ tỏ vẻ đau buồn 슬픈 표정을 짓다

tỏ ra -어/아/여 보이다 ¶ to ra buồn bã 슬퍼 보이다

tòa 법정, 법원
#동 tòa án

tòa án 법정, 법원 ¶ thư ký

tòa án 법원 서기 / tranh cãi tại tòa án 법정에서 싸우다

tòa giám mục 대교구청

tòa lâu đài 큰 저택

tòa nhà 건물, 건축물 ¶ toà nhà cao tầng 고층 거물 / tòa nhà bê tông 콘크리트 건물 / toà nhà xây bất hợp pháp 불법 건축물 / tòa nhà khổng lồ 거대한 건물 / tòa nhà kiên cố 견고한 건물 / tòa nhà cao tầng mới xây 새로 지은 고층 건물 / sống trong tòa nhà cao tầng 고층 아파트에 살다 / trong phút chốt tòa nhà đã bùng cháy 건물은 순식간에 타올랐다

tòa soạn báo 신문사

tòa thị chính 시청

tỏa bóng 그늘을 짓다 ¶ cây tỏa bóng 나무가 그늘을 짓다

toán[1] 수학 ¶ bộ đề toán 수학 문제집
#동 toán học

toán[2] 팀, -단 ¶ toán buôn lậu 밀수단

toán học 수학

toàn bộ 1. 전부 ¶ nó đã ăn chặn toàn bộ lợi nhuận 그는 이익을 전부 착복했다 2. 모든, 온 ¶ toàn bộ dân chúng 온 백성 / toàn bộ cơ bắp của thân thể 모든 전신 근육

3. 전 ¶ toàn thân 전신 / toàn bộ tài sản 전 재산 / từ bỏ toàn bộ tài sản 전 재산을 버리다

toàn bộ số tiền 전액 ¶ hoàn trả toàn bộ số tiền 전액 환불

toàn cầu 세계적인, 지구 전체의, 전 세계의, 세계적 규모의;전 세계에 걸친

toàn diện 전면 ¶ sự tấn công toàn diện 전면 공격

toàn năng 전능(하다) ¶ đức Chúa toàn năng 전능의 신

toàn quốc 전국, 전국적, 전국적으로 ¶ đại hội toàn quốc 전국 대회

toàn quyền 전권 ¶ ủy nhiệm toàn quyền 전권을 위임하다

toàn thân 전신 ¶ bơi lội làm cho hầu như toàn bộ cơ bắp của toàn thân vận động 수영은 거의 모든 전신 근육을 움직이게 한다

toàn thể 전체, 전체의, 전체로서, 전체적으로 ¶ hội nghị toàn thể 전체 회의

toàn thiên 전편(全篇)

tóc 머리카락, 머리칼 ¶ tóc thưa 성긴 머리칼

tóc giả 가발 ¶ đội tóc giả 가발을 쓰다

tóc quăn 고수머리

tỏi 마늘

tóm tắt 요약(하다) ¶ bài tóm tắt 요약문 / báo cáo tóm tắt 요약해서 보고하다

tô[1] 큰 사발, 큰 공기

tô[2] 바르다 ¶ tô bằng bai 흙손으로 바르다 / tô xi măng 시멘트를 바르다

tổ (동물, 곤충의) ¶ 집 chim làm tổ 새가 집을 지었다

tổ chức[1] 1. 조직(하다) ¶ tổ chức bạo lực 폭력 조직 / tổ chức của cơ thể 신체 조직 / tổ chức thần kinh 신경 조직 / phá hoại có tổ chức 조직적 파괴 / (sự) cải tổ tổ chức đảng 당직 개편 / tổ chức câu lạc bộ 클럽을 조직하다

2. 기구 ¶ Tổ chức y tế thế giới(WHO) 세계보건기구 / tổ chức quốc tế 국제 기구 / thành lập tổ chức mới 새 기구를 설립하다

tổ chức[2] 1.열다, 개최하다 ¶ tổ chức dạ hội 야회를 개최하다 / tổ chức tiệc tạ ơn

사은회를 개최하다 / triển lãm đó đã được tổ chức với sự bảo trợ của tập đoàn Sunny 그 전람회는 선니 그룹의 후원으로 개최되었다 2. (식을) 올리다 ¶ đã tổ chức lễ khánh thành vào ngày 2 tháng 10 năm 2003 2003 년 10 월 2 일에 낙성식을 올렸다

tổ hợp 조합 ¶ tổ hợp quân sự 군사 조합 / tổ hợp thương mại 판매 조합

tổ quốc 조국 ¶ tổ quốc ta 우리의 조국 / phản bội tổ quốc 조국을 배신하다

tổ tiên 조상

tốc độ 속도 ¶ sự vi phạm về tốc độ 속도 위반 / tốc độ đến mức chóng mặt 어지러운 정도의 속도 / tính tốc độ của ánh sáng 빛의 속도를 계산하다 / cơn gió bất ngờ có tốc độ 50 mét trên giây đang thổi trong bán kính 100km từ tâm bão 태풍의 중심으로부터 반경 100 km 이내에서는 순간풍속 50 미터의 돌풍이 불고 있다

tốc độ cao 고속 ¶ động cơ tốc độ cao 고속기관(機關)

tốc hành 속행(하다), 고속 ¶ xe tốc hành 고속 버스 / xe lửa tốc hành 고속열차 / bến xe tốc hành 고속 터미널

tốc lực 속력 ¶ gia tăng tốc lực 속력을 가하다

tôi 1. 나, 저 ¶ bản thân tôi 나 자신 / người cạnh tôi 내 옆의 사람 / tôi đang đang ăn kiêng 나는 다이어트 중이다 / tôi đau bụng 나는 배가 아프다 / hôm nay chính là sinh nhật của tôi 오늘이 바로 내 생일이다 / tôi thích thức ăn nóng 나는 뜨거운 음식이 좋다 / tôi đã đấu khẩu với anh ta 나는 그와 말다툼했다 / tôi đã bán xe của tôi cho anh ấy 나는 그에게 내 차를 팔았다 / tôi đang ao ước được trở về 내가 돌아가기를 열망하고 있다 / ai đó đã ăn cắp bút máy của tôi 누군가 내 만년필을 훔쳤어 / đừng có định lừa tôi 날 속이려고 하지 마 / tôi đảm bảo đó là sự thật 나는 그것이 사실임을 장담한다 / ngày mai tôi sẽ làm 나는 내일 하겠다 / tôi từng có ý nghĩ sẽ trở thành giáo viên 나는 선생이 될 생각이었다 / tôi đã thuyết phục anh ấy từ bỏ ý nghĩ 저는 그를 설득해서 단념시켰다

2. 우리(sở hữu cách thay cho 나의)¶ ba tôi 우리 아버지 / chồng tôi 우리 남편 / em tôi 우리 동생 / trường tôi 우리 학교 / nhà tôi 우리 집 / anh trai tôi là nhân viên công ty 우리 형은 회사원이다

tối¹ 1. 저녁 ¶ mỗi tối 저녁마다 / ăn tối 저녁 식사 / tối hôm qua 어제 저녁 / vào tối ngày hôm sau 다음 날 저녁에 / tối nay ăn ngoài nhé? 오늘 저녁에 외식을 할까? 2. (식사) 저녁 ¶ ăn tối rồi hãy đi 저녁 먹고 가지 그래

tối² 어둡다 ¶ phòng tối 어두운 방 / làm tối 어둡게 하다 #반 sáng

tối đa 최대 ¶ hạn độ tối đa 최대 한도 / mở âm thanh nổi với âm lượng tối đa 음량을 최대로 하여 스테레오를 켜다 #반 tối thiểu

tối mai 내일 저녁 ¶ tối mai anh đến nhé 내일 저녁에

오세요

tối nay 오늘 저녁 ¶ tối nay đi xem phim nhé? 오늘 저녁에 영화를 보러 갈까?

tối qua 어제 저녁 ¶ tối qua anh đã làm gì? 어제 저녁에 무엇을 했어요?

tối tăm 암흑의, 어둡다 ¶ thời đại tối tăm(Trung Cổ) 암흑시대 / con phố tối tăm 암흑가 / con phố đó vào ban ngày cũng tối tăm 그 거리는 낮에도 어둡다

tối tân 최신 ¶ vũ khí tối tân 최신 무기 / kỹ thuật tối tân 최신의 기술

tối thiểu 최소 ¶ hạn độ tối thiểu 최소 한도
#반 tối đa

tồ tàn 꾀죄죄하다, 너저분하다 ¶ ăn mặc tồi tàn 옷차림이 꾀죄죄하다

tồi 나쁘다 ¶ in tồi 인쇄가 나쁘다 / chất lượng tồi 질이 나쁘다

tồi tệ (많이) 나쁘다 ¶ khu vực an ninh tồi tệ 치안이 나쁜 지역 / giao thông tồi tệ 교통이 나쁘다

tội 죄 ¶ tội cưỡng hiếp 강간죄 / tội tham ô 횡령죄 / tội tham nhũng 증회 죄

(수회죄) / phạm tội 죄를 범하다 / chứng minh vô tội 무죄를 증명하다 / chứng minh phạm tội 범죄를 증명하다 / bị bắt vì tội tham ô 횡령죄로 체포되다 / nhiều người không gây tội vì sợ bị trừng phạt 벌이 무서워서 죄를 짓지 않는 자가 많다

tội lỗi 죄 ¶ gây tội lỗi 죄를 짓다 / anh ấy ân hận về tội lỗi 그는 죄를 후회한다

tội nghiệp 불쌍하다 trẻ mồ côi tội nghiệp 불쌍한 고아 / tình cảnh tội nghiệp 불쌍한 처지 / tội nghiệp thay 불쌍하게도 / thấy tội nghiệp 불쌍히 여기다 / suy nghĩ thấy tội nghiệp 불쌍한 생각이 들다
#동 đáng thương

tội phạm 범인, -범 ¶ tội phạm giết người 살인범 / tội phạm chính trị 정치범 / tội phạm cưỡng hiếp 강간범 / trói tên tội phạm 범인을 결박하다 / kẻ tội phạm giết người đó đã lãnh án tử hình 그 살인범은 사형을 받았다 / đặc xá đối với tội phạm chính trị 정치범에 대하여

특사하다

tôm 새우

tôn giáo 종교 ¶ bầu không khí mang tính tôn giáo 종교적인 분위기 / tìm kiếm sự thanh thản nơi tôn giáo 종교에 안식처를 구하다

tôn thờ 존경하다, 숭배하다

tôn trọng 존중하다 ¶ tôn trọng quyền lợi 권리를 존중하다 / đáng tôn trọng 존중할 만한

tốn 들다 ¶ làm như thế tốn gấp đôi chi phí 그렇게 하면 비용이 배가 든다

tồn tại 존재(하다) ¶ lý do tồn tại 존재 이유 / không tồn tại 존재하지 않다

tổn thất 손실 ¶ tổn thất lớn 큰 손실

tông màu 색상 ¶ son môi tông màu đó bây giờ hết hàng rồi 그 색상의 립스틱은 지금 품절입니다

tống 짜내다, 짜다 ¶ tống tiền 돈을 짜내다

tổng 총-, 계, 합계 ¶ tổng đình công 총파업 / tổng tuyển cử 총선거 / tổng doanh số 총판매액 / tổng chi phí xây mới là 100 tỉ đồng 신축 비용은 총액 천

억 동이 된다

tổng bí thư (베트남, 중국 공산당의) 총서기

tổng cục 총국

tổng doanh số 총판매액 ¶ tôi cần tư liệu về tổng doanh số bán hàng theo tháng của các khu vực từ sau năm 2000 2000년 이후 각 지역의 월별 총판매액 자료가 필요해요

tổng hợp 종합(하다) ¶ có tính tổng hợp 종합적 / đại học tổng hợp 종합 대학 / kế hoạch tổng hợp 종합 계획

tổng giám mục (가톨릭) 대교구

tổng luận 총론 ¶ tổng luận về bệnh lý học 병리학 총론

tổng sản lượng quốc dân 국민 총생산(GNP)

tổng sản phẩm quốc nội 국내 총생산(GDP)

tổng số 합계, 계

tổng thống 대통령 ¶ ứng cử viên tổng thống 대통령 후보 / phó tổng thống 부통령 / (cuộc) bầu cử tổng thống 대통령 선거 / tổng thống đã bày tỏ ý kiến về vấn đề kinh tế 대통령께서는 경제 문제에 관해 소신을 표명하였다

tổng thư ký 사무총장, 총무이사 ¶ tổng thư ký Liên Hiệp Quốc 유엔 사무총장

tổng tuyển cử 총선거

tổng vụ 총무 ¶ ban tổng vụ 총무과 / giám đốc tổng vụ 총무이사

tốt[1] 좋다 ¶ ảnh hưởng tốt 좋은 영향 / cái đã cũ nhưng còn tốt 오래되었지만 좋은 것 / tâm trạng tốt 기분이 좋다 / vận tốt 운이 좋다 / giao thông tốt 교통이 좋다 / cái đó tốt 그것이 좋다 / anh ấy phát âm tốt 그는 발음이 좋다 / chọn ngày tốt 좋은 날을 고르다 / chiếm phần tốt nhất 가장 좋은 몫을 차지하다 / đi nghỉ dưỡng nơi có không khí tốt 공기가 좋은 곳으로 휴양하러 가다 / phòng này không khí lưu thông tốt 이 방은 공기의 유통이 좋다 / anh ấy là người tốt 그는 좋은 사람이다 / khu vực này an ninh tốt 이 지역은 치안이 좋다 / ăn cắp ý tưởng của người khác không tốt đâu 남의 아이디어를 훔치는 것은 좋

지 않다 / **tốt hơn không nên nặn mụn** 여드름은 짜지 않는 것이 좋다
#반 **xấu, kém**

tốt[2] 잘 ¶ **được quản lý tốt** 관리가 잘 되다 / **ăn tốt** 잘 먹다 / **cháy tốt** 잘 타다 / **đang được bảo tồn tốt** 잘 보존되어 있다 / **chiếc xe được bảo dưỡng tốt** 정비가 잘 되어 있는 차 / **động cơ được bảo dưỡng tốt** 엔진은 잘 정비되어 있다 / **đóng tốt vai** 맡은 역을 잘 해내다

tốt bụng 마음씨가 좋다, 마음이 착하다

tốt đẹp 잘 되다, 잘 있다 ¶ **hãy an tâm vì mọi thứ tốt đẹp cả** 잘 있으니 마음놓으십시오 / **công việc đang tiến triển tốt đẹp** 일이 잘 진행되고 있다

tốt hơn 1. 낫다 ¶ **(có) máy điều hòa nhiệt độ sẽ tốt hơn** 에어컨이 더 낫겠어요 / **bất cứ sự giúp đỡ nào cũng tốt hơn không có** 어떤 도움이라도 없는 것보다는 낫다
2. 좋아지다 ¶ **sức khỏe của người đó đang dần tốt hơn** 그 사람의 건강은 차츰 좋아지고 있다

tốt lành 좋다, 낫다 ¶ **tin tức tốt lành** 좋은 소식

tốt nghiệp 졸업(하다) ¶ **bằng tốt nghiệp** 졸업장 / **học lực ở trình độ tốt nghiệp tiểu học** 초등학교 졸업 정도의 학력

tốt nhất 가장 좋다, 제일 좋다

tơ lụa 실크 ¶ **con đường tơ lụa** 실크도로

tớ 나 ¶ **tớ không đi** 나는 안 가

tờ 장 ¶ **một tờ giấy** 종이 한 장

tờ báo 신문지, 신문

tờ giấy 종이 ¶ **ghi vào tờ giấy** 종이에 적다

tờ khai 신고서 ¶ **tờ khai hải quan** 세관 신고서

tới[1] 1. 도착하다 ¶ **tới chưa?** 도착했나?
2. 오다 ¶ **tới đây** 이리 와

tới[2] 다음 ¶ **bắt đầu học từ tuần tới** 다음 주부터 수업이 시작한다

tới lui 드나들다 ¶ **hình ảnh của các con tàu tới lui** 드나드는 배들의 모습

tới nơi 도착하다 ¶ **tới nơi rồi** 도착했습니다

tra (사전을) 찾다 ¶ tra từ điển 사전을 찾다

tra tấn 고문(하다) ¶ tra tấn dưới nước 물고문 / điều ướcc cấm tra tấn 고문 금지 조약 / bị tra tấn 고문을 당하다 / cho tra tấn 고문을 가하다

trà 차 ¶ trà chanh 레몬차 / cà phê hoặc trà 커피나 차

trả 갚다 ¶ trả ơn 은혜를 갚다

trả lời 대답(하다) ¶ hãy trả lời đi 대답해라 / hãy nghe rồi trả lời 듣고 대답하십시요

trả ơn 은혜를 갚다 ¶ trả ơn cha mẹ 부모의 은혜를 갚다 / trả ơn thầy cô 스승의 은혜를 갚다 / không biết phải trả ơn này thế nào nữa 이 은혜를 어찌 갚아야 할지 모르겠습니다

trách nhiệm 책임 ¶ chịu trách nhiệm 책임지다 / làm tròn trách nhiệm 책임을 다하다 / bàn giao trách nhiệm cho người khác 책임을 남에게 넘기다

trai 1. 남자 ¶ bạn trai 남자친구 2. 남 ¶ em trai 남동생 3. 기타 ¶ cháu (nội) trai 손자 / cháu trai 조카(생질)

trái[1] 왼 ¶ phía trái 왼쪽 / bên trái 왼편 / mắt trái 왼눈 / góc đường phía trái 오른쪽 모퉁이 / vặn sang trái 왼쪽으로 틀다 / hãy rẽ trái ở góc đường thứ nhất 첫번째 모퉁이를 왼쪽으로 돌아가세요 #반 phải

trái[2] (과일) 개 ¶ một trái xoài 망고 한 개 / hai trái chuối 바나나 두 개 #동 quả

trái bí 호박 #동 quả bí

trái cây 과일 ¶ bóc vỏ trái cây 과일의 껍질을 벗기다 / bày trái cây ra làn 바구니에 과일을 담다

trái đất 지구 ¶ mặt trăng quay quanh trái đất 달은 지구의 주위를 운행한다 / trái đất tự quay trên một trục 지구는 지축을 중심으로 자전 한다

trái lại 반대로

trái lê 배 #동 quả lê

trái táo 사과 ¶ vỏ trái táo 사과 껍질 #동 quả táo

trải 씌우다 ¶ trải khăn trắng

lên bàn 테이블에 하얀 보자기를 씌우다

trải qua 1. 지내다, 보내다 trải qua trong bất hạnh 불행하게 지내다 / trải qua mà không có biến cố nào 변고 없이 지내다 / trải qua phần lớn cuộc đời ở miền quê 인생의 대부분을 시골에서 보내다 2. 겪다 ¶ trải qua biến động 변동을 겪다 / công nghiệp nặng đã trải qua khó khăn trong lúc khủng hoảng năng lượng 중공업은 에너지 위기 동안 어려움을 겪었다

trại -소, -지, 캠프 ¶ trại tị nạn 피난소 / trại dã ngoại 야영지 / trại an dưỡng 요양소

trạm –소 ¶ trạm cấp cứu 구급소 / trạm xăng dầu 주유소

trạm xá 진료소

trạm xăng dầu 주유소 ¶ ở đây khó tìm trạm xăng dầu 여기는 주유소 찾기가 힘들다

trán 이마

tràn đầy 부풀다 ¶ lòng nàng tràn đầy mong đợi 그녀는 기대에 가슴이 부풀었다 /

Sunny tràn đầy chờ mong được chuyển sang nhà mới 선니가 새집으로 이사하는 기대에 부풀다

trang 페이지 ¶ hai trang 2 페이지 / trang một trăm 100 페이지

trang bị 장비(하다) ¶ được trang bị 장비되다

trang điểm 화장(하다) ¶ phấn trang điểm 화장분

trang nghiêm 엄숙(하다) ¶ không khí nghiêm trang 엄숙한 분위기

trang nhã 우아하다

trang phục 1. 의상, 의복, 옷 ¶ trang phục cô dâu sang trọng 호화로운 신부 의상 2. –복 ¶ trang phục mùa hè 하복 / trang phục mùa đông 동복 / trang phục mùa xuân 춘복 / trang phục dạ hội 야회복

trang thiết bị 장비, 설비

trang trại 농장, 종지, 농원

trang trí 장식(하다), 꾸미다 ¶ (việc) trang trí tường 벽장식

trang trọng 우아하다 ¶ thái độ trang trọng 태도가 우아하다

tráng kiện 건장하다 ¶ thể hình tráng kiện 건장한 체격 / rất tráng kiện 아주 건장하다

tráng miệng 후식, 디저트

trạng thái 상태 ¶ trạng thái chân không 진공 상태 / trạng thái căng thẳng 긴장 상태 / ở vào trạng thái đình đốn 정돈 상태에 있다 / người đó ở trong trạng thái như đã chết 그 사람은 죽은 거나 마찬가지 상태이다

tranh[1] 1. 그림 ¶ như tranh 그림 같다 / nơi đẹp như tranh 그림처럼 아름다운 곳 / treo tranh trên tường 벽에 그림을 걸다 / cô ấy xinh như tranh 그녀는 그림처럼 아름답다 / ai đã vẽ bức tranh đó thế? 그 그림은 누가 그렸어요? 2. –화 ¶ tranh sơn dầu 유화 / tranh tĩnh vật 정물화 / tranh trừu tượng 추상화

tranh[2] 쟁탈하다, 논쟁하다

tranh cãi 언쟁(하다), 논쟁(하다), 쟁의(하다), 싸우다 ¶ sự tranh cãi sôi nổi 활발한 논쟁 / gây ra tranh cãi 쟁의를 일으키다 / hai người đã tranh cãi dữ dội 둘은 심한 언쟁을 했다 / sự tranh cãi giữa họ đã dẫn đến ẩu đả 그들의 언쟁은 싸움으로 번졌다/ tranh cãi tại tòa án 법정에서 싸우다

tranh cử 선거에 나서다

tranh đấu 싸우다 ¶ sự tranh đấu (giữa các) bè phái 파벌 싸움

tranh đoạt 쟁탈(하다)

tranh giành 싸우다, 쟁탈(하다) ¶ cuộc chiến tranh giành 쟁탈전 / sự tranh giành chính quyền 정권의 쟁탈

tranh luận 논쟁(하다) ¶ bắt đầu tranh luận 논쟁을 시작하다

tranh màu nước 수채화

tranh phong cảnh 풍경화

tranh sơn dầu 유화 ¶ họa sĩ vẽ tranh sơn dầu 유화가

tranh sơn thủy 산수화 ¶ họa sĩ vẽ tranh sơn thủy 산수화가

tranh tĩnh vật 정물화 ¶ họa sĩ vẽ tranh tĩnh vật 정물화가

tranh vẽ 그림 #동 tranh

tránh 피하다 ¶ tránh bạn xấu 나쁜 친구를 피하다 / có thể tránh được 피할 수 있다 / không thể tránh được

불가피하다(피할 수 없다)

tránh khỏi 면하다 ¶ tránh khỏi bất hạnh 불행을 면하다

trao tặng 수여(하다) ¶ chính phủ đã trao tặng bằng khen cho cô ấy 정부는 그녀에게 상장을 수여했다

trăm 백 ¶ một trăm 백 / một trăm đô la 일백 달러 / hai trăm 이백 / bản đồ một phần năm trăm 오백분의 일 지도 / lương tháng người đó là hai nghìn năm trăm đô la 그 사람은 월급이 2.500 달러이다

trằn trọc 잠이 안 들다

trăng 달 ¶ ánh trăng 달빛 / trăng sáng như ban ngày 달이 낮같이 밝다 / trăng lên 달이 돋는다
#동 mặt trăng

trắng 1. 백색의 ¶ rượu trắng 백주 / rượu nho trắng 백포도주 / bóng đèn trắng 백열 전구
2. 희다, 하얗다 ¶ bánh mì trắng 흰빵 / tuyết trắng 하얀 눈

trầm hương 침향

trầm trọng 심각하다 vấn đề trầm trọng 심각한 문제

trân châu 진주

trân trọng 정중하다 ¶ một cách trân trọng 정중히

trấn áp 진압(하다) ¶ cảnh sát trấn áp bạo động 폭동 진압 경찰 / trấn áp bạo động 폭동을 진압하다 / trấn áp biểu tình 데모를 진압하다

trần ai 간신히, 힘들게 ¶ đứng lên một cách trần ai 간신히 일어서다

trần gian 세상 ¶ biến mất khỏi trần gian 세상에서 사라지다

trận (경기 시합의) –전 ¶ trận chung kết 결승전 / trận bán kết 준결승전

trận chiến 전진, -전 ¶ trận chiến bao vây 포위전

trận chung kết (경기 시합의) 결승전 ¶ thắng trong trận chung kết 결승전에서 이기다 / thua trong trận chung kết 결승전에서 지다

trận đấu 경기, 시합, 게임 ¶ trận đấu bóng đá 축구 경기 / trận đấu bóng chày 야구경기 / trận đấu bóng chuyền 배구 경기 / bạn sẽ ủng hộ ai trong trận đấu này? 이 게임에서 너는 누구를 응원할 거니?

trận địa 진지 ¶ trận địa kiên cố 견고한 진지 / bao vây trận địa địch 적진을 둘러싸다

trận thi đấu 경기 ¶ trận thi đấu tennis 테니스 경기

trật 빗나가다, 어긋나다 ¶ dự tính trật 예상이 어긋나다

trật tự 질서 ¶ trật tự giao thông 교통 질서 / giữ gìn trật tự 질서를 지키다 / khôi phục trật tự xã hội 사회질서를 회복하다

trật tự từ 어순 ¶ trật từ từ tự do 자유 어순

trâu 물소, 들소

trấu 왕겨 ¶ tách vỏ trấu 왕겨를 분리하다

trầu 구장(蒟醬)
¶ lá trầu 구장 잎

tre 대(나무)
¶ cây tre 대나무

trẻ¹ 1. 젊다 ¶ giới trẻ 젊은이 / thế hệ trẻ 젊은 세대 / một đôi vợ chồng trẻ 한 쌍의 젊은 부부 / người đó lúc còn trẻ ăn chơi lắm 그 사람은 젊었을 때 놀아먹었다

2. 어리다 ¶ mất mẹ lúc còn trẻ 어려서 어머니를 여의다

trẻ² 1. 아이, 애기 ¶ trẻ nhỏ 어린 아이 / chăm sóc trẻ nhỏ 어린애를 돌보다

2. –아 ¶ trẻ mồ côi 고아 / trẻ béo phì 비만아

trẻ con 아이들, 애들

trẻ em 어린이, 베이비 ¶ phấn trẻ em 베이비 파우더 / vai trẻ em 어린이 역

trẻ mồ côi 고아 ¶ viện nuôi trẻ mồ côi 고아원 / trẻ mồ côi tội nghiệp 불쌍한 고아

trẻ sơ sinh 갓난아이 ¶ trẻ sơ sinh được ôm trong lòng mẹ 어머니 품에 안긴 갓난아이

treo 걸다 ¶ treo cờ 기를 걸다 / treo tranh trên tường 벽에 그림을 걸다

treo cổ 목을 매어 죽다

treo giò (스포츠) 시합 금지 (하다)

trèo 기어오르다 ¶ trèo thang 사닥다리를 기어오르다

trét 바르다 ¶ bánh mì trét bơ 버터 바른 빵 / bánh mì trét mức 잼 바른 빵

trễ 늦다 ¶ đã trễ rồi 이미 때가 늦었다 / không trễ 늦지 않다 / trễ học 수업에 늦다

#동 muộn

trên1 1. 위 ¶ lên trên 위로 오르다 / bay trên biển 바다 위를 날다 / đùa giỡn trên cát 모래 위에서 놀다 / trượt trên tuyết 눈 위를 미끄러져 가다 2. 상단 ¶ giường trên 상단 침대 3. (위쪽) 속 ¶ ẩn áu ở trên núi 산 속에서 잠복하다 4. –에 ¶ đứng trên bục giảng 교단에 서다 / treo tranh trên tường 벽에 그림을 걸다 / trên khuôn mặt của anh ấy hiện lên vẻ bối rối 그의 얼굴엔 당황하는 기색이 보였다
#반 dưới

trên² 이상 ¶ độ cao của tháp này là trên một trăm mét 이 탑의 높이는 100 미터이상이다

trên đó 거기 위에, 그 위에

trên hết 무엇보다도, 제일 ¶ an toàn trên hết 안전 제일

trên không 상공 ¶ bay trên không 상공을 날다

trên kia 저 위에, 저기 위에

tri kỷ 막역하다 ¶ bạn tri kỷ 막역한 친구

tri thức 지식 ¶ trình độ tri thức 지적 수준 / kiến thức chuyên môn 전문 지식 / tri thức bách khoa 백과적 지식 / mở rộng tri thức 지식을 넓히다

trí khôn 현명, 지혜, 슬기로움 ¶ trí khôn của con người 인지(人知)

trí thức 지식 ¶ giai cấp trí thức 지식 계급

trí tuệ 지혜, 지능 ¶ trình độ trí tuệ 지능 정도

triển lãm 전람회 ¶ hội trường triển lãm 박람회장 / triển lãm ở đâu? 전람회는 어디입니까? / triển lãm đó đã được tổ chức với sự bảo trợ của tập đoàn Sunny 그 전람회는 선니 그룹의 후원으로 개최되었다

triển vọng 전망(하다), 장래를 내다봄 ¶ triển vọng kinh tế sang năm 내년도의 경제 전망

triết học 철학 ¶ triết học Hy Lạp 그리스 철학

triệu 백만(百萬) ¶ có bất động sản (trị giá) một triệu đô la 백만 달러의 부동산을 갖고 있다 / số tiền thiệt hại đạt tám mươi triệu đồng 손해 금액은 8천만 동에 달한다

triệu chứng 증상 ¶ triệu chứng ngộ độc 중독 증상

trình bày 말하다, 발표하다, 설명하다

trình diễn 상연(하다), 공연(하다) ¶ cấm trình diễn 상연 금지

trình độ 1. 정도 ¶ trình độ trí tuệ 지능 정도 / học lực ở trình độ tốt nghiệp trung học cơ sở 중학교 졸업 정도의 학력 2. 수준 ¶ trình độ kỹ thuật 기술 수준 / trìnhđộ văn hóa 문화 수준 / trình độ giáo dục 교육 수준 / trình độ học vấn 학문적 수준 / trình độ tri thức 지적 수준

trình tự 순서, -순 ¶ sắp xếp theo trình tự niên đại 연대순으로 배열하다

trịnh trọng 정중하다 ¶ sự tiếp đãi trịnh trọng 정중한 대접 / một cách trịnh trọng 정중히

trìu mến 상냥하다, 친절하다 ¶ gọi bằng giọng trìu mến 상냥한 목소리로 부르다

tro 재 ¶ đầy tro 재투성이의

trò 꾀병 ¶ giở trò 꾀병 부리다 / giở trò nghỉ 꾀병 부려서 쉬다

trò chuyện 이야기하다 ¶ họ luân phiên trò chuyện 그들은 번갈이 이야기했다

trọc (산 등이) 헐벗은, 노출된

trói 결박하다 ¶ trói chặt 단단히 결박하다 / bị trói 결박당하다 / trói phía sau 뒷짐 결박하다 / trói phạm nhân 범인을 결박하다

tròn 둥근, 원형의, 둥그스름한.동그란 ¶ ao tròn 둥근 연못 / khuôn mặt tròn 둥근 얼굴 / đĩa tròn 둥근 접시 / mắt tròn 동그란 눈

tròn 둥그렇다, 둥그스름하다, 원형의 ¶ nguyên âm tròn môi 원순모음

trong[1] 맑다 ¶ bầu trời trong xanh 맑고 푸른 하늘

trong[2] 동안 ¶ cô ấy đã bị bắt giữ trong năm ngày 그녀는 5 일동안 구속되었다

trong[3] 1. 안 ¶ đứa trẻ sơ sinh được ôm trong lòng mẹ 어머니 품에 안긴 갓난아이 / ánh nắng vào trong phòng 햇빛이 방 안에 들어오다 / khói dày đặc trong phòng 방안에 연기가 자욱하다 / bạo động đã xảy ra trong nhà tù 교도소 안에서 폭동

이 일어났다 2. 중 ¶ ô xi trong khí quyển 대기 중의 산소

3. –내 ¶ góc trong 내각 / kích thước của góc trong 내각의 크기 / bạo lực trong gia đình 가정내 폭력 / nhiệt độ trong phòng 실내 온도 4. 속 ¶ trong bóng tối 어둠 속에서 / biến mất vào trong bóng tối 어둠 속으로 사라지다 / trong sự hỗn loạn của chiến bại 패전의 혼란 속에서 / sống trong nỗi khổ thế này thà chết đi còn hơn 이런 고통 속에서 사느니 차라리 죽는 편이 낫다

#반 ngoài

trong4 1. (시간) –에 ¶ trong thoáng chốc 삽시간에 / trong tương lai gần 가까운 장래에 / trong phút chốc tòa nhà đã bùng cháy 건물은 순식간에 타올랐다

2. –에 ¶ trong trường hợp bất đắc dĩ 부득이한 경우에는 / trong trường hợp như thế 그런 경우에는 / thắng trong bầu cử 선거에 이기다 / thua trong bầu cử 선거에 지다 / thắng trong

cạnh tranh 경쟁에 이기다 / thua trong cạnh tranh 경쟁에 지다 / luộc trong nồi 솥에 삶다 / trồng cây trong vườn 뜰에 나무를 심다 / ẩn cư trong am 암자에 은거하다 / chìm đắm trong hạnh phúc 행복에 젖다 / chìm đắm trong nỗi buồn 슬픔에 젖다/ không có mảy may một chút ác ý nào trong lời anh ta nói cả 그가 한 말에는 조금도 악의가 없었다 / người đó đang bị giam giữ trong phòng riêng 그 사람은 독방에 감금되있다 / trong học thuyết của ông ấy có mấy điểm bất hợp lý 그의 학설에는 불합리한 점 이 몇 가지 있다 / cỏ rậm rạp trong sân vườn 정원에는 풀이 무성했다 / ngâm lâu quần áo trong nước 옷을 물에 오래 담그 다 / một tinh thần lành mạnh trong một cơ thể khỏe mạnh 건전한 신체에 건전 한 정신이 깃든다

3. –에서 ¶ thời kỳ rối ren trong lịch sử châu Âu 유럽사에서 혼란스러웠던 시기/ gian lận trong cờ bạc

도박에서 협잡하다 / **thắng trong trận chung kết** 결승전에서 이기다 / **thua trong trận chung kết** 결승전에서 지다 / **tranh đấu ác chiến trong bầu cử** 선거에서 악전고투하다 / **cô ấy là người giành giải á hậu trong cuộc thi hoa hậu Pháp năm 2000** 그녀는 2000 년 미스 프랑스 대회에서 차점자였다 / **thí nghiệm trong phòng thí nghiệm** 실험실에서 실험하다 / **nhiệt độ trong bóng râm là 30 độ** 음지에서 온도가 30 도이다 / **trưởng thành trong một môi trường khắc nghiệt** 열악한 환경에서 성장하다 / **bạn sẽ ủng hộ ai trong trận đấu này?** 이 게임에서 너는 누구를 응원할 거니?

trong lành 신선하다 ¶ **không khí trong lành** 신선한 공기

trong lúc 동안 ¶ **công nghiệp nặng đã trải qua khó khăn trong lúc khủng hoảng năng lượng** 중공업은 에너지 위기 동안 어려움을 겪었다

trong máu 혈중 ¶ **nồng độ cồn trong máu** 혈중 알코올

농도

trong nước 국내 ¶ **sản xuất trong nước** 국내 생산 / **bản tin trong nước** 국내 뉴스 / **bảo hộ ngành công nghiệp trong nước** 국내 산업을 보호하다

trong phòng 실내 ¶ **nhiệt độ trong phòng** 실내 온도

trong sạch 깨끗하다

trong số 중에(는) ¶ **trong số đó** 그 중에는 / **trong số họ bao gồm hai nữ** 그들 속에는 여자가 둘 포함되어 있었다

trong vòng 이내 ¶ **trong vòng bán kính 5 dặm** 반경 5 마일 이내에 / **cơn gió bất ngờ có tốc độ 40 mét trên giây đang thổi trong vòng bán kính 100km từ tâm bão** 태풍의 중심으로부터 반경 100 km 이내에서는 순간 풍속 40 미터의 돌풍이 불고 있다

trọng bệnh 중병
#동 병병 병병... 병 나쁨

trọng bệnh 중병
#동 병 나쁨

trọng tài 중재인, 심판자

trọng trách 무거운 책임

trôi 표류하다, 떠돌다 ¶ **mây trôi** 뜬구름 / **trôi xuống sông** 강을 떠내려가다

trỗi dậy 일다 ¶ cơn bão trỗi dậy 폭풍이 일었다

trộm 1. 훔치다, 도둑질하다 ¶ tên trộm 도둑놈 / đồ trộm được 훔친 물건 / trộm đồ của cửa hàng 상점의 물건을 훔치다 / trộm tiền bỏ trốn 돈을 훔쳐 달아나다 / hắn đã trộm tiền của ông lão 그는 노인의 돈을 훔쳤다 / trộm ý tưởng của người khác không tốt đâu 남의 아이디어를 훔치는 것은 좋지 않다 / ai đó đã trộm bút máy của tôi 누군가 내 만년필을 훔쳤어 / đêm qua tên trộm vào trộm tiền đi mất rồi 간밤에 도둑이 들어서 돈을 훔쳐 갔다 2. 도둑 ¶ bắt trộm 도둑을 잡다

trộm cướp 도둑과 강도, 도둑

trốn 숨다, 숨기다 ¶ trốn ở nhà hàng xóm 이웃집에 숨다 / con mèo đang trốn sau cửa 고양이가 문 뒤에 숨어 있다

trộn 섞다, 배합하다 ¶ trộn bằng bai 흙손으로 섞다 / bê tông trộn tại hiện trường 현장 배합 콘크리트

trông 어/아/여 보이다 ¶ trông già trước tuổi 나이보다 늙어 보이다 / ban đầu (anh ấy) trông lạnh lùng nhưng (tôi) mau chóng biết được (anh ấy) là người tử tế 처음에는 냉혹하게 보였지만 곧 친절한 사람임을 알았다

trông mong 기대(하다) ¶ lòng nàng đầy trông mong 그녀는 기대에 가슴이 부풀었다 / Sunny đầy trông mong được chuyển sang nhà mới 선니가 새 집으로 이사하는 기대에 부풀다

trông nom 돌보다

trống[1] 북 ¶ đánh trống 북을 치다

trống[2] 비다 ¶ phòng trống 빈 방 / tắc xi trống 빈 택시

trống[3] 수- ¶ gà trống 수탉 #반 mái

trống vắng 심심하다 ¶ tâm trạng trống vắng 심심한 기분

trồng 심다, 재배(하다), 경작(하다), 짓다 ¶ (việc) trồng nho 포도 재배 / trồng ngô 옥수수를 재배하다 / trồng rẫy 밭을 짓다 / trồng lúa 벼농사를 짓다 / trồng lúa mì 보리 농사를 짓다 /

trồng rau 채소를 짓다 / trồng cây trong vườn 뜰에 나무를 심다

trồng trọt 재배(하다), 경작(하다)

trớ (약간, 조금) 토하다 ¶ bé trớ sữa 애기가 젖을 토하다

trở lại 재-, 다시 ¶ cầm quyền trở lại 재집권하다

trở lên 이상 ¶ một trăm mét trở lên 100 미터 이상 #동 trở xuống

trở nên 1. -어/아/여지다 ¶ trở nên mạnh mẽ 강해지다 / trở nên bất hòa 불화해지다 / trở nên đẹp 예뻐지다 / trở nên béo 뚱뚱해지다 / trở nên xanh xao 창백해지다 / trở nên lười biếng 게을러지다 / trở nên béo phì 비만해지다 / trở nên lạnh 추워지다 / trở nên nóng 더워지다 / vì ăn quá nhiều nên cô ấy đã trở nên béo phì 과식 때문에 그녀는 비만해졌다 / ở độ cao đó không khí trở nên loãng 그 높이에서는 공기가 희박해진다

2. 되다 ¶ trở nên bất tỉnh nhân sự 인사불성이 되다 /

trở nên bê bết máu me 피투성이가 되다

trở ngại 장애 ¶ khắc phục trở ngại 장애를 극복하다

trở thành -이/가 되다 ¶ trở thành cha mẹ 부모가 되다 / trở thành bác sĩ 의사가 되다 / trở thành cố vấn 고문이 되다 / trở thành người què 절름발이가 되다 / trở thành kẻ ăn mày 거지가 되다 / trở thành anh hùng nhân dân 국민적 영웅이 되다 / không phải ai cũng có thể trở thành anh hùng 누구나 다 영웅이 될 수 있는 것은 아니다 / cô ấy đang ao ước trở thành (nữ) diễn viên 그녀는 여배우가 되기를 열망하고 있었다 / tôi từng có ý nghĩ sẽ trở thành luật sư 나는 변호사가 될 생각이었다 / học với ý nghĩ sẽ trở thành giáo viên 선생이 될 생각으로 공부하다

trở về 돌아가다, 돌아오다 ¶ dắt trở về 데리고 돌아가다 / tôi đang ao ước được trở về 내가 돌아가기를 열망하고 있다

trở xuống 이하 ¶ năm mươi mét trở xuống 50 미터 이하

#반 trở lên

trợ lý 조수, 보조자, 보좌인

trợ từ 조사

trời 1. 하늘 ¶ trời âm u 하늘이 흐리다 / đầy sao trên trời 하늘에 별이 총총하다 2. 날, 날씨 ¶ trời trở nên âm u 날이 어둑어둑해진다

trời đất 천지 ¶ (sự) sáng tạo trời đất 천지 창조

trời đất ơi 세상아

trời ơi 아이구

trụ sở 본부, 본영, 본국, 본서

trục 축, 굴대, 축선(軸線);(천문) 지축(地軸)

trùm sò 깍쟁이 ¶ xài tiền như trùm sò 깍쟁이처럼 돈을 쓰다

trung bình 평균(平均), 평균하다 ¶ trung bình năm 연평균 / trung bình tháng 월평균 / trung bình (là) 평균하여 / trên trung bình 평균 이상이다 / dưới trung bình 평균 이하이다 / một ngày làm việc trung bình 8 tiếng 하루 평균 8 시간 일하다 / tuổi thọ trung bình của nước đó là 60 tuổi 그 나라 평균 수명은 60 세이다

trung cổ 중고(中古)

trung đại 중세 ¶ quốc ngữ thời trung đại 중세 국어

trung đoàn 연대

trung đội 중대

Trung Đông 중동

Trung Hoa 중화 ¶ nước Cộng hòa Nhân dân Trung Hoa 중화인민공화국

Trung Hoa Dân Quốc 중화민국

trung học 중학(중학교 및 고등학교 총칭) ¶ tốt nghiệp trung học cơ sở 중학교 졸업 / tốt nghiệp trung học phổ thông 고등학교 졸업

trung học cơ sở 중학교 ¶ Trường trung học cơ sở Gia Lai 잘라이중학교 / học lực ở trình độ tốt nghiệp trung học cơ sở 중학교 졸업 정도의 학력

trung học phổ thông 고등학교¶ Trường trung học phổ thông Bình Minh 빙밍고등학교 / tăng học phí trung học phổ thông ba phần trăm 고교 등록금 3% 인상

Trung Quốc 중국 ¶ người Trung Quốc 중국 사람 / đang du học ở Trung Quốc 중국 유학중에

trung tâm 중심, 중심지 ¶

trung tâm công nghiệp 공업의 중심 / **trung tâm thành phố** 도시의 중심 / **trung tâm của áp thấp** 저기압의 중심 / **trung tâm của biểu tượng** 표상의 중심

trung thực 충실하다 ¶ **một cách trung thực** 충실하게 / **dịch trung thực theo nguyên văn** 원문에 충실하게 번역하다

trung úy 중위

trung ương 중앙 ¶ **đài phát thanh truyền hình trung ương** 중앙 방송국

trúng 1. 중(中) ¶ **bách phát bách trúng** 백발백중(百發百中) 2. 맞히다 ¶ **trúng ngay chính giữa mục tiêu** 과녁 한가운데를 맞히다

trúng cử 당선(하다)

trúng gió 중풍 ¶ **bệnh nhân trúng gió** 중풍 환자 / **bị trúng gió** 중풍에 걸리다 / **chết vì trúng gió** 중풍으로 죽다

truy tặng 추서(하다) ¶ **đã được tuy tặng huân chương lập quốc vào năm 2003** 2003년에 건국훈장이 추서되었다

truyền hình 텔레비전, 방송(하다) ¶ **vô tuyến truyền hình** 무선 방송 / **텔레비전을 보다 xem truyền hình** / **đã xem bản tin 7 giờ qua truyền hình** 텔레비전로 7시 뉴스를 보았다 / **biết tin tức đó thông qua truyền hình** 텔레비전을 통해서 그 소식을 알다 / **nó ghiền truyền hình lắm** 그는 텔레비전에 중독되어 있다

truyền nhiễm 전염 ¶ **bệnh truyền nhiễm** 전염병 / **bệnh viện bệnh truyền nhiễm** 전염병 병원

truyền thống 전통 ¶ **truyền thống tuyệt vời phải được bảo tồn** 훌륭한 전통은 보존되어야 한다 / **chúng tôi đang nỗ lực để bảo tồn nghệ thuật truyền thống** 우리는 전통예능 보존을 위해 노력하고 있다

truyện 이야기 ¶ **truyện ngày xưa** 옛날 이야기

trừ 빼기 ¶ **tám trừ ba là (bằng) năm** 8 빼기 3은 5이다 / **mười trừ bốn là (bằng) sáu** 10 빼기 4는 6이다

trưa 1. 점심 ¶ **ăn trưa** 점심을 먹다 2. 점심 때 ¶ **trưa**

hôm nay 오늘 점심 때 / chúng ta đã gặp nhau vào trưa hôm qua 우리는 어제 점심 때 만났어요

trực 번 ¶ đứng trực 번서다 / vào ca trực 당번이다 / hết ca trực 비번이다

trực thuộc 부속(附屬) 하다 ¶ cơ quan trực thuộc 부속 기관 / cơ sở trực thuộc 부속 시설/ bệnh viện trực thuộc 부속 병원 / bệnh viện trực thuộc Trường đại học Sunny 선 니 대 학 교 부 속병원

trực tiếp 직접 ¶ kinh nghiệm trực tiếp 직접 경험 / tân ngữ trực tiếp 직접 목적어 / có tính trực tiếp 직접적인 / nguyên nhân trực tiếp 직접적인 원인 / ảnh hưởng trực tiếp 직접적인 영향 / một cách trực tiếp 직접적 으로

#반 gián tiếp

trưng bày 전시하다, 진열하 다 ¶ trưng bày sản phẩm 상품을 전시하다

trứng 1. 난자 2. 알 ¶ trứng vịt 오리 알 / trứng gà 달걀(계란) / chim mẹ ấp trứng 어미 새가 알을 까

다(품다)

trứng gà 계란, 달걀 ¶ trứng gà đã được bán hết 달걀은 매진되었다 / bóc trứng gà luộc 삶은 달걀을 까다

trừng phạt 벌(주다) ¶ nhiều người không gây tội vì sợ bị trừng phạt 벌이 무서워서 죄를 짓지 않는 자가 많다

trước[1] 1. (공간) 전 ¶ lưỡi trước 전설 2. 앞 ¶ răng trước 앞니 / bìa trước 앞 표지 / bánh trước 앞바퀴 / như đã nói ở trước 앞서 말한 것과 마찬가지로 / ngã về trước 앞으로 넘어지다 / báo hiệu cho ai đó hãy tiến lên trước 아무에게 앞으로 나아가라고 신호하다 / hễ đứng trước mọi người là cô ấy bẽn lẽn 그녀는 사람들 앞에 나서면 수줍어한다 / cái đó biến mất ngay chính trước mắt tôi 그것이 바로 내 눈 앞에서 사라졌다

trước[2] (시간) 전 ¶ đêm hôm trước 전날 밤 / mấy ngày trước 수일전 / báo trước một tuần 일주일 전에 알리다 / anh ấy đã đi Hàn Quốc 5 năm trước 그는 5년 전에 한국에 갔어요

trước[3] 1. 먼저 ¶ ăn trước 먼저 먹다 / đi trước 먼저 가다 / anh hãy đi trước đi 당신은 먼저 가십시오 / bọn mình đi trước đi 우리가 먼저 가자 / chúng ta hãy đi trước 먼저 갑시다

2. 미리 ¶ báo trước 미리 알리다

3. 이미 ¶ như đã báo trước 이미 알려 드린 바와 같이

trước[4] –부터 ¶ hãy làm việc quan trọng trước 중요한 일부터 먼저 하세요

trước[5] –에 ¶ cây sậy xào xạc trước gió 갈대가 바람에 와스스하다 / người mù quáng trước lòng tham 욕심에 눈먼 사람 / nó đã mù quáng trước tình yêu 그는 사랑에 눈멀었다 / tôi đã cảm động trước lời nói của cô ấy 그녀의 말에 감동했다

trước cửa 문 앞(에)

trước hết 일단, 우선, 먼저

trước khi 1. 전에 ¶ trước khi xuất phát 출발 전에 / khởi hành trước khi mặt trời mọc 해가 뜨기 전에 떠나다

2. -기 전에 ¶ rửa tay trước khi ăn 먹기 전에 손을 씻다

trước kia 전에, 예전

trước mặt 눈 앞에, 눈 앞에서

trước nhất 제일 먼저

trước tiên 우선, 제일 먼저 ¶ trước tiên làm gì đây 우선 무엇을 할까요? / trước tiên hãy bóc giúp vỏ khoai tây 우선 감자 껍질을 까주세요

trường[1] 학교 ¶ trường chuyên 전문 학교 / trường dạy (múa) ba lê 발레 학교 / trường dạy may 재봉 학교 / trường đại học 대학교 / bạn ở trường 학교 친구 / đồng phục trường 교복 / họ đã lánh nạn sang ngôi trường tiểu học gần đó vì lũ lụt 홍수 때문에 그들은 근처 초등학교 건물로 피난했다 mặc đồng phục 유니폼을 입다

trường[2] –장의미장 ¶ trường ngữ nghĩa / trường đua (ngựa) 경마장

trường cao đẳng 3 년제 대학교

trường đại học 대학교 ¶ ký túc xá của trường đại học 대학교의 기숙사 / trường đại học quốc gia 국립 대학

교 / trường đại học dân lập 사립 대학교 / Trường đại học Khoa học Xã hội và Nhân văn 인문-사회과학대학교 / giảng viên của Trường đại học Sunny 선니 대학교 강사 / bệnh viện trực thuộc Trường đại học Sunny 선니 대학교 부속병원 / hiệu trưởng Trường đại học Sunny là giáo sư Nguyễn Thị Tịnh 선니대학교 총장은 응웬티띵 교수입니다

trường đua (ngựa) 경마장

trường học 학교 ¶ xây trường học 학교을 짓다 / thành lập trường học mới 새 학교를 설립하다 / nhà anh ấy xa trường học 그의 잡은 학교에서 멀다

trường hợp 경우 ¶ trường hợp cần thiết 필요할 경우 / trong trường hợp như thế 그런 경우에는 / trong trường hợp bất đắc dĩ 부득이한 경우에는

trường kết nghĩa 자매학교

trường kỳ 장기, 장기간 ¶ có tính trường kỳ 장기적 / một cách trường kỳ 장기적으로

trường mầm non 유치원 ¶ Sunny học tại Trường mầm non Hải Yến 선니가 하이이엔 유치원에 다니다

trường phái -파, -주의 ¶ trường phái bảo thủ 보수파 / trường phái tiến bộ 진보파 / trường phái trừu tượng 추상파 / trường phái ấn tượng 인상주의

trường phái ấn tượng 인상주의 ¶ người theo trường phái ấn tượng 인상주의자

trường phái bảo thủ 보수파 ¶ người theo trường phái bảo thủ 보수주의자

trường phái trừu tượng 추상파 ¶ họa sĩ trường phái trừu tượng 추상파 화가

trường tiểu học 초등학교 ¶Trường tiểu học Sunny 선희초등학교

trường trung học chuyên nghiệp 2년제 대학교

trường trung học cơ sở 중학교 ¶ Trường trung học cơ sở Bình Minh 빙밍중학교

trường trung học phổ thông ¶ 고등학교 Trường

trung học phổ thông Gia Lai 잘라이고등학교

-trưởng –장 ¶ hiệu trưởng 교장 / thuyền trưởng 선장 / trưởng chi nhánh 지점장 / trưởng ban 반장 / trưởng nhóm 팀장 / đội trưởng 팀장 / trưởng ban biên tập 편집장 / bộ trưởng 장관 / Bộ trưởng Bộ quốc phòng 국방부 장관 / Bộ trưởng Bộ ngoại giao 외교부 장관

trưởng đoàn 단장 ¶ đón trưởng đoàn ở ga 역에서 단장을 마중하다

trưởng khoa 학과장, 과장

trưởng nam 장남

trưởng nữ 장녀

trưởng phòng 과장 ¶ cãi vã với trưởng phòng 과장하고 싸웠다 / tiễn trưởng phòng ở sân bay 공항에서 과장을 배웅하다

trưởng thành 성장하다 ¶ trưởng thành trong một môi trường khắc nghiệt 열악한 환경에서 성장하다

trưởng thôn 촌장

trượt 1. 미끄러져 내려가다, 미끄러져 들어가다 ¶ trượt trên tuyết 눈 위를 미끄러져 가다 2. (시험에) 떨어지다

¶ thi trượt 시험에 떨어지다

trượt băng 아이스 스케이트

trượt tuyết 스키, 스키를 타다

trừu tượng 추상 ¶ trường phái trừu tượng 추상파 / tranh trừu tượng 추상화 / có tính trừu tượng 추상적

tu viện 수도원 ¶ nữ tu viện 수녀원

tù 감옥, 교도소 ¶ bạo động đã xảy ra trong tù 교도소 안에서 폭동이 일어났다

tù binh 포로 ¶ thả tù binh 포로를 석방하다

tù nhân 죄수; (유치장에) 구류된 사람, 형사 피고인

tủ -장(欌) ¶ tủ Âu phục 양복장

tủ lạnh 냉장고

tua vít (나사못을 돌리는) 드라이버

tuân thủ 준수(하다), 지키다 ¶ sự tuân thủ pháp luật 법률의 준수 / tuân thủ quy luật 규율을 지키다 / mệnh lệnh phải được tuân thủ nghiêm chỉnh 명령은 엄중히 지켜지지 않으면 안 된다

tuấn mã 준마(駿馬)

tuấn tú 준수하다 ¶ chàng trai tuấn tú 준수한 젊은이

tuần 주, 주일 ¶ bắt đầu từ tuần sau 다음 주부터 시작

한다 / báo trước một tuần 일주일 전에 알리다

tuần hành 행진(하다) ¶ tuần hành biểu tình 데모 행진

tuần lễ 주, 주일, 주간 ¶ tuần lễ an toàn giao thông 교통안전 주간

tuần này 금주, 이번 주일¶ các sự kiện chủ yếu của tuần này 금주의 주요한 행사

tuần qua 지난 주

tuần rồi 지난 주

tuần san 주간지

tuần sau 다음 주

tuần tới 다음 주

tuần trước 지난 주

tục 풍속, 풍습

tục danh 속명

  #동 tên thường gọi

tục ngữ 속담

túi[1] 주머니 ¶ túi cát 모래주머니 / lấy thư từ túi ra 주머니에서 편지를 내다 / bỏ bàn tay vào túi 손을 주머니에 넣다

túi[2] 가방 ¶ xách túi 가방을 들다

túi xách 핸드백, 가방 túi xách tông màu đó bây giờ hết hàng rồi 그 색상의 가방은 지금 품절입니다

tùng 솔,송나무

tuốc nơ vít (나사못을 돌리는) 드라이버

tuổi 1. 나이, 연령 ¶ tuổi nghỉ hưu 퇴직 연령 / trông già trước tuổi 나이보다 늙어 보이다 2. (한글 수사) 살 ¶ một tuổi 한 살 / hai mươi tuổi 스무 살 3. (한자어 수사) 세 ¶ sáu mươi tuổi 60 세 / bảy mươi ba tuổi 73 세

tuổi tác 나이 ¶ bất kể tuổi tác, giới tính 나이, 성별에 관계 없이

tuổi thọ 수명 ¶ tuổi thọ bình quân 평균 수명

tuy nhiên 그렇지만, 하지만, 그러나

tùy theo -에 따라 ¶ tùy theo tình hình 상황에 따라

tùy thân 소지(하다) ¶ đồ tùy thân 소지품

tùy tiện 함부로, 마음대로 ¶ làm tùy tiện 함부로 하다 / vứt tàn thuốc lá tùy tiện 담배 꽁초를 함부로 버리다

tùy tình hình 사정에 따라, 상황에 따라

tủy (해부) 골수, 뼈골

tủy xương (해부) 뼈골

tuyên án 선고(하다) ¶ bị tuyên án -의 선고를 받다 /

tuyên án đối với (ai đó)
...에게 형을 선고하다

tuyên ngôn 선언(하다) ¶
bản tuyên ngôn 선언서 /
bản tuyên ngôn độc lập
독립선언서

tuyên truyền 선전(하다) ¶
áp phích tuyên truyền 선전
포스터 / tuyên truyền bằng
phích 포스터로 선전하다

tuyển cử 선거(選擧)하다 ¶
tổng tuyển cử 총선거

tuyển dụng 채용(하다) ¶
buổi thuyết trình tuyển dụng
채용 설명회 / buổi thuyết
trình tuyển dụng của tập
đoàn Sunny 선니 그룹의
채용 설명회

tuyết 눈 ¶ bão tuyết 폭풍설
/ tuyết trắng 하얀 눈 / trượt
trên tuyết 눈 위를 미끄러져
가다

Tuyết Nhạc sơn
(Seoraksan) 설악산

tuyệt đối 절대 ¶ tuyệt đối
cấm chơi game 오락게임
절대금지

tuyệt vời 훌륭하다 ¶ người
có đức tính tuyệt vời 품성이
훌륭한 사람 / truyền thống
tuyệt vời phải được bảo tồn
훌륭한 전통은 보존되어야

한다

tư 사(四) ¶ một phần tư 4 분의
1 / thứ tư 수요일

tư bản 자본 ¶ chủ nghĩa tư
bản 자본주의 / tư bản bất
biến 불변 자본

tư cách 자격 ¶ tư cách của
bố 아버지로서의 자격 / tư
cách cư trú 거주 자격

tư lệnh 사령관

tư liệu 자료 ¶ tôi cần tư liệu
về tổng doanh số bán hàng
theo tháng của các khu vực
từ sau năm 2000 2000 년
이후 각 지역의 월별 총판
매액 자료가 필요해요

tư pháp 법무 ¶ Bộ tư pháp
법무부 / Bộ trưởng Bộ tư
pháp 법무부 장관

tư thế 자세 ¶ tư thế bất động
부동 자세 / với tư thế bất
động 부동 자세를 취하다

tư tưởng 1. 사상 ¶ nhà tư
tưởng 사상가 2. 주의 ¶ tư
tưởng Âu hóa 서구화주의 /
người theo tư tưởng Âu hóa
서구화주의자

tư vấn 자문(하다) ¶ cơ quan
tư vấn 자문 기관 / ủy ban
tư vấn 자문 위원회

tứ 사(四)

tứ chi 사지

tứ giác 사각 ¶ hình tứ giác 사각형

từ[1] 1. 단어, 낱말 ¶ từ này phát âm thế nào? 이 단어는 어떻게 발음합니까? 2. –어 ¶ từ đơn 단일어 / từ phức 복합어 / từ phái sinh 파생어 / từ kết hợp 합성어 / từ hai âm tiết 이음절어 / từ chuyên môn 전문어 / từ tượng trưng 상징어 3. –사 ¶ danh từ 명사 / đại từ 대병사 / số từ 수사 / động từ 동사(동작동사) / tính từ 형용사(상태동사) / phó từ 부사 / định từ 관형사 / trợ từ 조사 / từ cảm thán 감탄사 / từ chỉ định 지정사 / từ hạn định 한정사 4. 말 ¶ từ đơn âm tiết 단음절의 말

từ[2] -에서, -에서부터 ¶ từ quan điểm bảo vệ thiên nhiên 자연 보호의 관점에서 / lấy từ bao ra 자루에서 꺼내다 / móc thư từ túi ra 주머니에서 편지를 꺼내다 / táo rụng từ cây 사과가 나무에서 떨어졌다 / đọc từ đâu? 어디서부터 읽어요? / bốc dỡ hàng hóa từ tàu bè에서 화물을 부리다

từ[3] –부터 ¶ từ bao giờ 언제부터 / từ đầu 처음부터 / từ đầu đến cuối 처음부터 끝까지 / phải bắt đầu lại từ đầu 처음부터 다시 시작해야 합니다 / bắt đầu bãi khóa từ thứ hai tuần sau 다음 주 월요일부터 휴학이 시작한다

từ[4] 자기 ¶ băng từ 자기 테이프

từ bỏ 1. 포기하다, 그만두다 ¶ từ bỏ quyền lợi 권리를 포기하다 / từ bỏ kế hoạch 계획을 포기하다 / từ bỏ địa vị 지위를 포기하다 / từ bỏ việc học 공부를 그만두다 / từ bỏ việc sáng tác 창작을 그만두다 / từ bỏ rượu chè 술을 그만두다 2. 버리다 ¶ từ bỏ toàn bộ tài sản 전 재산을 버리다 3. 단념하다 từ bỏ ý nghĩ vào đại học 대학 진학을 단념하다 ¶ cô ấy đã từ bỏ ý nghĩ thành công 그녀는 성공을 단념했다 / tôi đã thuyết phục anh ấy từ bỏ ý nghĩ 저는 그를 설득해서 단념시켰다

từ chỉ định 지정사
từ chối 거절하다, 거부하다

¶ **từ** chối yêu cầu 요구를 거부하다

từ đầu chí cuối 자초지종 ¶ báo cáo từ đầu chí cuối 자초지종을 보고하다

từ điển 사전 ¶ từ điển Việt-Hàn 베-한 사전 / từ điển Hàn-Việt 한-베 사전 / từ điển phát âm 발음 사전 / từ điển bách khoa 백과 사전 / một cuốn từ điển 사전 한 권 / tri thức (có tính) từ điển bách khoa 백과 사전적 지식 / tra từ điển 사전을 찾다 / đã tra trong từ điển 사전에서 찾아 보았다

từ đơn 단일어

từ hợp thành 합성어

từ huynh 자형

từ kết hợp 합성어

từ nhiệm 사임(하다) ¶ (sự) bày tỏ ý từ nhiệm 사의(辭意) 표명

từ phái sinh 파생어

từ phức 복합어

từ thiện 자선 ¶ đoàn thể từ thiện 자선 단체 / bệnh viện từ thiện 자선병원

từ trần 돌아가시다, 죽다

từ từ 서서히

từ vựng 어휘

từ xa 원격, 멀리서 ¶ điều khiển từ xa 원격 조종 / bao vây từ xa 멀리서 둘러싸다

tử cung 자궁 ¶ có thai ngoài tử cung 자궁 외 임신

tử hình 사형 ¶ tử hình phải được loại bỏ 사형은 폐지되어야한다 / kẻ tội phạm giết người đó đã lãnh án tử hình 그 살인범은 사형을 받았다 / tử hình được giảm án thành chung thân 사형이 종신형으로 감안되었다

tử tế 친절하다 ¶ người tử tế 친절한 사람

tử thi 시체, 시신 ¶ quyết định giải phẫu tử thi 시체를 해부하기로 하다

tử vong 사망(하다) ¶ tỉ lệ tử vong 사망률

tự[1] 1. 자기 ¶ tự giới thiệu 자기 소개 / bản thảo tự viết 자필 원고 / tự bào chữa 자기 변호하다 / có bản năng tự bảo tồn 자기 보존의 본능을 갖다

2. 스스로 ¶ tự bản thân 자기 스스로

tự[2] 자 #동 tên tự

tự chủ 자주 ¶ quyền tự chủ 자주권 / quốc gia tự chủ 자주국 / có tính tự chủ

자주적

tự do 자유 ¶ dạng tự do
자유형 / sự tự do cư trú
거주의 자유 / sự tự do của
lương tâm 양심의 자유 /
trật tự từ tự do 자유 어순 /
vận động viên bơi tự do
자유형 수영 선수 / chiến sĩ
của tự do 자유의 전사 / ở
trong bầu không khí tự do
자유로운 분위기 속에서 /
Hiệp định thương mại tự do
Bắc Mỹ 북아메리카 자유
무역 협정 / áp bức sự tự do
ngôn luận 언론의 자유를
압박하다 / họ đang ao ước
được tự do 그들은 자유를
갈망하고 있다 / hiến pháp
bảo đảm sự tự do ngôn luận
헌법은 언론의 자유를 보장
하고 있다

tự động 자동 ¶ cửa tự động
자동문 / thang máy (dạng)
tự động 자동식 엘리베이터
/ máy bay tự động điều
khiển 자동 조종 비행기

tự hào 자랑(하다) ¶ niềm tự
hào 자랑거리 / một cách tự
hào 자랑스럽게

tự nhiên 자연 ¶ hiện tượng
tự nhiên 자연 현상 / cảnh
quan tự nhiên 자연 경관 /

tự nhiên và nhân tạo 자연과
인공 / ân huệ của giới tự
nhiên 자연의 은혜

tự quản 스스로 관리하다

tự sát 자살(하다) ¶ mưu tính
tự sát 자살을 기도하다

tự thú 자수(하다) ¶ người đó
đã tự thú với cảnh sát 그
사람은 경찰에 자수했다

tự trị 자치 ¶ bộ hành chính
tự trị 행정자치부

tự tử 자살(하다)
#동 tự sát

tức giận 화를 내다

từng1 1. -(으)ㄴ 적이 있다 ¶
tôi từng đi Sài Gòn 사이공
에 간 적이 있다 2. 이었다/
였다 ¶ tôi từng có ý nghĩ sẽ
trở thành bác sĩ 나는
의사가 될 생각이었다 / học
với ý nghĩ sẽ trở thành giáo
viên 선생이 될 생각으로 공
부하다

từng² 씩 từng chút 조금씩

từng mãnh 산산이 ¶ vỡ
thành từng mãnh 산산이
깨졌다 / đập đĩa vỡ thành
từng mãnh 접시를 산산이
부수다

từng người 각자, 사람마다
¶ phân công công việc cho
từng người 각자에게 작업

을 할당하다

tươi 생- ¶ cà rốt tươi 생당근 / cao su tươi 생고무

tươi cười 잘 웃다 ¶ khuôn mặt tươi cười 잘 웃는 얼굴

tương 1. 된장 ¶ món canh tương 된장찌개
2. -장 ¶ tương ớt 고추장

tương đối 상당하다 ¶ số tiền tương đối lớn 상당한 금액

tương đương 1. 상당하다 ¶ một đô la tính ra tiền Hàn Quốc tương tương 950 won 1 달러는 한국 돈으로 치면 약 950 원에 상당한다 / một đô la tính ra tiền Việt Nam tương tương 16,000 đồng 1 달러는 베트남 돈으로 치면 약 16.000 동에 상당한다 2. 비슷하다 ¶ độ dài đều tương đương nhau cả 길이
는 모두 비슷하다

tương lai 장래, 미래, 앞날 ¶ thì tương lai 미래 시제 / trong tương lai gần 가까운 장래에 / bi quan về tương lai 앞날을 비관하다 / tương lai của anh ấy được bảo đảm 그의 장래는 보장 되어 있다

tương quan 상관 ¶ tính tương quan 상관성 / mối quan hệ tương quan 상관 관계

tương tự 1. 비슷하다 ¶ hình dạng tương tự nhau cả 모양은 모두 비슷비슷하다
2. 유사하다 ¶ ví dụ tương tự 유사한 예

tướng 장군 ¶ tướng hai sao 별이 둘인 장군

tướng quân 장군

tường 벽 ¶ báo tường 벽신문 / đồng hồ treo tường 벽시계 / (việc) trang trí tường 벽장식 / treo tranh trên tường 벽에 그림을 걸다

tường rào 1. 담 ¶ bao bọc bằng tường rào 담으로 둘러싸다 2. 벽 ¶ nâng cao tường rào bảo hộ mậu dịch 보호무역주의의 벽을 높이다

tượng 상, 조각상, 소상 ¶ tượng điêu khắc 조각상

tượng trưng 상징(하다) ¶ từ tượng trưng 상징어 / có tính tượng trưng 상징적

tửu quán 술집 ¶ lui tới tửu quán 술집에 드나들다

TV 텔레비전 ¶ ghiền TV 텔레비전에 중독되다 / nó

ghiền TV lắm 그는 텔레비전에 중독되어 있다

tỷ lệ 비율, -율(率)

tỷ số (경기, 시합의) 득점(得點) 총득점, 득점 기록, 스코어 ¶ ghi tỉ số 득점을 기록하다 / thắng với tỉ số 3-2 3 대 2로 이기다

tỷ trọng 비중 ¶ bảng tỷ trọng 비중표

U u

u (nguyên âm) Chữ thứ hai mươi lăm trong bảng chữ cái tiếng Việt

u tối 암흑 ¶ con phố u tối 암흑가 / thời đại u tối(Trung Cổ) 암흑시대

ủ 절이다

Úc 호주 ¶ người Úc 호주 사람 / đang du học ở Úc 호주 유학중에

Úc châu 대양주(大洋洲), 오세니아(Oceania)
 #동 châu Úc, châu Đại Dương

ủi 다림질하다 ¶ ủi bằng bàn ủi 다리미로 다림질하다
 #동 là

um tùm 우거지다 ¶ cây cỏ um tùm 초목이 우거지다

ung thư 암 ¶ bác sĩ chuyên khoa về ung thư 암 전문 의사 / chữa ung thư 암을 고치다

ung thư gan 간암

ung thư phổi 폐암

ung thư vú 유방암

ủng 장화 ¶ ủng nhựa 고무 장화

ủng hộ 1. 옹호(하다) ¶ người ủng hộ 옹호자 / ủng hộ chính sách 정책을 옹호하다 2. 응원(하다) ¶ bài hát ủng hộ 응원가 / cờ ủng hộ 응원기 / nhóm ủng hộ 응원단 / bạn sẽ ủng hộ ai trong trận đấu này? 이 게임에서 너는 누구를 응원할 거니?

uôn (Won) 원 ¶ chín nghìn Uôn một bó 한 다발에 9천 원 / cái bàn này bán sỉ 60.000 Uôn 이 책상은 도매로 6 만 원이다 / có bất động sản (trị giá) một tỉ Uôn 십억 원의 부동산을 갖고 있다 / một đô la tính ra tiền Hàn Quốc tương tương 950 Uôn 1 달러는 한국 돈으로 치면 약 950 원에 상당한다

uống 1. 마시다 ¶ ăn uống 먹고 마시다 / ăn uống điều độ 규칙적으로 식사하다 / thỉnh thoảng uống rượu

술을 가끔 마시다 / uống tí xíu rượu 술을 조금 마시다 2. 먹다 ¶ uống thuốc cảm 감기약을 먹다

USB USB 메모리 스틱, 이동식 디스크 ¶ cổng USB USB 포트
#동 đĩa cứng di động

út 1. 막내 ¶ em út 막내 동생 / em trai út 막내 남동생 / em gái út 막내 여동생 2. 새끼 (손가락, 발가락) ¶ ngón chân út 새끼발가락 / ngón tay út 새끼손가락 / móng chân út 새끼발톱 / móng tay út 새끼손톱

uy tín 위신, 신망 ¶ mất uy tín 위시의 상실 / nâng cao uy tín 신망을 높이다

ủy ban 위원회 ¶ Ủy ban ân xá quốc tế 국제 사면 위원회 / ủy ban thành lập 설립 위원회 / ủy ban tư vấn 자문 위원회

ủy ban nhân dân 인민위원회 ¶ chủ tịch ủy ban nhân dân 인민위원장

ủy nhiệm 위임(하다) ¶ ủy nhiệm toàn quyền 전권을 위임하다

uỷ quyền 권위를 부여하다, 권한을 부여하다, 위임하다 ¶ giấy ủy quyền 위임장 / bộ trưởng ủy quyền cho ông ấy làm điều đó 장관은 그에게 그것을 행할 권한을 부여했다

uyên bác 박학(博學)하다, 박식(博識)하다 ¶ người uyên bác 박학(다식)한사람 / ông ấy uyên bác lắm 그는 박학하다 / ông ấy làm ra vẻ uyên bác 그는 박학한 체한다

uýt-ki 위스키 ¶ pha nước vào uýt-ki 위스키에 물을 타다 / tôi thích uống uýt-ki 나는 위스키 마시기를 좋아하다

Uu

Ư ư

ư (nguyên âm) Chữ thứ hai mươi sáu trong bảng chữ cái tiếng Việt

ưa 좋아하다 ¶ ưa ăn kimchi 김치 먹기를 좋아하다 #동 thích

ưng 마음에 들다 #동 ưng ý

ưng thuận 동의하다, 일치하다

ưng ý 마음에 들다 ¶ tôi ưng ý căn nhà này 이 집이 마음에 듭니다

ứng (돈, 봉급을) 먼저 내다, 받다 ¶ ứng tiền trước 돈을 먼저 내다 / ứng lương 봉급을 먼저 받다

ứng cử viên 후보자, 후보 ¶ ứng cử viên tổng thống 대통령 후보 / danh sách ứng cử viên 후보자 명부 / sự chỉ định ứng cử viên 후보자 지명 / công bố lai lịch ứng cử viên 후보자 경력 공보 / hỗ trợ cho ứng cử viên 후보자를 지원하다 / ngăn ngừa nạn loạn ứng cử viên 후보자의 난립을 방지하다

ứng dụng 1. 응용(應用)하다 ¶ ngôn ngữ học ứng dụng 응용언어학 / ứng dụng công thức 공식을 응용하다 / ứng dụng khoa học vào công nghiệp 과학을 산업에 응용하다 / ứng dụng khoa học vào thực tế 과학을 실지에 응용하다 2. 적용하다 ¶ ứng dụng sai 잘못 적용하다 / có thể ứng dụng được 적용할 수 있다 3. 실용화하다 ¶ ứng dụng phát minh 발명을 실용화하다

ước mơ 꿈 ¶ ước mơ của bạn là gì? 꿈이 뭐예요?

ước tính 계산(하다) ¶ số lượng ước tính 계산 수량 / giá ước tính 계산 가격 / theo ước tính của tôi 나의 계산으로는 / ước tính chi phí sửa chữa 수리비를 계산하다 / ước tính chi phí

비용을 계산하다

ướm (신을) 신어보다 ¶ ướm thử giày 신을 신어보다

ướt 젖다 ¶ quần áo ướt 젖은 옷 / vắt khăn ướt 젖은 수건을 짜다

ưu đãi 우대(하다) ¶ quyền ưu đãi 우대권 / được ưu đãi 우대받다

ưu điểm 장점 ¶ 장점과 단점 / sự nhẫn nại là ưu điểm của cô ấy 인내가 그녀

의 장점이다

ưu thế 우세(하다) ¶ chiếm ưu thế 우세를 차지하다 / thể hiện ưu thế 우세를 보이다 / có ưu thế về chất lượng 질에 있어서 우세 하다

ưu tiên 우선 ¶ quyền ưu tiên 우선권 / thứ tự ưu tiên 우선 순위 / danh sách ưu tiên 우선 명부 / vấn đề ưu tiên 우선 사항

V v

v (phụ âm) Chữ thứ hai mươi bảy trong bảng chữ cái tiếng Việt(đọc là "vê" hoặc "vờ" khi đánh vần)

và -와/과, 하고, -(이)랑 ¶ bài hát và điệu múa 노래와 춤 / chú rể và cô dâu 신랑과 신부 / bán sỉ và bán lẻ 도매와 소매 / hợp chất giữa Hyđrô và Cacbon 수소와 탄소의 화합물 / sự an toàn về sinh mạng và tài sản 생명과 재산의 안전 / (chính sách) cà rốt và cây gậy 당근과 채찍(회유와 위협)

vả lại 게다가

vách 벽처럼 생긴 것

vách đá 낭떠러지, 벼랑, 절벽

vạch trần 파헤치다 ¶ vạch trần âm mưu 음모를파헤치다

vạch xuất phát 출발점 ¶ họ đã đứng vào vạch xuất phát 그들은 출발점에 섰다

vai[1] 어깨 ¶ xương vai 어깨뼈 / được xoa bóp vai 어깨에 안마를 받다

vai[2] (연극, 영화의) 역 ¶ vai chị Dậu 저우 언니 역 / vai trẻ em 어린이 역 / vai phù hợp 알맞은 역 / đóng vai ...의 역을 하다 / đảm nhận vai 역을 맡기다 / đóng tốt vai đảm nhận 맡은 역을 잘 해내다 / một người đóng hai vai 1인 2역을 하다

vai trò 1. 역할, 노릇 ¶ một loại vai trò nào đó 모종의 역할 / đảm nhận vai trò bà đỡ 산파 노릇을 맡다 / đóng vai trò chính 주요한 역할을 하다 2. –역 ¶ vai trò bổ sung 보충역

Vanađi 바나듐

vài 몇몇

vải[1] 리치 ¶ cây vải 리치나무

vải[2] 옷감, 천, -감 ¶ vải may Âu phục 양복감 / vải cao cấp 고급천 / bìa vải 천 표지 / tã vải 천 기저귀 / vải dày 두꺼운 옷감 / vải

mỏng 얇은 옷감 / vải
không bay màu 색이 날지
않는 천 / mua vải 천을 사
다 / dệt vải 천을 짜다

ván[1] 판, 판자

ván[2] (탁구, 테니스) 세트

vãn hồi 회복하다 ¶ vãn hồi
trật tự xã hội 사회질서를
회복하다

vạn 만(萬) ¶ Vạn lý trường
thành 만리장성

vạn năng 만능 ¶ công cụ
vạn năng 만능 공구

vang (소리가) 울리다 ¶ tiếng
vang lên 소리가 울리다

vang 포도주, 과실주
#동 rượu vang

vàng[1] 금, 황금 ¶ vàng
nguyên chất 순금 / bịt răng
vàng 이에 금을 씌우다 /
thời gian là vàng 시간은
금이다 / anh ấy đã ví mỹ
đức với vàng 그는 미덕을
황금에 비유했다

vàng[2] 노랑, 황색의, 노랗다
¶ bướm vàng 노랑나비 /
màu vàng 노란색

vào[1] 들다, 들어오다, 들어
가다, 진출하다 ¶ hít vào
숨을 들이쉬다 / vào bán kết
준결승에 진출하다 / cát vào
mắt 눈에 모래가 들어가다

/ nắng vào trong phòng 햇
빛이 방 안에 들어오다 /
đêm qua tên trộm vào ăn
cắp tiền mất rồi 간밤에 도둑
이 들어서 돈을 훔쳐 갔다

vào[2] 1. (시간) –에 ¶ vào lúc
bình minh 여명에 / vào thời
ấy 그 당시에는 / vào ban
ngày 낮에 / vào ban đêm
밤에, 밤중에 / chính vào lúc
đó 바로 그때에 / vào một
ngày gần đây 가까운 날에
/ vào thời gian dự định
예정한 시간에 / vào một dịp
rất ngẫu nhiên 아주 우연한
기회에 / vào ban đêm ban
hôm thế này 이렇게 늦은
밤에 / cà phê uống vào lúc
sáng sớm 아침에 마시는
커피 / nơi này vào mùa
đông cũng ấm áp 이곳은 겨
울에도 온난하다 / anh hãy
đến bất cứ khi nào vào ngày
tình hình cho phép 언제라도
형편이 닿는 날에 오십시오
2. (공간) –에 ¶ ôm vào lòng
품에 안다 / bỏ bàn tay vào
túi 손을 주머니에 넣다 /
thu âm vào băng 테이프에
녹음하다 / biến mất vào
trong bóng tối 어둠 속으로
사라지다 / xin đừng bỏ giấy

vào bồn cầu 변기에 휴지를 넣지 마세요 / tất cả dữ liệu được ghi vào băng lưu vào thiết bị nhớ 모든 데이터는 테이프에 기록되어 기억장치에 저장된다 / ngâm bàn chân vào nước nóng 더운 물에 발을 담그다 / họ đã đứng vào vạch xuất phát 그들은 출발점에 섰다 3. (기타) –에 ¶ áp dụng lý luận vào thực tế 이론을 실지에 적용하다 / ứng dụng khoa học vào công nghiệp 과학을 산업에 응용하다 / ứng dụng khoa học vào thực tế 과학을 실지에 응용하다 / can thiệp vào bầu cử 선거에 간섭하다

vào cổng 입장(하다) ¶ số khách vào cổng ngày đầu tiên mở cửa 개관 첫날의 입장객 수

vào học 진학(하다) ¶ từ bỏ ý nghĩ vào học đại học 대학 진학을 단념하다

vay 1. 빌리다, 꾸다 ¶ vay tiền 돈을 빌리다 / vay mười nghìn Won 만 원을 꾸다 / bất đắc dĩ nên anh ấy đành vay tiền có lãi 부득이해서 그는 이잣 돈을 빌

렸다 2. 차입(하다) ¶ vốn vay 차입 자본

váy 치마 ¶ mặc váy 치마를 입다 / cởi váy 치마를 벗다

văn bản 문서 ¶ văn bản giả 가짜 문서 / văn bản đầu hàng 항복 문서 / báo cáo bằng văn bản 문서에 의한 보고

văn hào (유명한) 작가

văn hóa 문화 ¶ trình độ văn hóa 문화 수준 / di sản văn hóa 문화 유산 tài sản văn hóa vô hình 무형 문화재 / văn hóa Việt Nam 베트남 문화 / văn hóa Phật giáo 불교문화 / sự giao lưu văn hóa 문화 교류 / sự bảo vệ di sản văn hóa 문화재의 보호 / bộ văn hóa & du lịch 문화관광부 / đặc trưng của văn hóa phương Đông 동양 문화의 특질 / đặc trưng của văn hóa phương Tây 서양 문화의 특질 / bàn về văn hóa 문화를 논하다

văn học 문학 ¶ văn học cổ đại 고대 문학 / văn học thuở bình minh 여명 문학 / nhà phê bình văn học 문학 평론가 / văn học Phật giáo 불교 문학 / học chuyên

ngành văn học 문학을 전공
하다 / bàn về văn học 문학
을 논하다

văn học cổ điển 고전 문학

văn học hiện đại 현대 문학

văn học nghệ thuật 문예,
문학과 예술 ¶ nhà phê bình
văn học nghệ thuật 문예
평론가

văn minh 문명 ¶ cội nguồn
của nền văn minh 문명의
기원 / dấu tích của nền văn
minh cổ đại 고대 문명의 흔
적

văn nghệ 문예 ¶ văn nghệ
Phục Hưng 문예 부흥 /
buổi bình minh của văn
nghệ Phục Hưng 문예 부흥
의 여명기

văn phòng 사무실 ¶ văn
phòng công ty 회사 사무실
/ thực tập ở văn phòng
사무실에서 실습하다

vặn 틀다 ¶ vặn bơm 펌프를
틀다 / vặn vòi nước 수도꼭
지를 틀다 / vặn ốc 나사못
을 틀다 / vặn sang phải
오른쪽으로 틀다 / vặn sang
trái 왼쪽으로 틀다 / vặn
cánh tay 팔을 틀다

vắng 한산하다 ¶ đường
vắng 거리가 한산하다

vắng mặt 결석(하다) ¶
người vắng mặt 결석자 / tỉ
lệ vắng mặt 결석률 / vắng
mặt trong buổi học 수업에
결석하다 / cho phép vắng
mặt 결석을 허락하다
#반 có mặt

vắng vẻ (아주) 한산하다 ¶
chợ vắng vẻ 한산한 시장

vắt 짜다 ¶ vắt nước cam
오렌지에서 즙을 짜다 / vắt
sữa bò 소젖을 짜다 / vắt
khăn ướt 젖은 수건을 짜다
/ vắt đồ giặt một lần thôi
빨래를 한 번만 짜라

vân tay 지문 ¶ lấy vân tay
지문을 채취하다 / để lại
vân tay 지문을 남기다 /
hãy cho vân tay vào 지문을
입력하세요 / mang găng tay
để tránh để lại vân tay
지문을 남기지 않도록 장갑
을 끼다

vân vân 등등

vấn đề 문제 ¶ vấn đề tài
chính 재정 문제 / vấn đề
giao thông 교통 문제 / vấn
đề bổ sung 보충 문제 / vấn
đề căn bản 근본 문제 / bản
chất của vấn đề 문제의
본질 / vấn đề gì vậy? 무슨
문제예요? / chỉ là vấn đề

thời gian 단지 시간 문제
이다 / họ đang khổ sở vì
vấn đề này 그들은 이
문제에 시달리고 있다 /
thảo luận vấn đề nào đó 어
떤 문제를 토론하다 / đã có
sự bàn bạc sôi nổi về vấn đề
này 이 문제에 대해서는
활발한 논의가 있었다 / cái
đó bao gồm nhiều vấn đề
그것은 여러 가지 문제를
내포하고 있다 / tổng thống
đã bày tỏ ý kiến về vấn đề
kinh tế Hàn-Mỹ 대통령
께서는 한미간의 경제 문제
에 관해 소신을 표명하였다
/ không thể không nghĩ về
vấn đề đó 그 문제를 생각
하지 않을 수 없다

vấn nạn –난 ¶ vấn nạn giao
thông 교통난 / vấn nạn tài
chính 재정난

vất vả 힘들다 ¶ công việc
vất vả 힘든 일 / vì nóng
nên làm việc vất vả 더워서
일하기가 힘들다

vẫn 아직 ¶ vẫn đang ngủ
아직 자고 있다 / vẫn đang
làm việc 아직 일하고 있다
#동 vẫn còn

vẫn còn 아직 ¶ vẫn còn
nhiều người 사람이 아직

많다 / địa phương này vẫn
còn đang dùng âm lịch 이
지방에서는 아직도 음력을
쓰고 있다

vận 운(運) ¶ vận tốt 운이
좋다 / vận xấu 운이 나쁘다
/ bói vận của ai đó bằng bài
카드로 아무의 운을 점치다

vận chuyển 운송(하다),
수송 (하다) ¶ vận chuyển
hàng hóa 화물 운송 / vận
chuyển hành khách 여객
운송 / phí vận chuyển 운임
/ vận chuyển bằng tàu 배로
운송하다 / vận chuyển bằng
đường sắt 철도로 운송하다

vận động 운동(하다) ¶ sự
vận động cơ bắp 근육 운동
/ vận động theo chu kỳ 주기
운동 / (cuộc) vận động bầu
cử bất hợp pháp 불법 선거
운동 / bơi lội làm cho hầu
như toàn bộ cơ bắp của
toàn thân vận động 수영은
거의 모든 전신 근육을 움
직이게 한다

vận động viên (운동) 선수
¶ vận động viên bóng rổ
농구 선수 / vận động viên
bóng chày 야구 선수 / vận
động viên bóng chuyền
배구 선수 / vận động viên

bóng bàn 탁구선수 / vận
động viên bơi 수영 선수 /
vận động viên bơi bướm
접영 선수 / tôi từng có ý
nghĩ sẽ trở thành vận động
viên quần vợt 나는 테니스
선수가 될 생각이었다

vận hành 조작(하다) ¶ vận
hành thang máy 엘리베이
터를 조작하다

vận mệnh 운명 ¶ sự thăng
trầm của vận mệnh 운명의
부침

vận tải 운송(하다) ¶ công ty
vận tải 운송 회사

vâng 예, 네 ¶ vâng, em biết
ạ 예, 알겠씁니다 / vâng, tôi
sẽ đi ngay 네, 바로 갈 거
예요

vất vả 간신히, 힘들게 ¶
chạy trốn một cách vất vả
간신히 도망치다

vật 1. –물 ¶ vật cấu tạo
구조물 / vật cấu thành
구성물 / vật vô cơ 무기물 /
vật chiếm hữu 점유물 / vật
tiêu khiển 오락물 / vật vô
hình 무형물 2. –품 ¶ vật
tùy thân 소지품

vật chất 물질 ¶ chủ nghĩa
vật chất 물질주의 / sự bất
biến của vật chất 물질 불변

/ có tính vật chất 물질적 /
có tính phi vật chất 비물질
적

vật chứng 증거물, 증거품 ¶
nhân chứng và vật chứng
증인과 증거물

vật giá 물가 ¶ sự biến động
của vật giá 물가의 변동

vật lý 물리 ¶ hiện tượng vật
lý 물리 현상 / phòng thí
nghiệm vật lý 물리 실험실 /
môn vật lý chất rắn 고체
물리학

vật lý học 물리학 ¶ nhà vật
lý học 물리학자 / thí
nghiệm vật lý học 물리학
실험

vật phẩm 물품 ¶ danh mục
vật phẩm 물품 목록 / lập
danh mục vật phẩm 물품
목록을 만들다

vật tùy thân 소지품

vật vô hình 무형물

vây 짓다 ¶ vây bè kéo cánh
도당을 짓다

vây lấy 둘러싸다 ¶ ba người
phụ nữ vây lấy anh ta 그를
둘러싼 세 사람의 여인 /
quần chúng vây lấy ông ta
군중이 그를 둘러쌌다

vây quanh 둘러싸다 ¶ bị
vây quanh 둘러싸이다 / vây

quanh lò sưởi 난로를 둘러싸다 / ngồi vây quanh cái bàn 테이블을 둘러싸고 앉다

vẫy 흔들다 ¶ vẫy tay 손을 흔들다 / vẫy cờ 기를 흔들다 / vẫy khăn tay 손수건을 흔들다

vậy 그럼, 그러면

vậy (의문문 끝에서 사용하는 종결어미) (스)ㅂ니까?, -나? ¶ những ai đã đến vậy? 누구누구 왔나? / người kia là ai vậy? 저 사람은 누구입니까?

vé 표 ¶ vé xe 차표 / vé máy bay 항공권 / vé xe khứ hồi 왕복 차표 / vé máy bay khứ hồi 왕복 항공권 / vé xem nhạc hội đó đã được bán sạch 그 음악회 표는 매진되었다

vé vào cửa 입장권

vẻ 표정, 기색, 빛 ¶ tỏ vẻ đau buồn 슬픈 표정을 짓다 / trên khuôn mặt của cô ấy hiện lên vẻ bối rối 그녀의 얼굴엔 당황하는 기색이 보였다 / thể hiện vẻ bất mãn 불만의 빛을 나타내다

vẻ đẹp 미모, 미, 아름다움 ¶ vẻ đẹp cơ bắp 근육미 / vẻ đẹp nhân tạo 인공미 / vẻ đẹp nên thơ 시적 아름다움

vẻ mặt 표정, 얼굴 ¶ vẻ mặt căng thẳng 긴장된 표정 / với vẻ mặt bất bình 불평스러운 얼굴로

vẽ 그리다 ¶ vẽ tranh 그림을 그리다 / ai đã vẽ bức tranh đó thế? 그 그림은 누가 그렸어요? / vẽ vòng tròn có bán kính 20 cm 반경 20 cm의 원을 그리다

vẹt 앵무새

về¹ 돌아가다 ¶ đi về nhà 집에 가다

về² 1. -에 대해서, -에 대해, -에 관해 ¶ hãy yên tâm về điểm đó 그 점에 대해서는 마음놓으십시오 / hãy giữ im về việc này 이 일에 대해서는 잠자코 있어라 / đã có sự bàn bạc sôi nổi về vấn đề này 이 문제에 대해서는 활발한 논의가 있었다 / tổng thống đã bày tỏ ý kiến về vấn đề kinh tế Hàn-Mỹ 대통령께서는 한미간의 경제 문제에 관해 소신을 표명하였다 2. -을/를 ¶ nói về cảm nhận 소감을 말하다 / bi quan về cuộc sống 인생을 비관하다 / bi quan về ngày sau 앞날을 비관하다 / nghĩ về gia đình 가족을 생각하다 / không thể không nghĩ về vấn đề đó 그 문제를 생각하지 않을 수 없다 3. -에 ¶ thông thạo về ... -에 능통하다 / bủn xỉn về tiền bạc 돈에 인색하다 / có sở thích về âm nhạc 음악에 취미가 있다

về³ (방향)으로 ¶ ngã về trước 앞으로 넘어지다 / ngã về sau 뒤로 넘어지다 / áp thấp đang di chuyển về phía đông nam 저기압이 남동으로 진행하고 있다

về⁴ -적으로 ¶ về bản chất 본질적으로 / về thực chất 실질적으로

về mặt 1. -상 ¶ về mặt y học 의학상 / về mặt cấu tạo 구조상 / có khiếm khuyết về mặt cấu tạo 구조상 결함이 있다 2. -적 ¶ về mặt tinh thần 정신적 / sự thống khổ về mặt tinh thần 정신적 고통 / căng thẳng về mặt tinh thần 정신적 긴장 / căng thẳng về mặt tâm lý 심리적 긴장 3. -적으로 ¶ về mặt kinh tế 경제적으로 / về mặt lịch sử 역사적으로 / về mặt lương tâm 양심적으로

về nhì 차점 ¶ người về nhì 차점자

về nước 귀국(하다) ¶ cô ấy đã xin về nước 그녀는 귀국을 신청했다

về sau 나중에 ¶ về sau không gặp được cô ấy nữa 나중에 그녀를 못 만났다

vệ sinh 청소(하다) ¶ tổng vệ sinh 대청소 / làm vệ sinh mau lên 빨리 청소하세요

vệ tinh 위성 ¶ vệ tinh nhân tạo 인공 위성 / vệ tinh viễn thông 통신 위성 / vệ tinh khí tượng 기상 위성 / vệ tinh tình báo 첩보 위성

vết 1. 자국 ¶ vết chân 발자국 / vết bỏng 덴 자국 / vết chó cắn 개가 문 자국 / xóa vết 자국을 지우다 2. 흔적 ¶ vết cắn bằng răng 이로 문 흔적

vết bỏng 덴 자국

vết chân 발자국

vết nhăn 주름, 잔주름, 주름살

vết sẹo 흉터, (화상·부스럼의) 자국

vết sưng 종기(腫氣) ¶ vết sưng ác tính 악성 종기 /

xuất hiện vết sưng 종기가 나다 / vết sưng xuất hiện ở cổ 목에 종기가 났다

vết thương 상처 ¶ vết thương đã lành 상처가 나았다

vết tích 흔적 ¶ vết tích của nền văn minh cổ đại 고대 문명의 흔적

vi khuẩn 세균, -균 ¶ vi khuẩn lên men 발효균 / kiểm tra vi khuẩn 세균 검사를 하다 / giết vi khuẩn 세균를 죽이다

vĩ cầm 바이올린
　#동 viôlông

vi phạm 위반(하다) ¶ sự vi phạm pháp lệnh 법령 위반 / sự vi phạm về tốc độ 속도 위반 / người vi phạm về giao thông 교통 위반자

vi rút 바이러스

vi sa 비자 ¶ (sự) gia hạn visa 비자 연장
　#동 thị thực

vi sinh vật 미생물 ¶ thuộc vi sinh vật 미생물의

vi sinh vật học 미생물학 ¶ nhà vi sinh vật học 미생물학자

ví[1] 지갑 ¶ ví tiền 돈지갑 / ví da 가죽 지갑 / mất ví

지갑을 잃다 / bỏ vào ví 지갑에 넣다

ví[2] 비유(하다) ¶ anh ấy đã ví mỹ đức với vàng 그는 미덕을 황금에 비유했다

ví dụ 예, 예문 ¶ ví dụ cụ thể 구체적 예 / ví dụ hay 좋은 예 / ví dụ tương tự 유사한 예 / nêu vô số ví dụ 예를 무수히 들다

ví von 비유적 ¶ cách nói ví von 비유적인 표현

vì … (nên…) 1. 때문에 ¶ vì bệnh nên ăn cháo 병 때문에 죽을 먹는다 / thương mại bị đình trệ vì chiến tranh 전쟁 때문에 무역이 정체되어 버렸다 / họ đã lánh nạn sang ngôi trường tiểu học gần đó vì lũ lụt 홍수 때문에 그들은 근처 초등학교 건물로 피난했다 / đang khổ sở vì nhiều khách viếng thăm 많은 방문객 때문에 시달리고 있다 / vì ăn quá nhiều nên cô ấy đã trở nên béo phì 과식 때문에 그녀는 비만해졌다 / đường sắt bị phá hủy vì lũ lụt 홍수로 철도가 파괴되었다 2. –기 때문에, 아서/어서/여서, -(으)니까 ¶ khóc vì đau 아파서 울다 / khóc vì vui mừng 기뻐서 울다 / nhiều người không gây tội vì sợ bị trừng phạt 벌이 무서워서 죄를 짓지 않는 자가 많다 / vì nghèo khó nên không được đi học 가난해서 학교에 못 간다 / vì nóng nên làm việc vất vả 더워서 일하기가 힘들다 **3.** (으)로 ¶ chết vì ung thư 암으로 죽다 / chết vì bỏng 화상으로 죽다 / nghỉ học vì bệnh 병으로 학교를 쉬다 / xe tải dừng ở chính giữa đường vì hỏng máy 엔진 고장으로 트럭이 길 한가운데에 서 있었다 **4.** –에 ¶ khổ sở vì nợ nần 빚에 시달리다 / khổ sở vì chồng 남편에게 시달리다 / họ đang khổ sở vì vấn đề này 그들은 이 문제에 시달리고 있다

vì –을/를 위하여 ¶ hãy cạn ly vì sức khỏe 건강을 위하여 건배! / hãy cạn ly vì cặp đôi hạnh phúc này 행복한 이 한 쌍을 위하여 건배! / người đó chỉ làm việc vì tiền 그 사람은 오로지 돈을 위해 일한다 / ông ấy đã hiến thân vì khoa học 그는 과학을 위해서 헌신했다

vì thế 그래서, 그러니까, 그렇기 때문에

vì vậy 그래서, 그러니까, 그렇기 때문에
\#동 vì thế

vĩ đại 위대(하다) ¶ nhà lãnh đạo vĩ đại 위대한 지도자

vị 맛 ¶ vị chua 신맛 / vị ngọt 단맛 / có vị chua 신맛이 나다 / có vị ngọt 단맛이 나다

vị ngữ 서술어

vị trí 위치 ¶ thay đổi vị trí 위치를 바꾸다 / chuyển sang vị trí khác 다른 위치로 바꾸다 / dần dần leo lên vị trí cao 차차 높은 위치로 올라가다

vị vua 왕님, 군주 ¶ vị vua anh minh 영명하신 군주

vỉa hè 보도, 인도

việc 1. 일 ¶ việc nương rẫy 밭일 / việc gấp 급한 일 / có việc gấp 급한 일이 생기다 / không phải việc gấp 급한 일이 아니다 / việc gì? 무슨 일이에요? / làm việc kỹ lưỡng 일을 꼼꼼히 하다 / báo cho ai đó biết việc đã xảy ra 일어난 일을 아무에게 알려주다 / thật là một

việc đáng tiếc 아까운 일이군! / nếu là người đó thì có thể yên tâm mà giao việc 그 사람이면 마음놓고 일을 맡길 수 있다 / vì nóng nên làm việc vất vả 더워서 일하기가 힘들다 2. 일자리 ¶ tìm việc 일자리를 찾다

việc bếp núc 부엌일 ¶ làm việc bếp núc 부엌일을 하다

việc học 공부 ¶ từ bỏ việc học 공부를 그만두다

viêm 염 ¶ viêm phổi 폐렴 / chứng viêm 염증 / gây chứng viêm 염증을 일으키다

viêm dạ dày 위염

viêm họng 인후염, 인두염

viêm niệu đạo 요도염

viêm phổi 폐렴 ¶ bị viêm phổi 폐렴에 걸리다

viên 정제(錠劑) ¶ viên bạc hà 박하 정제

viên đạn 총탄, 탄환, 탄알 ¶ viên đạn đi sượt qua bức tường 총알이 벽을 스쳐 갔다 #đồng đạn

viền 1. (천, 옷의) 가두리, 옷단;(특히) 옷단 대기, 감침질 2. 가장자리를 감치다, 옷단을 대다

viễn thị 원시 ¶ mắt viễn thị 원시안 / kính viễn thị 원시경 / người viễn thị 원시인 사람 / cô ấy bị viễn thị còn con gái của cô ấy bị cận thị 그녀는 원시인데 그녀의 딸은 근시이다 #반 cận thị

viễn thong 통신 ¶ đài viễn thông 통신대 / mạng viễn thông 통신망 / vệ tinh viễn thông 통신 위성 / kỹ thuật viễn thông 통신 기술

viện -원 ¶ viện nuôi trẻ mồ côi 고아원 / viện dưỡng lão 양로원 / viện điều dưỡng 요양원 / viện nghiên cứu 연구원

viện dưỡng lão 양로원

viện điều dưỡng 요양원

viện hàn lâm (학술, 문예, 미술의) 아카데미, 협회, 학회,예술원, 학술원

viện phí 입원비

viện trợ 원조(하다) ¶ phụ thuộc vào viện trợ 원조에 의존하다

viếng thăm 방문(하다) ¶ bất ngờ viếng thăm 갑자기 방문하다 / đang khổ sở vì nhiều khách viếng thăm 많은 방문객 때문에 시달리고 있다 / viếng thăm bệnh

viện để an ủi các cụ 노
인들을 위로하기 위해 병
원을 방문하다

viết[1] 1. 쓰다 ¶ bản thảo tự
viết 자필 원고 / viết ngang
가로 쓰다 / viết bản thảo
원고를 쓰다 / viết (bản) báo
cáo 보고서를 쓰다 / viết
địa chỉ lên phong bì 봉투에
주소를 쓰다 / viết đúng
chính tả 맞춤법에 맞춰 쓰
다 / viết tác phẩm với chủ
đề sinh hoạt miền quê Việt
Nam 베트남의 시골 생황을
주제로 작품을 쓰다
2. 적다 ¶ viết bằng mực
잉크로 적다 / cô ấy viết
nhật ký hằng ngày 그녀는
매일 일기를 적고 있다

viết[2] 펜 ¶ viết đâu? 펜이
어디꺼야? / viết của ai vậy
누구의 펜이에요?
#동 bút

viết bài 투고(하다) ¶ viết bài
cho báo 신문에 투고하다

viết bic 볼펜 #동 bút bi

viết chì 연필 ¶ một cây viết
chì 연필 한 자루 / ghi bằng
viết chì 연필로 적다
#동 bút chì

viết chung (책 따위) 공저 ¶
Lee Kyung Hyun và Wan Ssi

Jeong viết chung 이경현 완
씨정 공저

viết mực 만년필
#동 bút máy

Việt kiều 해외 교포 (베트
남인 경우) ¶ Việt kiều Mỹ
재미 교포

Việt Nam 베트남, 월남(越南)
¶ bản đồ Việt Nam 베트남
지도 / Hàng không Việt
Nam 베트남항공 / thông
tấn xã Việt Nam 베트남
통신사 / khoa Việt Nam học
베트남학과 / viết tác phẩm
với chủ đề cuộc sống nông
thôn Việt Nam 베트남의
농촌 새황을 주제로 작품을
쓰다 / Hà Nội là thủ đô của
Việt Nam 하노이는 베트남
의 수도이다 / một đô la tính
ra tiền Việt Nam tương
tương 16,000 đồng 1 달러는
베트남 돈으로 치면 약
16.000 동에 상당한다

Việt ngữ 베트남어 ¶ Việt
ngữ học 베트남어학

vinh dự 영광스럽다

vinh hoa 영화롭다

vinh quang 영광

viôlông 바이올린 ¶ bản hợp
tấu viôlông 바이올린 협주
곡 chơi đàn viôlông 바이올

린을 연주하다 / soạn bản hợp tấu viôlông 바이올린 협주곡을 작곡하다

vịnh 만, 베 ¶ Vịnh Hạ Long 하롱베이 / Vịnh Cam Ranh 깜라잉만 / Vịnh Incheon 인천만 / tạo thành vịnh 만을 이루다

vịt 오리 ¶ một cặp vịt 오리 한 쌍

vỏ 1. 껍질 ¶ vỏ ngô 옥수수 껍질 / vỏ trái cây 과일의 껍질 / vỏ cứng 딱딱한 껍질 / lột vỏ chuối 바나나 껍질을 벗기가 / bóc vỏ táo 사과 껍질을 까다 / trước tiên hãy bóc vỏ khoai tây 우선 감자 껍질을 까주세요 2. 왕겨 ¶ tách hạt ngũ cốc với vỏ 왕겨와 곡식을 분리 하다

vỏ xe 타이어 ¶ vỏ xe xẹp 타이어가 펑크나다

võ 무술

võ sĩ 무사 ¶ võ sĩ mặc áo giáp 갑옷을 입은 무사

võ sư 사범, 사범님 ¶ võ sư Taekwondo 태권도 사범 / võ sư Vovinam 보비남 사범

voi 코끼리 ¶ săn voi 코끼리 사냥하다

vòi 짜다, 짜내다 ¶ vòi tiền 돈을 짜내다

vòi nước 수도꼭지 ¶ vặn vòi nước 수도꼭지를 틀다

Vonfam 텅스텐

vón cục 굳다 ¶ keo đã vón cục 풀이 굳었다 / xi măng khô sẽ vón cục 시멘트는 마르면 굳는다

vong ơn 망은(忘恩)하다, 은 혜를 잊다 ¶ kẻ vong ơn 망은한 사람

vòng quanh 일주(하다) ¶ (chuyến) du lịch vòng quanh thế giới 세계 일주 여행 / vòng quanh thế giới 세계를 일주하다 / bay vòng quanh thế giới 세계 일주 비행을 하다

vòng tròn 원, 원형 ¶ vẽ vòng tròn có bán kính 5 cm 반경 5 cm 의 원을 그리다

võng 해먹(hammock) ¶ mắc võng 해먹을 달다 / xếp võng 해먹을 접다

Vovinam 보비남 (베트남 전 통 무술) ¶ võ sư Vovinam 보비남 사범

vô cơ 무기, 무기의 ¶ chất vô cơ 무기질 / vật vô cơ 무기물 / a xít vô cơ 무기산 / giới vô cơ 무기계 / phân vô cơ 무기 비료 / hóa học

vô cơ 유기 화학 / chất hóa
học vô cơ 유기 화학물

vô cùng 무궁(하다) ¶ sự
biến hóa vô cùng 변화무궁
/ vô cùng vô tận 무궁무진(
하다)

vô danh 무명, 무명의 ¶ kẻ
vô danh 무명씨 / người vô
danh 무명인 / tác gia vô
danh 무명 작가 / dũng sĩ
vô danh 무명 용사 / chiến
sĩ vô danh 무명 전사 /
무명의 섬 hòn đảo vô danh

vô danh tiểu tốt 무명소졸

vô địch 1. 선수권, 우승,
우승자의 지위, 패권 ¶ cúp
vô địch 우승배 / cờ vô địch
우승기

2. (경기의) 우승자, 챔피언,
선수권 부유자

vô hình 무형, 무형의 ¶ vật
vô hình 무형물 / thế giới vô
hình 무형 세계 / thiệt hại
vô hình 무형의 손해 / lợi
ích vô hình 무형 이익 / tài
sản văn hóa vô hình 무형
문화재 / tài sản vô hình 무
hình 재산 / tri thức là tài sản
vô hình 지식은 무형의 재산
이다

vô kể 수많다, 수많은, 수많
이

vô lễ 무례(無禮)하다 ¶ nói
năng vô lễ 무례한 말을
하다 / hành động vô lễ
무례한 짓을 하다 / tại sao
vô lễ vậy? 왜 이렇게 ~하
지?

vô lý 무리(하다) ¶ không vô
lý 무리가 아니다 / yêu cầu
vô lý 무리한 요구 / đòi hỏi
của bạn quá vô lý 네 요청
은 너무 무리였다

vô ơn 망은(하다), 은혜를 모
르다 ¶ người vô ơn 망은한
사람

vô số 무수하다 ¶ vô số thư
tịch 무수한 서적 / nêu vô
số ví dụ 예를 무수히 들다

vô tận 무진(하다) ¶ vô cùng
vô tận 무궁무진(하다)

vô tội 무죄 ¶ hứng minh vộ
tội 무죄를 증명하다

vô tuyến 무선 ¶ kỹ thuật vô
tuyến 무선 기술 / vô tuyến
truyền hình(phát thanh)
무선 방송 / đang liên lạc
bằng vô tuyến 무선으로 연
락을 취하고 있다

vỗ 치다 ¶ vỗ tay 손뼉을 치다
/ vỗ (vào, lên) lưng 등을
치다

vỗ cánh 날개를 치다

vỗ tay 박수(하다) ¶ xin hãy

vỗ tay 박수 부탁드립니다 / khán giả đầy ắp hội trường nhiệt liệt vỗ tay 장내를 가득 메운 관객이 열광적으로 박수했다

vốn[1] 자본 ¶ vốn cố định 고정 자본 / vốn lưu động 유동 자본 / vốn luân chuyển 회전 자본 / vốn vay 차입 자본 / sự thiếu vốn 자본의 부족

vốn[2] 월래 ¶ anh ấy vốn ta người Việt Nam 그는 원래 베트남 사람이에요

vốn đầu tư 투자액, 투자금

vớ 양말 ¶ một đôi vớ 양말 한 켤레 / mang vớ 양말을 신다 / cởi vớ ra 양말을 벗다

vở 공책 ¶ một quyển vở 공책 한 권 / ghi vào vở công 책에 적다

vở kịch 극, 연극 ¶ vở kịch mới 신극/ diễn vở kịch mới 신극을 상연하다

vỡ 깨지다, 부서지다 ¶ vỡ thành từng mãnh 산산이 깨졌다

vợ 부인, 아내, 집사람, 와이프 ¶ anh ấy đã chia tay vợ 그는 아내와 이별했다 / người này là vợ tôi 이 사람은 우리 집사람이에요
#반 chồng

vợ chồng 부부 ¶ một đôi vợ chồng trẻ 한 쌍의 젊은 부부 / sự bất hòa giữa vợ chồng với nhau 부부간의 불화

với[1] 1. 하고, 와/과, (이)랑 ¶ cái này với cái đó 이것 하고 저것 / tôi đã đấu khẩu với anh ta 나는 그와 말다툼했다 / ông ấy đã cho con gái đính hôn với một người giàu có 그는 딸을 부자와 약혼시켰다 / / bắt tay nhau 악수를 나누다 / bắt tay với mọi người 모두와 악수를 나누다 / anh ấy làm ăn riêng với bố 그는 아버지와 따로 영업을 하고 있다 2. -하고 같이, -와/과 함께, -(이)랑 같이 ¶ sống với bạn 친구랑 같이 살다 / bỏ trốn với người yêu 애인과 함께 달아나다

với[2] 1. -(으)로 ¶ với điều này 이것으로 / với biểu hiện cảm tạ 감사의 표시로 / với biểu hiện của tình yêu 사랑의 표시로 / với lòng biết ơn 감사하는 마음으로 / với vẻ mặt bất bình 불평스러운

얼굴로 / thắng với tỉ số 3-2 3 대 2로 이기다 / mua với mức giảm 10% của giá bán 판매 가격의 1 할 할인으로 사다 / bán xe cũ với giá vừa phải 중고차를 적절한 값으로 팔다 / bán sỉ với giá phân nửa 반값으로 도매하다 / viết tác phẩm với chủ đề cuộc sống miền quê Việt Nam 베트남의 시골 생활을 주제로 작품을 쓰다 **2. –에 ¶** thích hợp với mục đích 목적에 적합하다 / phù hợp với quy cách 규격에 맞다 / phù hợp với điều kiện 조건에 맞다 / phù hợp với ký hiệu 기호에 맞다 / đối phó với biến cố 변고에 대비하다 / hổ thẹn với lương tâm 양심에 부끄럽다 / không hổ thẹn lương tâm 양심에 부끄럽지 않다 / áo này đang được bán với giá 30 đô la 이 셔츠는 30 달러에 팔리고 있다 / người đó đã tự thú với cảnh sát 그 사람은 경찰에 자수했다 **3. –에게, 한테, -께 ¶** thề với Chúa 하나님께 맹세하다 / có lương tâm với mọi người 누구에게나 양심은

있다 **4. -을/를 ¶** đừng đùa giỡn với ái tình 애정을 농락하지 마라

với³ 취하다 **¶** với thái độ bàng quan 방관적인 태도를 취하다 / với thái độ bài trừ 배타적인 태도를 취하다 / với tư thế bất động 부동 자세를 취하다

vợt 라켓 **¶** vợt (đánh) tennis 테니스 라켓

vú 유방 **¶** ung thư vú 유방암

vũ công 댄서(dancer) **¶** vũ công ba lê 발레 댄서

vũ khí 무기 **¶** vũ khí hạt nhân 핵무기 / vũ khí mới 신무기 / vũ khí tối tân 최신 무기 / vũ khí chiến lược 전략 무기

vũ lực 무력 **¶** cách mạng (bằng) vũ lực 무력 혁명

vũ trang 무장 **¶** tên cướp có vũ trang 무장 강도

vũ trụ 우주 **¶** (sự) nghiên cứu vũ trụ 우주 연구 / vũ trụ học 우주학 / nhà vũ trụ học 우주학자

vụ 건,사건, 일 **¶** số vụ tai nạn 사고 건수 / vụ đó thế nào rồi? 그 건은 어떻게 되었어?

vụ án 사건 **¶** vụ án giết

người 살인 사건 / vụ án không có cửa bào chữa 변호의 여지가 없는 사건 / đưa vụ án ra kiểm sát 사건을 검찰에 송치하다 / xảy ra vụ án kỳ lạ 이상한 사건이 일어나다 / cảnh sát đang thụ lý vụ án đó 경찰은 그 사건을 수사 중에 있다

vụ bê bối 혼잡, 논쟁, 공연한 난리, 소동, 소란

vụ trưởng 국장, 차장

vua 왕, 임금, 군주 ¶ lăng vua 왕릉 / vì vua anh minh 영명하신 군주 / Hangeul được sáng chế bởi vua Sejong(Thế Tông) 한글은 세종대왕에 의해 창제되었다.

vui 1. 반갑다, 즐겁다, 기쁘다 ¶ tin vui 반가운 소식 / vui sống an nhàn 한가한 생활을 즐기다

2. 기쁨 ¶ chia vui 기쁨을 나누다

vui đùa 놀다 ¶ không phải là lúc an nhàn vui đùa 한가하게 놀고 있을 때가 아니다

vui lòng 좀 ....-어/아/여 주십시오 ¶ vui lòng giúp tôi 좀 도와 주십시오 / vui lòng chuyển máy giúp 전화 좀 바꿔 주십시오

vui mừng 기쁘다, 반갑다, 반가이 ¶ khóc vì vui mừng 기뻐서 울다 / vui mừng sau khi nghe tin đó 그 소식을 듣고 반가웠다 / vui mừng chào đón ai đó 사람을 반가이 맞다

vui tính 성격이 재미있다

vui tươi 즐겁다, 기쁘다

vui vẻ 즐겁다 ¶ bầu không khí vui vẻ 즐거운 분위기 / bọn trẻ nô đùa vui vẻ 애들이 즐겁게 놀다

vung (냄비의) 뚜껑, 덮개

vùng 1. 지역, 지대 ¶ vùng trồng ngô 옥수수 지대 / vùng cây bụi 관목 지대 / vùng cây cỏ 목초 지대

2. -권 ¶ vùng văn hóa chữ Hán 한자문화권 / vùng áp thấp 저기압권 / vùng bão 태풍권

vùng phụ cận 부근 ¶ áp thấp xảy ra ở vùng phụ cận Sài Gòn 사이공 부근에서 발생한 저기압

vùng vai 견부(肩部), 어깨 부분

vùng vẫy 몸부림치다, 발버둥치다 ¶ vùng vẫy định đào thoát 도망치려고 몸부림

치다

vuông 정사각형의 ¶ hình
vuông 정사각형

vừa 1. (취미, 은식이) 맞다 ¶
vừa miệng 입에 맞다 / vừa
lòng 마음에 맞다 2. (물건이
) 맞다 giày thể thao vừa bàn
chân 발에 맞는 운동화 /
Âu phục vừa thân mình
몸에 맞는 양복 / vừa khít
딱 맞다

vừa phải 적절하다 ¶ bán xe
cũ với giá vừa phải 중고차
를 적절한 값으로 팔다

vừa mới 금방 ¶ vừa mới ăn
cơm 밥을 금방 먹었다 /
anh ấy vừa mới đi 그는 금
방 갔다

vừa lòng 마음에 들다, 마음
에 맞다 ¶ tôi vừa lòng chiếc
xe này 이 차가 마음에 듭
니다

vừa nãy 아까, 조금 전에

vừa qua 지난 ¶ ăm vừa qua
지난 해 / tuần vừa qua
지남 주 / mấy ngày vừa
qua 지난 며칠 / thời gian
vừa qua 지난 동안

vừa rồi 아까 ¶ vừa rồi tôi đã xem
cái đó 아까 그것을 봤
다

vừa ý 마음에 들다, 마음에

맞다

vừng 깨 ¶ dầu vừng 깨
기름 #동 mè

vững chắc 튼튼하다 ¶ căn
nhà vững chắc 튼튼한 집 /
cơ sở vững chắc 기초가
튼튼하다

vững vàng 안정하다, 튼튼
하다

vườn 1. 뜰, 정원, 화원, 과
수원, 채소밭 ¶ vườn phía
sau 뒷 뜰 / trồng cây trong
vườn 뜰에 나무를 심다
2. -원 ¶ vườn thực vật
식물원 / vườn động vật
동물원

vườn rau 채소밭 ¶ vườn
rau gia đình 가정용 채소밭

vườn thú 동물원 ¶ vườn thú
này được quản lý tốt 이 동
물원은 관리가 잘 되어 있다

vương quốc 왕국

vượt 건너다, 지나다 ¶ vượt
biển 바다를 건너다

vượt ngục 탈옥하다

vứt 버리다 ¶ vứt rác 쓰레기
를 버리다 / vứt tàn thuốc lá
담배 꽁초를 버리다 / vứt
tàn thuốc lá tùy tiện 담배
꽁초를 함부로 버리다

vứt bỏ (재산, 자식 등을) 버
리다 ¶ vứt bỏ toàn bộ tài
sản 전 재산을 버리다

X x

x (phụ âm) Chữ thứ hai mươi tám trong bảng chữ cái tiếng Việt(đọc là "ích" hoặc "ích-xờ" khi đánh vần)

X quang X 선 ¶ chụp X quang X 선 사진을 찍다
#동 tia X

xa 1. (거리) 멀다 ¶ nơi xa 먼 데 / xa biển 바다에서 멀다 / xa sông 강에서 멀다 / nhà anh ấy xa trường học 그의 잡은 학교에서 멀다 2. (시간) 멀다 trong tương lai xa 먼 장래에
#반 gần

xa gần 원근 ¶ sự điều tiết xa gần 원근 조절 / bất kể xa gần 원근을 불문하고

xa lạ (사람, 장소가) 모르는, 미지의, 낯선 ¶ khuôn mặt xa lạ 낯선 얼굴

xa lánh 멀리하다 ¶ xa lánh mọi người 사람을 멀리하다 / xa lánh bạn bè 친구를 멀리하다

xa xỉ 사치(하다) ¶ phong trào bài xích hàng xa xỉ 사치품 배척 운동 / tiêu tiền xa xỉ 사치스럽게 돈을 쓰다

xà bông 비누
#동 xà phòng

xà lách 샐러드, 생채 요리 ¶ món xà lách rau trộn 야채 샐러드 / món xà lách rau tươi 생채 샐러드

xà phòng 비누 ¶ xà phòng Canxi 칼슘 비누 / xà phòng giặt 세탁비누 / xà phòng rửa tay 세숫비누 / rửa tay bằng xà phòng 비누로 손을 씻다

xã (베트남 행정 단위) 사(社), 리

xã giao 사교 ¶ có tính chất xã giao 사교적 / thuật xã giao 사교술 / tính xã giao 사교성 / có tính xã giao 사교성이 있다 / không có tính xã giao 사교성이 없다

xã hội 1. 사회 ¶ hiện tượng xã hội 사회 현상 / phúc lợi xã hội 사회 복지 / trật tự xã hội 사회 질서 / xã hội cạnh

tranh 경쟁 사회 / xã hội
cộng đồng 공동 사회 / xã
hội bế quan tỏa cảng 폐쇄
사회 / ngôn ngữ học xã hội
사회언어학 / xã hội chủ
nghĩa 사회주의 / sự cải
cách xã hội 사회 개혁 / bối
cảnh xã hội 사회적 배경 /
yêu cầu cải cách xã hội 사
회 개혁을 요구하다
2. 사회적 ¶ địa vị xã hội
사회적 지위 / người có địa
vị xã hội cao 사회적 지위가
높은 사람

xạ thủ 사수 ¶ xạ thủ nổi
tiếng 명사수 / ông ấy là một
xạ thủ nổi tiếng bách phát
bách trúng 그는 백발백중의
명사수다

xác chết 시체 ¶ chôn xác
chết 시체를 묻다

xác nhận 확인(하다) ¶ xác
nhận tin đồn 소문을 확인
하다 / xác nhận việc đặt chỗ
예약을 확인하다 / thỉnh cầu
xác nhận 확인을 청구하다

xác thực 확실하다 ¶ chứng
cứ xác thực 확실한 증거

xách 들다 ¶ xách túi 가방을
들다 / xách cặp 책가방을
들다

xạc 충전(하다) ¶ máy xạc

충전기 / xạc pin 전지를
충전하다

xám 회색의 ¶ xám sậm 쥐색

xanh 푸르다, 청색의 ¶ ếch
xanh 청개구리 / bầu trời
trong xanh 맑고 푸른 하늘

xanh da trời 하늘빛의

xanh lá cây 초록색의

xanh lam 파랗다, 푸르다 ¶
xanh lam sậm 새파랗다

xanh lục 녹색의

xanh nước biển 바다의
푸른 색

xanh xao 창백하다, 파리하
다, 핏기 없다 ¶ trở nên
xanh xao 창백해지다 / sắc
mặt rất xanh xao 안색이 아
주 창백하다

xào 막대기, 장대

xào xạc (나뭇잎) 살랑살랑
소리내다, 와스스하다 ¶ cây
sậy xào xạc trước gió
갈대가 바람에 와스스하다

xảo quyệt 교활하다, 간사하
다 ¶ rất xảo quyệt 매우
교활하다 / xảo quyệt quá
mức 지나치게 교활하다

xay 다지다 ¶ thịt xay 다진
고기 / dụng cụ xay thịt 고기
다지는 기구

xảy ra 일어나다, 발생하다,
생기다 ¶ (sự) xảy ra tai nạn

사고의 발생 / bi kịch xảy ra 비극이 일어나다 / áp thấp xảy ra ở vùng phụ cận Đồng bằng sông Cửu Long 메콩 델타 부근에서 발생한 저기압 / cơn bão xảy ra 태풍이 발생했다 / xảy ra áp xe 종기가 생기다 / xảy ra ngẫu nhiên 우연히 일어나다 / biến đổi xảy ra 변화가 일어나다 / xảy ra vụ án kỳ lạ 이상한 사건이 일어나다 / án mạng đã xảy ra 살인 사건이 일어났다 / báo cho ai biết việc đã xảy ra 일어난 일을 아무에게 알리다 / bạo động đã xảy ra trong nhà tù 교도소 안에서 폭동이 일어났다

xăng 휘발유 ¶ trạm xăng dầu 주유소 / xe này rất hao xăng 이 차는 휘발유를 엄청 소비한다

xâm hại 침해(하다) ¶ xâm hại quyền cư trú 거주권을 침해하다

xâm nhập 침입(하다) ¶ kẻ xâm nhập bất hợp pháp 불법 침입자

xấu 나쁘다 ¶ người xấu 나쁜 사람 / vận xấu 운이 나쁘다 / in kém 인쇄가 나쁘다 / quá xấu 너무 나쁘다 / bỗng nhiên xấu đi 갑자기 나빠지다 / xa lánh bạn xấu 나쁜 친구를 멀리하다 #반 tốt

xấu hổ 부끄럽다 ¶ xấu hổ với lương tâm 양심에 부끄럽다 / không xấu hổ lương tâm 양심에 부끄럽지 않다

xây 짓다, 건조하다 ¶ xây mới 신축 / nhà xây bằng gạch 벽돌로 지은 집 / tòa nhà cao tầng mới xây 새로 지은 고층 건물 / xây chùa 불을 짓다 / xây trường học 학교을 짓다 / chim xây tổ 새가 집을 지었다

xây dựng 건설(하다), 건축(하다) ¶ công ty xây dựng 건설 회사 / công trường xây dựng 건설 공사장 / công nhân của công trường xây dựng 건설 공사장의 노동자 / bộ xây dựng & giao thông 건설교통부

xây dựng lại 재건하다 ¶ xây dựng lại đất nước 나라를 재건하다

xây mới 신축(하다) ¶ tổng chi phí xây mới là 10 tỉ đồng 신축 비용은 총액 백억 동이 된다

xe 차 ¶ xe đạp 자전거 / xe hơi 자동차 / xe tải 트럭 / xe chở bê tông 콘크리트차 / xe bồn chở dầu 유조차 / xe bồn chở nước 수조차 / xe chở gia súc 가축 차 / vé xe khứ hồi 왕복 차표 / xe cũ 헌 차 / bến xe miền Tây 서부 터미널 / bến xe miền Đông 동부 터미널 / xe được bảo dưỡng tốt 정비가 잘 되어 있는 차 / tôi đã bán xe của tôi cho anh ấy 나는 그에게 내 차를 팔았다 / quần chúng bao vây chiếc xe của anh ta 군중이 그의 차를 둘러쌌다 / xe này rất hao xăng 이 차는 휘발유를 엄청 소비한다

xe buýt 버스 ¶ bến xe buýt 버스 터미널 / xe buýt số 5 오번 버스 / chuyên dùng cho xe buýt 버스 전용 / hai chiếc xe buýt버스 두 대 / xe buýt chở đầy ắp người 사람을 가득 태운 버스 / đi xe buýt 버스를 타다 / nhảy lên xe buýt đang chạy 가고 있는 버스에 뛰어오르다

xe cấp cứu 구급차

xe chuyên dụng 전용차

xe cộ 차량

xe cũ 1. 헌 차 2. 중고차 ¶ bán xe cũ với giá vừa phải 중고차를 적절한 값으로 팔다

xe cứu hỏa 소방차

xe đạp 자전거 ¶ bàn đạp xe đạp 자전거 발판

xe điện ngầm 지하철 ¶ đi xe điện ngầm 지하철을 타다

#동 tàu điện ngầm

xe hàng 화차 ¶ xe tải mười tấn 10 톤 적재 화차

xe hơi 자동차, 승용 자동차 ¶ xe hơi cao cấp 고급 승용 차 / tay lái của xe hơi 자동차의 핸들 / bình điện dùng cho xe hơi 자동차용 배터리 / lắp ráp xe hơi 자동 차를 조립하다

xe kéo 견인차

xe lam 람브렛따(lambretta)

xe lửa 기차 ¶ xe lửa cao tốc 고속열차 / đi xe lửa 기차를 타다 / bảng thông báo giờ xe lửa đi đến 열차 발착 게시판 / không kịp chuyến xe lửa 기차 시간에 대지 못하다

#동 tàu hỏa

xe máy 오토바이

xe nghĩa địa 중고차

Xenon 크세논

xe ô tô 자동차

xe ôm (베트남) 오토바이 택시, 2륜 택시

xe tải 트럭(truck), 화차 ¶ xe tải mười tấn 10 톤 적재 화차 / xe tải chất đầy ắp đồ nội thất 가구를 가득 실은 트럭 / xe tải dừng ở chính giữa đường vì hỏng máy 엔진 고장으로 트럭이 길 한가운데에 서 있었다

xé 찢다 ¶ xé giấy 종이를 찢다

xẻ 쪼개다 ¶ xẻ gỗ 나무를 쪼개다

xem 보다 ¶ xem phim 영화를 보다 / xem truyền hình 텔레비전을 보다 / xem bói 점을 보다 / xem kìa 저것 봐 / đi xem thi đấu bóng đá 축구 경기를 보러 가다 / tối nay đi xem phim nhé? 오늘 저녁에 영화를 보러 갈까? / đã xem bản tin 7 giờ qua truyền hình 텔레비전로 7시 뉴스를 보았다

xem thường 무시하다 ¶ bị xem thường 무시당하다 / chúng tôi đã cảnh báo nhưng nó vẫn xem thường mà đi 우리는 경고하였으나 그는 무시하고 나갔다

#동 coi thường

xem trọng 중시(하다) ¶ xem trọng công việc 일을 중시하다 / xem trọng sức khỏe hơn hết 무엇보다도 건강을 중시하다

xen ti mét 센티미터 ¶ vòng tròn có bán kính 4 xen ti mét 반경 4 cm 의 원을 그리다

xén 트림하다, 다듬어 내다, 잘라내다

xẹp (타이어 등이) 펑크나다, 바람이 빠지다 ¶ vỏ xe xẹp 타이어가 펑크나다

Xeri 세륨

xét hỏi 고문(하다) ¶ bị xét hỏi 고문을 당하다

Xezi 세슘

xếp[1] 접다 ¶ xếp cờ 기를 접다 / xếp võng 해먹을 접다 / xếp hạc bằng giấy 종이로 학을 접다

xếp[2] 싸다 ¶ xếp hành lý 짐을 싸다 / xếp hành lý xong cả chưa? 짐을 다 쌌느냐?

xếp hàng 선적, 하역, 선하 ¶ bộ chứng từ xếp hàng 선적 서류 / giá xếp hàng lên tàu(giá FOB) 선적 가격 / hợp đồng xếp hàng 선적 계약 / chi phí xếp hàng 선적 비용 / bản thông báo xếp hàng 선적 통지서

xi măng 시멘트 ¶ trát xi măng 시멘트 를 바르다 / xi măng khô sẽ vón cục 시멘트는 마르면 굳는다

xí nghiệp 공장 ¶ xí nghiệp in 인쇄 공장

xì dầu 간장 #동 nước tương

xỉa 쑤시다 ¶ tăm xỉa răng 이쑤시개 / xỉa răng 이를 쑤시다

xích đạo 적도

xích lô 시클로(cyclo), 3 륜 택시

xiếc 서커스 ¶ đoàn xiếc 서커스단

xiêu lòng 굴복되다, 받아들이다

xin[1] 신청(하다) ¶ xin gia nhập 가입 신청을 하다 / xin nhập viện 입원을 신청하다 / cô ấy đã xin về nước 그녀는 귀국을 신청했다

xin[2] 청하다 ¶ xin bắt tay 악수를 청하다

xin[3] (문장 앞에서 쓰는 존대말) ¶ in cho tràng pháo tay 박수 부탁드립니다 / xin mời ông dùng bữa 식사하십시오 / xin hãy mặc áo choàng 외투를 입으십시오

xin đừng -지 마십시오, -지

마세요 ¶ xin đừng bỏ giấy vào bồn cầu 변기에 휴지를 넣지 마세요

Xing ga po 싱가포르 ¶ người Xing ga po 싱가포르 사람

xin hãy (존대말) (으)십시오 ¶ hãy cẩn thận 조심하십시오/ xin hãy mở giúp cái đó 그것을 열어 주십시오 / xin hãy cho thêm một tách cà phê 커피 한 잔 더 주십시오 / xin hãy sang đây ạ 이리 오십시오 / xin hãy dịch giúp 통역해 주십시오

xin lỗi 죄송하다, 미안하다, 사과(하다) ¶ yêu cầu xin lỗi 사과를 요구하다 / xin lỗi anh. Cà phê (đã được) bán hết rồi ạ 미안합니다. 커피는 다 팔렸습니다

xin mời (존대말) (으)십시오, (으)시지요 ¶ xin mời bà dùng món này 이것을 드십시오 / xin mời ông đi trước 먼저 가십시오 / xin mời cô ngồi đây 여기에 앉으십시오

xin việc 일자리를 신청하다

xinh 예쁘다, 아름답다 ¶ xinh quá 너무 예쁘다 / xinh chết đi được 예뻐 죽겠다

xinh đẹp (많이) 예쁘다, 아름답다 ¶ trở nên xinh đẹp 예뻐지다 / xinh đẹp như tranh 그림처럼 아름답다 / cô ấy xinh đẹp như tranh vậy 그녀는 그림처럼 아름답다

xoa 문지르다, 문질러 바르다 ¶ cô ấy xoa kem lên mặt 그녀는 얼굴에 크림을 문질러 바르다

xoa bóp 안마(하다) ¶ thợ xoa bóp 안마사 / liệu pháp xoa bóp 안마 요법 / chữa trị bằng xoa bóp 안마 치료 / được xoa bóp 안마를 받다 / được xoa bóp vai 어깨에 안마를 받다

xóa 지우다, 지워 없애다 ¶ xóa chữ 글씨를 지우다 / xóa tên 이름을 지우다 / xóa vết 자국을 지우다 / xóa bảng 칠판을 지우다

xoài 망고 ¶ xoài chua 신 망고 / một trái xoài 망고 한 개

xoay 1. 회전하다, 돌다, 운행하다 ¶ mặt trăng xoay quanh trái đất 달은 지구의 주위를 운행한다 / trái đất tự xoay trên một trục 지구는 지축을 중심으로 자전한다

2. 돌리다 ¶ xoay cổ 목을 돌리다

xoăn 곱슬곱슬하다, 고수머리의 ¶ tóc xoăn 고수머리

xóm 동내 ¶ xóm (chúng) tôi 우리 동내

xong 끝나다 ¶ xong hết rồi 모두 끝났다 / phẫu thuật trong thoáng chốc đã xong 수술은 삽시간에 끝났다

xô xát 싸움, 싸우다 ¶ sự tranh cãi giữa họ đã dẫn đến xô xát 그들의 언쟁은 싸움으로 번졌다

xôi 찹쌀밥

xôn xao 1. 떠들썩하다, 소란스럽다, 사납다
2. (마음이) 동요하다, 산란하다, 격앙되다

xông (증기, 향기 등을) 발산하다, 방출하다

xông khói 훈제(하다) ¶ cá hồi xông khói 훈제 연어

xơ cứng 경화(하다) ¶ sự xơ cứng bề mặt 표면 경화

Xơ-un 서울 ¶ ga Xơ-un 서울역 / Xơ-un là thủ đô của Hàn Quốc 서울은 한국의 수도이다

xơi 먹다 ¶ xơi hết rồi 다 먹었다

xuân 봄

#동 mùa xuân

xuất cảnh 출국(하다), 해외
에 나가다

xuất hiện 1. 출현하다, 나타
나다 ¶ bất ngờ xuất hiện
갑자기 나타나다 / mọi
người đang ao ước sự xuất
hiện của nhà lãnh đạo vĩ đại
사람들은 위대한 지도자의
출현을 갈망하고 있다
2. 나다 ¶ xuất hiện vết
sưng 종기가 나다 / vết
sưng xuất hiện ở cổ 목에
종기가 났다 / xuất hiện sự
khác biệt 차이가 나다

xuất khẩu 수출(하다) ¶ hàng
xuất khẩu 수출품 / kim
ngạch xuất khẩu 수출 금액
/ hàng xuất khẩu miễn thuế
면세 수출품

xuất lậu 밀수출(하다) ¶ xuất
lậu đá quý 보석을 밀수출
하다

xuất phát 출발(하다) ¶ trước
khi xuất phát 출발 전에 /
xuất phát sớm 일찍 출발
하다

xuất phát điểm 출발점

xuất sắc 1. 우등 ¶ nhận
được bằng khen xuất sắc
우등 상장을 받다 2. 훌륭
하다 ¶ người xuất sắc

훌륭한 사람

xuất tinh 사정(하다), 토정
(하다)

xuất trình 제출하다 ¶ xuất
trình giấy tờ 서류를 제출
하다

xuất viện 퇴원하다

xúc động 감동(하다)

xúc phạm 명예, 평판, 명성
등을) 손상시키다 ¶ xúc
phạm danh dự 명예를 손상
시키다

xúc tiến 촉진(하다) ¶ sự xúc
tiến bán hàng 판매 촉진

xung quanh 주변 ¶ Sài
Gòn và vùng xung quanh
사이공 및 그 주변에 / cảnh
vật xung quanh 주변 경치 /
anh ấy có căn biệt thự có
cảnh đẹp xung quanh 그는
주변 경치가 아름다운 별장
을 갖고 있다

xuống¹ 내리다 ¶ nhảy xuống
뛰어내리다 / để xuống dưới
아래에 내려 놓다 / đi
xuống dưới 아래로 내려가
다 / xuống thang 사닥다리
를 내리다 / trôi xuống sông
강을 떠내려가다
#반 lên

xuống² (밑으로 내리는 방향
) 로/으로 ¶ chúng tôi đã cho

bọn trẻ lánh nạn xuống quê 우리는 아이들을 시골로 피난시켰다

xứ sở 지방, 토지

xử 처하다
¶ xử tử hình 사형에 처하다

xử lý 1. 처리(하다) ¶ được xử lý 처리되다 / xử lý công việc 사무를 처리하다
2. 처치(하다) ¶xử lý cấp cứu 구급처치를 하다

xử nữ 처녀

xưa cũ 오래되다

xưng 칭하다 ¶ xưng là Tứ 뜨라고 칭하다 / một người xưng là Sunny 선니라고 칭하는 사람

xưng tội 죄를 자백하다

xứng đáng 1. 가치 있는, 존경할 만한, 덕망이 있는 2. -에 알맞은, -하기에 족한

xương 뼈 ¶ xương chân 다리뼈 / không xương 뼈 없는

xương sống 등뼈, 척추, 척추뼈

xương sườn 늘골, 갈빗대

xưởng 공장, -소 ¶ xưởng in 인쇄소 / xưởng lắp ráp 조립 공장

xưởng họa 화가의 작업장

xưởng phim 영화 촬영소

Y y

y (phụ âm) Chữ thứ hai mươi chín trong bảng chữ cái tiếng Việt(đọc là "y dài" hoặc "y-cà –rết" khi đánh vần)

y học 의학 ¶ sách y học 의학서 / giới y học 의학계 / cử nhân y học 의학사 / tiến sĩ y học 의학 박사 / về mặt y học 의학상 / nghiên cứu y học 의학을 연구하다

y học dân tộc 민속 의학, 민간 의학

y sĩ 의사

y tá 간호사 ¶ tôi từng có ý nghĩ sẽ trở thành y tá 나는 간호사가 될 생각이었다 / học với ý nghĩ sẽ trở thành y tá 간호사가 될 생각으로 공부하다

y tế 보건 ¶ phòng y tế 보건실 / bộ y tế & phúc lợi 보건복지부 / Tổ chức y tế thế giới(WHO) 세계보건기구

ý¹ 의사, -의 ¶ (sự) bày tỏ ý từ nhiệm 사의(辭意) 표명 / biểu thị ý 의사를 표시한다 / bày tỏ ý phản đối 반대의사를 표명하다

Ý² 이태리, 이탈리아 ¶ đang du học ở Ý 이탈리아 유학 중에

ý chí 의지 ¶ ý chí anh dũng 영용한 의지 / ý chí bất khuất 불굴의 의지 / ý chí mạnh mẽ 강한 의지

ý định 의향, 예정

ý đồ 의도(하다) ¶ có ý đồ sát hại 살해할 의도를 가지다

ý hướng 의향 ¶ có ý hướng 의향이 있다 / 의향를 묻다 hỏi ý hướng

ý kiến 의견, 소신 ¶ ý kiến của anh ấy 그의 의견 / thay đổi ý kiến 의견을 바꾸다 / hay thay đổi ý kiến 의견을 자주 바꾸다 / lắng nghe ý kiến của chuyên gia 전문가의 의견을 듣다 / ý kiến của bạn ít nhiều bất hợp lý 너의 의견은 다소 불합리하다 / tổng thống đã bày tỏ ý kiến về vấn đề kinh tế Hàn-Mỹ 대통령께서는 한 미간의 경제 문제에 관해 소신을 표명하였다

ý nghĩ 생각 ¶ thay đổi ý nghĩ 생각을 바꾸다 / không có ý nghĩ kết hôn 결혼할 생각은 없다 / tôi từng có ý nghĩ sẽ trở thành bác sĩ 나는 의사가 될 생각이었다 / học với ý nghĩ sẽ trở thành giáo viên 선생이 될 생각으로 공부하다

ý nghĩa 의미, 뜻 ¶ không có ý nghĩa 의미 없다

ý thức 의식 ¶ ý thức công dân 공민 의식 / sự cải tạo ý thức 의식의 개조

ý tứ 의사 ¶ biểu thị ý tứ 의사를 표시한다

ý tưởng 아이디어(idea) ¶ trộm ý tưởng của người khác không tốt đâu 남의 아이디어를 훔치다

yên lành 편안하다 ¶ cuộc sống yên lành 편안한 생활

yên lặng 조용하다 ¶ đường phố yên lặng 조용한 거리 / trở nên yên lặng 조용해지다

yên tâm 마음 놓다, 안심하다 ¶ không yên tâm 마음'놓지 않다 / không phải là chuyện gì to tác nên anh hãy

yên tâm 대단한 일이 아니니 마음놓으십시오 / hãy yên tâm về điểm đó 그 점에 대해서는 마음놓으십시오 / nếu là người đó thì có thể yên tâm mà giao việc 그 사람이면 마음놓고 일을 맡길 수 있다

yên tĩnh 조용하다 ¶ bầu không khí yên tĩnh 조용한 분위기

yên trí 마음을 놓다

yết hầu 인두

yết thị 게시(揭示)하다 ¶ bảng yết thị 게시판 / yết thị "Cấm vào" "입장 사절"의 게시 / dán yết thị 게시를 붙이다

yêu 사랑(하다) ¶ Hội những người yêu Việt Nam (Vesamo)베사모(베트남사랑모임) / anh yêu em(em yêu anh) 사랑해

yêu cầu 1. 요구(하다) ¶ đơn yêu cầu 요구서 / điều kiện yêu cầu 요구 조건 / yêu cầu tăng lương 임금 인상 요구 / yêu cầu của thời đại 시대의 요구 / yêu cầu chính đáng 정당한 요구 / yêu cầu không chính đáng 부당한 요구 / yêu cầu vô lý 무리한 요구 / yêu cầu về sinh lý 생리적 요구 / theo yêu cầu 요구에 따라서 / đáp ứng yêu cầu 요구에 응하다 / từ chối yêu cầu 요구를 거부하다 / yêu cầu cải cách xã hội 사회 개혁을 요구하다 / yêu cầu xin lỗi 사과를 요구하다 / yêu cầu hoàn trả 환불을 요구하다 / yêu cầu biểu quyết 표결을 요구하다 2. 요청(하다) ¶ yêu cầu cảnh sát bảo vệ 경찰에 보호를 요청하다 / nhận được yêu cầu 요청을 받다

yêu đương 연애(하다) ¶ ảnh yêu đương 연애 장면

yêu mến 애호(하다) ¶ yêu mến hòa bình 평화를 애호하다

yêu nước 애국(하다) ¶ lòng yêu nước 애국심 / chí sĩ yêu nước 애국 지사

yêu sách 요구(하다)

yêu quái 요괴

yêu quý 자애(하다) ¶ bố mẹ yêu quý 자애로운 부모

yêu thích 애호하다, 좋아하다, 사랑하다 ¶ người yêu thích âm nhạc 음악 애호가 / yêu thích sự cô độc 고독을 사랑하다

yêu thương 사랑(하다) ¶ tình yêu thương của cha mẹ 부모의 사랑

yếu 약하다 ¶ áp bức kẻ yếu 약한 사람을 압박하다 / dần dần yếu đi 차츰 약아지다 #반 mạnh

yếu tố 요소 ¶ yếu tố cơ sở 기초적 요소 / yếu tố hạnh phúc 행복의 요소 / yếu tố bắt buộc 필수적 요소 / ba yếu tố trong sản xuất 생산의 3 요소

Ytebi 이테르븀

Ytri 이트륨

참고문헌

1. Hoàng Phê(chủ biên, 2006), *Từ điển tiếng Việt*(베트남어 사전), Nhà xuất bản Đà Nẵng(다낭출판사)
2. Lý Kính Hiền – Nguyễn Thị Tịnh(2007), *Từ điển Hàn-Việt*(한국어-베트남어 사전), Nhà xuất bản Văn hóa Thông Tin(문화통신출판사)
3. http://dic.naver.com

부　록

1. 세계 각국
2. 국제 기구
3. 베트남의 省/市
4. 베트남의 각 민족**(54)**
5. 베트남 사람의 성씨

1. 세계 각국

가나 Ghana

가봉 Gabon

가이아나 Guyana

감비아 Gambia

과테말라 Guatemala

그레나다 Grenada

그루지야공화국 Cộng hòa Gruzia

그리스 Hy Lạp

기니 Guinea

기니 비사우 Guinea Bissau

나미비아 Namibia

나우루 Nauru

나이지리아 Nigeria

남아프리카공화국 Cộng hòa Nam Phi

네덜란드 Hà Lan

네팔 Nepal

노르웨이 Na Uy

뉴질랜드 Niu Di Lân

나제르 Niger

니카라과 Nicaragua

대한민국 Hàn Quốc(Đại Hàn Dân Quốc)

덴마크 Đan Mạch

도미니카공화국 Cộng hòa Dominica

도미니카 연방 Liên bang Dominica

독일 Đức

라오스 Lào

라이베리아 Liberia

라트비아 Latvia

러시아 Nga

레바논 Li Băng

레소토 Lesotho
루마니아 Ru Ma Ni
룩셈부르크 Lúc xăm bua
르완다 Rwanda
리비아 Lybia
리투아니아 Lithuania
리히텐슈타인 Liechtenstein
마다가스카 Madagascar
마셜 Quần đảo Marshall
마케도니아 Macedonia
말라위 Malawi
말레이시아 Malaysia
말리 Mali
멕시코 Mexico
모나코 Monaco
모로코 Ma rốc
모리타니 Mauritani
모잠비크 Mô dăm bích
몰도바공화국 Cộng hòa Moldova
몰디브 Man đi vơ
몰타 Malta
몽골 Mông Cổ
미국 Mỹ
미얀마 Miến Điện
바누아투 Vanuatu
바레인 Bahrain
바베이도스 Barbados
바티칸 Vatican
바하마 Bahamas
베트남 Việt Nam
벨기에 Bỉ
벨리즈 Belize
보스니아 헤르체고비나 Bosnia Herzegovina
보츠와나 Botswana

볼리비아 Bolivia

부룬디 Burundi

부르키나 파소 Burkina Faso

부탄 Bhutan

불가리아 Bulgaria

브라질 Brazil

브루나이 Brunei

사우디 아라비아 Saudi Arabia

산 마리노 San Marino

상투메 프린시페 São Tomé & Principé

서사모아 Tây Samoa

세네갈 Senegal

세이셸 Seychelles

세인트 루시아 St Lucia

세인트 빈센트 그레나딘 St Vincent & the Grenadines

세인트 크리스토퍼 네비스 St Christopher & Nevis

소말리아 (Somalia) Sô ma li

솔로몬 Quần đảo Solomon

수단 Sudan

수리남 Suriname

스리랑카 Sri Lanca

스와질란드 Swaziland

스웨덴 Thụy Điển

스위스 Thụy Sĩ

스페인 Tây Ban Nha

슬로베니아 Slovenia

시리아 Syria

시에라 리온 Sierra Leone

아르헨티나 Ác hen ti na

아이슬란드 Ai xơ len

아이티 Haiti

아일랜드 Ai len

아제르바이잔 A déc bai dan

아프가니스탄 Afghanistan

안도라 Andora
알바니아 Albabia
알제리(Algerie) An giê ri
앙골라 Angola
앤티가 바부다 Antigua & Barbuda
에스토니아 Estonia
에콰도르 Ecuador
에티오피아 Ethiopia
엘살바도르 El Salvador
영국 Anh
예멘 Yemen
오만 Oman
오스트레일리아 Úc
오스트리아 Áo
온두라스 Honduras
요르단 Jordan
우간다 Uganda
우루과이 Uruguay
우즈베키스탄공화국 Cộng hòa Uzbekistan
우크라이나 Ukraina
유고슬라비아 Nam Tư
이라크 I rắc
이란 I ran
이스라엘 Israel
이집트 Ai Cập
이탈리아 Italia, Ý
인도 Ấn Độ
인도네시아 Indonesia
일본 Nhật Bản
자메이카 Jamaica
자이르 Zaire
잠비아 Zambia
조선민주주의인민공화국 Cộng hòa Dân chủ Nhân dân Triều Tiên
중국 Trung Quốc

중앙아프리카공화국 Cộng hòa Trung Phi

지부티 Djibouti

짐바브웨 Zimbabwe

차드 Chad

체코 Cộng hòa Séc

칠레 Chi lê

카메룬 Ca mơ run

카자흐스탄공화국 Cộng hòa Kazakhstan

카타르(Qatar) Ca ta

캄보디아(Cambodia) Kampuchia

캐나다 Ca na đa

케냐 Kenya

코스타 리카 Costa Rica

코트 디부아르(Coté d'Ivoire) Bờ Biển Ngà

콜롬비아 Colombia

콩고 Congo

쿠바 Cuba

쿠웨이트 Cô oét

크로아티아 Croatia

키르기스탄공화국 Cộng hòa Kyrgyzstan

키프로스 Síp

태국(타이) Thái Lan

타지키스탄공화국 Cộng hòa Tadjikistan

터키 Thổ Nhĩ Kỳ

토고 Togo

통가 Tonga

투발루 Tuvalu

튀니지 Tunisia

트리니다드 토바고 Trinidad & Tobago

파나마 Panama

파라과이 Paraguay

파키스탄 Pakistan

파푸아 뉴기니 Papua New Guinea

페루 Peru

포르투갈 Bồ Đào Nha
폴란드 Ba Lan
프랑스 Pháp
피지 Fiji
핀란드 Phần Lan
필리핀 Phi líp pin
헝가리 Hungary

2. 국제 기구

APEC(Asia-Pacific Economic Cooperation) Tổ chức Hợp tác Kinh tế Châu Á – Thái Bình Dương, 아시아 태평양 경제 협력

ASEAN(Association of Southeast Asian Nations) Hiệp hội các quốc gia Đông Nam Á, 동남아시아 국가 연합, 아세안

ASEM(Asia-Europe Meeting) Hội nghị Á Âu, 아시아 유럽 정상 회의

ECOSOC (Economic and Social Council) Hội đồng kinh tế - Xã hội (Liên hợp quốc) (국제 연합의) 경제 사회 이사회

EU(European Union) Liên minh Châu Âu, 유럽 연합

FAO(Food and Agriculture Organization of the UN) Tổ chức Lương thực và Nông nghiệp Liên Hợp Quốc 유엔 식량농업기구

GATT(General Agreement on Tariffs and Trade) Hiệp định chung về Thuế quan và Thương mại, 관세 무역 일반 협정, 가트

FIFA(Fédération Internationale de Football Association) Liên đoàn Bóng đá Thế giới, 국제 축구 연맹

IAEA(International Atomic Energy Agency) Cơ quan Năng lượng Nguyên tử Quốc tế, 국제 원자력 기구

ICAO(International Civil Aviation Organization) Tổ chức Hàng không Dân dụng Quốc tế, 국제 민간 항공 기구

IDA (International Development Association) Hiệp hội Phát triển Quốc tế, (유엔의) 국제 개발 협회

IFAD(International Fund for Agricultural Development) Quỹ Phát triển Nông nghiệp Quốc tế, (유엔의)국제 농업 개발 기구

538

· ILO(International Labour Organization) Tổ chức Lao động Quốc tế, 국제 노동 기구

· IMF(International Monetary Fund) Quỹ Tiền tệ Quốc tế, 국제 통화 기금

· IMO(International Maritime Organization) Tổ chức Hàng hải Quốc tế, 국제 해사 기구

· ITU (International Telecommunication Union) Liên minh Viễn thông Quốc tế, (유엔) 국제 전기 통신 연맹

· NATO(North Atlantic Treaty Organisation) Tổ chức Hiệp ước Bắc đại Tây Dương, 북대서양 조약 기구, 나토

· OAU(Organization of African Unity), Tổ chức Đoàn kết Châu Phi, 아프리카 통일 기구

· UEFA(Union of European Football Association) Liên đoàn Bóng đá Châu Âu, 유럽 축구 연맹

· UNCTAD(UN Conference on Trade and Development) Hội nghị về Thương mại và Phát triển của Liên Hợp Quốc

· UNDP(UN Development Program) Chương trình Phát triển của Liên Hợp Quốc)

· UNEP(UN Environment Program) Chương trình Môi trường Liên Hợp Quốc, 유엔 환경 계획

· UNESCO(UN Educational, Scientific and Cultural Organization) Tổ chức Giáo dục, Khoa học và Văn hóa Liên Hợp Quốc) 유엔 교육 과학 문화 기구, 유네스코

· UNFPA(UN Fund for Population Activities) Quỹ Dân số Liên Hợp Quốc, 유엔 인구 활동 기금

· UNHCR(UN High Commissioner for Refugees) Cao ủy Liên Hợp Quốc về người tị nạn, 유엔 난민 고등 판무관 (사무소)

· UNICEF(UN Children's Fund) Quỹ Nhi Đồng Liên Hợp Quốc, 유엔 아동 기금, 우니세프

· UNIDO(UN Industrial Development Organization) 유엔 공업 개발 기구

· UNITAR(UN Institute for Training and Research) Viện Đào tạo và Nghiên cứu Liên Hợp Quốc, 유엔 후련 조사 연수원

· UPU(Universal Postal Union) Liên minh Bưu chính Quốc tế, 만국 우편 연합

WB(World Bank) Ngân hàng Thế giới, 세계 은행
· WFP(World Food Program) Chương trình Lương thực Thế giới, 세계 식량 계획
· WHO(World Health Organization) Tổ chức Y tế Thế giới, (유엔) 세계 보건 기구
· WIPO(World Intellectual Property Organization) Tổ chức Sở hữu Trí tuệ Thế giới, 세계 지적 소유권 기구
· WMO(World Meteological Organization) Tổ chức Khí tượng Thế giới, 유엔 세계 기상 기구

3. 베트남의 省/市

성/시	면적(km^2)	인구(1.000 人)	거리[1] (km)
1. An Giang	3406,2	2194,0	189
2. Bà Rịa-Vũng Tàu	1982,3	897,6	119
3. Bạc Liêu	2525,7	979,7	280
4. Bắc Cạn	4857,2	298,9	1881
5. Bắc Giang	3822,7	1581,5	1770
6. Bắc Ninh	807,6	998,4	1750
7. Bến Tre	2321,6	1351,5	85
8. Bình Dương	2695,6	915,2	30
9. Bình Định	6025,0	1556,7	687,8
10. Bình Phước	6857,3	795,9	104
11. Bình Thuận	7828,4	1150,6	188
12. Cà Mau	5201,5	1219,4	347
13. Cao Bằng	6690,7	514,6	2000
14. Cần Thơ(시)	1390,0	1135,2	169
15. Đà Nẵng(시)	1255,5	777,1	960
16. Đắc Lắc	13085,0	1710,8	355
17. Đắc Nông	6514,5	397,5	372
18. Điện Biên	9560,0	449,9	2223
19. Đồng Nai	5894,8	2193,4	40

20. Đồng Tháp	3246,1	1654,5	162
21. Gia Lai	15494,9	1114,6	541
22. Hà Giang	7884,3	673,4	2038
23. Hà Nam	852,2	822,7	1660
24. Hà Nội(시)	921,0	3145,3	1719
25. Hà Tây	2192,1	2525,7	1730
26. Hà Tĩnh	6055,6	1300,9	1379
27. Hải Dương	1648,4	1711,4	1775
28. Hải Phòng(시)	1526,3	1792,7	1820
29. Hậu Giang	1608,0	790,8	169
30. Hòa Bình	4662,5	813,0	1795
31. TP. Hồ Chí Minh(시)	2095,2	5891,1	0
32. Hưng Yên	923,1	1134,1	1781
33. Khánh Hòa	5198,2	1122,5	439
34. Kiên Giang	6268,2	1655,0	248
35. Kon Tum	9614,5	375,0	589
36. Lai Châu	9059,4	314,2	2241
37. Lạng Sơn	8305,2	739,3	1873
38. Lào Cai	6357,0	575,7	2073
39. Lâm Đồng	9764,8	1161,0	292
40. Long An	4491,2	1412,7	47
41. Nam Định	1641,3	1961,1	1629
42. Nghệ An	16487,4	3042,0	1428
43. Ninh Bình	1383,7	918,5	1626
44. Ninh Thuận	3360,1	562,3	334
45. Phú Thọ	3519,6	1328,4	1885
46. Phú Yên	5045,3	861,1	560
47. Quảng Bình	8051,8	842,2	1231
48. Quảng Nam	10407,4	1463,3	898
49. Quảng Ngãi	5137,6	1269,1	835
50. Quảng Ninh	5899,6	1078,9	1872
51. Quảng Trị	4745,5	621,7	1139
52. Sóc Trăng	3223,3	1272,2	230

53. Sơn La	14055,0	988,5	2058
54. Tây Ninh	4029,6	1038,5	99
55. Thái Bình	1545,4	1860,6	1828
56. Thái Nguyên	3542,6	1109,0	1795
57. Thanh Hoá	11116,3	3677,0	1566
58. Thừa Thiên Huế	5054,0	1136,2	1065
59. Tiền Giang	2366,6	1700,9	70
60. Trà Vinh	2215,1	1028,3	202
61. Tuyên Quang	5868,0	726,8	1885
62. Vĩnh Long	1475,2	1055,2	135
63. Vĩnh Phúc	1371,4	1069,0	1767,6
64. Yên Bái	6882,9	731,8	1886,6

[1] 거리는 호찌민시부터(2007 년 통계 기준으로)

4. 베트남의 각 민족**(54)**

1. Kinh(Việt)
2. Tày
3. Thái
4. Mường
5. Hoa(Hán)
6. Khơ Me
7. Nùng
8. H'Mông(Mèo)
9. Dao
10. Gia Rai
11. Ê Đê
12. Ba Na
13. Sán Chảy(Cao Lan, Sán Chỉ)
14. Chăm, Chàm
15. Xơ Đăng

16. Sàn Dìu
17. Hrê
18. Cơ Ho
19. Raglai
20. Mơ Nông
21. Thổ
22. Xtiêng
23. Khơ Mú
24. Bru - Vân Kiều
25. Giáy
26. Cơ Tu
27. Giẻ - Triêng
28. Pa Cô – Tà Ôi
29. Mạ
30. Co
31. Chơ Ro
32. Hà Nhì
33. Xinh Mun
34. Chu Ru
35. Lào
36. La Chí
37. Phù Lá
38. La Hủ
39. Kháng
40. Lự
41. Pa Thẻn
42. Lô Lô
43. Chứt
44. Mảng
45. Ơ Đu
46. Cơ Lao
47. Bố Y
48. La Ha

49. Cống
50. Ngái
51. Si La
52. Pu Kéo
53. Rơ Măm
54. Brâu

5. 베트남 사람의 성씨

An(安)	Âu(歐)
Bạch(白)	Bồ(蒲)
Bùi(裴)	Ca(歌)
Cao(高)	Cầm(琴)
Cấn(艮)	Cù(瞿)
Chu(Châu, 朱)	Diệp(葉)
Doãn(尹)	Dư(余)
Dương(楊)	Đái(Đới, 戴)
Đàm(譚)	Đào(陶)
Đặng(鄧)	Đậu(竇)
Đinh(丁)	Đoàn(段)
Đỗ(杜)	Đồng(童)
Đường(唐)	Giang(江)
Giáp(甲)	Hà(何)
Hàn(韓)	Hán(漢)
Hoàng(Huỳnh, 黃)	Hồ(胡)
Hồng(洪)	Hứa(許)
Khương(姜)	Kiều(喬)
Kim(金)	Khúc(曲)
La(羅)	Lã(Lữ, 呂)
Lại(賴)	Lâm(林)
Lê(黎)	Lục(陸)
Lư(盧)	Lương(梁)
Lưu(劉)	Lý(Lí, 李)
Mã(馬)	Mai(梅)

Nghiêm(嚴)

Ngô(吳)

Nguyễn(阮)

Nhan(顔)

Nhâm(任)

Nhữ(茹)

Ông(翁)

Phạm(范)

Phan(潘)

Phó(傅)

Phù(符)

Phú(富)

Phùng(馮)

Phương(方)

Quách(郭)

Tạ(謝)

Tào(曹)

Tăng(曾)

Tô(蘇)

Tôn(孫)

Tống(宋)

Từ(徐)

Thạch(石)

Thái(蔡)

Thẩm(沈)

Thân(申)

Thôi(崔)

Trang(莊)

Trần(陳)

Triệu(趙)

Trịnh(鄭)

Trương(張)

Ung(蕹)

Uông(汪)

Văn(文)

Vi(韋)

Vũ(Võ, 武)

Vương(王)